அலர்

அலர்

நாராயணி கண்ணகி

எழுத்து
பிரசுரம்

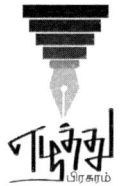

Title: Alar
Author's Name: Narayani Kannagi
Copyright © Narayani Kannagi - 2024
Published by Ezutthu Prachuram

All rights reserved. No part of this publication may be reproduced, stored in a retrieval system, or transmitted, in any form or by any means, electronic, mechanical, photocopying, recording, psychic, or otherwise, without the prior permission of the publishers.

Ezutthu Prachuram
(An imprint of Zero Degree Publishing)
No. 55(7), R Block, 6th Avenue,
Anna Nagar,
Chennai - 600 040

Website: www.zerodegreepublishing.com
E Mail id: zerodegreepublishing@gmail.com
Phone: 89250 61999

Ezutthu Prachuram First Edition: December 2024
ISBN: 978-93-48439-84-0
TITLE NO EP: 548

Rs. 450/-

Cover Design & Layout: Vijayan, Creative Studio
Printed at Rathna Offset, Chennai, India

சமர்ப்பணம்

குரு பாலகுமாரன் அவர்களுக்கு

நன்றி
கவியரசு கண்ணதாசன்

00

கணேசன்தான் என்னையும், கவிஞர் சோலைக்குயிலையும் திருப்பத்தூர் ரயில்வே ஸ்டேசனுக்குப் பின்புறம் இருந்த விபச்சார விடுதிக்கு அழைத்துப் போனான். சோலையும் நானும் 1984ல் ப்ளஸ் டூ முடித்தோம். சோலைக்கு அப்பா இல்லை, எனக்கு இருந்தார் ஆனால் இரண்டும் ஒன்றுதான்... கடைசிப் பரீட்சை எழுதிவிட்டு வீட்டிற்குள் நுழையும்போதே எங்கம்மாவிடம் 'நாளிக்கிந்து கூலிக்குப் போகாதயா... பொழப்பை நான் பாத்துக்கிறேன்' என்றேன். எத்தனை ஜென்மங்கள் ஓடாய் உழைத்தவள் என் இந்தச் சொல்லுக்குக் காத்திருந்தாளோ தெரியவில்லை, மறுநாளிலிருந்து கூலி வேலைக்குப் போகவில்லை. நான் ஜோலார்பேட்டை ரயில்வே ஸ்டேசனில் சாப்பாடு விற்கப் போனேன். சோலை பக்கிரிதக்காவில் கள்ளுக்கடையில் வேலைக்குச் சேர்ந்தான். கருவாடு வறுவலும், மூக்கடலைச் சுண்டலும் பச்சை மிளகாயைச் சிறு சிறுவென்று அரிந்துபோட்டு காரமாக தாளித்து வைத்திருப்பான். அப்போதெல்லாம் கவிஞர் சோலைக்குயில் குடியைக் கற்றுக்கொள்ளவில்லை. கையில் கவிதைப் புத்தகங்களும், சரோஜாதேவிப் புத்தகங்களும் வைத்திருப்பான். கவிதைகளையும், கலவியையும் படிப்பதற்கு நேரம் கிடைக்கும்போதெல்லாம் போய்விடுவேன், கோடியூரிலிருந்து, பக்கிரிதக்கா இரண்டு மைல்தான் பதினேழு வயதில் இரண்டு மைல் எல்லாம் தூரமே இல்லை, ஓட்டநடையில் கொஞ்ச நேரத்தில் சேர்ந்து விடுவேன். யாராவது சைக்கிளில் ஒத்தையாகப் போனால் 'நான் மெர்ச்சிக்கிறண்ணா...' என்று கேட்டு சைக்கிளை நான் மிதிப்பேன், சைக்கிளுக்குச் சொந்தக்காரரை உட்கார வைத்துக்கொள்வேன்.

சைக்கிள் மிதிக்க ஆள்வேண்டும் என்பதற்காகத்தான் எங்களை விபச்சார வீட்டிற்கு அழைத்துப் போனான் கணேசன், 'இந்தக் கழுதைய மெரி மெரின்னு மெர்ச்சினு போயிட்டு அங்க அந்தக் கழுதையை மெரிக்க முடியாது' என்பான். கணேசன் வாயைத் திறந்தால் சொற்கள் எதுவும் வெளியே வராது, ஆணுறுப்பும் பெண்ணுறுப்புகளும்தான் வந்து விழும். அது அவனிடமிருந்து ரசிக்கும்படியான நகைச்சுவையாக வந்து விழும். கணேசன் விபச்சார விடுதிக்கு ரெகுலர் கஸ்டமர், கடன் கணக்கு வைக்கிற அளவுக்கு நம்பகமான வாடிக்கையாளர்.

கணேசன் திருப்பத்தூர் அரசாங்க ஆஸ்பத்திரியில் ஏதோவொரு காக்கி சட்டை ஊழியராக இருந்தான். என்னைவிட அரையடி குள்ளமாக இருப்பான். என் தோள் சட்டைவரை நிற்பான். என்னைவிட நான்கு வயது கூடியவன். அப்பா அம்மாவிடம் வளரவில்லை. தாய் மாமா வீட்டில் கண்டிப்புடன் வளர்ந்தவன். கண்டிப்பான வளர்ப்புதான் அவனைப் பெண் பித்தனாக, ஸ்திரி லோலனாக, காமுகனாக, பொறுக்கியாக மாற்றியதா தெரியவில்லை. அத்தை மீது அவன் வைத்திருந்த பாசம் அவனை இப்படி ஆக்கி இருக்க வாய்ப்பில்லை.

வாத்தியார் மாமாவின் கண்டிப்பு காய்ச்சலுக்கு ஊசி குத்தின மாதிரியான கண்டிப்பு இல்லை, கேன்சருக்கு அறுவைச் சிகிச்சை செய்த மாதிரியான கண்டிப்பு. எண்பதுக்கு முற்பட்ட பிள்ளைகள் பெரும் பாவம் செய்தவர்கள். அப்பா அம்மாவிடம் வளர்ந்தாலே காலையில் தூங்கி எழும்போதிருந்தே அடி விழும். பள்ளிக் கூடத்தில் ஆசிரியர்களிடம் அடி. சித்தப்பா பெரியப்பாவிடம் அடி, மாமா அத்தையிடம் அடி. அடி விழுந்துகொண்டே இருக்கும். யார்தான் அடிப்பார்கள்? எதற்குதான் அடிப்பார்கள் என்றே தெரியாது. கணேசனின் தாய் மாமாவானவர் கையில் எப்போதுமே ஆயுதங்களுடன் காட்சியளிக்கும் கொடூர சாமிகளைப் போல், கையில் மெல்லிய மூங்கிலோ, புளியஞ்சிமிரோ, பூலாங்குச்சியோ வைத்திருப்பார்.

"அந்த ஆளுக்கு அவரோட அறிவு மேல நம்பிக்க இல்ல, அவரோட அழகு மேல நம்பிக்க இல்ல, அவரோட குஞ்சு மேல நம்பிக்க இல்ல, குச்சி வெச்சினு கொரங்காட்டி வித்த காட்டினு இருப்பாப்ள" என்று வாத்தியார் மாமாவைப் பற்றிச்

சொல்லும் போதெல்லாம் கணேசன் சொல்வான்.

கணேசன் பள்ளிக்கூடத்தில் சரியாகப் படிக்கவில்லை. ஆனால் அவன் அறையில் சில புத்தகங்கள் பைண்டிங் செய்து வைத்திருந்தான். பட்டினத்தார் பாடல்கள், ஜிட்டு கிருஷ்ணமூர்த்தி நூல்கள், ஆயக்கலைகள், ரஜ்னீஷ் உரைகள், புஷ்பா தங்கதுரை நாவல்கள், தாது புஷ்டி வைத்தியம். அவனிடம் இல்லாதது சரோஜாதேவி இலக்கியங்கள். அது எனக்கு வருத்தமளித்தது. ஜிட்டு கிருஷ்ணமூர்த்தியும், ரஜ்னீஷூம் எனக்குப் புரியவில்லை. சரோஜாவுக்கு ஐந்து சதவீதம் புஷ்பா பரவாயில்லை. நிறைய நாவல்கள் வாசித்தேன். அந்தக் காப்ரே நடனம்! பின்னாளில் கதை விவாதத்திற்காக பாண்டிச்சேரி போய் நிர்வாண நடனத்திற்கு டிக்கெட் வாங்கின பிறகு, தைரியம் இல்லாமல் வந்துவிட்டேன்.

“என்ன அடிக்கறப்போ எல்லாம் பழமொழி சொல்வாப்பள… பழமொழி சொன்ன பெரியவங்க மேல ஆத்தரமா பொங்கும்… அடி மேல அடி அடிச்சா அம்மியும் நகரும், அடி உதவற மாதிரி அண்ணந்தம்பிங்க உதவ மாட்டாங்க…, அடியாத மாடு படியாது, ஆயிரம் அடி வாங்கினாதான் ஒரு சிவலிங்கம்னு சொல்வாப்பள… அத்தையை அடிக்கிறப்போ மட்டும் ஒரே பழமொழி கக்குவாப்பள அடிக்கிற கைதான் அணைக்கும்னு… அத்தையைக் கூட நெனச்சதுக்கெல்லாம் அடிப்பாரு… அத்தைக்கு நான் ஆறுதலா இருந்தன், எனக்கு அத்தை ஆறுதலா இருந்துச்சு…” கணேசன் இதைச் சொல்லும்போது சுருங்கிய தாளைப் போல் தெரிந்தான்.

கணேசன் ஒன்பதாம் வகுப்பு போனபோது மாமாவுக்குக் கல்யாணம் ஆயிற்று. கணேசனுக்கும் அத்தைக்கும் வயது வித்தியாசம் சொல்கிற மாதிரி இல்லை, வாத்தியார் மாமாவுக்கும் அத்தைக்கும் வித்தியாசம் மிக நீளமானதாக இருந்தது. அவருக்கு முப்பது, அத்தைக்குப் பதினான்கு! இருவருக்குமே அடிக்குப் பயப்படுகிற வயது. இருவருமே நிழலுக்கும் நிம்மதிக்கும் ஏங்கினார்கள்.

கணேசன் ஒன்பதாம் வகுப்பு போனபோது நான் ஐந்திலிருந்து ஆறுக்குப் போனேன். நான் ஏழிற்குப் போனபோது, அவன் ஒன்பதாவதிலேயே இருந்தான். நான் எட்டுக்குப் போனபோது அவன் ஒன்பதாவதிலேயே இருந்தான். நான் ஒன்பதுக்குப் போன போதும் அவன் ஒன்பதாவதிலேயே பாஸாகாமல் இருந்தான்.

கணேசன் என் வகுப்புத் தோழனான போது, அவன் அத்தை ஒரு நாள் அரளி அரைத்துக் குடித்திருந்தாள். உடனுக்குடன் கண்டுப் பிடித்ததால் மலம் கரைத்து ஊற்றி, சாணி கரைத்து ஊற்றி வாந்தி பேதி உருவாக்கி, அரசு மருத்துவமனையில் காலரா வார்டான தனிக் கொட்டடியில் சேர்த்துக் காப்பாற்றப் பட்டாள். பாதி உயிர் திரும்பிக் கொண்டிருந்த போதே காவல்துறையினர் விசாரிக்க வந்தார்கள். உயிர்ப் போராட்டத்திலும் அழகாக இருந்தாள். அத்தையை எப்படியாவது காப்பாற்ற வேண்டும் என்று கணேசன் துடிதுடித்தான், அவனோடு சேர்ந்து நானும் துடிதுடித்தேன். டாக்டர்களும், கடவுள்களும் எந்த வேலையும் செய்யாதவர்களாகவும், இரக்கமற்றவர்களாகவும், கருணையற்றவர்களாகவும் நாம் கருதும் தருணங்கள் அது. ஏதாவது மாயாஜாலம் தெரிந்து, மந்திரங்கள் தெரிந்து அதைப் பயன்படுத்தி காப்பாற்றிவிட வேண்டும் என்று அங்கலாய்த்த பொழுதுகளில் அது முதல் பொழுது.

போலீஸ்காரர்களிடம் "எங்க அஸ்பண்டு நல்லவரு, நான்தான் மாம்பிஞ்சினு நினைச்சி அரளி வெதயை அரைச்சு தின்னுட்டேன்" என்று சொல்ல வைக்கப்பட்டாள்.

"பாரு நல்லா தெரிது... நீ வாத்தியார காப்பத்தறன்னு.. கொடுமப் பண்றாருன்னு மட்டும் சொன்ன.. அந்த மனுசன் கம்பி எண்றதுக்குப் போவாப்ள... வாத்தியார் ஜாப்பும் கோயிந்தா போட்டுக்கும்" என்றார் விசாரித்த தலைமைக் காவலர். வாத்தியார் மீது மாணவர்களுக்கு மட்டுமின்றி சகலபாடிகளான ஆசிரியர்களுக்கும் வெறுப்பு இருந்தது. மாட்டிக்கொண்டார் என்று சந்தோசமாக இருந்தார்கள்.

அத்தை காலகாலமாக கணவனை மீட்கும் காயத்திரியாகவே இருந்தாள்.

பிறகு சிறிது காலம் மனைவியை மட்டும் அடிக்காமலிருந்தார். கணேசனுக்கு மீசை வந்து விட்டதால் அவனையும் அடிக்க முடியவில்லை. பத்தொன்பது வயசாச்சே... மீசை அனாவசியமான மயிரென நினைப்பதும், அதை மழிப்பதும் வீரத்துக்கு எதிரான கட்டுத் திட்டமாகும். கிளைகளை வெட்டுகிற மாதிரி ஆகும், பத்தாம் வகுப்பிலேயே கணேசனுக்கு அடர்ந்த மீசை வளர்ந்து விட்டது. பெயிலானாலும் பத்தாம் வகுப்பில் பெயிலாவது

படிப்பிற்கு அழகு! என்னா படிச்சிருக்கேன்னு கேட்டா எஸ்எல்சின்னு சொல்லும் போது ஒரு கம்பீரம் பிடறியைப் போல் நிமிரும்.

“ஒத்த எழவுன்னா கையைப் புடிச்சி இழுத்து கொடுக்கலாம், அஞ்சு பாடமும் நாண்டுக்கினா சாகட்டும்னு வுடறதுதான் சாளாக்கி! தமிலக் கூட வுட்டுட்டாண்டா.. தாயோலி பெத்தது” என்று மாமா காரி துப்பி விட்டிருக்கிறார்.

வேலைகள் இல்லாத காலம் அது. படிச்சாலும் வேலை இல்லை, படிக்கலைன்னாலும் வேலை இல்லை. கணேசன் வீட்டில் அத்தையே கதியென்று வாழ்ந்தான். மாமா அவனுக்காக வேலை கேட்டு அலைந்து கொண்டிருந்தார். அவனை வீட்டை விட்டு துரத்த வேண்டும் என்றால் வேலை இல்லாமல் துரத்த முடியாது. பூர்வீக சொத்தில் கணேசனின் அம்மா உரிமைக்கு வருவாள். வேலை வாங்கித் தந்துவிட்டால், செலவு கணக்குச் சொல்லி வாயடைக்க முடியும்.

கம்யூனிஸ்ட் கட்சியினர் ‘வேலை கொடு வேலை கொடு’ என்ற பிரச்சாரத்துடன் ஜோலார்பேட்டையிலிருந்து மெட்ராசுக்கு மிதிவண்டி பேரணி நடத்தினார்கள். வேலையில்லாதிருந்த யாருமே பேரணியில் கலந்துக் கொள்ளவில்லை. அவர்களுக்குப் பேரணி போனால் வேலைக் கிடைக்கும் என்ற நம்பிக்கை இல்லை. கணேசனை மாமா வற்புறுத்தி அனுப்பி வைத்தார். கணேசனுக்கு வேலைக் கிடைத்துவிடுமோ என்று பயமாக இருந்தது. வேலைக் கேட்டு மெட்ராஸ் போவதால் சீப் மினிஸ்டர் மெட்ராசிலேயே வேலையைப் போட்டுக்கொடுத்துவிட்டால், ஊருக்கு வர முடியாமல் போகும், அத்தையைப் பிரிய வேண்டும், அத்தையைப் பார்க்க முடியாமல் போய்விடும் என்று வேதனைப்பட்டான்.

ஜோலார்பேட்டையிலிருந்து ஏழுபேர் புறப்பட்டார்கள். வாணியம்பாடியில் மூன்று பேர் சேர்ந்தார்கள். தகவல் தொடர்பு இல்லாத காலம் பல மணி நேரம் சாலையில் நின்றிருந்தார்கள். அவர்களுக்கு முன் பேருந்து ஏறி வந்துவிட்ட கட்சிக்காரர் அதற்குள் இரண்டு டீயைக் குடித்துவிட்டு, ஏழெட்டு பீடியை இழுத்து அவர் நின்றிருந்த இடத்தைச் சுற்றிப் போட்டிருந்தார். அரசாங்கத்தை எதிர்த்தும், வேலையில்லாத் திண்டாட்டம் குறித்தும், வறுமையையும், பசி பட்டினியைக் குறித்தும் ஜோலார்பேட்டையில்

என்ன பேசினாரோ, அதையே வாணியம்பாடி பேருந்து நிலையத்திலும் பேசினார்.

கணேசன் ஒப்பாரியா சொன்னான் "புதுசா யாரும் கேக்கறதுக்கு இல்லடா, ஒவ்வொரு ஊர்லயும் அந்தத் தோழர் எங்களுக்கு முன்ன பஸ்ல போயி எறங்கி நின்னுடுவார்… நாங்க போனதும் நிக்க வெச்சிப் பேசுவார்… பேசனதயே பேசறதுக்கு அவருக்கு நோகல, எங்களுக்கு கேக்க முடியல, தல எழுத்தேன்னு கேட்டோம்… மூணு நாள் ஆச்சி மெட்ராஸ் போய் சேர்றதுக்கு.. பம்ப், பஞ்சர் ஒட்ற சாமானுங்கள நாங்களே எடுத்துக்குனோம், வழியில ரெண்டு பேரோட சைக்கிள் பஞ்சர் ஆச்சு, கூட வந்தவங்க நெறய டைம் வேஸ்ட் பண்ணாங்க… என்னத் தவிர எல்லாருமே ஜாலியா வந்தானுங்க… மெட்ராஸ் போனதும் சீப் மினிஸ்டரத்தான் பாப்பாங்க.. அவர் எல்லாருக்கும் உடனே வேல எழுதித் தந்துடுவாருன்னு நினைச்சிருந்தோம். அதவிட ஒருத்தன் சொன்னான். 'போனதுமே சம்பளத்த தந்துடுவார் அப்புறம் வேல செஞ்சி கழிக்கணும்… பணத்த வாங்கினு கையெழுத்துப் போட்டுட்டா தப்ப முடியாது இல்ல, வேல செஞ்சிதான் ஆகணும்'னு ஆனா, என்ன நடந்துச்சின்னா? பீச்சில எல்லாரும் சேந்தோம்… வழியெல்லாம் பேசன மாதிரியே பீச்சில நாலஞ்சு தோழருங்க வேலையில்லா கொடுமையைப் பத்தி பேசினாங்க… அவ்ளோதான் "சீக்கிரம் கடல வேடிக்க பாத்துட்டு வந்துடுங்க.. நாளைக்குப் பேப்பர்ல நியூஸ் வந்துடும்… முதல்வர் பாத்துட்டு நடவடிக்கை எடுப்பார்னு சொன்னாங்க… எனக்கு பீச்சி பாக்கற ஆசயே வரலடா… எட்டணா, நாலனான்னு சில்லறயா பத்து ரூபா தந்தாங்க அத வாங்கினு ஒரு ராத்திரி, ஒரு பகல் சைக்கிள் மெதிச்சி வீடு வந்து சேந்துட்டேன். என்னைப் பாத்ததுமே அத்தை அழுதுச்சி…" என்று.

கணேசன் பேசும்போது நிறைய முறை அத்தையைப் பற்றி சொல்வான்.

"அத்தை பாவக்காய்ல வெல்லம் போட்டு கொழம்பு வெச்சிச்சி, மாமா திட்னாரு.. பாயாசமாடி வெல்லம் போடறதுக்குன்னு… நான் பாவக்கா சாப்புடுனும்னே வெல்லம் போட்டிருக்கு…"

"அத்தை படிக்கலடா, இவன் ரொம்ப படிச்சிக் கிழிச்சிட்டானாம்.. வாயைத் தெறந்தா தேவிடியா தேவிடியான்னு திட்றாண்டா..

இவனெல்லாம் வாத்தியாரு... எங்கத்த அழறாங்க.. நீ எவ்ளோனாலும் அடி, வெட்டிக் கூட சாச்சிடு, தேவிடியான்னு திட்டாதன்னு... கேக்க மாட்டேன்றான் வேணுமுன்னே சொல்றான்..." என்று புலம்பித் தள்ளுவான்.

அந்தக் காலத்தில் மனைவிகளைக் கணவன்கள் அப்படித்தான் திட்டிக்கொண்டே இருப்பார்கள். பலருக்கு அது பழகி விட்டிருந்தது, ஆசிரியர்கள் கூட மாணவர்களை சாதாரணமாக தாயோலி என்பார்கள், குறைந்தபட்சமாவது கெட்ட வார்த்தைகளைச் சொல்லிதான் கூப்பிடுவார்கள். முதலாளிகளும் அப்படித்தான் அவர்களிடம் பணிபுரிபவர்களைக் கெட்ட வார்த்தையிலும் சாதிப் பேர் சொல்லியும் திட்டுவார்கள்.

'அத்தைக்குக் கெட்ட வார்த்தப் புடிக்காதுடா.. அத்த என்னா சொல்லுச்சு தெரிமா? தேவிடியாளா போயிருந்தா கூட எவன் கிட்டயாவது ஒருத்தன் கிட்ட, என்னிக்காவது ஒரு நாள் சந்தோசமா இருந்திருப்பேன்... உங்க மாமா கூட இருக்கும்போதெல்லாம் நான் பொணமாயிடறன்... அந்த ஆளு பொணத்ததான் அனுபவிக்கிறாப்ள...'ன்னு சொல்லிச்சு... பொண்டாட்டி கிட்ட படுக்கறப்போ கூட எவனா திட்டினு இருப்பானாடா?'

கணேசனின் மாமாவும் ஜாதியைக் கெட்ட வார்த்தையாகத் திட்ட ஆரம்பித்தார். அத்தையின் தங்கை வேறு ஜாதி பையனோடு ஓடி விட்டாள். அப்போதிருந்து குடும்பத்தில் மொத்தப் பேரையும் அந்தப் பையனின் ஜாதியைச் சொல்லிதான் திட்டுவார். 'வெசத்துல பாலை ஊத்தனா என்னா, பால்ல வெசத்த ஊத்தனா என்னா? எப்படி ஊத்தனாலும் வெசந்தான? உங்கக் குடும்பத்துல ஜாதி வந்து கலந்தா என்னா, ஜாதில போய் உங்கக் குடும்பம் கலந்தா என்னா எல்லாம் ஒண்ணுதான? ஜாதிய திட்டினா உனக்கு ஏன் கோபம் வருது? நீயும் அதுல கலந்துட்ட அதான் எரிஞ்சினு வருது.'

பள்ளிக்கூடத்திலும் பிள்ளைகளை ஜாதியைச் சொல்லிதான் திட்டுவார். பையன் ஒரு ஜாதியாக இருந்தாலும் அவனைத் திட்டுவதற்காக வேறொரு ஜாதியைச் சொல்லித் திட்டுவார். கணேசனுக்கு அவரைக் கொலை செய்துவிட வேண்டும் என்று தோன்றும். அத்தையிடமும் சொல்லி இருக்கிறான் 'நீ விதவையா நிப்பியேன்னு பாக்கறன்... இல்லன்னா உங்கூட்டுக்காரன சாகடிச்சிடுவேன்...' என்று.

‘எத்தன பேர சாகடிப்ப..? முக்கால்வாசி ஆம்பளைங்க அப்படித்தான் இருக்காங்க.. வாத்தியாரா இருக்கட்டும், போலீசா இருக்கட்டும், கூலிக்காரனா இருக்கட்டும் ஆம்பளைங்க அப்படித்தான இருக்காங்க... நீ உன் பொண்டாட்டிய சந்தோசமா வெச்சுக்க... அந்த மனுசன வெட்டிட்டு நீ ஏன் ஜெயிலுக்குப் போற? ஒரு பொண்ண சந்தோசமா வெச்சிக்கோ...’ என்று அத்தை சொல்லி இருக்கிறாள்.

பொங்கலுக்கு இனாம் வாங்குவதற்கு வெட்டியான் வந்த போது, அத்தை மாமாவின் பழைய வேட்டியையும், சட்டையையும் கொடுத்திருக்கிறாள். கூடவே பலகாரமும், ஒரு ரூபாயும் தந்திருக்கிறாள்.

‘ஏண்டி உன் சொந்தக்காரனுக்கு செமயா விருந்தூம்பற... என்னா மொற வருது.. மாமனா? சித்தப்பனா?’ என்று கேட்டிருக்கிறார்.

வெட்டியானை எப்போதும் ஜாதியைச் சொல்லிதான் கூப்பிடுவாராம்.

‘என்னா வாத்தியாரே ஜாதி இல்லன்னு பாடம் நடத்தற நீங்களே... ஜாதி சொல்லி திட்றீங்க..?’ என்று வெட்டியான் கேட்டிருக்கிறார்.

“நீ சாதியச் சொல்லிதானே எல்லாரயும் கூப்பிடற, ரெட்டியார ரெட்டியாரேன்னு கூப்பிடற, முதலியார முதலியாரேன்னு கூப்பிடற.. நாயுட நாயுடுன்னு கூப்பிடற.. அப்படிதாண்டா உன் ஜாதிய வெச்சி உன்னக் கூப்பிடறன்’ என்று திமிரோடு சொல்லி இருக்கிறார். இந்தத் திமிரை எல்லா முதலாளிகளிடம் பார்த்திருக்கிறேன். கணேசனின் மாமா கணேசனை எதாவது ஜாதி பேரைச் சொல்லித் திட்டுவார். தேவிடியா என்ற கெட்ட வார்த்தையை விட இப்படி ஜாதியைச் சொல்லித் திட்டுவது, மிகப்பெரிய திட்டாக நினைத்து அழுவான். ‘நான் யோசிப்பேன்டா, சும்மா திட்டு வாங்கும் நமக்கே இவ்வளவு வேதனையைத் தருதே... உங்களுக்கு எவ்ளோ புண்ணு மாதிரி வலிக்கும் என்று.

கணேசன் பத்தாம் வகுப்பு பரீட்சையை இரண்டாம் முறையாக எழுதி பெயிலான போது, அவன் முகத்தில் எச்சிலைக் கொத்தாகத் துப்பினார். திட்டுவது துப்புவது, திட்டுவது துப்புவது என்று முகம் பூராவும் துப்பினார். ‘துடைக்கவே கூடாது. அதுவா காயற வரைக்கும் துடைக்கவே கூடாது.’ என்று வேறு சொல்லி நிற்க வைத்து விட்டார். ‘அவனை விட கொடூரமானவன், இந்த

உலகத்திலயே இருக்க முடியாது கண்ணப்பா' என்று கணேசன் அடிக்கடி சொல்வான்.

பிறகுதான் கணேசனுக்குத் திருப்பத்தூர் அரசு மருத்துவமனையில் உதவியாளராக வேலை கிடைத்தது. அறுவை அரங்கத்திற்கு நோயாளிகளைத் தள்ளிக்கொண்டு போவது, அறுவைச் சிகிச்சை முடிந்ததும் வார்டுக்குத் தள்ளிக்கொண்டு போய் படுக்கையில் படுக்க வைப்பது, மருத்துவம் பயன் தராமல் இறந்தவர்களைப் பிணவறைக்குக் கொண்டு போவது, இறப்பில் சந்தேகமாக இருப்பவர்களைக் கூராய்வுக் கூடத்தில் கொண்டு போய் போடுவது என்று மனதைக் கல்லாக வைத்திருக்கும் வேலை.

ஒரு நாள் கணேசனின் அத்தை பிணமாக மருத்துவமனைக்கு வந்தாள். இந்த முறை உயிர்ப் போகிற மாதிரி விசத்தைக் குடித்துவிட்டு இருந்தாள்.

கணேசன் வேலைக்குச் சேர்ந்ததும் 'வீட்டுக்கு வராதடா.. நீ செய்ற வேலைக்கு உன்னை வாசப்படி சேத்த முடியாது, நம்ம ஜாதின்னு நானே சர்ட்டிபிகேட் கொடுத்தாலும் யாரும் நம்ப மாட்டாங்க.. நீயா நல்ல முறையில ஒதுங்கிடு, யார் கிட்டயும் வாத்தியாருக்கு சொந்தம்னு சொல்லாத... புரிதா?' என்று கத்தி சொருகி அனுப்பினார். அத்தையை அவன் பார்க்க முடியாமல் அத்தையின் ஞாபகமாக தவித்தான். அத்தை வயிறு வலியென்று ஒருமுறை மருத்துவமனைக்கு வந்திருக்கிறாள். 'எனக்கு வயிறு வலி இல்லடா நல்லா இருக்கறன், நீ எப்படி இருக்கிற..' என்று சொல்லி அவனுக்காக இரண்டு கோதுமை ரொட்டி சுட்டு மறைத்துக் கொண்டு வந்து கொடுத்திருக்கிறாள். அந்தக் காலத்தில் கோதுமை ரொட்டி கொஞ்சம் வசதி இருந்தால் மட்டுமே வாங்கி மாவரைத்து ரொட்டி செய்ய முடியும். மாமா அவருக்காக மட்டும் கோதுமை வாங்கி வந்து மாவரைத்து வைத்திருந்தார். கணேசன் வீட்டில் இருக்கும் போது, மாமாவுக்குத் தெரியாமல் ஒரு சின்ன ரொட்டியை புத்தகப் பையில் போட்டு வைத்து விடுவாள். ஒரு முறை ஐந்து நாட்கள் கவனிக்காமல் விட்டிருக்கிறான். அது காய்ந்து அடைப் போல் ஆகி இருந்தது. உடைத்துத் தின்றான்.

அத்தை இரண்டாவது முறையாக மருத்துவமனைக்குப் பிணமாக வந்தாள். அத்தை பிணவறையில் ஒரு ரொட்டியைப் போல் கிடத்தப்பட்டாள்.

‘நானும் செத்துடலாம்னு நினைச்சண்டா.. அத்தைக்கு இருந்த தைரியம் எனக்கு இல்ல, மாமன எப்படினாலும் ஜெயில்ல தள்ளனும்னு நெனச்சேன்.. சாவு கொட்றிக்குள்ள போயி அத்தயோட ரெண்டு முலயயும் பல்லு எறங்கற மாதிரி கடிச்சிடணும், மூத்தரம் பேயற எடத்தயும், தொடையையும் கூட பல்லு எறங்கற மாதிரி கடிச்சி வெச்சிடணும், ராடுல இடுப்பு எலும்பையும், பரி எலும்பையும் உடைச்சு வெச்சிடணும்னு யோசிச்சேன்.. போஸ்ட் மார்டத்துல ரிப்போர்ட் வந்துடும்.. மாமா ஜெயிலுக்குப் போயிடுவான்னு கணிச்சேன்.. அத்தைக் கிட்ட போனா எனக்கு அழுவாச்சிதான் வருது, எதுவும் செய்ய முடியல, எத்தனப் பொணத்த பாத்திருக்கேன்.. எத்தன உடம்பைப் பாத்திருக்கேன்... ஆனா என் அத்தையோட உடம்பு எனக்கு சாமி சிலை மாதிரி தெரிஞ்சது. கும்புட்டுனே இருக்கணும் போல தெரிஞ்சது.. எதுவும் செய்ய முடியல...’ தேம்பித் தேம்பி அழுதுகொண்டே சொன்னான்.

வயிறு வலி தாங்க முடியாமல் தற்கொலைச் செய்துக் கொண்டதாக காவல் துறை மாமாவைக் காப்பாற்றிவிட்டது.

மாமாவுக்கு மூன்றே மாதத்தில் இரண்டாவது திருமணம் நடந்தது. சின்ன வயதுப் பெண்! பதினேழு வயது! மாமாவுக்கு அப்போது நாற்பது கடந்த வயது! அரசாங்க உத்தியோகத்தில் இருப்பவர்களுக்கு எத்தனைப் பெண் வேண்டும் என்றாலும் தருவார்கள் பாவப்பட்ட பெற்றோர்கள்.

அப்போது வெள்ளை முடிக்கு அடிக்கிற மை வரவில்லை. மீசைக்கு மட்டும் கண் மை பூசிக்கொள்வார். ஆனால் மீசையைத் தடவிக் கொள்ளவோ, முறுக்கிவிடவோ முடியாது. விரல்களில் மை ஒட்டிக்கொள்ளும்.

★

கணேசன் நாள் தவறாமல் விபச்சார விடுதிக்குப் போவதற்குப் பழகிவிட்டான். திருப்பத்தூர் இரயில்வே ஸ்டேசனுக்குப் பின்புறம் ஆறுமுகம் கம்பெனி இருந்தது. ரயில்வே சாலையில் இறங்கி தாண்டி போனால் தனி வீடு! சைக்கிளைத் தூக்கிக்கொண்டு தண்டவாளங்களைத் தாண்ட வேண்டும்.

விடுதி சுவரில் ‘இங்கே குஷ்ட நோயாளிகளுக்கு அனுமதி இல்லை’ என்று எழுதி இருந்தது.

உள்ளே வராண்டாவில் சேந்து கிணறு இருந்தது. ராட்டினத்தில் கயிறும் வாளியும் தொங்கிக்கொண்டிருந்தது. காளையை அடக்கினால்தான் கல்யாணம் என்கிற மாதிரி, தண்ணீர்ச் சேந்தி அங்கிருக்கும் சீயக்காய்த் தூளால் கழுவிக்கொண்ட பிறகுதான் உள்ளே அனுமதிப்பார்கள். அந்தக் காலத்தில் முகத்தைச் சவரம் பண்ணமாட்டார்கள். அந்த இடத்திலா பண்ணுவார்கள்? அதனாலேயே சீய்க்காய்த்தூள் வைத்திருந்தார்கள்.

விபச்சார விடுதி திண்ணையில் வார, மாத இதழ்கள் இரைந்திருக்கும், அங்கேதான் பொன்னியின் செல்வன் பார்த்தேன். சாண்டில்யனின் நாவல்களும் இருந்தது. பின்னாளில் வெறித் தனமாக பாலகுமாரனைப் படிக்கும்போது அவரின் விலைமாதும் பொன்னியின் செல்வன் வாசித்துக்கொண்டிருந்ததை வாசிக்கும் போது காலத்தின் வாசனை ஒரே மாதிரியான நறு மணத்தை வழங்குவதை உணர்ந்தேன். மு.மேத்தாவின் கண்ணீர்ப் பூக்களும் கண்டேன். முடிதிருத்தும் கடையிலும், டீ கடையிலும் ஒன்றிரண்டு செய்தித் தாள்களும், குமுதம், ராணி இதழ்கள்தான் இருக்கும். ஆறுமுகம் கம்பெனி திண்ணையில் நாவல்களும் இருந்தன.

அங்கேதான் மகேஸ்வரியின் அம்மாவையும் கண்டேன். என்னையும் சோலையையும் பார்த்து 'டேய்.. தாயோலி புள்ளைங்களே. இங்க என்னாத்துக்கு வந்தீங்க..?' என்றாள்.

'கணேசன் ஃப்ரண்டு! கூட கூட்டியாந்தான்.'

இன்னொரு பெண் சிரித்துக்கொண்டே 'வந்தா உனக்கு என்னா?' என்று மகேஸ்வரியின் அம்மாவை முறைத்து விட்டு எங்களைப் பார்த்து 'அதுக்கென்னா வர்றிங்களா?' என்றாள்.

'இல்ல, நாங்க சும்மா வந்தோம்,'

'சும்மா வந்தீங்களா? இங்க யாரும் சும்மா வரமாட்டாங்க...' என்று சொல்லி சிரிக்க, எல்லோரும் சிரித்தார்கள்.

'இரும்பு அடிக்கிற எடத்துல ஈயிக்கு என்னா வேலை?' என்று ஒரு பெண் சொல்ல எல்லோரும் பெரிதாக சிரித்தார்கள். அது இரட்டை அர்த்தம் என்பதை திரும்பி வரும்போது கணேசன் சொன்னான்.

ஆறுமுகம் திண்ணையில் உட்கார்ந்து கணேசனிடம் பணம்

வாங்கினார். இரண்டு பெண்கள் மடியில் கைக் குழந்தை வைத்துக் கொண்டு பால் கொடுத்துக்கொண்டிருந்தார்கள். குழந்தை தலையை உயர்த்திப் பார்த்த போது திறந்த மார்புகளும் குழந்தையின் முகம் போல் சிரித்தது. பார்க்காத மாதிரி பார்வையை இழுத்துக் கொண்டேன். அவர்கள் சிரித்தார்கள். மார்புகளைக் கடைசி வரை கட்டி வைக்கவில்லை.

போலீஸ்காரர்கள் திடீர் ரெய்டு வந்தால் ஆறுமுகம் ஐந்து பெண்களையும் தன் மனைவிகள் என்று சொல்வாராம், கணேசன் சொன்னான். 'அந்த ஆளு பிராத்தல் கம்பெனி நடத்தினாலும், இதுவரைக்கும் எந்தப் பொண்ணையும் தொட்டதில்லையாம். கன்னிகழியாத மனுசனாம், குடிப் பழக்கம் இல்லாத சாராய வேபாரி மாதிரி, கறி சாப்பிடாத கசாப்புக்காரன் மாதிரி! சாமி கும்பிடாத பூசாரி மாதிரி இந்த ஆறுமுகம்! பாக்கறவங்களுக்கு இவங்க எல்லாரும் என் பொண்டாட்டிங்கன்னு சொல்வாரு... ஆனா, தகப்பன் மாதிரி பாத்துக்குவாரு... இங்க அஞ்சி பேருதான் இருக்காங்கன்னு நினைக்காதே... அம்பது பேரு இருக்காங்க.. மதியானம் வரைக்கும் அஞ்சி பேரு இருப்பாங்க... மதியானத்துக்கு மேல அஞ்சி பேரு இருப்பாங்க... நாளைக்கு வேற அஞ்சி பேர் வருவாங்க. திடீர்னு ஆந்தராவுல இருந்து, கேரளாவுல இருந்து வந்து இறங்குவாங்க...'

'எல்லாம் ஒண்ணுதான..?' என்றான் சோலை.

'எனக்கு அப்படி தெரில. பசிக்குத் தின்னா எல்லா சாப்பாடும் ஒண்ணுதான்.. பசி இல்லன்னா எதுவுமே ஒனத்தியா இருக்காது.'

'நீ எதுக்குத் தின்ற.. பசிக்கா? ருசிக்கா?'

'நான் தின்றது முக்கியமில்ல, இங்க வர்ற அத்தனைப் பேருக்கும் இது பொழப்பு, குடும்பத்துக்குச் சோறு போடறதுக்காக, புள்ளைங்கள படிக்க வெக்கிறதுக்காக, பொண்ணுக்குக் கல்யாணம் பண்றதுக்காக, நோயாளிப் புள்ளையைக் காப்பத்தறதுக்காக, கால் ஒடைஞ்ச புருசனுக்குக் கட்டுப் போடறதுக்காக பணம் வேணும், அத சம்பாதிக்க வர்றாங்க... ஒவ்வொருத்தர் கிட்ட பேசினா ஒவ்வொரு பிரச்சினைத் தெரிஞ்சிடும்... அவங்களோட எந்தப் பிரச்சினைனாலும் பணத்துனாலதான் தீரும்... ஏதோ என்னால முடிஞ்சது' தத்துவம் மாதிரி சொன்னான்.

சோலைக்குக் கோபம் வந்தது 'இவன செருப்புலயே அடிக்கணும், பொறம்போக்கு தாயோலி! நீ உன் சொகத்துக்கு வந்துட்டு, தியாகி மாதிரி ஊம்பற... தாப்பாலோளி!'

'சரிடா வுட்றா நான் விதண்டாவாதம் பண்ணல, என் சொகத்துக்குதான் வர்றேன்... என் சொகத்துக்குதான் வர்றேன்' என்றான் கணேசன்.

அப்படி சொல்ல வைத்ததில் சோலையின் முகத்தில் ஒரு வீரப் புன்னகையைக் கண்டான்.

சோலை வீட்டிற்குப் போய்ச் சிறுகதை எழுதினான். விலைமகள் ஒருத்தியைத் திருமணம் செய்துக் கொண்டு வாழ்வளிக்கிற மாதிரி. இந்தக் கதையெல்லாம் நாயகன் சினிமா வருவதற்கு இருபது ஆண்டுகளுக்கு முன்பே நடந்தது. அந்தச் சிறு பத்திரிகை ஐந்து கொண்டு வந்து, ஆறுமுகம் கம்பெனி திண்ணையில் போட்டான். ஆறுமுகத்திடம் அவன் எழுதிய கதையைப் பற்றி சொன்னான். 'மடப்பையா! இங்க தொழில் பணற எல்லாருக்கும் புருசன் இருக்கறான்.. அவனுங்க சரியா இருந்தா இங்க ஏண்டா வர்றாங்க..?' என்றார்.

பிறகுதான் தெரிந்தது. ஜோலார்பேட்டையிலேயே பழைய இரயில் நிலையத்திற்கு அருகாமலேயே கமலா கம்பெனி இருக்கிறது என்பது. நூர்ஜஹான் தியேட்டருக்கு எதிரே ஒரு வீட்டில் நடந்து கொண்டிருந்தது. வேலூர் இரயில் நிலையம் எதிரே சூரிய குளம், பம்பாய் சிவப்பு விளக்குப் பகுதியைப் போல் பிரசித்தி பெற்ற இடமாக இருந்தது. 'எல்லா ரெயில்வே ஸ்டேசன் கிட்டயும் ஒன்னு ரெண்டு பிராத்தல் கம்பெனியும், சாராயமும், கஞ்சா பொட்டலமும் நிச்சயம் இருக்குண்டா...' என்றான் கணேசன்.

கணேசன் பல இடங்களுக்கு அழைத்துக் கொண்டு போனான்.

பிரபலமான கோயில்கள் இருக்கும் எல்லா ஊரிலும் விபச்சார விடுதிகள் இருப்பதை அவன் காட்டினான். கோயிலிருக்கும் தெருவிலேயே விபச்சார விடுதிகளும் இருந்தன.

'எப்படி கணேசா... பொம்பளைங்களால எப்படி முடியுது? அந்தத் தைரியம் எப்படி வருது?' என்று ஒருநாள் கேட்டேன்.

'வறுமையும், தேவையும் எல்லா தைரியத்தையும் கொடுத்துடும், கொல செய்யவே தைரியம் வந்துடுது, திருடறதுக்கே தைரியம்

வந்துடுது, ஏமாத்தறதுக்குத் தைரியம் வந்துடுது... இதுக்கு வராதா?'

'அது இல்ல உடம்ப யாருக்குனாலும் கொடுக்கலான்ற தைரியம் எப்படி வரும்?'

'எந்த பொம்பள கிட்டனாலும் போலாம்ன்ற தைரியம் ஆம்பளைக்கு இருக்கும்போது, பொம்பிளைக்கு இருக்காதா? ஆம்பளயை விட பொம்பிளைக்கு தைரியம் அதிகம், வயித்துல குழந்தைய சுமக்கிற தைரியம் உலகத்துல ஒரு ஆம்பளைக்கானா வருமா? நினைச்சாவே பதறுவான். பொம்பளைக்குக் குழந்தையை சுமக்கிற தைரியம் இருக்குது, தன் யோனி வழியாத்தான் குழந்தை வெளியே வரும்னு தெரிஞ்சும் குழந்தை பெத்துக்கறதுக்கு துணிஞ்சிடறா அதவிட தைரியம் வேற என்னா இருக்குது? சும்மா பூச்சாண்டி காட்டினு...'

'இல்ல, முன்ன பின்ன தெரியாத ஆம்பளைங்க கிட்ட எப்படி ஒரு பொம்பளையால ஓடம்பட முடியுது?'

'ஆம்பளயால எப்படி முடியுது?'

என்னால் பதில் சொல்ல முடியவில்லை.

'ஆம்பளையால முடியற எல்லாமே பொம்பளயாலயும் முடியும். பெத்தவங்க திடீர்னு ஒருத்தனுக்குக் கல்யாணம் பண்ணி தந்துடறாங்க.. அவனோட படுக்கறதுக்கு அனுப்பறாங்க.. போய்ப் படுக்கறா இல்ல, அங்க தைரியம் வந்துடுது இல்ல, அவ்ளோதான்..'

கணேசன் ரொம்ப சாதாரணமாக சொன்னான்.

'பொம்பளைங்களோட பெரிய தைரியம் என்னா தெரியுமா? தன் ஆசையை, தன் தேவையை, தன் சுகத்தை, தன் நிம்மதியை, தன் சந்தோசத்தை பெத்தவங்களுக்காகவும், புருசனுக்காகவும், புள்ளைங்களுக்காகவும் அடக்கி வெச்சினு இருக்கிறதுதான்....'

கணேசனின் இந்த போதனைகளுக்குப் பிறகு நான் பெண்களைப் பார்க்கும் பார்வை தெய்வங்களைப் பார்க்கும் பார்வையாக மாறிப்போனது. தேவதைகள்!

01

வேலூர் அரசு மருத்துவமனையில் படுத்துக்கொண்டிருந்த கமலாபாட்டியை ஒவ்வொரு படுக்கையாகத் தேடினாள் மகேஸ்வரி. கமலாபாட்டி ஓய்வு பெற்ற விலைமாது என்கிற ஒரே காரணம் மட்டுமே அவளிடம் இருந்தது! ஓய்வா? அப்படியும் சொல்ல முடியாது, எண்பது வயது முதுமை அவருக்கு ஓய்வைக் கொடுத்துவிட்டிருந்தது. விலைமாது என்பது வெறும் உடலை விற்பது மட்டும்தானா? கமலாபாட்டி மருத்துவமனையில் இல்லாவிட்டாலும், பார்த்துப் பேசிவிட்டு வருவதற்காக வீட்டிற்குப் போவாள்!

"கமலான்னு ஒரு பாட்டி எந்த பெட்ல இருக்காங்க...?"

"ரெண்டு மூனு கமலா இருக்குதுங்க போயி சீக்கிரம் பாரு... நர்சுங்க வர்றதுக்குள்ள சுறுக்கா தேடு... தூரத்துல இருந்து வந்தியா?" வெற்றிலை மென்று கொண்டிருந்த துப்புரவாளர் பெண்மணி சொன்னார். ஆனால் அப்படி ஒன்றும் கெடுபிடி இருக்கிற மாதிரி தெரியவில்லை. ஒவ்வொரு படுக்கையிலும் நோயாளியைச் சுற்றி நான்கைந்து பேர் உட்கார்ந்து சத்தமாகவே பேசிக்கொண்டிருந்தார்கள்.

“யார தேட்ற?” என்ற பெண்ணின் காலில் மூன்று இரும்புக் கம்பிகள் நீண்டுகொண்டிருந்தன. காலின் தோல்கள் கருகிய மாதிரியும், சிதைவுற்றும் இருந்தன.

“கமலான்னு பாட்டி”

“ஜோலார்பேட்ட கெழவியா?”

“ஆமா.”

“செம வாயி! வேலூருயே வெல பேசிடும்... காலியா இக்குதே அந்தக் கடசி பெட்டுதான்... அங்க போயி ஒக்காரு அதுவே வந்துடும்... நீ அதுக்கு என்னாகணும்?”

மகேஸ்வரிக்கு என்ன சொல்வது தெரியவில்லை. “பேத்தி” என்றாள்.

வகை வகையாக எத்தனையோ கட்டில்களைப் பார்த்திருக்கிறாள், அரசு மருத்துவமனையின் இந்தக் கட்டிலைப் பார்ப்பதற்குப் பயமாகவும், ஒருவிதமான அருவருப்பாகவும் இருந்தது. நோயாளிகளை விட படுக்கைகள் நோய்வாய்ப்பட்ட மாதிரி தெரிந்தன. கட்டில் மேல் உட்காராமல் பக்கத்தில் நின்றாள். திருக்குறள் புத்தகம் அளவிலிருந்த பர்ஸை இடது பக்க அக்குளில் செருகியபடி கைகளைக் கட்டிக் கொண்டாள்.

பதினைந்து நிமிடங்கள் காத்திருந்தாள். கமலாபாட்டி வார்டிற்குள் நுழையும்போதே “எங்க போன பாட்டி? உன் பேத்தி வந்து ஒரு மணி நேரம் ஆகுது?” என்று தலையில் கட்டுப்போட்டிருந்த பெண் சொன்னாள்.

“நான் என்னாடி உனக்குப் பாட்டியா? அக்கான்னு கூப்புடு...” என்று சொல்லி அந்தப் பெண்ணை முறைத்து விட்டு வந்தாள் கமலாபாட்டி.

மகேஸ்வரியைப் பார்த்ததும், “வாடி பேத்தி! எம் நூறாவது மகனுக்குப் பொறந்ததே...” என்றாள். அவளோடு புகைநாற்றமும் சுற்றிக்கொண்டு வந்தது. “எவடி சொன்னா நான் பெட்ல இருக்கறன்னு... நோவாளிய பாக்க வந்த மாதிரியா வந்திருக்க...? சீவி சிங்காரிச்சினு இல்ல வந்திருக்க...?” கட்டில் மேல் ஏறி உட்கார்ந்து ரெண்டு கால்களையும் நீட்டிக்கொண்டாள்.

“என்னா பாட்டி ஒடம்புக்கு? ரொம்ப முடியாமப் படுத்துனு

இக்கறன்னு நெனச்சி அங்கலாப்பா வந்தன்... பாத்து ரெண்டு வார்த்த பேசறதுக்குள்ள உசுர வுட்ருவியோன்னு மனசு கஷ்டமாயிருச்சு... நீ என்னடான்னா சாகாம வேகாம, படுக்கயில பொந்தாம, சார மாதிரி சுத்திட்டு வர்ற..?”

“சாவு வந்தா வரட்டுண்டி.. இழுத்துனு, நாண்டுனு, பேணுனு வரக்கூடாது. அது சொகமா வரணும்.. நல்ல ஆம்பள ஒருத்தன் எம் மேல படுத்துனு உடம்பு சுகத்த அனுபவிக்கிற மாதிரி சாவு என்ன அனுபவிக்கணும்.. என் ஒடம்புலயும் அந்த உச்சி சொகம் பாதத்துல இருந்து உச்சி வரைக்கும் கரன்ட் மாரி ஓடணும்.. இந்த ஒலகத்துலயே பெரிய சொகம்னா அது சாவாதான் இருக்கணும்.. சாவு அப்படிதான் இருக்கும்னு நெனைக்கறன் யாரானா சொன்னாதான..? அந்த சொகத்துக்கு மேல வேற சொகம் இருக்காதுடி...” கமலா பாட்டி சொல்லும்போது, அவளின் கண்களில் ஒரு உயர்வு தெரிந்தது. மகேஸ்வரியால் அந்தக் கண்களை நேராகப் பார்க்க முடியவில்லை. அவளின் சொன்னதை, வழக்கமான கேலிப் பேச்சாக புறந்தள்ள முடியவில்லை.

“வூட்ல நாறினு இப்பியே அப்படியே, ஆஸ்பத்திரிலயும் நாற்ர..? எமன் வந்தா, மொதல்ல உன் உசுரக் கேக்க மாட்டான்... நாக்கதான் புடுங்கினு போவான்... பண்ட பண்டயா பேசறதே பொழப்பா போச்சு...”

“ஆமாடி, ஊரு, ஒலகம் நாறல மணமணக்குது... நா மட்டுந்தான் பண்டச்சி... போடி கழுவாதவளே...”

கமலா பாட்டியை யாராலும் கட்டுப்படுத்த முடியாது என்பது அவளுக்குத் தெரியும். வார்த்தைக்கு வார்த்தை பச்சை பச்சையாகத்தான் பேசுவாள். அவள் வாழ்க்கை அப்படியானது. முருங்கைப்பூவை முருங்கைப்பூவாகவே பார்க்க வேண்டும், மல்லிகைப்பூவாக வேண்டும் என்றால் முடியாது என்பது மகேஸ்வரிக்குத் தெரியும். “அப்புறம் எதுக்கு ஆஸ்பத்திரில வந்து பொழங்கினு இக்கற?” என்று கேட்டாள்.

“அழிஞ்சி பழஞ்சொவரா போச்சின்னு சொல்வாங்க இல்ல... அதாண்டி இது.. ஆடி அவர வெதச்சப்போ அவரைக்கு ஒண்ணும் ஆகல... ஆஞ்சி ஓஞ்சி நீட்டிக்குனு ஒக்காந்தா... பிதுங்கினு வெளியே வந்துருச்சு...”

“புரியல...”

“ஏண்டி விடுகதயா சொன்னன், புரியலங்கிற...? கர்ப்பப்பை வெளியே வந்துருச்சிடி, ஒத்தப் புடுக்காட்டும் தொங்குது... வலிக்கல, ஜலவாதிக்குப் போனா கழுவ முடில... முட்டி வரமாட்டன்து, உக்காந்துனு போகாம, நின்னுக்குனே போறனா... புண்டப் பூராவும் ரோத்த ஆயிருது... ஊர்ல திலீபங்கிட்ட காண்பிச்சன்... வேலூருக்குப் போன்னு கடுதாசி தந்து அனுப்பிட்டான்.”

“திலீபங்கிட்ட காண்பிச்சியா?” மகேஸ்வரி கொஞ்சமாக சிரித்தாள். “திலீபங்கிட்ட காண்பிச்சியா?” இரண்டாவது முறையாக கேட்டாள்.

“வாயத் தெறக்காதடி மூடிக்க! கொமரிலய வெக்கங் கெட்டவளுக்கு கெழடு தட்னதும் பூத்துக்குமா? காட்டாதவ காட்னாளா? பாக்காதவன் பாத்துட்டானா? டாக்டர் கிட்டதான காட்னன், அவன் சொல்லிதான் தொங்கறது கர்ப்பப்பையின்னு தெரிஞ்சுச்சி... அங்கனா திலீபந்தான் பாத்தான்... இங்க என்ன சுத்திலும் படிச்சினு இக்கற புள்ளைங்க நின்னுகிச்சிங்க... நான் ரொம்ப சந்தோசமா கால விரிச்சி காட்னண்டி.. கண்ட கண்ட கழுதைங்கெல்லாம் தெங்கனது... படிக்கிற புள்ளைங்க பாத்தா புண்ணியந்தான... என்னா கேள்விங்க கேக்குதுங்க தெரிமா? எதனால தொங்குதுன்னு கண்டுப் புடிக்கணுமாம்... கடசியா எப்போ அது நடந்துச்சின்னு கேட்டாங்க... பத்து வருசமாச்சின்னு சொன்னன்... கோவிச்சிக்காத பாட்டி தாத்தா ஒருத்தர் கூட மட்டுந்தான் இருந்தீங்களான்னு கேட்டுச்சிங்க... எனக்கு ஒரு தாத்தா இல்ல... எத்தினி தாத்தான்னு என்னலன்னு சொன்னன்.. வயிசுலயே வெக்கங் கெட்டவ, இப்போ எதுக்கு மறைக்கணும்?” என்றாள்.

கமலாபாட்டி எப்போதுமே பேசிக் கொண்டும், பாடிக் கொண்டும் இருப்பாள். வாயாடாமல் பார்க்க முடியாது.

“அப்போ பாத்தவங்க யாரும் கண்ணால பாத்திருக்க மாட்டாங்க... இப்போ பாத்த டாக்டருங்கதான் கண்ணால பாத்திருப்பாங்க...” மகேஸ்வரி கண்ணடித்தாள்.

“பாக்கறியாடி?” கால்களை அகல விரித்து, புடவையை மேலேற்ற முனைந்தாள்.

“வேணாம், வேணாம். நான் பாத்து என்னாகப் போகுது?”

மகேஸ்வரி கொஞ்சம் பயந்தாள். காட்டி விடுவாளோ என்று கலவரமடைந்தாள்.

“அதான ஆம்பளிங்களுது காட்னா பாப்பே...?”

“ஆக்ச்சுவலா உனக்கு வாயிலதான் ஆப்ரேசன் பண்ணணும், நாக்கதான் கட் பண்ணி எடுக்கணும், தாத்தாங்க கிட்ட பேசிப்பேசியே சுகம் வர வெச்சிருப்ப..” மகேஸ்வரி சத்தமாக சிரிக்காவிட்டாலும், அப்படிதான் சிரித்தாள்.

“செத்தாக்கூட வாயத் தொறந்து தொணதொணன்னு பேசினுதாண்டி சாவேன்...” கமலாபாட்டிக்கு முகம் சிறிது இறங்கி விட்டது. “நாங் வாயிலயும் எந்தக் குடத்தனத்தயும் கெடுக்கல... புண்டயலயும் எந்தக் குடத்தனத்தயும் கெடுக்கல... சின்னப் பசங்க தொடச்சியா வந்தாங்கன்னா... தொரத்தி வுட்ருவன் போய் கல்யாணம் பண்ணிக்குங்கடான்னு சொல்வன், கல்யாணம் ஆனவங்க தொடச்சியா வந்தா திட்டுவன், ஒண்ணுக்கு போற எழவ வுடறதுக்கு இங்க வந்து ஏண்டா செலவு பண்ற... இந்தத் துட்ட எடுத்துனு போயி வூட்டுக்கு போஜனம் வாங்கிப் போட்டுட்டு பொண்டாட்டிதுல வுட்றானுவன்... நீ என்னுமானா சொல்லுடி ரெகுலர்ஸ் கஸ்டமரு பெர்மென்ட்ஸ் கஸ்டமருன்னு வெச்சிக்குனதே இல்ல... சாராயத்த குடிச்சி குடிச்சி தரநாசம் ஆனவங்க இருப்பாங்க... தேவிடியா கிட்ட போயி அழிஞ்சவங்க யார்னா இருக்காங்களா? சொகத்த தானடி அனுபவிச்சாங்க..? சொகத்த அனுபவிக்கறதுனா அவ்ளோ சுலுவா?” முடிக்காமல் பேசிக்கொண்டே இருந்தாள்.

“பாட்டி! கோவிச்சிக்காத? புறப்படறன்” கைக்கடிகாரத்தைப் பார்த்துக் கொண்டாள். கடிகாரத்தைப் பார்த்தாளே தவிர நேரத்தைப் பார்க்கவில்லை.

“மூனு மணிநேரம் பஸ்ல வந்தியாடி.. அடி இவளே.. போறன்னு சொல்றதுக்கே அவ்ளோ தூரத்துல இருந்து செலவுப் பண்ணினு வந்தியாடி? சத்த நேரம் இரேன், உன் ஒருத்தி கிட்டப் பேசறது.. நூறு பேருகிட்ட பேசன மாதிரி சந்தோசமா இக்குது... ஆஸ்பத்திரி கட்லு மேல ஒக்காந்தா எதுவும் ஒட்டிக்காது ஒக்காரு... ரொம்பத்தான் டீச்சராயிட்டவ...” கையை அந்த இடத்தில் வைத்து இடைஞ்சலாக தொங்கிக்கொண்டிருந்த கர்ப்பப்பையைச் சரியாக வைத்துக் கொண்டாள்.

அலர்

"இவ்ளோ தூரம் வந்தது உன்ன பாக்கதான் பாட்டி! எனக்கும் யாரு இருக்காங்க..? அம்மா, அப்பா, சொந்தம், பந்தம், கடவுள்னு எனக்கு யாரு இருக்காங்க?"

"கொஞ்சம் ஒக்காருடி… எனக்கு மட்டுமே யாரு இருக்காங்க? நீயும் அனாத, நானும் அனாத..! பெத்திருந்தா கணக்கில்லாம பெத்திருப்பன்… எத்தினி நின்னுச்சு தெரியுமா?, எத்தினி கழுவுனன் தெரியுமா…? வுட்டுருந்தா கவுரவப்படயாட்டும் நூறு கூட பெத்திருப்பன்… வுடு! பெத்துக்காம வுட்டதே புண்ணியம்! பொட்டச்சியா பொறந்திருந்தா அதுங்களும் தேவிடியாளாதான் நாண்டிருக்கும்… ஆம்பளயா பொறந்திருந்தா என்னயே ஏண்டி பெத்துக்குன தேவிடியான்னு திட்டி வுட்டுருக்கும்… ஒக்காருடி." கட்டிலைத் துடைத்து விட்டாள்.

மறுக்க முடியாமல் கட்டிலின் ஓரத்து நுனியில் உட்கார்ந்தாள். மகேஸ்வரிக்கு கமலாபாட்டியிடம் பேசிக்கொண்டு இருப்பது மிகவும் பிடித்த விசயம்தான். மருத்துவ மனையின் சூழ்நிலை துக்க வீட்டில் இருப்பதைக் காட்டிலும் மன உடைசலைத் தருவதாக இருந்தது. போர்க் களத்தில் காயமடைந்தவர்களைக் கண்டமாதிரி!

இரண்டு வெள்ளுடை செவிலியர்கள் "என்னா இது ஆஸ்பிட்டலா? கல்யாண வீடா? கூட்டமா கும்மி அடிக்கிறீங்க.. ஒரு பேசன்ட்டுக்கு ஒரு அட்டன்டர் இருங்க, மத்தவங்க வெளியே போங்க…, போங்க,.. வந்துடுதுங்க…" சத்தமாக கூவினார்கள்.

மகேஸ்வரி எழுந்தாள்!

"நீ ஒக்காருடி! ஒரு ஆளுக்கு ஓரத்தர் இக்கலாம்"

செவிலியர்கள் இன்னும் பல முறை கூவின பிறகு கூடி இருந்தவர்கள் கொண்டு வந்த சாப்பாட்டு சாமான்களை தூக்கிக் கொண்டு வெளியேறினார்கள். சிலர் "டீயிக்கு வெச்சிக்க சிஸ்டர்" என்று நர்சுகளின் கையில் காசு கொடுத்தும் சென்றார்கள்.

"நானும் கொடுக்கிறன். அம்பது ரூபா தரட்டுமா?"

"இவளுங்களுக்குத் தந்தா பத்தாது, சாயந்தரத்தல வர்றவளுங்க வேற, அவளுங்களுக்கும் தரணும்.. எங்கனா சாவுக்குப் போனாதான் கஷ்டஜீவனத்துல வாழ்றதுங்க கைய நீட்டுங்க… இப்போ வசதியா வாழ்றதுங்களே கைய நீட்டுதுங்க. என்னா நொட்டனாலும் மறவா

கூட சுருட்ட இழுக்க வுடறதில்ல.. பொணம் வெட்ற எடத்தாண்ட வரைக்கும் போயி, பொணம் அறுக்கறவனுங்ககிட்ட ஒரு பீடி வாங்கி இழுத்துட்டு வந்தன்…”

மகேஸ்வரி முகம் சுழித்தாள். “சும்மா இருக்க முடியாதா? ஒடம்பு நல்லாயிட்டு வூட்டுக்குப் போயி மொத்தமா இழுப்ப, யார் கிட்டயோ பீடி கேக்கறியே அவங்க திட்டலயா?”

“சூரியக் கொளத்து ஆளுங்கதான் அவுனுங்க… ஏதோ ஒரு சொல்லக் கூடாத வகயில சொந்தமாயிட்டோம். ஆனாக்கா, ஒதட்லயும் கொள்ளிச்சட்டிய வெச்சினு இப்பானுங்க, நாக்குலயும் கொள்ளிச்சட்டிய வெச்சினு இப்பானுங்க.. ஆமா, எங்கம்மா தேவிடியாதான், நான் தேவிடியா பையந்தான், என்னான்ற..? நீ யோக்கியப் புண்டயான்னு யாரா இந்தாலும் வழக்கு இப்பானுங்க.. அபின் வேணுமான்னு கேட்டானுங்க… வேணாண்டா சாமி சுருட்டே என்ன சுருட்டினு இருக்குதுன்னுட்டன்… போத இல்லன்னா அவங்களால பொணத்த அறுக்க முடியாதுடி… டாக்டருங்க கண்ணுல பாக்கறதோட சரி, அவனுங்கதான் ஒடம்ப வெட்றாங்க.. டாக்டருங்களா அவங்களுக்குப் பெத்தடின் போட்டு வுடறாங்களாம், ஆப்ரேசன் பண்றதுக்கு போட்ற ஊசி அது… அந்த ஊசி ஒடம்புக்குள்ள இக்கற வரிக்கும் கத்தில வெட்னாலும் ஒரைக்காது.. அம்முட்டு போத ஊசிய இவனுங்களுக்குப் போடறாங்க.. பொணத்த அறுக்கணுமாச்சே.. ஒடம்புக்குள்ள இக்கறத உருவனுமில்ல.. அருவெறுப்பு இல்லாம, அகோரி ஆகணுமில்ல… மனுசன் மனுசனா இல்லாம பேயா, பூதமா மாறனாத்தான் மனுசப் பொணத்த வெட்ட முடியும், அறுக்க முடியும்..” கமலாபாட்டி வாயில் சொல்வதை விட, முகத்திலும், கண்களிலும், கைகளிலும் காட்டிய அசைவுகள் பயம் காட்டின்.

புறப்படுவதற்கு தயாரான மகேஸ்வரியின்மனம் கொஞ்சம் தடுமாறி நின்றது.

“வேலூர் சூரியக்கொளத்து ஆளுங்கன்னா லேசு பட்டவங்க இல்ல.. அந்தக் காலத்துல குடும்பத்துப் பொண்ணுங்கள, பொம்மனாட்டிங்கள வேட்டையாடறதுல கில்லாடிங்க… எங்கனா ஒருத்திய தனியா பாத்துட்டாங்கனா… வுடவே மாட்டாங்க… ஆம்பளைங்க மட்டுமில்ல. பொம்பளைங்களும்

ஜத சேந்துக்குவாளுங்க... கூட்டினு போய் வுட்டா இஸ்பாட்ல கமிசன் வெட்டிடுவாங்க..."

மகேஸ்வரி கதைக் கேட்பதற்கு தயாரானாள். கமலாபாட்டியைச் சந்திக்கும் போதெல்லாம் அவள் எழுபதாண்டு கால பாலியல் வர்த்தகத்தின் வெறிகளை, பயங்கரங்களை, சூழ்ச்சிகளை, கொடூரங்களை ஞாபகப்படுத்தி, ஞாபகப்படுத்திச் சொல்வாள்.

"சூரியக் கொளம்னா பம்பாய் காமத்திபுரத்துக்குத் தங்கச்சினு சொல்லணும், இல்லாக் ஆட்டி கூத்தியானுதான் சொல்லணும்... ரோட்ல போற போலீஸ்காரங்களயே கையைப் புடிச்சி இழுப்பாளுங்க... லபக்குனு காக்கி டவுசருக்குள்ள கையை வுட்டு புடிச்சிக்குவாளுங்க... ரோட்ல எத்தன பேரு போயினு இருந்தாலும், பாத்துனு இருந்தாலும் கண்டுக்க மாட்டாளுங்க... கையைப் புடிச்சி மாருக்குள்ள வெச்சுக்குவாளுங்க.. ரெண்டே மாசம் சூரியக்குளத்தல ட்ரெயினிங் பண்ணாள்னா போதும் ஒலகத்துல எந்தத் தேசம் போனாலும் தில்லா பொழச்சிப்பாளுங்க.."

"பாட்டி! இது ஆஸ்பத்திரி! அந்த விசயம் வேணாம் வுட்ரு! நாந்தான் தொழில வுட்டுட்டன் உனக்கு அதை சொல்லிட்டுப் போகத்தான் வந்தம்." மேற்கொண்டு பேசுவதை தடுத்தாள். மனம் ரொம்ப மோசமானது, சில விசயங்களைக் கேட்க வேண்டும் என்றும் ஏங்கும், கேட்க வேண்டாம் என்றும் மறுக்கும்.

"கத வுடாதடி... எவளாலயும் வுட முடியாது. உன்ன மாரி வுட்டவள, நூறு பேரப் பாத்திருப்பன்.. நீயா வுட முடியாது. உனக்கு நோவு புடிச்சாளோ, வயசானாளோ எவனும் சீந்தாம வுடறான் பாரு அப்பதான் வுட முடியும். நான் உசுரோடவே இருந்தனா, நீயே வந்து சொல்வே... செத்துட்டா நெனச்சி பாப்பே.. எந்தக் குடிகாரனாச்சும் பழக்கத்த வுட்டுருக்கானா? கொடலு வெந்து, நொரயீரலு அரிச்சி சாகற நெலமைக்குப் போனாத்தான் வுட்றான்.. அப்பவும் சிலபேரு வுட்றதில்ல... செத்தாலும் சாவன் போதய வுட மாட்டன்னு அழிவானுங்க.. எயிட்ஸ்ல மாட்னவ எவளான்னா திருந்தனாளுங்களா?" பாட்டி குரலைக் குறைக்காமல் நான்குப் படுக்கைக்குக் கேட்கிற மாதிரி சொன்னாள். பழுத்த வயது, அச்சமோ, கூச்சமோ, பயமோ இல்லாமல் பேசினாள். மகேஸ்வரிக்கு ஒருவித கூச்சமாக இருந்தது, இயல்பாகவே

அவளுக்குப் பெண்கள் மத்தியில் கூச்சம் உண்டாகும், அது அவளுக்கே ஆச்சரியமாக இருக்கும், புதிராகவும் இருக்கும், எத்தனையோ ஆண்களின் முன்னால் சுத்தமாக ஆடையின்றி இருந்தவளால், பெண்களின் முன்பு கொஞ்சம் முந்தானை விலகினாலும் கஷ்டப்படுகிறாள்.

"பாட்டி! நான் ஸ்ட்ராங்கா இருப்பன். விட்டது விட்டதுதான் மறுபடியும் போகமாட்டன்" அழுத்தமாகச் சொன்னாள்.

பாட்டி சிரித்தாள்.

"எம்பது வயசுடி! அனுபவத்துல சொல்றன்.. சம்சாரிங்க தேவிடியா ஆகலாம், ஊதாரித் தேவிடியா சம்சாரி ஆக முடியாது."

"பாட்டி!" கண்களில் லேசாக துளிர்த்தது. "பாட்டி! நானெல்லாம் புருசன் புள்ளைங்கன்னு சந்தோசமா வாழக் கூடாதா?" கோபத்தையும், ஆதங்கத்தையும், வருத்தத்தையும் ஒன்றாகக் காட்டினாள். ஆனாலும் துக்கத்தின் அளவுதான் கொஞ்சம் அதிகமாக இருந்தது.

"அழாதடி… நல்லா இரு! காலம் மாறினு வருது… நீயும் மாறிக்கோ" பாட்டி அவளின் தலையைக் கோதிவிட்டாள்.

மகேஸ்வரி அக்குளில் இருக்கமாக வைத்திருந்த பர்ஸை எடுத்தாள், பர்ஸைத் திறப்பதற்கு முன்பு எவ்வளவு பணம் தரலாம் என்று யோசித்தாள். பிறகு ஆயிரம் ரூபாய்த் தாள் இரண்டை எடுத்துக் கொடுத்தாள்.

கமலாபாட்டி இரண்டு கைகளையும் சேர்த்து வாங்கினாள். இரண்டாயிரம் ரூபாயை இரண்டு கண்களிலும் வைத்து எடுத்துக் கொண்டாள். "முதியோர் துட்டு, மாசம் முன்னூறு பண்ணிட்டாங்க இல்ல. தபால்காரன் முப்பது அடிச்சிடறான்.. சுருட்டுக்கும், டீயிக்கும் ஓடிருது…"

"இத வெச்சிக்க பாட்டி, மருந்து மாத்திரை வெளில வாங்கச் சொன்னாலும் வாங்கிக்க, பழங்க வாங்கிக்க, நானே வாங்கினு வர்லாம்னு பாத்தன்… நேரா ஆட்டோவுல வந்தன்…"

"எதுக்குடி ஆட்டோவுல வந்த… காட்பாடில இந்து பாகாயம் போற பஸ்சுங்க நிமிஸ்துக்கு ஒன்னு வருதே… அடுக்கம்பாற

ஆஸ்பத்திரினா எல்லா பஸ்சும் நிக்கிறானுங்க.. போறப்ப பஸ்ல போயிடு…"

மகேஸ்வரி தலையாட்டினாள். மனம் என்னவோ அங்கிருந்து நகர்ந்துவிட வேண்டும் போலிருந்தது.

"பாட்டி, என்ன ஆசீர்வாதம் பண்ணு. எனக்குக் கல்யாணம் ஆகணும். புள்ளப் பொறக்கணும்…"

இரண்டு ஆயிரம் ரூபாயை மகேஸ்வரியின் தலையில் வைத்து ஏதோ வாய்க்குள் சொன்னாள் கமலா பாட்டி.

02

பஸ் பச்சைக்குப்பம் ரயில்வே கேட்டில் நின்றது. நதிகளுக்கு யாருமே பாதைகள் அமைத்துக் கொடுத்ததில்லை. தன்னுடைய பாதையைத் தானே அமைத்துக்கொள்கிறது. பாதைகளை அமைத்துக்கொள்வதற்கு மனிதர்களால் முடிவதில்லை... அதிலும் பெண்களால் முடிவதில்லை.

அகன்ற பாலாற்றுப்பாதை. நில பூதத்தின் நீண்ட நாக்கு மாதிரி தெரிந்தது. பிரமிப்பையும், பயத்தையும் அளித்தது. இப்போதைக்கு அது வெறும் மணல் பாதைதான்... நதி எப்போதோ ஒருமுறை பயணம் செய்கிறது.

பஸ்ஸில் உட்கார்ந்தவாறு பாலைவனம் போல் தெரிந்த பாலாற்றுப் பாதையை ஆழ்ந்து பார்த்துக்கொண்டிருந்தாள் மகேஸ்வரி. ஆற்றோர தென்னை மரங்கள் காய்ந்திருந்தன. ஓரத்தில் ஆம்பூர் தோல் தொழிற்சாலைகளிலிருந்து கழிவுநீர் ஓடை ஓடிக்கொண்டிருந்தது. பெண்ணின் பேய்த்தீட்டைப் போல அது ஓடிற்று. அப்பட்டமான பகலிலேயே மணலைத் திருடிக் கொண்டிருந்தார்கள். மாட்டு வண்டிகளிலும், டிராக்டர்களிலும் ஏற்றிக்கொண்டிருந்தார்கள்.

என்றைக்காவது கனமழையோ, புயல்மழையோ பொழிந்து பாலாற்றில் வெள்ளம் போக வேண்டுமென்று ஆசைப்படுவாள். அதற்காகத்தான் கைகுட்டையைப் போட்டு ஜன்னலோர

இருக்கையைக் கைப் பற்றுவாள். இந்தப் பாலாறும் தன்னைப் போலவே ஈரமற்று வாழ்கிறதென்று வருந்துவாள். வெள்ளம் ஓடாவிட்டாலும் ஆறு ஆறுதானே...? அழகு அழகுதானே?

'ரயில் போகவே கூடாது. இதே இடத்துல இந்த பஸ் ரொம்ப நேரம் நிக்கணும்...' என்று ஆசைப்பட்டாள்.

அவளுக்கு மலைகள், மரங்கள், பூக்கள், ஆடுகள், குரங்குகள், மணல்வெளிகள், மண்பாதைகள் இப்படி மனிதர்கள் அல்லாத மற்ற விஷயங்கள் மீதுதான் நாட்டம் வருகிறது. நிலவிற்கோ, செவ்வாய் கிரகத்திற்கோ தன்னை மட்டும், தனியே யாராவது அனுப்பி வைப்பார்களா? என்றும் ஏங்கிக்கொள்வாள்.

அரைடவுசர் சிறுவர்களும், வயதானவர்களும் வேய்த்த மக்காச்சோளக்கதிரையும் வறுத்த வேர்கடலையையும் விற்றார்கள். அவர்கள் அடி வயிற்றிலிருந்து கூவினார்கள் 'சோளக்கதிரே...' என்று. விற்றாக வேண்டும் என்கிற அவர்களின் வாழ்க்கை, நெருப்பின் வேகம் போல் வெறியாய் இருந்தது. வியாபரம்தான் முக்கியம். உயிரானது இரண்டாம் பட்சம் என்கிற மாதிரி ட்ரவுசர் பையன்கள் தட்டுகளுடன், ஓடுகிற பஸ்ஸிற்குள் தாவினார்கள். உயிர் வாழ்வதற்காகத்தான் பணம் தேவை என்பது அந்தப் பையன்களுக்குத் தெரியாது. உயிர் வாழ்வதே பணத்துக்காகத்தான் என்று அலைந்தார்கள்.

"டேய்... பொடியன்களா... இன்சூரன்ஸ்ன்னா உங்களுக்கு என்னன்னு தெரியுமாடா?" என்று கத்தினாள் மகேஸ்வரி.

"எக்கா... பஸ்ல மாட்டினு செத்தா... பஸ்சுக்கு இன்சூரன்ஸ் இருந்தா போதும் வக்கீல் நாப்பது பர்சன்ட் எடுத்துனு அறுபது பர்சன்ட் வாங்கிக் கொடுத்துடறாரு. எந்த கவர்மெண்ட் பஸ்சுக்கும் இன்சூரன்ஸ் கிடையாது தெரியுமாக்கா?" கத்தினான் பனிரெண்டு வயது வெள்ளரிக்காய்ப் பிஞ்சு.

"எப்படிடா?"

"எப்படி எங்களுக்கு தெரியும்னு கேட்கறியா? மாசத்துக்கு ஒண்ணு போயினுதானே இக்குது... எக்கா! கோர்ட்ல சாட்சி சொல்றதுக்கு போயிருக்கன். அதுக்கும் டப்பு தர்ராங்க...."

"படிச்சிருக்கியாடா?"

“ஆறாவது…!” இன்னொரு பஸ்ஸை நோக்கி ஓடினான்.

அவன் வேகத்தையே பார்த்தாள் மகேஸ்வரி. ‘நானும் வியாபாரிதானே? என் வியாபாரத்திலும் உயிரைப் பணயம் வைக்கிற நிர்ப்பந்தம் இருக்குதானே?’

‘உயிர் வாழ பணம்… பணம் சம்பாதிக்க உயிர்.’

யோசித்தாள்.

எல்லாப் பேருந்துகளிலிருந்தும், பெரும்பாலான ஆண்கள் கீழே இறங்கி புகைத்தார்கள், ரயில்வே தண்டவாளங்களின் பக்கமாகத் திரும்பி நின்று சிறுநீர் கழித்தார்கள். கலர்சோடா குடித்தார்கள். ஜன்னலோரம் உட்கார்ந்திருந்த மனைவிக்கும், குழந்தைகளுக்கும் மீந்த சோடாக்கலரையும், புது சோடாக்கலரையும் தண்ணீர்ப் பாக்கெட்டையும் கொண்டு வந்துக் கொடுத்தார்கள். வசதியானவர்கள் இளநீர் குடித்துவிட்டு பீடி புகைத்தார்கள்.

பேருந்து நிறுத்தங்களை விட, இரயில்வே கேட்டில் சிறு வியாபாரிகளின் பிழைப்பு, கொஞ்சம் சுமாராக ஓடுகிறது. சிறுவர்களும், பெண்களும் வியாபாரத் தட்டுகளைத் தூக்கிக்கொண்டு கேட்டில் நுழைந்து இந்தப் பக்கமும் அந்தப் பக்கமும் ஓடினார்கள். வேர்க்கடலை, தண்ணீர் பாக்கெட், மக்காச்சோளம், பலாச்சுளை, வாழைக்காய் பஜ்ஜி! கூச்சலுடன் ஓடியது.

இரவில் இந்த இடத்தில் மூன்றாம் தர விபச்சாரத் தொழிலும் அமோகமாக நடப்பது, மகேஸ்வரிக்குத் தெரியும். லாரி ஓட்டுனர்கள்தான் பெரும்பாலும் வாடிக்கையாளர்கள், ரயில்வே கேட்டிலிருந்து வெகுதூரம் தள்ளி லாரிககளை நிறுத்தி விடுவார்கள், இரயில்வே பாதையை ஒட்டியே பாலாறின் மணல்வெளி, தண்டவாளங்களைத் தாண்டி மணல்வெளிக்குப் போனால், காத்திருப்பார்கள். லாரியில் கிளினர் இருந்தால், விட்டு விட்டு போவார்கள், யாரும் இல்லாவிட்டால் திருடு போய் விடும், சில சரக்கு லோடுகளுக்கு கிளினர் ஒரு ஆள் காவல் காக்க முடியாது, பேருந்தை விடக் குறைவான கட்டணத்தில் பயணிகளை ஏற்றிக்கொண்டு வருவார்கள். லாரியை ஓரமாக நிறுத்திவிட்டு, ‘பத்து நிமிசம் ஆத்துக்கா போயிட்டு வர்றேன்’ என்று சொல்லிவிட்டுப் போவார், பயணிகள் கடன் கழிக்கப்

போவதாக நினைத்துக் கொள்வார்கள். சில விவரம் தெரிந்து கொண்டவர்கள் 'நானும் வர்ரேன் டிரைவர்' என்று விடாமல் ஒட்டிக்கொள்வார்கள், கொடுமை என்னவென்றால் லீலைகள் முடித்துவிட்டு, ஆற்றின் ஓர் ஓரத்தில் ஓடிக்கொண்டிருக்கிற தோல் கழிவு நீரில் அறைகளைக் கழுவிக்கொள்வார்கள். அது புண் படலமாகிவிடும். அது வீடு வரை பரவும்.

மகேஸ்வரிக்கும் சின்ன ஆசை இருந்தது, மனசுக்குப் பிடித்த ஒருனோடு, நல்ல நிலா வெளிச்சத்தில் நடு இரவில் பாலாற்றிற்கு வந்து மணலில் சந்தோஷமாக இருக்க வேண்டும் என்று. அந்த ஆசை நிறைவேறவில்லை. வருபவர்கள் அவசர அவசரமாக கழித்து விட்டு ஓடுவதற்குதான் பார்ப்பார்கள். விபச்சாரியிடம் வருபவர்கள், ஆசைகளுடன் வருவதில்லை, வெறியோடுதான் வருகிறார்கள்.

தடதடவென்று எக்ஸ்பிரஸ் ரயில் சீறிப் பறந்தது. அச்சமூட்டும் வேகத்தையும், அதிர வைக்கும் சத்தத்தையும் ஒருவித திகிலோடு ரசித்தாள். அந்தத் திகில் அவளுக்குப் பிடித்திருந்தது, பயமற்ற பயம் அது!

பஸ்ஸில் உட்கார்ந்திருந்த நான்கைந்து பேர், காதைப் பொத்தினார்கள். அவர்களைப் பார்த்து சிரித்துக் கொண்டாள். 'இதே சத்தத்தை இசைங்கிற பேர்ல சினிமாக்காரங்க பாட்டுக்கு இடையில தர்றாங்க... அதை சந்தோசமா ரசிக்கிறாங்க...?'

ரயில் கடந்தது. சத்தம் ரயிலோடு மட்டுமின்றி அதன் பிறகும் வெகுநேரம் வரை தண்டவாளத்தில் நின்று பாடிவிட்டுத்தான் கரைந்தது.

கேட் திறந்ததோ இல்லையோ, வாகனங்கள் எகிறுவதற்குத் தயாராயின. புகைக்க, சிறுநீர் கழிக்க கீழே இறங்கியவர்கள் அவசரமாக ஏறினார்கள்.

தூக்குக் கயிற்றிற்குள் நிற்கும் மரணக் கைதியின் நாடித் துடிப்பு மாதிரி வேகவேகமாக இருந்தது, பையன்களின் மக்காச்சோளம், வேர்க்கடலை வியாபாரம்! ரயில் போலவே வேகமெடுத்துப் பறந்தது. இந்த அவசர சந்தர்ப்பத்திற்குதான் மகேஸ்வரி காத்திருந்தாள். வாகனங்கள் நகர ஆரம்பித்தன. ஆட்டோக்கள், கார்கள், பைக்குகள் எதிரும் புதிரும் கோர்த்துக்கொண்டு நகர

முடியாமல் நகர்ந்தன. வாகன ஓட்டிகள் பொறுமையற்று ஒலி எழுப்பினார்கள். ஒன்றன்பின் ஒன்றாக நின்றிருந்தால் சீக்கிரம் கடந்து விடுவார்கள், அப்படி யாரும் நிற்கவில்லை. மனிதர்களிடம் இருப்பதாக நம்பப்படும் ஆறறிவில் இதெல்லாம் இல்லை.

மகேஸ்வரி இடுப்பில் சொருகி வைத்த பர்ஸை எடுத்தாள். அதிலிருந்து ஐம்பது ரூபாய் நோட்டை எடுத்தாள். பஸ் கூடவே "வேக்கடல... வேக்கடல..." என்று ஓடிவந்த பையனின் தட்டில் ஐம்பது ரூபாயைப் போட்டாள்.

"எத்தினிக்கா?" அந்தப் பையன் கால்களில் இன்னும் வேகத்தைக் கூட்டிக்கொண்டே கேட்டான்.

"ஒண்ணு! ஒண்ணு சீக்கிரம் தா..." என்றாள். கைநீட்டினாள்.

பையன் முகம் வாடிற்று. "மீதி சில்லறை இல்லக்கா..."

"அப்புறம் வாங்கிக்கிறன்." அவளே கைவிட்டு தட்டிலிருந்து ஒரு வேர்க்கடலை பாக்கெட்டை எடுத்துக்கொண்டாள். "ஓரமா போடாடே பத்துரம்!" கத்தினாள்.

"மீதி காசு நீ வாங்கின மாதிரிதான்..." முன்னாடி சீட்டிலிருந்து ஒரு பாட்டி சொன்னாள்.

"மீதி காசு வாங்கக் கூடாதுன்னுதானே பஸ் பொறப்படும்போது வாங்கனன்..."

"பையன் உன் சொந்தமா?" பக்கத்திலிருந்து ஒரு ஆணின் குரல்.

திரும்பிப் பார்தாள்.

அப்போதுதான் அவளுக்கு, தன் பக்கத்தில் ஒரு ஆள் உட்கார்ந்திருக்கும் விஷயம் தெரிந்தது.

அவள் வேலூரில் ஏறி உட்காரும்போது பக்கத்து ஸீட் காலியாகத்தான் இருந்தது. இவ்வளவு நேரப் பயணத்தின் போதும். அவளின் பார்வை ஜன்னலுக்கு வெளியேவே இருந்ததால் பக்கத்தில் உட்கார்ந்திருப்பது யாரெனக் கவனிக்கவில்லை. ரயில்வே கேட்டில்தான் ஏறி இருக்க வேண்டும்.

பதில் எதுவும் தராமல் ஜன்னலுக்குத் திரும்பினாள்.

கேட்டைத் தாண்டியதும் பஸ் வேகமாகப் பறந்தது. மழைக்கால தார்ச்சாலை பராமரிப்பு இல்லாமல், பள்ள மேடாக இருந்ததால்

அலர்

பஸ் குலுங்கிக் குலுங்கி ஓடிற்று. நான்கு வழிச் சாலைக்கான பணிகள் நடந்துகொண்டிருந்ததால், சில கிலோமீட்டர் தூரத்திற்கு சாலை இருந்தது இருந்த மாதிரியும், சில கிலோமீட்டர் தூரத்திற்குச் சாலை போடும் வேலைகளும் நடந்துகொண்டிருந்தன.

பஸ் குலுங்கும்போது பக்கத்தில் உட்கார்ந்திருந்தவன் மகேஸ்வரி மீது சாய்ந்தான். அவனை முறைத்துப் பார்த்த போது ரொம்ப யோக்கியன் போல் உட்கார்ந்திருந்தான். நடிப்பு! பால் குடிக்கத் தெரியாத பூனை என்கிற அப்பாவித்தனம் காட்டும் நடிப்பு.

'எத்தனை ஆம்பளைங்களைப் பாத்திருக்கறன். தெருப் பொறுக்கில இருந்து ஏர்கண்டிசன்ல சொகுசு வாழ்க்கை வாழ்ற பொறுக்கி வரைக்கும் எத்தனை ஆம்பளைங்களப் பாத்திருக்கறன்... நீ உத்தமன் மாதிரி திரும்பினா நான் நம்பணுமா?' உள்ளுக்குள் சிரித்துக் கொண்டாள். "ஸார்! கொஞ்சம் தள்ளி உட்காருங்க..." என்றாள்.

அவன் காதில் விழாதவன் போல் உட்கார்ந்திருந்தான்.

"ஹலோ ஸார்... தள்ளி உக்காருங்க..."

வேறு ஏதோ யோசனையிலிருந்து மீண்டவன் போல நடித்துத் திரும்பினான். முகத்தைத் தண்ணீர் தெளித்த ஆடு போல் சிலிப்பிக் கொண்டு திருப்பினான். "என்னங்க ஸிஸ்டர்?" என்றான்.

"தள்ளி உக்காருங்க பிரதர்."

புன்னகையுடன் அரை இன்ச் நகர்ந்தான்.

"கவர்மென்ட் பஸ்சாட்டும் தனியார் பஸ்சு இல்ல, ஸீட் ரொம்ப சின்னது சிஸ்டர்."

'உன் புத்திதாண்டா ரொம்ப சின்னது.' என்று சொல்ல நினைத்தாள். சொல்லவில்லை. 'சொன்னால் இவனுக்கு உரைக்கவா போகுது?'

ஜன்னலோரம் அவளும் கொஞ்சம் நகர்ந்தாள்.

நகரத்திற்குள் பஸ் நுழைந்ததால், மரமோ, மலையோ, ஆறோ தெரியவில்லை. வீடுகளும் ஷூ கம்பனிகளும்தான் தெரிந்தது. மனிதர்கள் தெரிந்தார்கள். கம்பனிகளையும், வீடுகளையும் கூட அழகழகாத்தான் கட்டி இருந்தார்கள். தோல் தொழிற்சாலையிலிருந்து துர்வாடை வீசிற்று. பாலாறை விச

ஆறாக மாற்றி விட்ட தொழிற்சாலைகள் அவளுக்கு பூதங்களாக தெரிந்தது. பக்கத்தில் உட்கார்ந்திருந்தவனிடமிருந்து புகை வாடை, அடி வயிற்றிலிருந்து ஒரு குமட்டல் ஏற்பட்டது. இயற்கையான படைப்புகள் எல்லாமே நல்ல மணம் கொண்டவையாகத்தான் உள்ளது. செயற்கைப் படைப்புகள் துர்மணமும், கேடுகளும் கொண்டவை.

நிறைய ஆண்களின் நாற்றத்தை அறிந்தவள். கற்றாழை நாற்றம், கருவாடு நாற்றம், பிணநாற்றம், அழுகல் நாற்றம், புகை நாற்றம், புகையிலை நாற்றம், சாராய நாற்றம் எத்தனையோ.

மல்லிகை, முல்லை என்று மணம் மிகுந்த பூக்களை மனதில் நினைத்துக் கொண்டாள். வெறும் நினைவுகள் சுவாசமாகி விடுமா என்ன? நினைவுகளில் கூட ஆண்களின் அசுத்துமான நாற்றம்தான் அடித்தது.

ஆம்பூரில் பஸ் நின்றது. இறங்கினது பத்து பேர், ஏறினது முப்பது பேர், நிறைய பேர் நின்றுகொண்டு பயணித்தார்கள்.

பக்கத்து ஸீட் மிருகம் திருந்தவில்லை... மறுபடியும் இடித்தான், தேய்த்தான்... வாய்ப்பு கிடைத்தால் பஸ்ஸிலேயே புணர்ந்து கொண்டாடுவான் போலிருந்தது.

பஸ்ஸின் வேகமும், குலுக்கலும் அவனின் மிருகத் தனத்திற்கு ஏதுவாக இருந்தது. அதிகமாகவே மேலே சாய்ந்தான்.

வாணியம்பாடியில் மேலும் அதிகமான பேர் ஏறிக் கொண்டார்கள். கூட்டம் அவனுக்கு கொண்டாட்டம் கொடுத்தது.

கொதிப்பு கூடிற்று மகேஸ்வரிக்கு. அவன் பக்கம் திரும்பினாள். 'இடிச்சுக்குங்க ஸார்... நல்லா தேய்ச்சுக்குங்க... சைடா இடிக்கிறதுல என்ன சுகம்? திரும்பட்டுமா? நேருக்கு நேரா இடிச்சுக்கிறியா? சைடுல என்ன இருக்குது? வெறும் கைதானே? முன்னாடி பக்கம் இடிச்சுக்கிறியா?' என்று சத்தமாக கேட்க வேண்டும் போல் தோன்றிற்று... கேட்கவில்லை 'நான் பழைய மகேஸ்வரி இல்ல. புது மகேஸ்வரி' அமைதி காத்தாள்.

எல்லா பஸ்சுலயும், எல்லா ரயில்லயும் பெண்களை ஆண்கள் இடித்துக்கொண்டுதான் இருக்கிறார்கள். பெண்கள் கண்ணுக்கு புலப்படாத மானத்தை கையில் பிடித்துக்கொண்டு எதிர்ப்புக்

காட்டுவதில்லை. பெட்டி இல்லாமலேயே பெட்டிப் பாம்பாய் சுருண்டுகொள்கிறார்கள்.

பஸ் திருப்பத்தூர் நெருங்கியது.

அவன் அடுத்த கட்டத்தில் இறங்கினான். மகேஸ்வரியின் காலை தன் கால் விரல்களால் வளர்ப்புப் பூனையின் சேட்டையைப் போல் மெல்ல பிராண்டினான்.

அதற்கு மேலும் பொறுமை காட்ட முடியவில்லை.

கறுத்த தேகமும், கையில் சூலமும் கொண்ட கட்டேரி காளியம்மன் நினைவுக்கு வந்தாள். காலையில் வணங்கும் போது சிவப்புப் பட்டில் நெருப்பாய் ஜொலித்தாள். காளியம்மன் இப்போது எதற்காக நினைவுக்கு வந்தாளென்று புரியவில்லை.

இப்போது மகேஸ்வரியின் இடதுக்கால் பாதத்தின் மேல் அவனுடைய பாதம் உட்கார்ந்தது.

பெட்டியின் மூடியைப் படாரென்று தூக்கி வீசிவிட்டு படமெடுத்தது நாகம்.

ஆவேசத்துடன் அவனுடைய சட்டைக்காலரைத் திருகிப் பிடித்துக் கொண்டாள். மூக்கைப் பார்த்துக் குத்தினாள்.

பயணிகள் அதிர்ந்து பார்த்தார்கள். உட்கார்ந்திருந்த பயணிகள் எல்லோரும் எழுந்து நின்று பார்த்தார்கள். அவன் வெல வெலத்தான். முகம் தேய்ந்தான். மூக்கில் ரத்தம். அய்யோவோ, அம்மாவோ சொல்லிக் கத்தினான். ஜனங்களும் சேர்ந்து கோயிந்தா போட்டதில் அவன் கதறல் சரியாகக் கேட்கவில்லை. ரத்தம் ஒழுகி சட்டையில் உதிர்ந்து ஒழுகியது.

நடத்துநர் பின்னாடி இருந்து பயணிகளை விலக்கிக்கொண்டு ஓடிவந்தார். “என்ன, என்ன?”

“இந்த ஆளு என்னை இடிச்சாப்ள, பதிலுக்கு நானும் இடிச்சேன்.” என்றாள்.

“பஸ்சுன்னு பாக்குறேன். கோத்தா... கிழிக்கறண்டி...” ரத்த வாயோடு அவன் கத்தினான்.

“என்ன மகேஸ்... நீ பேசறது உனக்கே நல்லா இருக்குதா? ஆம்பளைங்க வாசனயே அறியாதவ மாதிரி அலம்பல் பண்றியே...

எல்லாப் பொம்பளைங்களயும் இடிப்பாங்களா" என்றான் கண்டக்டர்.

"ஏன்? நான் மட்டும் போர்டு எழுதி கழுத்துல தொங்க விட்டுனு இருக்கனா?" கண்டக்டரைப் பார்த்து சத்தம் போட்டாள்.

மகேஸ்வரியின் காதருகே குனிந்த கண்டக்டர் அதோடு சிரித்தபடி மேலும் "ஏன், பணம் தராம ஓ.சி.ல டச் பண்ணிட்டதால கோபமா?" என்றான்.

மகேஸ்வரி கூனிக் குறுகினாள். கண்டக்டரின் வாய் மேலேயே ஓங்கிக் குத்தவேண்டும்போல் கோபம் வந்தது.

"நீ அடிச்சது சரிதான்… அடிக்கணும்…" என்று இரண்டு ஸீட் தள்ளி குரல் வந்தது. இரண்டு போலீஸ்காரர்கள் இரண்டு பக்கமும் உட்கார்ந்திருக்க இருவருக்கும் இடையில் கையில் விலங்கோடு உட்கார்ந்திருந்த பச்சைத் துண்டு தோளில் போட்டிருந்த கைதி சத்தமாகவே கத்தினான். "இன்னும் நாலு போடு" என்றான். அவனைப் போலீஸ்காரர்கள் நீதிமன்றத்திற்கு அழைத்துப் போவது தெரிந்தது.

போலீஸ்காரர்கள் அவனை முறைத்துப் பார்த்தார்கள்.

"கம்முனு வாப்பா… அவ உத்தமியா? கம்மி ஜாஸ்திதான?" என்றார் ஒரு போலீஸ்காரர்.

"பாலியல் தொழிலாளிதான்… அவங்களுக்கும் எல்லா உரிமையும் இருக்குது." பச்சைத் துண்டு சொன்னார்.

"தலைவா கம்னு வா" போலீஸ்காரர் அதட்டினார்.

மகேஸ்வரி இருக்கையை விட்டு வெளியே வந்தாள்.

"அடிச்சதுக்கு பதில் சொல்லிட்டு போடி" என்றான். அடி வாங்கினவன்.

"போடின்ன செருப்பு பிஞ்சிடும்" மகேஸ்வரி கத்தினாள்.

"ஆட்சி அவங்களது சும்மா இருப்பா… பொம்பள பேச்சுதான் எடுபடும்" நடத்துநர் சத்தமாக சொன்னார்.

"அவள சும்மா வுட்ற மாட்டன், நான் யாருன்னு தெரில.." என்று தலையைத் தொங்க விட்டுகொண்டே கண்களால் கூர்ந்து பார்த்தான்.

பஸ்ஸில் எல்லோரும் படபடப்புடன் பார்த்தார்கள். வேகமாக சீறின பஸ்ஸிற்குள், மகேஸ்வரி அலட்சியமாக வேகமாக நடந்து படிகளில் இறங்கிக் கீழ்ப் படியில் தொங்கி நின்றாள்.

படியோரமாக உட்கார்ந்திருந்த ஒருவன் மகேஸ்வரியின் கையைப் பிடித்து இழுத்து நிறுத்திக்கொண்டான். "மண்டை உடைஞ்சி, கைக்கால் உடைஞ்சி, இடுப்பு உடைஞ்சி சாகணுமா? அப்புறம் பஸ்சும் போகாம இங்கேயே நிக்கணும், நாங்க அவஸ்தப் படணும்...?" என்றான்.

"ச்சீ... வந்துட்டாரு ஹீரோ... நான் ஏய்யா சாகணும்? கைய வுடு" என்றவள், அவன் கையை உதறித் தள்ளினாள்.

ஓட்டுநர் பயந்து பஸ்ஸின் வேகம் குறைத்தார். ஓட்டுனர் திரும்பி மகேஸ்வரியைப் பார்த்துக்கொண்டே வேகம் குறைவாக ஓட்டினார்.

பஸ்ஸிலிருந்து அனாவசியமாகக் குதித்து நடந்துபோனாள்.

நான்கைந்து தலைகள் எட்டிப் பார்த்தன. அந்தப் பார்வைகளில் கடும் ஆச்சர்யம் தெரிந்தது.

ஷேர் ஆட்டோ வந்தது. நிறுத்தினாள். பின்பக்கமாக கூட்டமாக இருந்தது, டிரைவரோடு ஒட்டி உட்கார்ந்துகொண்டாள்.

"என்னா மகேஸ், தொழிலை விட்டுட்டதா சொன்னாங்க, ஆனாக்கா ரோட்ல நிக்கிற? மறுக்காவும் ஆரம்பிச்சுட்டியா? பெரியவங்க சும்மாவா சொன்னாங்க... இரும்பு பிடிச்ச கையும், சொரங்கு பிடிச்ச கையும் சும்மா இருக்காதுன்னு..."

"அடக்கினு ஆட்டோ ஓட்றா... ஏற்கனவே டென்சனா இக்கறன்."

"என்னா மகேஷ் டென்சன்?"

"ம்... நாட்ல உத்தமனுங்க தொல்ல ஓவரா போச்சு, ஒவ்வொரு ஆளும் ஒரு ரவுடி மாதிரியே அலயறானுங்க. யாரு மாட்னாலும் வார்த்தையிலயோ, செய்கலயோ தாக்கறானுங்க."

"அரசியல்வாதி மாதிரி அழகா பேசற மகேஸ்... உங்க ஆளுங்க சேந்து கட்சி ஆரம்பிச்சா, எம்.எல்.ஏ ஆயிடுவே."

"மூடினு ஆட்டோ ஓட்டுடா..." என்றாள்.

ஆட்டோ திருப்பத்தூர் பஸ் ஸ்டாண்டில் நின்றது. இறங்கிக் காசு கொடுத்தாள். "வேணாம் மகேஸ்."

"எப்பவும், யார் கிட்டேயும் ஓசி சவாரி செய்றதில்லை"

"நீ ரொம்ப கறார்னு எனக்குத் தெரியாதா? ஃபிக்ஸட் ரேட்தான்னு சொன்னாங்க, மிச்சமா கொடுத்தாலும் வாங்க மாட்டியாம், கம்மியா கொடுத்தாலும் வாங்க மாட்டியாம்."

"யார் சொன்னது தப்பு, தப்பா சொல்லி இருக்காங்க? கம்மியா கொடுத்தா வாங்க மாட்டன். மிச்சமா கொடுத்தா வாங்கிக்குவேன்." என்று கூறிவிட்டு நகர்ந்தாள். திரும்பி "அது அப்போ..." என்றாள்.

கடை முன்பு டீ குடித்தபடி நின்றிருந்த ஒருத்தன், பாதி டீயோடு டம்பளரை வைத்துவிட்டு மகேஸ்வரியை நோக்கி ஓடிவந்தான்.

"ஏய் போலாமா?" என்றான்.

"இல்லைப்பா நான் வரல" என்றாள்.

"சொன்னாங்க திருந்திட்டியாமே... நிஜமா? அது எப்படி முடியும்? துட்டு சேர்த்துத் தர்றேன்..."

"ச்சீ, நகரு எங்கிட்ட துட்டு நிறைய இருக்கு..." தள்ளிவிட்டாள்.

அவன் உதட்டைப் பிதுக்கிக்கொண்டு நகர்ந்தான்.

பக்கத்தில் 'கட்டணக் கழிப்பறை' என்று எழுதப்பட்ட கழிப்பறை அதைப் பார்க்கும்போது மகேஸ்வரிக்கு கலங்கிற்று. தானும் ஆண்கள் கழித்துவிட்டுப் போகும் அருவருப்பான கழிப்பறையாக இருந்ததற்காக நினைத்து நினைத்துக் கலங்கினாள்.

பஸ் ஸ்டேண்டில் நின்றிருந்தபோது அவளைத் தேடிக்கொண்டு நடத்துனர் வந்தான். "என்ன மகேஸ்... ஒரு ஆம்பளையை அடிச்சி அவமானப் படுத்திட்டியே?" என்று கேட்டான்.

"தப்பில்லை, அடிச்சதுதான் கரெக்ட். பொம்பளயை அடிக்காத ஆம்பள எவனாவது இருக்கானுங்களா? கட்டின பொண்டாட்டிய அடிக்கிறான். பெத்த பொண்ண அடிக்கிறான். தங்கச்சிய அடிக்கிறான்... அம்மாவ அடிக்கிறான் எந்தப் பொம்பளயும் திருப்பி அடிக்கிறதில்ல, அதனாலதான் எந்தப் பொம்பளன்னும் யோசிக்காம வாலாட்டறானுங்க..." சத்தம் போட்டாள்.

"அய்யோ மகேஸ்... மத்தவங்க பார்த்தா, நானும் நீயும் சண்டை போடறதா நினைச்சுப்பாங்க..."

“பஸ்ல உன் வாயையும் ஒடைச்சி இருக்கணும், எனக்குக் கோபத்துல பேசிப் பழகிப்போச்சு… என்னால வால்யூமை கம்மிப் பண்ண முடியறதில்ல.” என்று கூறிவிட்டு நடந்தாள்.

எதிரே வந்துகொண்டிருந்த எவனோ “ஹாய்!” என்று சொல்லிவிட்டுப் போனான்.

பேருந்து நிலையம் தனியே இருந்தும்கூட, பேருந்துகள் நெடுஞ்சாலையிலேயே முரண்டு பிடித்து நின்றன. ஆட்டோக்கள் ஒன்றன் பின் ஒன்றாக க்யுவில் இருந்தன. ஆட்டோவிற்குப் பின்னே சினிமா விளம்பர பேனர். வர்த்தக விளம்பர பேனர் கட்டி இருந்தார்கள். எல்லா பேனரிலும் பெண் ஆபாசமாக சித்தரிக்கப்பட்டிருந்தாள்.

மகேஸ்வரிக்கு பசிக்கிற மாதிரி இருந்தது. கண்டபடி கண்ட வேளைக்கு தின்று பழக்கமாகிவிட்டது. பாலியல் தொழிலில் பழக்கமாகிவிட்ட பழக்கம் அது.

ரயில் நிலைய சாலைக்கு பக்கத்திலிருந்து சின்னவர் ஓட்டலுக்குள் நுழைந்தாள். ஓட்டல் காலியாக இருந்தது. மின் விசிறிக்குக் கீழிருந்த டேபிளில் உட்கார்ந்தாள்.

பனிரெண்டு வயதுப் பையன். அழுக்கான உடையில் வந்து “என்னா வேணும்?” என்றான்.

அவனைப் பார்ப்பதற்குப் பரிதாபமாக இருந்தது. மரியாதையற்ற அவன் குரல் கடுப்பை அளித்தது.

“என்னா வேணும்… சொல்லு?”

“படிக்கலையா? அப்பா குடிகாரனா? இந்த வயசுலயே மரியாதையா பேசத் தெரியலயே எப்படி? நீ பெரியவன் ஆனதும் அதே மாதரிதான் குடிப்பே… பொண்டாட்டி பிள்ளைங்கள அடிப்பே…” என்றாள்.

“என்னா வேணும்?”

“ரொட்டி குருமா!”

பையன் தலையை ஒடித்துக்கொண்டு போனான்.

மின்விசிறி வேகமாக ஓடிற்று.

உலகத்தைப் பற்றியும், வாழ்க்கையைப் பற்றியும் மனிதர்களைப் பற்றியும், வாழ்வின் விசித்திரங்களைப் பற்றியும் யோசிப்புகள் நெஞ்சில் ஓடிற்று.

-இது நாள் வரை அவள் சந்தித்த வாழ்க்கை ஓடிற்று.

-வாழ்வதற்காக அவள் செய்த போராட்டங்கள் ஓடிற்று.

-போரட்டத்தில் அடைந்த தோல்விகள் ஓடிற்று.

உடம்பு ரணமாகிவிட்டால் வலித்துக்கொண்டே இருக்கும். அப்படிதான் மனம் ரணமாகி விட்டாலும் வலித்துக்கொண்டே இருக்கும்.

“ஏ... மகேஸ்!” முதுகு பக்கமாக விரலால் கோடு போட்டுக் கொண்டே அழைப்பு கொடுக்க,

மகேஸ்வரி சடாரென்று திரும்பினாள்.

பற்களை மொத்தமாய் எண்ணுவதற்கு காட்டியபடி குண்டாய் லதா நின்றிருந்தாள்.

“மகேஸ்தானா?” விரலை கொக்கி மாதிரி வாயருகே வைத்துக் கொண்டு சந்தேகம் வந்தவள் மாதிரி கேட்டாள். “நீதானான்னு டவுட்டு, சத்த நேரம் பின்னாடியே நின்னு யோசிச்சன். முன்னாடி வந்து முகறயப் பாத்திருக்கலாம். அப்படி பாக்காம முதுக வெச்சே கண்டுபிடிக்கணும்னு நெனைச்சேன், குண்டா ஆயிட்டே மகேஸ்... முதுகு விரிஞ்சிருச்சி, நீ அகல கழுத்து ஜாக்கெட்ட போட மாட்டியே... மாறிட்ட... ஆமா என்ன பாக்கவே முடியல... என்ன மகேஸ்... நான் பேசிட்டே இக்குறன், நீ பேசாம... வாயில கத்திரிக்காவா?” சிரித்தபடி அவளுக்கு எதிரே மேசையில் கையூன்றி அமர்ந்தாள்.

“யார் நீ? உன் பேரென்ன, ஸாரிப்பா உன்னைப் பாத்ததா எனக்கு ஞாபகமில்ல,” என்றாள் மகேஸ்வரி. முகத்தை சாதாரணமாக வைத்துக்கொண்டு.

லதா குபுக்கென்று கண்ணீர் வடித்தாள்.

“என்னை... என்னை மறந்துட்டியா?” முந்தானையை அள்ளி இரண்டு கண்களையும் துடைத்தாள். துடைக்கத் துடைக்க கண்ணீர் நிற்காமல் வடிந்தது.

“ஏய் பயித்தகாரி அழுவாதடி.. லதான்னு எனக்குத் தெரியும். சும்மா வெளாட்டுக்கு கேட்டன். நீ மாறவே இல்லடி லதா. அப்படியே இருக்கற பஸ்ஸா இந்தாலும், ஓட்டலா இந்தாலும் படபடன்னு பேசறது, கலகலன்னு சிரிக்கிறது, ஒன்னு அழுவுறது.. அப்படியே இருக்க நாலு பேர் பார்க்கிறாகளேன்னு கூச்சப்படறதில்லை அல்ப விசயத்துக்கு அழுவுறியே…” வயிற்றைக் கிள்ளிவிட்டாள்.

“இனிமே ஏமாத்தற வேல வேணாண்டி… எனக்குதான் ஆர்ட்டு வீக்குன்னு தெரியுமில்ல…”

“ஆமாடி உன் ஆர்ட்டு வீக்குதாண்டி…” பெருத்த இரு மார்புகளுக்கு இடையில் கையை வைத்து மெல்ல குத்தினாள்.

“மேல அடி ஒத தாங்குண்டி ஒத்துக்கறன்…” சத்தமாக சிரித்தாள்.

“என்ன சாப்பிடற?” என்று வாஞ்சையோடு கேட்டாள்.

“பரோட்டா ரொட்டிதான சூடா இக்கும்…”

“நானும் அதான் சொன்னேன்…”

லதா மகேஸ்வரிக்கு எதிரே உட்கார்ந்தாள். ரவிக்கையை முன்புறம் மேலே ஏற்றிவிட்டாள். கையை வளைத்து முதுகு புற ரவிக்கையைப் பிடித்து இழுத்தாள். “அடங்கறதில்லடி எஞ் சைசு பிராவும் இல்லியாம்…” சொல்லிவிட்டுச் சிரித்தாள்.

இரண்டு போலீஸ்காரர்கள் ஓட்டலுக்குள் அவசரமாக நுழைந்தார்கள். லதாவிடம் “சனியனே! கோர்ட்டு பூரா தேடறோம், எங்க தொலைஞ்ச? ஜட்ஜ் கூப்புடற டயிமில்ல… எழவு! அயிட்டம் பின்னாடி சுத்தற பொழப்பா போச்சு… எழுந்து வா…” என்றார் ஒரு போலீஸ்காரர். கூடவே மகேஸ்வரியை வெறித்தார்

03

"ஜட்ஜி அய்யா உன்னைக் கூப்பிடும்போது இருக்கணும் இல்ல?" இளம் வயது போலிஸ்காரர், திருமணமாகாதவர், பணிக்கு புதியவர் மகேஸ்வரியைப் பார்வையில் தடவிக்கொண்டே லதாவிடம் சொன்னார்.

"ஜட்ஜி என்னைக் கூப்பிடறாரா…? அவரு பெரிய பெரிய அயிட்டமா பாப்பாரு... என்னைப் போய் கூப்பிடுவாரா?" வாயை ஸ்பீக்கராய் விரித்துச் சிரித்தாள்.

"வெளயாட்டா? உனக்கு என்னா நோகுது? கூப்பிடும்போது ஆள் இல்லன்னா, பேப்பர சாமானத்துக்கு அடியில வெச்சிருவாங்க… மறுபடியும் கூப்புட ரொம்ப நேரம் ஆயிரும். போன வாட்டி சாயிந்தரம் நாலு மணி வரிக்கும் காக்க வெச்சே…." நடுத்தர வயது போலிஸ்காரர் பேண்ட்டை ஏற்றிவிட்டார்.

"சாரு! ரொம்ப பசிக்குது, பசிக்கு என் வயிறு தாங்காது, ரெண்டு ரொட்டிபரோட்டா துன்னுட்டு வந்துடறன்."

"ஏய் கசமாலம், பேப்பர மேலயே வெக்கச் சொல்லி இருக்கன், எழுந்து வா, ஒரு மணி நேரம் லேட்டா துன்னா செத்துற மாட்ட…"

"சாவுக்கு யாரு பயப்பட்டா... பசி சாவை காட்டியும் மோசமானது சாரு.. மூனு வேள வவுத்துக்குக் கெடச்சிருந்தா, இந்த அவுசாரி பொழப்புக்கு வருவனா? நான் ஏங் உங்ககிட்ட மாட்றன்"

காக்கி உடைகளுக்குள்ளும் அந்தச் சொல்லானது துளைத்துக் கொண்டு போனது. "லேட் பண்ணாத சீக்கிரம் துன்னு..."

"நீங்களும் துன்னுங்கோ..."

"வேணா, இவ யாரு புதுசா?" மகேஸ்வரியைப் பார்த்துக் கேட்டார்.

"நீதான் சாரு ஸ்டேசனுக்கும் புதுசு, போலீஸ் வேலைக்கும் புதுசு இவ பத்து வருசப் பழசு, இங்க ரொட்டி சுட்டவத்தான்."

"ஆறு மாசமாகுது, பாக்கலயே..."

"அடுத்த மாசத்துக்கு கேசு கொடுக்கச் சொல்றன் போ..."

அமைதியாக இருந்த மகேஸ்வரி "ஏய் லதா! என்ன கேசு, அது இதுன்னு நான் விட்டுட்டேன், தெரியும் இல்ல?"

லதா நம்பாமல் பார்த்தாள்.

"நீ விட்டுட்டன்னு சொன்னா நம்பணுமா?"

சர்வர் பையன் இருவருக்கும் பரோட்டாவும், சால்னாவும் கொண்டு வந்து வைத்தான்.

"சார்! நீங்க எதுக்கு நம்பணும்? என்னைப் பத்தி இன்ஸ்பெக்டர் சரஸ்வதி அம்மாவுக்குத் தெரியும்..." இரண்டு கைகளிலும் பரோட்டாவைப் பிய்த்தாள்.

இன்ஸ்பெக்டர் சரஸ்வதியின் பெயரைச் சொன்னதும் போலீஸ்காரர்கள் கொஞ்சம் தணிந்து கொண்டார்கள். திருப்பத்தூர் நகர காவல் நிலையத்திலிருந்து அவர் குடியாத்தம் மகளிர் காவல் நிலையத்திற்கு மாற்றலாகிவிட்டார். ஆனாலும் சொந்த ஊர் திருப்பத்தூர் என்பதால் திருப்பத்தூரில் பார்க்க முடியும்.

"துன்றதுக்கு உக்காந்தாச்சு, சீக்கிரம் துன்னுட்டு வாங்க..." மூத்த போலீஸ்காரர் சொன்னார்.

இரண்டு போலிஸ்காரர்களும் வெளியே போனார்கள்.

"கூச்சம் போயிருச்சு மகேஸ், அப்போ உடம்பு கூசறதில்ல, கோர்ட்ல

நாள் பூராவும் காக்கறப்போதான் கூசுது, இன்னொரு விசயம் என்னன்னா... கோர்ட்டு வாசல்லதான் நெறய வௌம்பரமாவுது, கஸ்டமரு என்ன சொல்றான் தெரிமா? கோர்ட்ல பாத்தப்பதான் நீ அந்த மாதிரின்னு தெரிஞ்சுதுங்கறான்..." லதா முதலையைப் போல் பரோட்டாவை வாய்க்குள் விட்டுத் தின்றாள்.

"லதா! ஒரு நாளிக்கு எத்தனை முறை சாப்பிடற?"

"நக்கலா கேக்கிறியா மகேஸ்?"

"அட, இல்லப்பா, தெரிஞ்சுக்கலாம்னு கேக்கறேன்."

"ஆறுமுறை, ஏழுமுறை சாப்பிடறேன். என்ன பண்றது, ஒவ்வொருத்தன் கிட்டே மாட்டினா, நாசம் பண்ணிடறான். வயிறு நிரம்பச் சாப்பிடறது எங்கே போகுதுன்னே தெரியலை."

"தொழில் எப்படி நடக்குது?"

"ரொம்ப மோசம் மகேஸ், திருப்பத்தூர்ல ரெண்டு லாட்ஜிக்கு சீல் வெச்சிட்டாங்க..."

"அதுவும் சரிதான? தெருவுக்குப் பேரு தியாகி சிதம்பரனார் தெரு, அந்தத் தெருவுல பிராத்தல் லாட்ஜியும், பிராந்திக் கடையும் இருந்தா சீல் வெக்காம இருப்பாங்களா?"

"தெரு ஜனங்க ராவோட ராவா பிராந்திக் கடை எதிர்லயே ஒரு புள்ளையாரை வெச்சி கும்பாபிசேகம் பண்ணிட்டாங்க.. புள்ளையாரத் தூக்கறதுக்கு யாருக்கு தைரியம் இருக்குது?"

"புள்ளையாரா? நான் பாக்கலையே...?"

"தெருவுலயே ஓரமா வெச்சிருக்காங்க... சின்னதா தேங்கா சைஸ்."

"அதுக்கே ஒயின் சாப்பைத் தூக்கிட்டாங்களா?"

"புதுசா வந்திருக்கிற எஸ்.ஐ ரொம்ப ஸ்டிட் மகேஷ். ஜனங்க புகார் தந்ததும் எடுக்க வெச்சிட்டார்... அவர்தான் புள்ளையாரை வெக்கிறதுக்கு ஐடியா கொடுத்தார்னு பேசிக்கிறாங்க..."

"என்னவோ நல்லதுதான?"

"எங்களுக்குப் பொழப்பு கெடுது இல்ல? இந்த லாட்ஜின்னா பஸ் ஸ்டாண்டு ஒட்டினாப்ள இருக்குது... தெருவுலயே வரத்

தேவல... பஸ் ஸ்டேண்டு சுவர ஏறிக் குதிச்சா லாட்ஜி, மத்த லாட்ஜிங்க மெயின்ல இருக்குது... எந்த ஆம்பளையானா ஆம்பள மாதிரி தைரியமா லாட்ஜிக்கு வர்றானா? பயந்துனுதான வர்றான்.. ஏலகிரி மலையில கூட சனிக்கெழம, நாயித்துக்கெழம மட்டுந்தான் வரும்புடி, ஜோலார்பேட்டை ரயில்வே டேசன்ல இடம் வசதி இக்கிறதில்ல." கண்களை உருட்டி உருட்டிக் கூறினாள். "தண்டவாளத்துல படுத்தா ஜல்லிக்கல் முதுக குத்துது மகேஸ்! வர்றவனுங்களுக்கு நான் மெத்த மாரி இருக்கறன். தேவிடியானா மெத்த தலக்கானிய முதுகுல கட்டினா திரிய முடியும்? குனிஞ்சா இடுப்பு நோவுது" என்றாள். நெற்றியில் ரேகைகள் ஓடிற்று.

"எதுக்கு இந்தக் கஷ்டம்? விட்டுடேன்."

எதிரியைப் பார்ப்பது போல் பார்த்தாள் லதா!

"விட்டுட்டு என்னா செய்றது?"

"வயித்துக்குதானே?"

"ம்"

"ஆயிரம் இருக்கு லதா, பூ வேபாரம், காய்கறி வேபாரம், துணி வேபராம்."

"எதுக்கு அதெல்லாம் செய்யணும்? நான் இதுலயே சாகறனே..."

"திருந்த மாட்ட?"

"நான் திருந்திட்டா சரியா போயிருமா?"

"என்னது?"

"நான் ஒருத்தி திருந்திட்டா, நாடு மொத்தம் திருந்திடுமா? போலீஸ்காரங்க மாமூல் வாங்கறத விட்டுருவாங்களா? அரசியல்வாதிங்க சம்பாரிக்கிறத நிறுத்திடுவாங்களா? அரசாங்க உத்தியோகம் பண்றவங்க லஞ்சம் வாங்கறத நிறுத்திடுவாங்களா? எங்க ஆயாவுக்கு முதியோர் பென்சன் வாங்க போனா அஞ்சாயிரம் கேக்குறாங்க.. அதுக்கு எவங்கிட்டனா போயி நானே சோத்தப் போட்டுக்கறன்" ஒரு திரைப்படத்தின் வசனத்தைப் போன்று பேசினாள்.

"நீ இந்த டயலாக்கை நிறுத்தவே இல்லயா? ரொம்ப நாளா

சொல்லிட்டு இருக்கே, ஒரு முறை கோர்ட்ல சொல்லி ஜட்ஜையே சிரிக்க வெச்சியே...” என்று சொல்லி சிரித்தாள்.

லதா பெருமிதமாக நினைத்துக்கொண்டு பார்த்தாள்.

“இப்படி கேள்வி கேக்கிறது ரொம்ப ஈஸி லதா, ஒவ்வொருத்தரும் இதத்தான் கேக்கறாங்க... நான் திருந்திட்டா மத்தவங்க திருந்திடுவாங்களான்னு எதிர் கேள்வி கேக்கறாங்க... திருந்தறது மத்தவங்களுக்காக இல்ல, உனக்காக...”

“பாரு மகேஸ் அட்வைஸ் பண்ணினா ரொட்டியை விட்டுட்டு எழுந்து போயிடுவேன்.” தட்டு காலியாகிவிட்டிருந்தது. சால்னாவைத் துடைத்து நக்கிக்கொண்டிருந்தாள்.

மகேஸ்வரி சிரித்தாள்.

லதா யோசித்தபடி கேட்டாள். “ஆமா இடையில ஒரு தபா பாத்தப்போ கல்யாணம் ஆயிடுச்சின்னு சொன்னியே... ஒரு டைலரை புருசனா வெச்சிருந்தியே...?”

மகேஸ்வரி எதை நினைக்கக் கூடாது, மறக்க வேண்டும் என நினைத்திருந்தாளோ, அதைக் கேள்வியாகக் கேட்டாள். பொறியில் சிக்கின எலி மாதிரி உள்ளுக்குள் துடித்தாள். நூறுக் கணக்கான ஆண்களுக்கு உடலைக் கொடுத்ததற்கு இல்லாத வருத்தம், ஒருவனுக்குக் கழுத்தைக் கொடுத்ததற்காக உண்டானது.

“இப்போ நான் ஒண்டியாவே ஆயிட்டேன் லதா. எவனையும் நம்ப கூடாதுன்னு முடிவுப் பண்ணிட்டேன். எல்லா ஆம்பளயும் முதல்ல உடம்புக்கு வர்றான். அப்புறம் துட்டு கறக்கிறதுல குறியா இருக்கான். அப்பால அதிகாரம் பண்றான், மனசை புரிஞ்சிக்கிறவன் இல்லப்பா...”

“அதுக்குதான், ஆம்பளைங்க கிட்ட நாம துட்டு கறக்கணும்... புருசனா நினைச்சி இலவசமா கொடுத்தா மதிக்க மாட்டாங்க..”

“நீ பேசறது தப்பு லதா, எல்லா ஆம்பிளைங்களும் பொண்டாட்டிக்காகவும், புள்ளைகளுக்காகவும்தான் வாழறாங்க.. நம்மை மாதிரி தடத்த வுட்டவங்கதான் முழிக்கறோம். ஆனா நம்பள யாரும் பொண்டாட்டியா ஏத்துகிறதில்ல.” விரக்தியுடன் சொன்னாள்.

“எதுக்கு மகேஸ் நமக்கெல்லாம் புருஷன்? நமக்கெல்லாம் வாழ்க்க? குடும்ப வாழ்க்கய ரொம்ப வெறுத்துட்டேன்.”

“கல்யாணமே ஆகாம குடும்ப வாழ்க்கையை வெறுத்தவ நீதாண்டி... எனக்கு மனசுக்குள்ள வாழ்க்க மேல ஏக்கம் இருந்துட்டு இருக்குது லதா.. எங்கம்மாவும் இந்தத் தொழில்னாலயே எங்க குடும்பம் மொத்தமா சிதறிப்போச்சு... நான் செத்துட்டன்னு வெச்சுக்கியேன் எல்லாம் முடிஞ்சிருச்சி... எங்கக் குடும்பம் க்ளோஸ்..” என்றாள் மகேஸ்வரி.” என் வயித்துல ஒண்ணு பொறந்தா...”

“ஆசைக்கு அளவில்லடி... எனக்குந்தான் பத்து புள்ள பெத்துனு குடும்பத்தோட வாழணும்னு ஆசையா இருக்குது”

“உனக்குதான் கல்யாணமே ஆகலையேடி... கல்யாணம்னா புடிக்காதே அப்புறம் எப்படி குடும்ப வாழ்க்கயப் பத்தி பேசற?”

லதா தலையில் அடித்துக் கொண்டே சொன்னாள். “கல்யாணம் ஆனாதான் குடும்பமா? வாழ்க்கயப் பத்தி அனுஅனுவா தெரியும், அம்மா அப்பா, அண்ணன் இவங்ககிட்ட நிறையப் பட்டிருக்கேன். அண்ணன் தம்பிகளும் அவ்ளோதான், நான் எப்படி சம்பாதிக்கறன்னு கவலப் பட மாட்டாங்க, ஆயிரம் கொடு, ரெண்டாயிரம் கொடுன்னு நச்சரிப்பாங்க... என் பெரிய அண்ணன் கலெக்டர் ஆபிஸ்ல ப்யூனா இருக்கான். என் கிட்டதான் பணம் கேக்கறான். அவன் ஒரு நாள் கூட ஒரு ரூபா கொடுத்ததில்ல.” கண்ணீர் வழிந்தது, அதைத் துடைத்துக் கொண்டாள்.

“லதா ஏண்டி அழற?”

“அழல பச்சைமிளகாயை கடிச்சிட்டேன்” என்றாள்.

அந்தக் கண்ணீர் பச்சைமிளகாயைக் கடித்ததால் வந்தது அல்ல என்று மகேஸ்வரிக்குத் தெரியும். அவளுக்கு நேர்ந்த துன்பங்களை நினைத்துப் பார்த்து கண்ணீர் வடிக்கிறாள் என்பது புரிந்தது.

மகேஸ்வரி பணம் கொடுத்தாள். கை கழுவ போகும்போது மகேஸ்வரி லதாவிடம் சொன்னாள். “கை கழுவிடு லதா.”

“கழுவிட்டுத்தானே இருக்கேன்.”

“நான் தொழில கை கழுவுன்னு சொன்னன். வெளி நாட்ல பரவாயில்ல லதா, அங்கே யூனியன் இருக்காம் பிரச்சினை

எதனா வந்தா பப்ளிக்ல போராட்டம் பண்றாங்க.. மேடப் போட்டு சத்தம் போடறாங்க... ஊர்வலம் போறாங்க... டிவில காட்றாங்க... இங்க அது முடியாது. அம்பது ரூபா கொடுக்கிற நாயி, மொத்தமா விலைக்கு வாங்கிட்ட மாதிரி கடிச்சிக் குதறுவான். நாட்டையே நாமதான் கெடுக்கிறோம்னு போலீசும் குதறும். போராட முடியாமத்தான் நான் விட்டுட்டேன்."

"பொய் சொல்லாத மகேஸ்."

"பொய்யில்ல நிஜம்."

"நான் நம்பணுமே... அம்பது, நூறுக்கு போகாம, அஞ்சாயிரம், பத்தாயிரம்னு ரேட்டை ஏத்திட்டிருப்பே, பொறுக்கி முத்தரை இல்லாம, கவுரத்தயா பஸ் ஓனர், கம்பனி ஓனர்னு பாப்பே... வாரம் ஒருத்தன் மாட்டினாலும் போதும். லம்ப்பா அமௌண்ட் தேறிடும். யாரோ சொன்னாங்க மகேஸ் நீ புளூபிலிம்ல நடிக்கிறன்னு... சிவப்புத் தோலு, கம்மி வயசு, செம கட்ட வேற சினிமாக்காரி மாதிரி அழகு, என்னடி உனக்குக் குறை? நம்ம ஏரியாவுல சுடிதார் மாட்டினு தொழிலுக்கு வந்த ஒரே ஆள் நீதானே...?"

மகேஸ்வரி பெரிதாக சிரித்தாள். கை கழுவும் இடத்திலேயே முகம் கழுவி கைக்குட்டையால் துடைத்துக்கொண்டே "சத்தியமா தொழிலை வுட்டுட்டன். பொய்ய உன்கிட்ட சொல்வனா? நீ சொன்ன மாதிரியெல்லாம் சம்பாதிச்சேன் ஒத்துக்கறேன். அது ரெண்டு வருஷத்துக்கு முன்னே, இப்போ கிடையாது. சம்பாதிச்ச பணத்தையெல்லாம் சேத்தேன்... பாதி காச ஒரு நாயை நம்பி ஏமாந்தன் மொத்தமா காலி ஆகறதுக்குள்ள உசாராயிட்டன் இப்ப ரெடிமேட் கார்மெண்ட்ஸ் வெச்சிருக்கேன். சத்தியம் நம்பு."

"நெஜமாவா?"

"சத்தியம் சொன்னேன். நம்பலயா?"

"கார்மெண்ட்ஸ்ல நல்ல வருமானமா?"

"ம் எல்லா வியாபாரமும் ஒரே மாதிரிதான், வயசுப் பொண்ணுகளை கடையில் நிறுத்தி வேபாரம் நடத்தணும். கடைக்கு வர்ற கஸ்டமர்கிட்ட பல் இளிக்கணும், லோஹிப் காட்டணும்."

வெளியே வந்தார்கள். நடந்தே பாஞ்சாலி மைதான கூட்ரோடிற்கு

வந்தார்கள். தர்மராஜா கோவிலில் மகாபாரத சொற்பொழிவு நடப்பது குறித்து பெரிய பேனர் வைத்திருந்தார்கள். அதை நின்று படித்தாள் மகேஸ்வரி.

போலீஸ்காரர்கள் மறுபடியும் வேகமாக வந்தார்கள்.

“இந்த முற கூப்புடும்போது நீ இல்லன்னா, உள்ள போட்ருவாங்க, வேலூருக்கு இதுக்கு முன்னே போயிருக்கியா இல்லயா?”

“சும்மா மிரட்டாத சாரு.. சிகரெட் வேணுமா? நீ பப்ளிக்கல புடிச்சா யாரும் கேக்க மாட்டாங்க...”

“ஏய்... உனக்கு பயம் விட்டு போச்சு.. இப்போ பேச நேரம் இல்லை.. சீக்கிரம் நட...” என்றவன், மகேஸ்வரியைப் பார்த்தான். “நீ எங்கே போற, இங்கேயெ இரு, அரை மணி நேரத்தல வந்துடறேன்” என்றான்.

“அதுக்கு வேற ஆளப் பாரு... அநாவசியமா என்கிட்ட பேசறது, இன்னைக்கு கடைசியா இருக்கட்டும்.. அப்புறம் இன்ஸ்பெக்டர் சரஸ்வதி அம்மாகிட்ட புகார் பண்ணுவேன்.”

அவன் முறைத்துப் பார்த்தான். “போ. போ என்னைப் பத்தி தெரியல உனக்கு.” என்றான்.

லதா புறப்படுவதற்கு முன் மெதுவான குரலில் சொன்னாள். “ஏண்டி, போலீஸ்காரன்கிட்ட மொறச்சிக்கிற...”

“போலீஸ்ன்னு இல்லை, யாரா இருந்தாலும் நாம பயந்தோம். அவ்ளோதான்” என்றாள்.

போலீஸ்காரர்களும், லதாவும் போனார்கள். அவர்களைப் பார்த்துக்கொண்டே நின்ற மகேஸ்வரி! மறுபடியும் பேனரைப் படிக்கத் தொடங்கினாள். அடுத்த மாதம் ஆரம்பிக்கும் சொற்பொழிவு பதினேழு நாட்கள் நடைபெறுகிறது. ஒவ்வொரு நாள் சொற்பொழிவிலும் சொல்லப்படும் முக்கிய கதைகளைப் போட்டிருந்தார்கள். கிருஷ்ணன் பிறப்பு, கர்ணன் பிறப்பு, தருமர் பிறப்பு என்று தொடங்கி, அப்படியே கரணமோட்சம், துரியோதன படுகளம் என்று வந்ததை நின்று வாசித்தாள். அவளை நோக்கி ஒரு ஆசாமி வந்தான். தொண்டையைக் கணைத்துக் கொண்டான். பொது இடம் என்றும் பார்க்காமல், மகேஸ்வரியின் தலைமுடியைப் பற்றினான்.

“மறுபடியும் ஊர் பொறுக்கறியா?” என்றான். குடி போதையில் இருந்தான். நாக்கு குளறியது. மகேஸ்வரியின் தலைமுடியை அவன் விடவில்லை.

மகேஸ்வரிக்குக் கண்ணீர் முட்டிற்று. முடியைப்பற்றிய இடத்தில் உண்டான வலியை விட, எல்லோரும் பார்க்கிறார்களே என்கிற அவமானம் உடைத்துப்போட்டது.

“முடியை விடுடா பரதேசி” கத்தினாள்.

சற்று தூரம் போன போலீஸ்காரர்களும், லதாவும் திரும்பிப் பார்த்தார்கள். லதா வேகமாய்த் திரும்பி வந்தாள்.

மகேஸ்வரி தவித்தாள். அனுஅனுவாய் அறுந்தாள். மனம் பட்டாசில் சுற்றிய தாள் மாதிரி பிய்த்துப் பிய்த்து எகிறிற்று.

“விடுடா...” கத்தினாள்.

அவன் விடவில்லை.

உடம்பெல்லாம் நெருப்புப் போன்று ஏதோ ஓடிற்று. வாயால் கேட்டுக்கொண்டிருந்தால் அவன் மதிக்கமாட்டான் என்பது புரிந்தது. திரும்பின வேகத்தில் அவனுடைய முகத்தில் குத்தினாள். குத்தின வேகத்தில் இன்னுமொரு குத்து வைத்தாள். அவன் தலைமுடியை விடுவித்துவிட்டு மல்லாக்க விழுந்தான்.. மூக்கில் ரத்தம் கசிந்தது. சடக்கென்று எழ முயற்சித்தான். அவனால் எழ முடியவில்லை. நெஞ்சில் உதைத்தாள். போதையும், அடியும் அவனை புவிஈர்ப்பு சக்தியை எதிர்க்க முடியாமல் செய்தது.

லதா அருகே வந்து, மூச்சிரைக்க நின்றாள். “இந்த ஆளு யாரு மகேஸ்?”

மகேஸ்வரிக்கு ஆத்திரம் அடங்கவில்லை. காலைத் தூக்கி மறுபடியும் நெஞ்சில் உதைத்தாள்.

லதா இழுத்துப் பிடித்தாள். “சரக்கு போட்டிருக்கான், செத்துடப் போறான்.”

“சாகட்டும்.” எச்சில் கூட்டி முகத்தில் துப்பினாள்.

“என்னயே உதைக்கிறியாடி...?” அவன் படுத்தபடி கத்தினான்.

அதற்குள் ஒரு கூட்டம் கூடி வேடிக்கை பார்த்தது.

மகேஸ்வரி மேலும் உதைக்கப் போனாள். லதா இழுத்துப் பிடித்தாள்.

“வுடு லதா! அவன் கழுத்தை மெதிச்சி, கொன்னுட்டு வர்ரேன்.”

லதா கெட்டியாகப் பிடித்துக்கொண்டாள்.

அவன் “நாறத் தேவிடியா… ஊரு மேயர பொறுக்கித் தேவிடியா” என்று அசிங்கமாக கத்தத் தொடங்கினான். மெதுவாக எழுந்து உட்கார்ந்தான்.

“தேவிடியா துட்டுல குடிக்கிறப்போ ஓனத்தியா ஏறுச்சா?” கத்தினாள். மறுபடியும் உதைக்க ஓடினவளை லதா இழுத்துப் பிடித்தாள்.

“என்னை யாரானா தேவிடியான்னு சொன்னா கொலப் பண்ணணும்னு ஆத்தரம் வருது..” பற்களை அழுத்திக் கடித்தாள்.

“வர்றண்டி என்னிக்கினாலும் என் கைலதாண்டி உனக்கு சாவு...”

“இப்பவே உன் கழுத்த மெதிச்சி சாகடிக்கிறண்டா..” காலைத் தூக்கிக் கொண்டு போனவளை லதாவின் வலிமையான பிடிப்பு நகரவிடாமல் இழுத்தது.

“இங்கே நிக்காதே, வா மகேஷ் போலாம்.” லதா இழுத்துக்கொண்டு போனாள்.

அவன் அசிங்கமாக பேச பேச மகேஸ்வரிக்கு உச்சிவரை ஏறிற்று கோபம், லதா விடாமல் இழுத்துக்கொண்டு போனாள்.

அவன் மேலும் அருவருப்பான வார்த்தைகளில் தன்னை அடையாளம் காட்டிக் கொண்டிருந்தான். வார்த்தைகள் காதில் விழ விழ மகேஸ்வரிக்குள் நெருப்பை வீசிற்று.

“கண்டுக்காத மகேஸ், வா காதில் போட்டுக்காத…”

போலீஸ்காரர்கள் தூரமாக நின்றிருந்தார்கள். அவர்களை நோக்கி நடந்தார்கள். லதாவும், மகேஸ்வரியும் வருவதைப் பார்த்து போலீஸ்காரர்கள் அவர்களுக்கு முன்பாக நடந்து போனார்கள். கோர்ட் வளாகத்திற்குள் நுழைந்தார்கள்.

“மகேஸ்! மரத்து நிழல்ல உட்காந்துனு இரு. நான் போய் பைன் கட்டிட்டு வந்துடறன். மறுபடியும் போய் அந்த நாய்கிட்ட

மாட்டாத," என்று கூறிவிட்டு வேகமாக ஓடினாள்.

மூத்த போலீஸ்காரர் லதாவின் பின்னாடி போனார். இன்னொரு போலீஸ்காரர் மகேஸ்வரியிடம் வந்தார். "யாரு அந்த ஆளு?" என்றார்.

"உனக்குத் தெரிஞ்சி என்ன ஆகப் போகுது சார்?"

"அவன் எதுக்கு உன்ன அடிச்சான்?"

"அதை ஏன் நீங்க தெரிஞ்சுக்கறீங்க?"

"உனக்கு உதவலாம்னுதான், ஆனா திமிரா பேசற..."

"சார்! அவன் என்ன அடிக்கும்போது நின்னு வேடிக்கப் பாத்த... வண்டயா திட்டும்போது காதுல வாங்கினு கம்முனு நின்ன. அப்புறம் என்னாத்த ஓதவப்போற...? போடணுமா? தெய்ரியமா கேளு... கடவுள் வேசம் போடாத... காப்பாத்த வந்த தியாகின்னா தாலி கட்றியா? லைஃப் லாங் போட்னே இருப்ப..?"

போலீஸ்காரர் தலை கவிழ்ந்துகொண்டு கோர்ட்டிற்குள் நுழைந்தார்.

மகேஸ்வரி சோகமாக உட்கார்ந்தாள்.

★

கோர்ட்டிற்குள் கூட்டமாக இருந்தது. கைகளுக்கு விலங்கு மாட்டிய இரண்டு கைதிகள் நின்றிருந்தார்கள்... கரைவேட்டி கட்டிய ஒரு அரசியல்வாதியும் நின்றிருந்தார். வக்கீல்கள் உட்கார்ந்திருந்தார்கள். வெளியே ஒரு வக்கீல் வயசான பெரியவரிடம் பணத்தை எண்ணி வாங்கிக்கொண்டிருந்தார்.

வெளியே வந்த அமீனா, "கனகராஜ் வகையறா... கனகராஜ் வகையறா... கனகராஜ் வகையறா..." என்று கூப்பிட, பவ்யமாக ஐந்து பேர் கைகளைக் கட்டிக்கொண்டு உள்ளே போனார்கள். அவர்களுக்கு வாய்தா கொடுத்து அனுப்பி வைக்கப்பட்டது.

"ஆறுமுகம்... ஆறுமுகம்... ஆறுமுகம்..."

"பாலாறு காப்போம்! பாலாறு காப்போம்! பாலாறு காப்போம்!" விலங்கு அவிழ்த்த கையை உயர்த்தி உயர்த்திக் கத்தியபடி சிறைக்குள் நுழைந்து கூண்டில் நின்றான்.

“தோல் தொழிற்சாலை மேல பெட்ரோல் குண்டு வீசினியா?”

“இல்லைங்க ஐயா! தோல் தொழிற்சாலைங்கதான் பாலாத்துல ரசாயனம் கலக்கறாங்க... பால்ல வெசம் கலந்த மாதிரி ஆத்த வெசமா பண்ணிட்டாங்க ஐயா! உலகத்துலயே மோசமான ரசாயனங்கள் கலந்த ஆறுகள்ல பாலாறு முதலிடம் பிடிச்சிருக்குது... தோல் பதம் பண்றதுக்கு நைட்ரிக் ஆசிட், சல்பூரிக் ஆசிட் பயன் படுத்தறாங்க... அது நதியில கலக்குது” கத்தினான்.

“பதினைஞ்சி நாள் சிறைக் காவல்.”

“என்னைத் தூக்குலகூட போடுங்கய்யா... பாலாத்த காப்பாத்துங்க...”

போலீஸ்காரர்கள் அவனை இழுத்துக்கொண்டு போனார்கள். “பாலாறு காப்போம்! பாலாறு காப்போம்...” அவன் கத்திக் கொண்டே வெளியே வந்தான். அவன் கைகளில் விலங்கு மாட்டப்பட்டது. பச்சைத் துண்டைத் தோளில் போட்டுக் கொண்டான்.

மகேஸ்வரி அவனைப் பார்த்தாள். பஸ்ஸில் இரண்டு போலீஸ்காரர்களுக்கு இடையில் உட்கார்ந்து வந்தவன் என்பது தெரிந்தது.

★

அமீனா லதாவைப் பார்த்து மெதுவான குரலில் “கூப்பிட்டா வரமாட்டியா?” என்றான்.

“நீ எப்போ கூப்பிட்டு நான் வரலை, போன மாசம் கூட ஏலகிரி மலைக்கு வந்தனே...?”

“மானத்த வாங்காதே... கோர்ட்ல கூப்பிடும்போது வர மாட்டியான்னு கேட்டேன். முன்னயே கூப்ட்டன், இப்போ எங்கேயும் போகாம இங்கேயே நில்லு, ரெண்டு கேஸ் கூப்பிட்டதும் உன்னைக் கூப்பிடறேன்...”

“ம்.”

இரண்டு கேஸ்களை அழைத்து உடனுக்குடன் வாய்தா கொடுத்து அனுப்பினார் நீதிபதி. அடுத்ததாக “லதா... லதா... லதா...” என்றழைக்கப்பட்டாள்.

லதா போய் கூண்டில் நின்றாள். முந்தானையை இழுத்துப் போர்த்திக்கொண்டு, தலை கவிழ்ந்து நின்றாள்.

“சத்தியமா சொல்றேன்”.

“சத்தியமா சொல்றேன்”

நீதிபதி பார்த்தார். “விபச்சாரத்தில் ஈடுபட்டியா?” என்று கேட்டார்.

“இல்லைங்க அய்யா, போலீஸ்காரங்க பொய் கேஸ் போட்டுருக்காங்க...”

“இனிமேல் விபச்சாரத்தில் ஈடுபடக் கூடாது.”

“இல்லைங்க அய்யா. போலீஸ்காரங்க பொய் கேஸ் போடறாங்க..”

“மகளிர் சுய உதவிக்குழுவில் சேர்ந்து கடன் உதவி வாங்கி சுய தொழில் செய்யலாம் இல்லையா?”

“இல்லீங்க அய்யா, போலீஸ்காரங்க பொய் கேஸ் போடறாங்க”

“கோர்ட்டுக்கு வர்ரது இதுவே கடைசியா இருக்கணும்... இனிமே வரக் கூடாது.“

“இல்லைங்க அய்யா போலீஸ்தான்...”

“பைன் கட்டிட்டு புறப்படு.”

“அய்யா! போலீஸ்காரங்க...”

“இறங்கும்மா... கீழே இறங்கு” அமீனா சொன்னார்.

லதா கூண்டைவிட்டு இறங்கினாள்.

தண்டனைப் பணம் கட்டிவிட்டு வெளியே வந்தாள்.

இளம் வயது போலீஸ்காரர் லதாவின் பின்னாடியே வந்தார்.

“முடிஞ்சது இல்ல, எதுக்கு என்னைத் துரத்தற?” சத்தமாகக் கேட்டாள்.

“ஒரு நிமிசம் உன் கிட்ட ஒண்ணு தெரிஞ்சுக்கணும்”

“என்ன?”

“அந்த பொண்ணு பேரு, அட்ரஸ் சொல்லு.” மரத்தடியில் உட்கார்ந்திருந்த மகேஸ்வரியைக் காட்டிக் கேட்டான். “என்னா

ஃபிகர்! அவ தொழில் செய்றான்னா நம்ப முடியல...” மனக் கொந்தளிப்பைக் கட்டுப்படுத்த முடியாமல் கேட்டார்.

லதா நின்று முறைத்தாள். சடக்கென்று யோசித்து “சாரு! பிகரா இக்கறான்னு பாத்தியா? அது பெரிய இடத்து சகவாசம். எம்.பியோட ஆளு, உஷாரா இரு. தண்ணி இல்லாத காட்டுக்கு மாத்திடும்” என்றாள்.

அந்த போலீஸ்காரர் தலையைக் கோதியபடி நின்றார்.

மரத்தடியில் மகேஸ்வரி அதே சோகம் மாறாமல் உட்கார்ந்து இருந்தாள்.

“முடிஞ்சதா?”

“ம். அநியாயம் மகேஸ். ஆம்பள இல்லாமயே பொம்பள தப்பு பண்ண முடியுமா? ஆனா ஆம்பளைங்கள விட்டுர்றாங்க... பொம்பளையக் கூட்டினு வந்து தண்டம் கட்டச் சொல்றாங்க... தண்டம் கட்ற பணமும் அப்படி சம்பாதிச்சதுதானே?”

மகேஸ்வரி மௌனமாகவே இருந்தாள்.

“உனக்கு இன்னும் சூடு ஆறலியா? எழுந்து வா கூல் ட்ரிங்ஸ் குடிக்கலாம்.”

“வேணாம்...”

“அய்ய, எழுந்து வா” கையைப் பிடித்து இழுத்தாள். சாலையில் நடந்தார்கள்.

ஒரே சாலையில் காவல் நிலையம், நீதிமன்றம், அரசு மருத்துவமனை வரிசையாக இருந்தது, நேரே நடந்தால் ரயில் நிலையம்,

“பெரிய குளத்து மேட்டுக்கா போய், மாயப் புள்ளையார் கோயில் தெருவுல போயிடலாம் மகேஷ்! மெயின் ரோடு வேணாம், அந்த நாய் அங்கதான் இருப்பான்” என்றாள்.

தலையாட்டி விட்டு நடந்தாள். “இன்னிக்கி நாளே சரியில்ல லதா!”

தெருவெங்கும் பழக்கடைகளின் வாசம் தூக்கிற்று. போகிற வழியில் திரும்பி உடம்பைப் பாதி வளைத்துத் தரையில் குழந்தையைப் போல் உட்கார்ந்திருந்த மாயப் பிள்ளையாரைக் கும்பிட்டாள் மகேஸ்வரி, லதாவும் கும்பிட்டாள்.

தெருவின் முனையிலிருந்த செந்தில் பார் ஐஸ்க்ரீம் கடைக்கு அழைத்துப் போனாள். கடை தெருவிற்குக் கடைசியாக இருந்தாலும் முன்புறம் நெடுஞ்சாலையைப் பார்த்த மாதிரி இருந்தது.

மகேஸ்வரி ஐஸ் வாட்டர் பருகினாள்.

ப்ரூட் சாலட் ஆர்டர் கொடுத்தாள் லதா.

"அவன் யார் மகேஸ்? உன்ன அடிக்கிறான்?"

"ஆம்பள தேவிடியா" பற்களைக் கடித்துக்கொண்டு சொன்னாள்.

"இப்ப அதுவும் வந்துருச்சா? புரியற மாரி சொல்லேன்?"

"புரியலயா? ஆம்பளயில இவன் தாசி. பொண்ணு பணத்துக்காகத் தப்பு பண்றா, உடம்ப விக்கிறா... இவனும் பணத்துக்காக உடம்பையும் விப்பான், எல்லாத்தையும் விப்பான். ஆனா, நாம ஆம்பளயா அதிகாரம் பண்ண முடியாது. நம்மளயும் தெங்குவானுங்க, நம்ம துட்டயும் தெங்குவானுங்க... தாப்பாலோளிங்க ஆம்பளன்னு மசுற முறுக்குவானுங்க..." கோப மூச்சு மேலும் கீழும் இழுக்கச் சொன்னாள்.

புரிதல் குழம்ப மௌனமாய் அவளைப் பார்த்தாள் லதா.

மகேஸ்வரி இன்னும் ஒரு டம்ளர் ஐஸ்வாட்டர் பருகினாள். கண்களில் நீர் வீழ்ந்தது துடைத்துக் கொண்டாள். "எனக்கும் மத்தவங்கள மாரி குடும்பப் பொண்ணா வாழணும்னு ஆச இருக்குதே லதா, அந்த ஆசயில ரொம்ப ஏமாந்துட்டன். ஒரு டைலர புருசனா வச்சிருந்தியேன்னு கேட்டியே... அந்த டொங்குதான் இவன். இவன மனுஷன்னு நெனச்சி ஏமாந்தன். நினைச்சாலே வேதன... யாரயும் நல்லவன்னு நம்ப முடியல லதா, இவன் ரொம்ப யோக்கியன் மாரி நடிச்சான். இவனுக்கு, ஏகமா பணத்த அழிச்சன்." பெரு மூச்சை இழுத்துவிட்டாள். அதற்கு மேல் பேசவேண்டாமென்று நினைத்தாள். அவனைப் பற்றிப் பேசினால் துக்கமும் கோபமும் அடக்க முடியாதபடி விரியும் போலிருந்தது. அது அழுகையாக மாறலாம். அதுதான் கடவுள் செய்த வஞ்சனை. பெண்ணால் அழ மட்டும்தான் முடியும் என்பது, பேசினால் அழுகை வந்துவிடும் என்கிற பயத்தில் பேச்சை நிறுத்திக்கொண்டாள்.

ப்ரூட் சாலட் வந்தது.

லதா ஸ்பூனில் அள்ளி அள்ளி விழுங்கினாள். குழந்தை மாதிரி, உதட்டிற்குக் கீழ் வழிந்தது.

வேறு நேரமாக இருந்தால் லதா ப்ரூட் சாலட் சாப்பிடுவதை ஒருவித ரசனையுடன் பார்த்துக்கொண்டிருந்திருப்பாள். சாப்பிட்டுக்கொண்டே இருக்கும் விஷயத்தில் லதாவோடு யாரும் போட்டி போட முடியாது. இப்படித்தான் சாப்பிட வேண்டும் என்கிற முறையைப் பற்றியெல்லாம் அவளுக்கு அக்கறை கிடையாது. ஐஸ்க்ரீமுக்குப் பிறகு டீ சாப்பிடுவாள். டீயிற்கு பிறகு கூல்ட்ரிங்ஸ், கூல் ட்ரிங்ஸிற்கு பின்னாடியே ஸ்வீட், அப்புறம் பழங்கள்! தின்று, தின்று உடம்பையும், முகத்தையும் குண்டாக்கி வைத்திருந்தாள். மித மிஞ்சிப் பெருத்த மாரும், வயிரும் அவளுக்கு உபாதையாக இருந்தாலும், அதை அனுபவிக்க ஆசைப்படுவோரும் இருக்கிறார்கள்.

மகேஸ்வரி தன் மன இருட்டை மாற்றிக்கொள்ள வேண்டுமென்று "ஏண்டி தின்றத கொறச்சிட்டு ஓடம்ப கொஞ்சம் சிலிம் பண்ணேன்... பலாக்கனி மாரி இதுங்கள தூக்கினு திரியறவ..." என்றாள்.

"ஜூச வாங்கித் தந்துட்டு அறிவுர பண்றியா? நானல்லாம் ஒடம்ப கொறைச்சா பாக்க சகிக்காதுடி... ஒரத்தணும் சீந்த மாட்டான். யானை தோளா இருக்கணும், ஒட்ற குச்சி நூலா இருக்கணும்... நீ தின்ற சோத்துக்கு வேணும்னா ஆசப்படலாண்டி உன் அழகு எனக்கு வேணும்னு ஆசப்படறது தப்பு," என்று சொல்லிக் கண்ணடித்தாள்.

மகேஸ்வரி மெல்ல சிரித்தாள்.

லதாவுக்கு மகேஸ்வரியின் வளர்ச்சியில் எப்போதுமே சின்னதாக ஒரு பொறாமை உண்டு. அதென்ன வைர வியாபாரிகளுக்கும், பெட்ரோல் வியாபாரிகளுக்கும் மட்டுமே பொறாமை வரவேண்டுமா என்ன?

“அவன் எதுக்குடி உன்ன அடிச்சான்?” ப்ரூட் சாலட் முடித்ததும் லதா கேட்டாள். தின்பண்டம் போல் அவளுக்கு கதையும் வேண்டும். நினைத்தால் சினிமா தியேட்டருக்கு ஓடிவிடுவாள்.

தியேட்டரில் விசில் அடித்துப் படம் பார்ப்பாள். யாராவது சந்தோசத்தையோ சோகத்தையோ சொல்லிக்கொண்டிருந்தால், கேட்டுக்கொண்டு இருப்பாள்.

"அவனக் கட் பண்ணி வுட்டுட்டன், இனிமே என் கிட்ட வராதன்னு துரத்திட்டன், அந்தக் காண்டு அவனுக்கு. நான் டெய்லி குடிக்க பணம் தந்தன் சிக்கன், மட்டன் செஞ்சி வெய்ப்பன். திரும்ப திரும்ப சொல்றன்னு நெனைக்காத அம்முட்டு எரியிது மத்தவங்க கிட்ட நான் படுத்து சம்பாதிச்ச துட்ட இவன் எங்கிட்ட புடுங்கித் தின்னான்."

மீண்டும் பெருமூச்சு விட்டாள்.

04

ஜோலார்பேட்டை தெற்குப் பள்ளியில் கண்ணப்பன் ஏழாம் வகுப்பு படிக்கும் போது எதிரே இருந்த உயர்நிலைப் பள்ளியில் ஜெயக்குமார் ஒன்பதாம் வகுப்பு படித்துக் கொண்டிருந்தான். ஜெயக்குமாருக்குப் பத்தொன்பது வயது, வீட்டில் தினமும் அவன் அம்மாவிடம் கூச்சமோ, தயக்கமோ இல்லாமல் சண்டை போட்டுக்கொண்டே இருப்பான் "ஸ்கூல வுட்டு நிறுத்திட்டு கல்யாணம் பண்ணுய்யா எம்மா.." என்று தலை மயிரை இழுத்துப் பிடித்துக்கொண்டு தொல்லை கொடுப்பான். "நீயும் உங்கூட்டுக்காரனும் ஒண்ணா படுக்கறீங்கதான..?" என்று அப்பட்டமாக கேட்பான். அந்தமாவின் முகம் இறுகிவிடும். "உங்கூட்டுக்காரன் என்னாத்த படிச்சிக் கிழிச்சாப்ள... என்ன மட்டும் எதுக்கு படிக்கணுன்றீங்க? உங்களுக்குக் கல்யாணம் ஆகறப்போ உனக்குப் பன்னெண்டு வயசு, அந்த ஆளுக்கு பதனாலு வயசு! ஆனா எனக்கு மட்டும் பத்தொம்பது ஆயினாலும் பண்ண மாட்டீங்க..? பத்தொம்பதுல பண்ணலன்னா இருபதுல பண்ண மாட்டீங்க... ஒத்தப்படைல பண்ணக் கூடாதுன்னு சாங்கியம் பேசுவீங்க..." மயிரை விடவே மாட்டான். இடது கையால் கொத்தாகப் பிடித்துக்கொண்டு, வலது கையால் கழுத்தை நீவிவிடுவான்.

"வுற்றா சாமி! எங்கப்பன் கூற அறிச்சதில்ல, அந்த மனுசங் கூற என்ன அறிச்சதில்ல..."

"இஸ்கூலுக்கு வந்து பாரு என்ன வாத்தியாருங்க எப்படி அடிச்சி நொக்கறாங்கன்னு பாப்ப... படிப்பாம் படிப்பு./."

"நீ நல்லா பொழைக்கணும்னு பறிக்க வெக்கிறாப்ள பறிச்சி ஒரு உத்தியோகம் பாத்தினா பெரி எறத்தலந்து ஜோறியப் புச்சி தள்ளினு வல்லாம்..." ஜெயக்குமாரின் கைகளைப் பிடித்து தலைமயிரை உருவுவாள்.

கண்ணப்பனுக்கு அங்கே நிற்பதற்கே கஷ்டமாக இருக்கும். ஜெயக்குமாரை விட்டு அவனால் போகமுடியாது. பள்ளிக்கூடத்திற்கு அவனுடைய மிதிவண்டியில் உட்கார வைத்துக் கொண்டு போவான். தின்பதற்கு ஏதாவது வாங்கித் தருவான், மரத்தில் தொங்கும் மாங்காயை, கோணப் புளியங்காயை, தேங்காயைக் குறிபார்த்து கல் அடிப்பான். காயைப் பறிக்காமல் அவன் வீசிய கல் கீழே விழாது. பள்ளிக்கூடம் போகும் வழியெங்கும் பெரிய பெரிய மாமரங்கள் வளர்ந்திருந்தது. அந்தக் காலத்தில் ஒட்டு மாங்காய்ச் செடி வரவில்லை. புளியமரம் போலவே மாமரங்களும் அகன்றும், உயர்ந்தும் வளர்ந்திருக்கும். தென்னைமரங்கள் வானத்தைத் தொட்டுக்கொண்டு இருக்கிற மாதிரியே தெரியும். கரும்பு, வேர்க்கடலை எதையும் விடமாட்டான். நிலத்தின் உரிமையாளர்கள் ஜெயக்குமாரின் அப்பாவுக்கு உறவினராகவோ, வேண்டியவர்களாகவோ இருந்தார்கள். அதனால் அந்தக் காலத்து வழக்கப்படி பிடித்துக் கட்டி வைக்க மாட்டார்கள். அடிக்க மாட்டார்கள். "நாசம் பண்ணாதடா தாயோலிபுள்ள தின்றமுட்டும் புடுங்கு..." என்பார்கள். கட்டி வைத்து அடிப்பதெல்லாம் ஜாதியில் ஒடுக்கப்பட்டவர்களையும், வசதியில் ஒடுங்கினவர்களையும்தான். பணக்காரர்களுக்கு ஜாதியும் வறுமையும் வேறு வேறல்ல... கண்ணப்பன் வீட்டில் பல நாட்களில் பழையச்சோறு மீந்திருக்காது, ஜெயக்குமார் அவன் வீட்டிலிருந்து மந்தாரை இலையில் மடித்து உப்புமாவையோ, தோசையையோ எடுத்து வருவான். பள்ளிக்கூடம் போகும் வழியில் கரும்புக் கொல்லை வரப்பில் உட்கார்ந்து கண்ணப்பன் தின்பான். நெல் கழனியிலோ, கரும்புக் கொல்லையிலோ தண்ணீர் பாய்ந்திருந்தால் அதிலேயே கைகளைக் கழுவிக்கொள்வான். பதினொரு வயது கண்ணப்பனையும், பத்தொன்பது வயது ஜெயக்குமாரையும் வயிற்றுப் பசி நண்பர்களாக்கி வைத்திருந்தது. கண்ணப்பனின் காய்ந்த வயிறு

அவனுக்குப் புரிந்ததாக இருந்தது. எதையாவது அந்த வயிறுக்குப் போட்டு விடுவான். அதனால் ஜெயக்குமாரின் அடியாளைப் போல் அவன் சொன்ன வேலையெல்லாம் செய்தான். கண்ணப்பனின் வயிறு நிரம்ப வேண்டும் என்பதற்காகவே இட்லி தின்னும் போட்டி, வாழைப்பழம் தின்னும் போட்டி எல்லாம் வைப்பான். அப்படித் தின்ன வைத்ததால் கண்ணப்பன் வயிறும் மலைப்பாம்பின் வயிறு போல் ஆகிவிட்டது. எவ்வளவு இரையானாலும் விழுங்கினான். அடுத்த வேளைக்குள் செரிமானமும் ஆனது, மத்தியானம் பள்ளிக்கூடத்தில் போடும் சாப்பாட்டை தின்னதும் இரயில் ரோட்டுக்கு ஓடுவான். பழைய ரயில் நிலையக் கட்டடம் பாழடைந்த மாதிரி காணப்பட்டாலும் எங்குப் பார்த்தாலும் குழாய்களில் தண்ணீர் ஒழுகிக் கொண்டிருக்கும், ஏழெட்டு கூட்ஸ் வண்டிகள் நின்றுகொண்டிருக்கும் இரும்புச் சக்கரங்களுக்கு இடையில் நுழைந்து, ஒரு கூட்ஸ் பெட்டி மறைவில் உட்கார்ந்துவிட்டு, குழாயில் கழுவிக்கொண்டு ஓடுவான். ரயில்வே காவலர்கள் அந்தப் பக்கம் நடந்தால் கத்துவார்கள். ஜெயக்குமார் கூட திட்டுவான் "எந்த கூட்ஸ் வண்டிய எப்ப எடுப்பான்னு தெரியாதுடா.. கல்லுல தொடச்சிக்க, எதுவும் அனுபவிக்காம மேலுக்குப் போவாத சேத்த மாட்டாங்க..." என்பான். கண்ணப்பன் அந்தப் பழக்கத்திற்கு மட்டும் ஆட்படவில்லை. இடயம்பட்டி சுடுகாடு பக்கம் ஓடி ஏதாவது ஒரு கழனியில் கழுவிக்கொண்டு ஓடிவருவான்.

ஜெயக்குமாரின் அப்பா செல்லக்கண்ணுவிற்கு மளிகைக்கடை! சந்தைக்கோடியூரில் பெரிய மளிகைக்கடை! காலையிலும் மாலையிலும் ஜெயக்குமார் கடையில் வியாபாரம் பண்ணுவான். அப்போது கண்ணப்பன் கடைக்கு வெளியே திண்ணையில் உட்கார்ந்து இருப்பான். அப்பாவுக்குத் தெரியாமல், அவர் பின் பக்கம் திரும்பி பொட்டலம் கட்டிக் கொண்டு இருக்கும்போது, ஐந்து ரூபாய், இரண்டு ரூபாய், ஒரு ரூபாய் என்று கையில் கிடைத்ததை எடுத்து கண்ணப்பனிடம் கொடுத்து விடுவான். அவனும் வாங்கி வாங்கி டவுசர் பாக்கெட்டில் போட்டுக் கொள்வான். பள்ளிக்கூடம் போகும்போது அந்தப் பணத்தை அவனிடம் ஒப்படைப்பான். ஜெயக்குமார் இந்தப் பணத்தை அவனிடம் கொடுப்பது விபச்சார விடுதிக்குப் போவதற்காக, பள்ளிக்கூடத்திற்குப் பின்னாடியே கமலா கம்பெனி இருந்தது. காலை ஒன்பது இருபது மணிக்குப் பிரேயர். ஒன்பது மணிக்கு

வீட்டிலிருந்து சைக்கிள் எடுத்துக் கொண்டு கண்ணப்பனைப் பின்னாடி உட்கார வைத்துக் கொண்டு பறப்பான். பள்ளிக்கூடம் ஒட்டி சாலையில் சுமைதாங்கி கல் இருந்தது. ஐந்து பேர் உட்கார்ந்து போகிற மாதிரி மூன்று அடி உயரத்திற்கு ஒரு பலகைக் கல்லும், ஐந்தடி உயரத்தில் நின்று கொண்டே தலைச் சுமைகளை இறக்கி வைப்பதற்கு சுமைதாங்கி பலகைக் கல்லும் இருந்தது. விறகு, புல்லுக் கட்டு, தாணிய மூட்டைகளைத் தலையில் தூக்கி வருபவர்கள் மற்றவர்களின் உதவி இல்லாமல் சுமைதாங்கி கல்லின் மீது இறக்கி வைத்துவிட்டு உட்கார்ந்து இளைப்பாறிவிட்டுப் போவார்கள். ஜெயக்குமார் சைக்கிளை சுமைதாங்கி கல்லிற்குச் சாய்த்து நிறுத்திவிட்டு கண்ணப்பனிடம் திருடிக் கொடுத்திருந்த பணத்தை வாங்கிக் கொண்டு கமலா கம்பெனிக்கு ஓடுவான். “எங்கனா போற?” என்று ஒரு முறை கண்ணப்பன் கேட்டான். “நீ ரெண்டுக்கு வந்தா எமர்ஜன்ட்டா ரயில் பாட்டைக்கு ஓடற இல்ல... அப்படிதான்... இது ஒரு எமர்ஜன்ட்” என்று சொன்னான். அது அவனுக்குப் புரியவில்லை. கட்சி மேடையில் கூட எமர்ஜென்சி எமர்ஜென்சி என்று பேசுவார்கள். அது அப்போது யாருக்கும் புரியாததுபோல் அவனுக்கும் புரியவில்லை. ஆறாம் வகுப்பு இங்கிலீஸ் டீச்சர் கல்யாணம் ஆகாத காணிக்கைமேரி “இங்கிலீஸ் நல்லா கத்துக்கணும்னா, கண்ல படற இங்கிலீசை எல்லாம் படிக்கணும் ஒரே மாதிரி தெரியறது எப்படி வேற வேற அர்த்தம் கொடுக்குதுன்னு தெரியணும்” என்று சொல்வார். அதற்கு உதாரணமாக டிரான்ஸ்போர்ட், டிரான்ஸ் சிஸ்டர், டிரான்ஸ்பார்மர், டிரான்ஸ் மீட்டர் இதற்கெல்லாம் தமிழில் அர்த்தம் எழுதி வரச் சொல்வார். கண்ணப்பனுக்கு எமர்ஜன்ட்டும், எமர்ஜென்சியும் ஒன்றுதானா எனும் சந்தேகமும், குழப்பமும் இருந்தது. ஜெயக்குமார் எமர்ஜன்ட்டு என்று எங்கே ஓடுகிறான் என்பது புதிராக இருந்தது.

1980 வரை பதினொன்றாம் வகுப்பு படித்தால்தான் எஸ்எஸ்எல்சி படிப்பாக இருந்தது. பிறகு பத்தாம் வகுப்பு படித்தாலே எஸ்எஸ்எல்சி ஆனது, அதுதான் ஜெய்குமாருக்கு ஆபத்தான விசயமாகி விட்டது. “இன்னும் ஒரு வருசந்தான நீ எஸல்சி பெயிலானாகூட பரவால்ல...” என்பார் ஜெயக்குமாரின் அப்பா. ஜஅவனோடு படித்துக்கொண்டு வந்தவர்கள் எல்லாம், மூன்றாம் வகுப்பில் கொஞ்சம் நின்றார்கள். ஐந்தில் கொஞ்சம் நின்றார்கள்.

அடுத்தடுத்த வகுப்புகளில் எல்லோரும் நின்றுவிட்டார்கள். ஒன்பதாம் வகுப்பில் ஏழரைக் கழுதை வயதில் இருந்தது ஜெயக்குமாரோடு மூன்று பேர் மட்டுமே. மூவரில் குணசேகர் கல்யாணம் ஆனவன் அவனுக்கு அத்தைப்பெண்ணைக் கட்டி வைத்து விட்டார்கள். பள்ளிக்கூடத்தை விட்டு நின்ற பிறகு குழந்தை பெற்றுக்கொள்ளும் தீர்மானத்தால் அத்தை வீட்டிலேயே மனைவி இருக்கிறாள். ஆனாலும் இரண்டு முறை கருக்கலைப்பு செய்ததாகச் சொன்னான். “அதெப்ட்றா கம்னு இக்க முடியும்?” என்பான். அத்தை வகையில் நிறையவே நிலபுலன்கள் அது வேறு கைக்கு மாறிவிடக் கூடாது என்பதற்காக திருமணத்தை முடித்தார்கள். “நீதான் பணக்காரனாச்சே அப்புறம் என்னாத்துக்கு படிப்பு?” என்று கேட்பான் ஜெயக்குமார். குணசேகரைக் காட்டி “கல்யாணம் பண்ணுங்க ஸ்கூலுக்குப் போறன்” என்பான்.

ஜெயக்குமார் தாடி, மீசை வளர்த்தான். வாத்தியார்கள் சவரம் பண்ணிக் கொண்டு வரச் சொல்லி குச்சியில் அடித்தார்கள். திருப்பதி ஏழுமலையானுக்கு மொட்டை போடுவதாக வேண்டுதல் என்று கதை விட்டான். அவனுக்கு மொட்டையடிக்கவும் விருப்பமில்லை, சவரம் பண்ணவும் இளமை தடுத்தது. பூரியைச் சூழ்ந்துள்ள கடல் மாதிரி அவன் முகத்தைச் சுற்றி தாடியும் மீசையும் வளர்ந்திருந்தது. ஜெயக்குமாரை ஜடயன் என்று சொல்ல ஆரம்பித்தார்கள். வயதில் மூத்த தமிழாசிரியர் ஆண்டாள் அவனுடைய ஜடையைப் பிடித்து மாவாட்டுகிற மாதிரி ஆட்டுவார். ஒரு முறை வலியைத் தாங்க முடியாமல் “தலய வுட்றி” என்று கத்திவிட்டான். ஆண்டாள் டீச்சருக்குக் கோபம் ஏறி மேலும் மயிரைப் பிடுங்கிவிடுகிற மாதிரி ஆட்டினார். “திருப்பதி ஏழுமலையான் உன் கையை வெலங்காம பண்ணிடுவான்” என்று சாபம் வேறு கொடுத்தான். ஆண்டாள் டீச்சர் பயந்தார். தினமும் காலையில் அவன் தலையில் கை வைத்துக் கும்பிட்டார். அவன் கடைசி பெஞ்ச்சில் உட்கார்ந்து சிரித்துக்கொண்டே இருப்பான். ‘கமலா கம்பெனிக்குப் போயிட்டு வந்த என்ன கும்பிடறாடா...’ என்று சொல்லி சிரிப்பான்.

அந்த ஆண்டில் எப்படியாவது ஒன்பதாவது தேர்ச்சி செய்துவிட வேண்டும் என்று ஜெயக்குமாரின் அப்பா வக்கீல் கிருஷ்ணனிடம் பேசி, வக்கீல் கிருஷ்ணன் அவருடைய நண்பர் தலைமையாசிரியர் எல்.சண்முகத்திடம் பேசி, கொஞ்சம் துட்டு துவாணியும் கைமாறி

ஒன்பதாம் வகுப்பைத் தாண்ட வைத்தார்கள். என்னதான் நான்காம் ஆண்டில் ஒன்பதாவது தேர்ச்சி அடைந்தாலும் பத்தாம் வகுப்பில் காலெடுத்து வைக்கவில்லை. டுடோரியல் காலேஜில் சேர்ந்து படிப்பதாக சொன்னான். "பெயிலானாதாண்டா சப்ரேட்டா எழ்துனோம், நீ இஸ்கோலு போயி படிடா..." என்றார் அவனின் அப்பா. "இஸ்கூலு போனாலும் பெயில்தான் ஆவன் நயினா... நான் பாசுதான ஆவணும், கல்யாணம் பண்ணு, அப்பதான் படிப்பேன்" என்றான்.

டுடோரியல் நடத்தும் கந்தசாமி வாத்தியார் "கவுண்டரய்யா.. நீங்க ஸ்கூல் அனுப்பினா பாஸாக மாட்டார்... உங்களுக்கு பாஸ¬ன்னு மார்க் வரணும் அம்முட்டுதான... நாங்க பாத்துக்கிறோம்."

கந்தசாமி வாத்தியார் ஜெயக்குமாரை அண்ணா என்றழைத்தார். அது மட்டும்தான் மனக்குறையாக இருந்தது. பேப்பர் சேசிங் அல்லது ஜெயக்குமாருக்குப் பதிலாக வேறு ஆளை ஜெயக்குமார் பெயரில் பரிட்சை எழுத வைப்பது என்று திட்டங்கள் அவரிடம் இருந்தது. வெறும் ட்யூஷன் என்றால் ஒரு பாடத்திற்கு மொத்தமாக ஐம்பது ரூபாய் மட்டுமே வாங்க முடியும். அதுவே ஆள் மாறாட்டம் செய்தோ எழுதினால் ஆயிரம் ரூபாய் லாபம் கிடைக்கும். பள்ளிக்கூடமோ, ட்யூஷனோ போகாமல் எஸ்.எஸ். எல்.சி. பாஸென்று சொன்னால் ஊரில் நம்ம மாட்டார்கள் என்று சும்மா பேருக்கு ட்யூஷன் அனுப்பி வைக்க சொன்னார். காலையில் ஒரு மணி நேரம், மாலையில் ஒரு மணி நேரம்! ஜெயக்குமார் தனியாகப் போகாமல் கண்ணப்பனை துணைக்கு அழைத்துக்கொண்டான். கட்டணத்தை அவனே கட்டுவதாகச் சொன்னான். எஸ்.எஸ்.எல்.சி படிக்க வந்த கண்ணப்பனுக்குக் கொடுத்த பாடம் 'க ங ச' 'ஏ பி சி டி' அப்போதுதான் தெரிந்தது அவன் அது கூட தெரியாமல் இருக்கிறான் என்று. ட்யூஷன் நேரம் போக மற்ற நேரங்களில் கடை வியாபாரத்தைக் கவனித்தான். இப்போது பணத்தைத் திருடுவதில்லை. வியாபாரப் பணம் அவன் பொறுப்பிலேயே இருந்தது. காலை, மாலை இரண்டு முறையும் கமலா கம்பெனிக்குப் போனான்.

ஒரு நாள் மாலை ட்யூஷன் முடிந்து ஜெயக்குமார் போனபோது, கண்ணப்பன் "டெய்லி எங்கனா போற, நானும் வர்றன்" என்றான். அவன் சிரித்துவிட்டு "என்னை ஒருத்தன் இப்பிடித்தாண்டா

கூட்டினு போனான்!” என்றவன் யோசித்துவிட்டு “உங்கிட்ட துட்டு இல்ல கெட்டுப்போயிறமாட்ட வா” என்று அழைத்துப் போனான்.

கமலா கம்பெனி என்பது ஒரு விபச்சார விடுதி என்று அவன் அறிந்திருக்கவில்லை. பாழடைந்த நூர்ஜஹான் தியேட்டருக்கு எதிரே இருந்தது. நூர்ஜஹான் தியேட்டர் இருந்த இடம் பாகப்பிரிவினைச் சண்டையில் இயங்காமல் மூடி முட்புதர்கள் வளர்ந்து, யாரும் வளர்க்காத நாய்கள், பாம்புகள், சிட்டுக்குருவிகள் தானாக வாழ்ந்து வந்தன. கொஞ்சம் தள்ளி கணேசா தியேட்டர் கட்டிக்கொண்டிருந்தார்கள். புதிய பணக்காரர் ஒருவர் கையில் வைத்திருந்த பணத்தைக் கொட்டி தியேட்டர் வேலையை ஆரம்பித்துவிட்டு, பணம் போதாமல் கடன் வாங்கிக் கடன் வாங்கிக் கட்டடத்தைக் கொஞ்சம் கொஞ்சமாக முடித்துக் கொண்டிருந்தார். ஜனங்களும் எப்போது தியேட்டர் திறப்பார்கள் என்று ஆசையோடுதான் காத்திருந்தார்கள். அந்தப் பகுதிக்கே சினிமா ரோடு என்றுதான் பெயர், மாணவர்களுக்கு ஒரு ஆசை இருந்தது. பள்ளிக்கூடத்தைக் கட் அடித்துவிட்டு படம் பார்க்க முடியாவிட்டால் அதென்ன ஸ்கூல் லைஃப்? வசதியான பையன்கள் ஸ்கூலைக் கட் அடித்துவிட்டு, திருட்டு ரயிலேறி காட்பாடி இறங்கி அங்கிருந்து வேலூர் போய் படம் பார்த்து விட்டும், சூரியக் குளம் போய் ஆண்மையைப் பழகிவிட்டும் வருவார்கள். ஏழை மாணவர்களுக்குதான் பள்ளிக்கூடத்திற்குப் பக்கத்தில் தியேட்டர் இல்லையே என்கிற வருத்தம் இருந்தது. ஜெயக்குமாருக்கு சினிமா ஆர்வம் இருந்ததில்லை. விபச்சார விடுதி ஒன்று மட்டுமே இருக்கிறது என்பதுதான் அவன் கவலையாக இருந்தது. அதுவும் ஜோலார்பேட்டையை இரண்டு பாகங்களாக பிரிக்கும் இரயில் பாதையில் மேற்கு பகுதியில் இருந்தது. கிழக்குப் பகுதியில் இல்லை. அது ஒரு பக்கம் வருத்தமாக இருந்தாலும், இன்னொரு பக்கம் சந்தோசம்தான் அவன் ஒரு நாளைக்கு இரண்டு முறை போவது தெரிந்தவர்கள் யாருக்கும் தெரியாது.

பொதுவாகவே ஜோலார்பேட்டையின் கிழக்குப் பகுதியில் இருந்தவர்கள் பயந்தவர்கள், அவர்களின் வீரத்தையும், தைரியத்தையும் வெளியே காட்டிக்கொள்ள மாட்டார்கள். அக்காளின் பெண், அத்தையின் பெண், மாமாவின் பெண்

இப்படித்தான் கல்யாணம் செய்துகொள்வார்கள். பிறக்கும்போதே இந்தப் பையனுக்கு இந்தப் பொண்ணு என்று முத்திரை குத்தி வைத்து விடுவார்கள். பிறந்ததிலிருந்து பொண்ணு வயதுக்கு வரும் வரைக்கும் எப்போது எப்போது என்று காத்திருப்பார்கள். வயதுக்கு வந்த மூன்று மாதத்தில் திருமணம் நடத்திவிடுவார்கள். திருமணங்களைத் தீர்மானிப்பது அவர்களிடமிருந்த மிதமிஞ்சிய பரம்பரைச் சொத்தின் கைகளில் இருந்தது. சொத்து என்றால் விவசாய நிலங்கள். அப்போதெல்லாம் நிலக்கிழார்களுக்கு ஊரில் கடவுளின் அவதாரம் என்கிற மாதிரி மரியாதை இருந்தது. அவர்களின் விவசாய நிலத்தில் கூலி வேலை கிடைக்கும், நாற்று நடவு, களை எடுப்பு, அறுவடை, போரடித்தல், மூட்டையில் பார்த்தி பண்ணுதல். கரும்பு நடவு, கொத்திவிடுதல், சோகை கழித்தல், கரும்பு வெட்டு, ஆலைக்கு ஏற்றுதல், தூத்திவிடுதல், கொப்பரையில் பாவு காய்ச்சுதல், வெல்லம் உருண்டை பிடித்தல், மாட்டு வண்டியில் மண்டிக்கு ஏற்றுதல். சோளம் விதைத்தால், களை வெட்டு, சோளம் வெட்டு, கதிர் அறுப்பு, மோட்டு புடுங்குதல். என்று ஊருக்கே கூலி வேலைகள் கொடுத்து, காலையில் கூழ், மத்தியானம் களி இடைப்பட்ட பொழுதில் நீசத் தண்ணீர் என்று பணியாற்றும் கூலிகளின் வயிற்றிற்குக் கிடைக்கும். ஏரி வாய்க்கால் தண்ணீர் பாயும் நஞ்சை நிலங்கள் வைத்திருப்பவர்கள் பெரும் செல்வந்தர்களாக இருந்தார்கள். வானம் பார்க்கும் பூமியாக மேட்டு நிலம் வைத்திருந்தவர்கள் மழையை நம்பி விதைப்பதும், மழையாலேயே நட்டமாவதும் என்று நரகத்தை அனுபவித்தார்கள். சில ஆண்டுகளில் வானம் கருணை கொட்டும் பல ஆண்டுகள் பழிவாங்கும்... மண்ணையும் நம்ப முடியாத வானத்தையும் நம்ப முடியாத விவசாயிகள் மளிகைக்கடை, பெட்டிக் கடை, டீக்கடை, துணிக் கடை, டிபன் கடை, பலகாரக் கடை, சைக்கிள் வாடகைக் கடை, காய்கறிக் கடை, பொரிக் கடை என்று வியாபாரத்தில் உட்கார்ந்தார்கள். வியாபாரமும் சிலரை மட்டுமே வாழ வைத்தது. பலருக்கு நஷ்டத்தைக் கொடுத்தது.

வியாபாரத்திற்கு முதல் இல்லாதவர்கள் பிள்ளைகளைக் கைத்தொழில் கற்க அனுப்பி வைத்தார்கள். ஜாதிகள் உருவான காலத்திலிருந்து குறிப்பிட்ட வேலையைக் குறிப்பிட்ட ஜாதியினர் செய்து வந்தனர், புதிய தொழில்கள் வந்ததும் எந்த ஜாதியினரும் அத்தொழில்களைச் செய்யலாமென்று ஆகிவிட்டது சைக்கிள்

ரிப்பேர், டைலர் வேலை, வாட்ச் ரிப்பேர், ரேடியோ ரிப்பேர், மேஸ்திரி வேலை. இப்படி கைத்தொழில்கள் வளர்ந்ததும் பணக்காரர்கள் பிள்ளைகளைப் பள்ளிக்கூடம் அனுப்பினார்கள். வசதி இல்லாதவர்கள் மூன்றாவது, நான்காவது படித்ததுமே கைத்தொழில் கற்க அனுப்பினார்கள். சொந்தத்திற்குள்ளேயே பெண்ணைக் கல்யாணம் பண்ணிக் கொடுப்பதும் மாறிக்கொண்டு வந்தது 'வேல வெட்டி இல்லாத உன் தம்பிக்கு என் பொண்ணத் தர முடியாது, எவனா கையில ஒரு வேல தெரிஞ்சு வெச்சிருந்தா அவனுக்குப் பொண்ணு தரலாம், பசியும் பட்டினியும் இல்லாம கஞ்சி ஊத்துவான்.' 1970 ஆண்டுகளிலேயே சொந்தத்திற்குள்ளேயே முறைப்பையனுக்குப் பெண் கொடுப்பது என்பது உதிர ஆரம்பித்தது. கைத்தொழில் கற்றுக்கொள்ள முடியாதவனுக்கு, அல்லது கைத்தொழில் என்பது வசதியற்றவர்களின் போக்கிடம் என்று நினைத்தவர்கள் பிள்ளைகளுக்கு ஏதேனும் ஒரு அரசாங்க வேலையை லஞ்சம் கட்டி வாங்கிக்கொடுத்தார்கள். அரசு மருத்துவமனையில் ப்யூன், பள்ளிக்கூடத்தில் ப்யூன், பேங்க்குகளில் ப்யூன், ரயில்வேயில் கலாசி, நீதிமன்றத்தில் ஊழியர் இப்படி ஏதேனும் ஒரு வேலையில் சேர்த்துவிட்டார்கள். அப்போது அதிகாரிகள் ஒரு மாத சம்பளத்தை லஞ்சமாக பயந்து பயந்து வாங்கினார்கள். பிறகு அது இரண்டு மாதச் சம்பளமாகவும், ஆறு மாதச் சம்பளமாகவும் ஏறியது. இப்போது அது ஒரு வருட சம்பளமாகவும், இரண்டு வருட சம்பளமாகவும் ஏறிவிட்டது. வயதுப் பையன்களுக்கு வியாபாரம், வேலை, கைத்தொழில் எல்லாமே ஒரு பெண்ணைக் கல்யாணம் செய்துகொள்வதற்காக மட்டுமே... கல்யாணம் செய்துகொண்டு மனைவியைக் காப்பாற்ற வேண்டும், பிள்ளைகளைக் காப்பாற்றவேண்டும்.

பையன்களுக்கு வாழ்நாளெல்லாம் குடும்பத்திற்காக உழைக்க வேண்டுமே என்கிற யோசனை வராது, அந்த வயதில் கொதிக்கும் உடல் அவதியைத் தீர்த்துக்கொள்ள, சுகம் அனுபவிக்க ஒரு பொண்ணு வேண்டும், யாருக்கும் பயமில்லாமல் உரிமையோடு அனுபவிக்க மனைவி வேண்டும் என்பது மட்டுமே நோக்கமாக இருக்கும். வாழ்ந்து அனுபவித்து கிழிந்தவர்களுக்கு வெறும் உடம்பு மட்டுமே போதாது, பெண்ணானவள் தரும் உடலோடு சொத்தும் கொண்டு வர வேண்டும் பையன் நிம்மதியாகப் பிழைத்துக் கொள்வான் என்று நினைப்பார்கள். பெண்ணைப் பெற்றவர்களும்

பெண் சந்தோஷமாக வாழவே நினைப்பார்கள். விவசாயம் செய்து வாழ்ந்து வந்த நிலத்தை விற்று பெண்ணிற்குக் கல்யாணம் செய்வார்கள். சொத்து பாதுகாக்க சொந்தத்தில் கொடுத்தவர்கள், கண்ணெதிரே மகள்கள் வருமானம் இல்லாதவனைக் கட்டிக் கொண்டு கஷ்டப்படுவதைப் பார்த்து நொந்தார்கள். ஆயிரத்துத் தொள்ளாயிரத்து ஐம்பது காலங்களிலேயே சொந்தங்களை விட்டு அசலில் பெண் கொடுக்கும் மாற்றங்கள் உருவானது. ஒரே ஜாதிக்குள் பெண் கொடுத்தாலும் முறைப் பையனுக்குக் கொடுக்காமல் அசலில் கொடுப்பது அவ்வளவு எளிதானது இல்லை. நிலத்திற்கு அதன் உரிமையாளர் ஆளுமை செலுத்துகிற மாதிரி, பெண்ணிற்கு அவளின் முறைப் பையன்கள் உரிமை கொண்டாடினார்கள். அது கௌரவப் பிரச்சினையாக மானப் பிரச்சினையாக பார்க்கப்பட்டது. உயிர்களை ரத்த பலியாக்கும் வண்ணம் உரிமை யுத்தம் மூண்டது. பெண் பார்க்க வருபவர்களே முதல் கேள்வியாக “பொண்ணுக்குத் தாய் மாமனுக்குத் தெரியுமா? பாட்டி வீட்டாருக்கும், அத்தை வீட்டாருக்கும் தகவல் சொல்லிட்டீங்களா? அவங்ககிட்ட ஒரு வார்த்தை சொல்லிட்டா பிரச்சினை இல்லை, அப்புறம் வெட்டுக் கத்தியைத் தூக்கிட்டு வந்துடுவாங்க... இது அவங்க சொத்து, சொத்துக்கு உரிமையாளர்களோட பர்மிசன் இல்லாம சொத்த அபகரிக்க முடியாது,” என்று சொல்வார்கள். முறைப் பையன்களும் விட மாட்டார்கள். யாரும் வாழப் போகிற பெண்ணிடம் அனுமதி கேட்க மாட்டார்கள். “தூக்கிட்டு வந்து தாலியைக் கட்றா... எவன் தடுக்கறானோ பாக்குறேன், தடுத்தா அங்கயே வெட்றன்...” என்று கொலைவெறியோடு அலைவார்கள்.

ஜோலார்பேட்டை ரயில்வே ரோட்டுக்குக் கிழக்குப் பகுதியில் பொன்னேரியிலிருந்து, பால்நாங்குப்பம் வரைக்கும் விவசாயக் குடியானவர்களே பெருமளவில் வாழ்ந்தார்கள். அவர்களுக்குள் பெண் கொடுக்கல் வாங்கலில் காலகாலமாகத் தொடரும் உறவுமுறை உரிமைகள் அவர்களை விட்டு விலகாமல் இருந்தன. ஒரே பெண்ணிற்கு மூன்று நான்கு முறைமாமன்கள் இருப்பதும், அவர்கள் போட்டியிடுவதும், அக்கா தங்கைகள் மூன்று இருக்க ஒரே முறைமாமன் மூவரையும் அடுத்தடுத்து திருமணம் செய்து கொள்வதும் நடந்தது. சிறுமி வயதுக்கு வந்தது தெரிந்தால் போதும், பதினைந்து நாட்கள் வெளியே உட்கார வைத்து

சாங்கியம் சடங்குகள் செய்து பதினாறாம் நாள் திருமண ஏற்பாடு செய்துவிடுவார்கள். வயதுக்கு வந்து அதிகப்படியாக மூன்று மாதங்கள்தான் வீட்டில் வைத்திருப்பார்கள். மூன்றாம் மாதம் வெளியே உட்கார வைத்து வீட்டிற்கு அழைக்கும்போதே அது கணவன் வீட்டிற்கு அழைத்துப்போவதாகத்தான் இருக்கும்.

இப்போதுகூட திருமணத்திற்கு முன்பு பெண்ணை சாங்கியத்திற்காக வெளியே உட்கார வைத்து மணமகன் வீட்டிற்கு அழைத்துப் போகும் சடங்கு இருக்கிறது. பெண்ணிற்கு முப்பத்தைந்து வயது ஆகியிருந்தாலும், வயதுக்கு வந்து இருபது வருடங்கள் ஆகி இருந்தாலும் வெளியே உட்கார வைக்கும் வழக்கம் இன்னும் தொடர்கிறது. பெண் டாக்டராக இருந்தாலும், இஞ்சினியராக இருந்தாலும், குறைவாக படித்து விட்டு வீட்டிலிருந்தாலும் வயதுக்கு வந்ததும் உட்கார வைத்து வீட்டிற்கு அழைக்கும் விசேசம் செய்யாமலிருந்தால், திருமணம் நிச்சயம் ஆனதும் மாதவிலக்காக போது சடங்கு செய்கிறார்கள். உட்கார வைக்கிறார்கள். சாங்கியத்திற்காக முறைமாமன் தென்னைவோலைக் கட்டுகிறார். சடங்கிற்காக முறைமாமனிடம் சம்மதம் கேட்கிறார்கள்.

இந்தச் சடங்குகள் சம்பிரதாயங்கள் ஜோலார்பேட்டையின் கிழக்குப் பகுதியில்தான் இருக்கிறது. அதனால் பெண்கள் உறவினர்களால் பெரிதும் கண்காணிக்கப் படுகிறார்கள். ஒரே ஜாதிக்குள் காதலிக்கவும் முடியாது.

மேற்குப் பகுதியில் பல மாநிலங்களிலிருந்து ரயில்வே வேலைக்காக வந்தவர்கள், பல்வேறு ஜாதியினர், பெரும்பாலும் கிறித்தவ மதத்திற்கு மாறியவர்கள், இஸ்லாமியர்கள், ஆங்கிலோ இந்தியர்கள் பழைய ஜோலார்பேட்டை, பார்சம்பேட்டை, கடைத் தெரு, இடையம்பட்டி முழுவதிலும் முக்கால் பாகம் ரயில்வே குடியிருப்புகள், குடும்பத்தை வேறு எங்கேயோ சொந்த ஊரில் விட்டு விட்டு இங்கே வந்து ரயில்வேயில் பணிபுரிபவர்கள் அவர்களுக்கு அவ்வப்போது உடல் அவஸ்தைகளைக் கழிப்பதற்கு ஒரு இடம் தேவைப்பட்டது, அவர்களின் சொர்க லோகம்தான் கமலா கம்பெனி! அதற்கு ஜெயக்குமார் மாதிரியான முத்தின, பணக்கார பள்ளி மாணவர்களும் வாடிக்கையாளர்கள்.

ஜெயக்குமாரின் பொறுப்பில் மளிகைக்கடையை ஒப்படைத்த பிறகு அவனுடைய ஆட்டம் அதிகமாகிவிட்டது. பணத்தை அவன்

திருடவேண்டியதில்லை. அவன் விருப்பத்திற்கு கல்லாவிலிருந்து எடுத்துக்கொள்வான். பொறுப்பு வந்துவிட்டதால் அதிகமாக எடுக்க மாட்டான். விலைமாதர்க்கு ஐந்து ரூபாய், கூடுதலாக டீயிற்கும், பன்ரொட்டிக்கும் ஒரு ரூபாய் அல்லது எட்டணா (ஐம்பது பைசா) எடுத்துக் கொள்வான்! டீ அப்போது பதினைந்து பைசா! பன்ரொட்டி ஐந்து பைசா! கண்ணப்பனுக்கு ஒரு டீயும், பன்ரொட்டியும் வாங்கித் தருவான். ஜெயக்குமாரினால் கண்ணப்பனின் பசி கொஞ்சம் தீர்ந்தது. கொஞ்சம் அல்ல நிறையவே தீர்ந்தது என்று சொல்லலாம், கண்ணப்பனுக்காகவே யார் அதிகமாக இட்லி தின்கிறார்கள், யார் அதிகமாக வாழைப்பழம் தின்கிறார்கள் என்கிற போட்டியையெல்லாம் ஜெயக்குமார் வைப்பான். நடுவர், கணக்கு வைப்பவர் எல்லாம் ஜெயக்குமார் என்பதால் எதிர் அணி பலவீனமான ஆளாகவே இருப்பான்.

ஜெயக்குமார் ஒரு நாள் கமலா கம்பெனிக்குப் போகும்போது கண்ணப்பன் 'நானும் வர்ரேண்டா...'

'வேணாண்டா வயசுக்கு வந்த பசங்கதான் அங்க வரணும்...'

'வயசுக்கு வர்றதுன்னா?' தெரியாமல்தான் கேட்டான்.

'ம்... மீசை மொளைக்கணும்'

'எங்கப்பாவுக்கு மீச மொளைக்கல, அவர் வயசுக்கு வர்லியா?'

'போயி ஒங்கப்பன கேளு... வயசுக்கு வந்திட்டியான்னு...'

'அந்த ஆளுகிட்ட நான் பேசறதில்ல குடித் தாயோளி'

'சரி வுட்றா...'

'எங்கப்பனுக்கு மீச மொளைக்காட்டினா எனக்கும் மீச மொளைக்காதாம்'

'பொச்சி மொளைக்கலனா பொச்சாச்சி... வுட்றா... சேவிங் பண்ண துட்டு இல்லாம, பிளேடு வாங்க காசு இல்லாம அவவன் மொகரயில காடு வளத்துனு திரியறான்.'

கண்ணப்பனுக்குள் வயதுக்கு வருவதென்றால் என்ன என்ற புதிரான கேள்வி குடைய ஆரம்பித்தது. ஜெயக்குமாரும் அவனுடைய நண்பர்களும் அந்த ஒரு விசயத்தை வைத்துக்

கொண்டு கண்ணப்பனைக் கேலி செய்ய ஆரம்பித்தார்கள்.

ஒரு ஞாயிற்றுக்கிழமை மாலை கண்ணப்பனையும் அழைத்துக் கொண்டு கமலா கம்பெனிக்குப் போனான் ஜெயக்குமார். நான்கு பெண்கள் வாசலில் உட்கார்ந்து தாயம் விளையாடிக் கொண்டிருந்தார்கள். ஒரு பெண் தூலியில் குழந்தையை ஆட்டிக் கொண்டிருந்தாள், கமலா திண்ணையில் உட்கார்ந்து பனையோலை விசிறியில் விசிறிக்கொண்டிருந்தாள். ஆப்பிள் நிறத்தில் முகமிருந்தது. கண்ணப்பன் அவனுடைய அம்மா வயது இருக்கும் என்று நினைத்தான்.

“ஏண்டா பிஞ்சி பிளியாங்காவ கூட்டினு வந்திருக்க?” கண்ணப்பனின் ட்ரவுசரை முன்புறம் பிடித்துக்கொண்டு கேட்டாள் கமலா! கண்ணப்பன் நெளிந்தான்.

“அவன் ரொம்ப கொழந்த வுட்ரு... சும்மா வந்தான்.”

“சும்மா வர்ற எடமாடா இது? கொழந்தயாம் கொழந்த, பால் மாத்ரம் குடிப்பானா?”

தாயம் விளையாடிக்கொண்டிருந்த பெண்கள் சிரித்தார்கள்.

“யோவ் சும்மா கெட... அவன் டவுசர வுட்ரு, கண்ணப்பா வேணான்னா கேட்டியாடா?” என்று கத்தியபடி கமலாவின் கையைப் பிடித்து இழுத்து டவுசரையும், கண்ணப்பனையும் விடுவித்தான்.”

“இருக்குதா, இல்லையான்னு பாக்கறதுக்குள்ள புடுங்கிட்ட... செரி, நல்ல பையனாத்தான் இக்கறான். சாமி தயவுல நல்லா இக்கட்டும்... எவளயானா நீ உள்ள போ.. இவனுக்கு நான் ஒரு பாட்டுப் பாடறன்...”

“எவளும் வேணா நீ வா.”

“தாப்பாலோளி! தாலியானா கட்டிர்றா... நாள் பூரா... பச்சையா சொல்லிடப் போறன் சின்னப்புள்ளய கூட்டியாந்துட்ட.... எனக்கு நாப்பது வயசுடா... இருவது வயசு மன்மதனுக்கு என்னாத்துக்கு?”

“பொண்டாட்டியா வர்றவ கிட்ட வயசு பாத்து தாலி கட்டிக்கறன்... இப்போ வா! எல்லாரயும் துணியை அவுத்துட்டு நிக்க வெச்சா பவுசு தெரிஞ்சிடும்... ஈயத் தவல நொக்கு வுழுந்துடும், இஸ்டூல்

தவல நிர்ரனு நிக்கும...”

“இது டான்ஸ் ஆடன கட்டடா மாமா! அவளுங்க புள்ளப் பெத்தவளுங்க...”

“வா வா வேல இக்குது...” கமலாவின் கையைப் பிடித்து இழுத்தான் ஜெயக்குமார்.

கண்ணப்பனுக்கு எல்லாமே புதிதாக இருந்தது. புரிந்தும் புரியாமலும் ஓர் அவஸ்தை உண்டானது.

“பொடியா! மலயாளத்தார்க் கடயில எட்டணா டீ வாங்கினு வா” என்று சொன்னாள் கமலா. பனையோலைப் பாய்க்கு அடியில் நிறையச் சில்லறைகள் இருந்தன. நான்கு பத்து பைசாக்களும் இரண்டு ஐந்து பைசாக்களும் எடுத்துக் கொடுத்தாள். தாயக் கட்டையைக் கையில் ஆட்டிக்கொண்டே ஒரு பெண் பித்தளை சொம்பு ஒன்றைக் கொண்டு வந்து கொடுத்தாள். சொம்பிற்குள்ளே வெளேரென்று கலாய் பூசி இருந்தது.

“சொம்பு ரொப்ப போட்டு தரச் சொல்லுடா... அளந்து ஊத்தப் போறாங்க.. நாயர் சாமி போட்னு இந்தா வாங்கினு வா, பொம்னாட்டி போட்னு இந்தா கம்னு வந்துடு...” என்றாள்.

கண்ணப்பனுக்கு வாழ்க்கையில் முதன் முறையாக ஒரு திருட்டுப் புத்தி உண்டானது. அப்போது டீ பதினைந்து பைசா, நாற்பத்தைந்து பைசா கொடுத்து டீ வாங்கிக் கொண்டு ஐந்து பைசா மீத்திக் கொண்டான். நாயர் சொம்பு நிரம்ப டீ போட்டுக் கொடுத்தார். சொம்பிற்கு மேலே நான்காக மடித்த பேப்பர் வைத்து மூடி கொடுத்தார். பேப்பர் மூடியால் டீயின் சூடு கையைச் சுடாது, டீயும் சீக்கிரம் ஆறாது, “நாய்க் கொளச்சா ஓடாத, ஓடனா தொரத்தும்” என்று சொல்லி கையில் கொஞ்சம் சர்க்கரை கொடுத்தார்.

நல்ல வேளை நாய் எதுவும் வரவில்லை. அது பெங்களூரிலிருந்து பேசஞ்சர் இரயில் வரும் நேரம் எல்லா நாய்களும் ரயில்வே ஸ்டேசனிற்கு ஓடிப்போயிருக்கும். பயணிகள் அவசர அவசரமாக தின்றுவிட்டு மீத்தி எறியும் எச்சிலைப் பொட்டல உணவுக்கு அடித்துக்கொண்டு அகப்பட்டதைத் தின்னும். மனித மலத்தை மட்டுமே தின்றுகொண்டிருக்கும் நாய்களுக்கு பாசஞ்சர் ரயில்

வந்து நிற்கும் நேரம் ஆறுதல். சில பெட்டிக்கு நேராக பசித்த பிச்சைக்காரன் தடித்த குச்சியால் நாயைத் துரத்திவிட்டு, எச்சிலைத் தின்பான்.

கண்ணப்பன் டீ கொண்டுபோனபோது ஜெயக்குமாரும், கமலாவும் இல்லை, அறையிலிருந்து பாட்டு மட்டும் வந்தது. "அமைதியான நதியினிலே ஓடம். ஓடம் அளவில்லாத வெள்ளம் வந்தால் ஆடும்... காற்றினிலும், மழையினிலும், கலங்க வைக்கும் வெயிலினிலும்.

தாயம் விளையாடிக்கொண்டிருந்தவர்கள் பச்சை பச்சையாகப் பேசுவதை நிறுத்திவிட்டு பாடலை லயித்துக் கேட்டுக் கொண்டிருந்தார்கள். அந்தக் குரல் கண்ணப்பனைப் பெரிதாக ஈர்த்தது. இந்தப் பாட்டை வகுப்பில் ட்ராயிங் டீச்சர் ஒரு முறை பாடி இருக்கிறார். டீச்சர் பாடினதை விட நன்றாக இருந்தது. சொல்லப் போனால், ரேடியோவில் கேட்பதை விட நன்றாக இருந்தது. எதிரில் உட்கார்ந்து கேட்க வேண்டும் போலிருந்தது.

"ராக்காசி மூச்சு வாங்காம பாடறா... எப்படி முடிது?" என்றாள் ஒருத்தி.

பாட்டு முடிந்து கொஞ்சம் நேரம் கழித்து ஜெயக்குமார் வெளியே வந்தான். நைலான் சட்டை வியர்வையில் நனைந்து உடம்பில் ஒட்டிக்கொண்டிருந்தது. வேகமாக சைக்கிள் ஓட்டும்போதும் அவனுக்கு வியர்வை கொட்டும்

"வாடா போலாம்..." என்றான்.

கண்ணப்பனுக்குக் கமலாவைப் பார்க்க வேண்டும் போலிருந்தது. அவள் வெளியே வரவில்லை.

"இரு மாப்ள, பையன் குஞ்சூண்டு டீ ஊத்திக்கட்டும்..." என்று சொன்னாள் ஒருத்தி.

"நாங்க கடையில குடிச்சிக்கிறோம்" என்று இழுத்துப் போனான்.

சைக்கிளில் பின்புறம் உட்கார்ந்து போகும்போது கண்ணப்பன் மீது புதிய மணம் ஒன்றை சுவாசித்தான். அந்த மணம் பிடித்திருந்தது. அது ஜெயக்குமாரின் உடலிருந்து வெளிவரும் மணம் இல்லையென்று புரிந்துகொண்டான். கமலாவின் உடலிலிருந்து ஒட்டிக் கொண்டது என்று உணர்ந்து நாசியை இழுத்தான்.

05

பங்குனி மாதம் குளிர் தேய்ந்து, வெயில் வளர்ந்து கொண்டிருந்தது. திடீர் காற்று, திடீர் வெயில் என்று கலப்படமாக இருந்தது பகல். வெளியே போக முடியாமல் அட்சதை போட்ட மாதிரி தூறல் போட்டது. ஐஸ்கிரீமோ, பழரசமோ பருகுவதற்கு யாரும் வரவில்லை. கடை முதலாளி சாலையை வேடிக்கை பார்த்துக் கொண்டு உட்கார்ந்திருந்தார். சாலை முழுவதும் வாகனங்களும், ஜனங்களும் எந்த நேரமும் கட்சி ஊர்வலம் போலத்தான் நகர்ந்து கொண்டே இருப்பார்கள். திருப்பத்தூரைச் சுற்றிலும் இருநூறுக்கும் மேலான கிராமங்களிலிருந்து சனங்கள் வந்துகொண்டே இருப்பார்கள். துணிக்கடை, நகைக்கடை, மளிகைக்கடை, செருப்புக்கடை, கண்ணாடிக்கடை, மருத்துவமனை, திரையரங்கம், பூக்கடை, கறிக்கடை, மீன்கடை, கட்டுமானப்பொருட்கள் கடை, வண்டிவாகனங்கள் கடை, தாலுக்கா அலுவலகம், வட்டாட்சியர் அலுவலகம், மோட்டார் ஆய்வாளர் அலுவலகம், வங்கிகள், என்று பலதும் நகரத்தில் இருக்கிறது. இருநூறு கிராமங்களிலிருந்தும் மக்கள் சம்பாதித்த பணத்தைக் கொண்டு வந்து நகரத்தில் கொட்டுகிறார்கள். மகேஸ்வரி மழையிலும் நிற்காமல் நகரும் நகரத்து வாகனங்களை வேடிக்கை பார்த்தாள்.

லதா கதை கேட்பதில் ஆர்வமாக இருந்தாள். மகேஸ்வரி மேலும் சொல்வாள் என்று அவளையே பார்த்தாள். மகேஸ்வரியின் பார்வை வெளியே இருந்தது.

லதா பொறுமை மீறி "சொல்லுடி மகேஸ்! அவனுக்கும் உனக்கும் பெறவு என்னாச்சு?" என்றாள்.

"வெங்காயம் ஆச்சு! பச்சயா கேக்க போறன்... நாக்க தொங்கப் போட்டுனு கத கேக்கற...?"

"தப்பா என்னாடி கேட்டுட்டன்?"

"கேக்காத லதா. சொன்னா துக்கந்தான் ஏகமாயிரும். குடும்ப வாழ்க்க வாழணும்னு ஆச. புருசன், பொஞ்சாதி புள்ளைக்குட்டிங்கன்னு நல்ல குடும்பமா வாழணும்னு ஆச. அந்தப் பாழாப்போன ஆசயிலதான் அவனப் புருசனாக்கப் பாத்தேன்... அவன் எனக்குப் பண்ண கொடுமைங்க எல்லாத்தியும் சகிச்சுகிட்டேன். வாழ்றதுக்கு ஆசப்படறது தப்பா? காலம் பூராவும் இப்படியே உடம்ப விக்கிறவன்ற பேரோட வாழணுமா? குடும்பத்துல இருக்குற பொம்பளைங்க தப்பே பண்றதில்லயா? என்னவோ சந்தர்ப்பத்துல தப்புப் பண்றவளுங்களும் இருக்கறாங்கதான...? அவங்களுக்கும் ஒரு குடும்ப வாழ்க்க இருக்குது தானே? சம்சாரியா வாழ்றாங்க இல்ல... அவங்க ஒண்ணு ரெண்டு பேருகிட்ட போறாங்க... மறச்சிடறாங்க, நம்பளால மறைக்க முடியல... கொலைகாரங்களுக்கும், திருடனுங்களுக்கும் கூட லைப் இக்கறப்போ நமக்கு இருந்தா தப்பா?" வாழ்ந்த கொஞ்ச காலமும் வாழ்வை இழந்த சோகத்துடன் கேட்டாள்.

"நான் ஆசப்படறதில்ல மகேஸ், எப்பனா கொழந்த இல்லயேன்னு ஏக்கம் வரும். ஆனா ஏழு முறை அபாஷன் பண்ணி இருக்கன்... அழுதுனு சாவன், பெத்த கொழந்த செத்துப்போன மாதிரி அழுது இருக்கன்... பெத்துக்கிறது பெரிசில்ல மகேஸ்... வளக்க முடியாது. கொழந்தைக்கு அப்பா யாருன்னு கேட்டா யாரக் காட்றது? என்னைக் கேட்டா கூட பரவாயில்ல.. கொழந்தை கிட்ட உங்க அப்பன் யாருடான்னு கேட்டா... தாங்க முடியாம சாகமாட்டானா? பையனா பொருந்தா பரவாயில்ல, பொண்ணா பொறந்துட்டா எவ்ளோ கஷ்டம். உங்க அம்மா மாதிரிதாண்டீ நீயும்னு எத்தனை பேர் நாசம் பண்ணுவான்... எல்லாம் யோசன பண்ணிதான் குழந்தை வேணாம்னு முடிவு பண்ணேன். எல்லாத்துக்கும் மேலே முழுகாம இருக்கும்போது தொழில் நடக்காது. அப்புறம் கொழந்தை பொறந்தாலும் தொழில் நடக்காது. கொழந்தையை விட்டுட்டு தொழிலப் பார்க்க முடிமா? தொழில

விட்டுட்டு கொழந்தையைப் பாக்க முடியுமா?”

மகேஸ்வரி, லதா சொல்வதையே கண்கொட்டாமல் பார்த்தபடி கேட்டுக் கொண்டிருந்தாள். "ரொம்ப நாளிக்கு முன்ன ஒரு பையன கூட்டினு வந்தியே... ஆமா நாட்றம்பள்ளி திருவிழாவுக்கு..."

"அக்கா பையன்டி! ஏழாவுது படிக்குது... அது மேலதான் கொஞ்சம் பாசம். கொள்ளிப் போட ஒண்ணு வேணுமில்ல... என் புள்ளன்னு நாந்தான் இழுத்துனு திரிஞ்சேன்... அவனக் கூட வெச்சினு தொழில் பண்ண முடியாது. அக்கா வூட்லயே வுட்டுட்டன்... பணம் சம்பாதிச்சாதானே வயித்தை வளக்க முடியும். அவனுக்குப் படிப்புச் செலவைப் பாத்துக்கிறேன், டிரெஸ் எடுத்துத் தர்றன். வயித்துக்குப் போனது போக மிச்சத்த அக்கா கையில போடறன்” லதா வயிற்றைத் தட்டிக் காண்பித்தாள்.

மகேஸ்வரிக்குச் சிரிப்பு வந்தது. லதா முறைத்தாள். “நான் மறுபடியும் சொல்றன்... பணத்தைச் சேத்துக்கோ, நான் நெறய சேத்து வைச்சிருக்கேன். ரெடிமேட் கார்மெண்ட்ஸ் கடை வெச்சிருக்கேன். நாலு பொண்ணுங்க அதுல வேல செய்றாங்க.. வசதியான வீடு இருக்கு, எனக்குத் தேவை நல்ல குடும்பம், நல்ல வாழ்க்கை, அப்பா யாருன்னு தெரியாம குழந்தை பெத்துக்க மாட்டேன்.”

“கேக்கறதுக்கு ஜாங்கிரி தின்றாப்ல இருக்குது. ஒரு வாட்டி பட்டுட்ட, புத்தி வரல?”

“புத்தின்றதே அதான் லதா! புத்தி வந்ததாலதான் தொழில வுட்டன். எல்லாவாட்டியும் ஏமாற மாட்டன். முதல்ல நல்ல புருசனா ஒருத்தன் கிடைக்கணும். என்னை மனசார ஏத்துக்கணும், கல்யாணம் பண்ணிக்கணும், அவனுக்குக் கொழந்த பெத்துக்கணும். அவன் ரவுடியா, பொறுக்கியா,பிச்சக்காரனா இருந்தாலும் பரவால்ல... தப்பு பண்ணி ஜெயிலுக்குப் போயிட்டு வந்தவனா இருந்தாலும் பரவால்ல... தப்பு பண்ணாத மனுசன் யாரு? எனக்கு உண்மையானவனா இருக்கணும்.”

இதை நிறைய முறை மகேஸ்வரி சொல்லிவிட்டதால், கேட்பதற்கு ஆர்வமில்லாமல் போனது லதாவுக்கு.

“இதெல்லாம் டூ மச் மகேஸ். அவன் தப்பு பண்ணவனா கூட

இருக்கலாம் நீ தப்பானவள்னு தெரிஞ்சி எவனாவது கல்யாணம் பண்ணிப்பானா?"

"ஒரு விதவைக்கு ஒரு விதவைப்புருசன் கிடைக்கறதில்லையா? தப்பா வாழ்ந்து திருந்தின எனக்கு, என்னைப் போலவே ஒருத்தன் கிடைக்க மாட்டானா?"

"ஆம்பளைக்கும் பொம்பளைக்கும் வித்தியாசம் இக்குது... ஆம்பள எத்தன பேருகிட்ட போனாலும் குத்தம் சொல்றதில்ல, பெண்களை ஏத்துக்க மாட்டாங்க, தள்ளி வெச்சிடுவாங்க, எல்லாத்தையும் மறைச்சிடணும், கஸ்டமர்கிட்ட சொல்றமே... நீதான் பர்ஸ்ட்ன்னு... அப்படி புருசன் கிட்டயும் பொய் சொல்லணும் நீதான் முதல் புருசன்னு..."

"பொய் சொல்லியா? எனக்கு வேணாம் லதா..."

"உண்மையை சொன்னா எவன் கல்யாணம் பண்ணிப்பான்?"

"உண்மையை சொல்லாம பண்ணிக்க மாட்டேன்."

"கிழிஞ்சது போ...." அவள் காட்டிய கையசைவு பச்சையானது.

ஐஸ் க்ரீம் பார்லருக்குள் ஒருவன் வந்தான். லதாவின் அருகே நின்றான். "போலாமா?" வியர்வை நாற்றம், பீடி நாற்றம் கலந்தடித்தது.

"எங்க உக்காந்துனு இந்தாலும் மோப்பம் புடிச்சிடற... மைதிலி லாட்ஜ்ல ரூம் போட்டுட்டு இரு. நான் பின்னாடியே வர்றேன்" என்றாள். அப்போது உள் அறையிலிருந்து வந்த சர்வர் துண்டு பேப்பரில் பில் எழுதிக்கொண்டு வந்துகொடுத்தான். அந்தப் பில் பேப்பரை லதா வாங்கி அந்த ஆளிடம் நீட்டினாள். "இந்தா அட்வான்ஸா இருக்கட்டும் இதைக் கட்டிடு." அதை மகேஸ்வரி பறித்துக்கொண்டாள்.

"நான் கொடுத்துடறேன் போ."

"ரொம்ப தாங்க்ஸ் மகேஸ்... வரட்டா?" என எழுந்த லதாவை கையைப்பிடித்து இழுத்தாள்.

"விட்டுடேன் லதா! ஒரு கடை வெச்சுக்கோ, இந்த ஊர்ல வேணாம், உன்னைப் பத்தித் தெரியாத புது எடத்துல கடை வெச்சுக்கோ, நான் வேணும்னா பணம் தர்றேன். பேங்க்ல லோனும் வாங்கலாம்."

லதா யோசிப்புடன் பார்த்தாள். “கேக்கறதுக்கு நல்லாதான் இருக்குது” என்றவள் தலையைக் கோதினாள். “ஆமா மகேஸ். நீ நிறையப் பணம் எப்படி சம்பாதிச்ச?”

“நீ எப்படி சம்பாதிச்சியோ, அப்படித்தான்.”

“இல்லையே அன்னாடம் சம்பாதிக்கிறது, அன்னைக்கே காலி ஆயிடுதே...”

“சம்பாதிச்சதை அன்னைக்கே காலி பண்றியே... ஒரு நாளிக்கு நூறு ரூபாய்க்கு சாப்பிட்டா மாசம் மூவாயிரம், வருஷம் சேர்த்தா முப்பதாறு ஆயிரம், மூணு வருஷம் சேர்த்தா ஒரு லட்சம், தின்னு காலிப் பண்ணாம சேத்தணும், நான் அப்படித்தான் சேத்தேன்.”

“நீ இப்படி சொல்ற என்கிட்ட வேற மாதிரி சொன்னாங்க.”

“என்ன மாதிரி?”

“நீ யாரையோ பணக்கார பார்ட்டிய புடிச்சியாம் அவரை ஏமாத்தி லட்ச லட்சமா கறந்தியாம், எம்.பி. வேற உன் கையில இருக்காராம்.”

“நம்பாதே...” அழுத்தமாகச் சொன்னாள். “சும்மா எவனும் தர மாட்டான்.”

“சரி மகேஸ், நான் வர்றன். இன்னொருமுற உன் எடத்தல வந்து பேசறேன்.” லதா புறப்பட்டாள்.

மகேஸ்வரியும் கல்லாவில் பில்லிற்கான பணத்தைக் கொடுத்து விட்டு வெளியே வந்தாள்.

ஆட்டோவை நிறுத்தி ஏறி உட்கார்ந்தாள். “சாரதி ஜவுளிக்குப் போ.”

ஆட்டோ விரைந்தது. லதா அவளை அழைத்துச் சென்ற அந்த நாற்றம் பிடித்தவனோடு படுக்கும் அவஸ்தையை நினைத்துப் பார்த்தாள். குமட்டல் வந்தது. ‘ஏன் விடமாட்டேன்றா...?’

பத்து நிமிடத்தில் சாரதி ஜவுளி எனும் மொத்த வியாபாரக் கடைக்கு முன் நின்றது. ஆட்டோவிற்கு பணம் கொடுத்துவிட்டு ஜவுளிக் கடைக்குள் போனாள்.

கற்களை அடுக்கி வைக்காமல், ஜவுளி மூட்டைகளால் கட்டப்பட்ட கட்டடம் போலிருந்தது. பெரிய கடை மொத்த வியாபாரம். சுற்று

வட்டாரப் பகுதிகளுக்கு இங்கிருந்துதான் ரெடிமேட் ஆடைகள் சப்ளை ஆகின்றன. முதலாளி நெற்றியில் திருநீறு பட்டையுடன் கதர் ஆடைக்குள் குண்டாய் இருந்தார்.

“வணக்கம்பா..” செருப்பை கழட்டிவிட்டு உள்ளே வந்தாள்.

“வாம்மா... சௌக்கியமா? வியாபாரம் பரவால்லையா?”

“நல்லா இருக்குப்பா.”

“என்ன ஆட்டோவுல வந்து இறங்கற... பாரும்மா லட்சக் கணக்குல பணம் எடுத்துட்டு வர்ற, தனியா ஆட்டோ ஏறி வராதே... துணைக்கு யாரையாவது அழைச்சிட்டு வா, முடிஞ்சா ஒரு அம்பாசிடர் கார் வாங்கிக்கோ.“

“கார் வேணாம்பா, டி.வி.எஸ்.50 வாங்கிக்கலாம்னு இருக்கேன்.”

“அட நான் சொன்னா கேளும்மா கார் வாங்கு, கார்லயே சரக்கும் கொண்டு போயிடுவே இல்லையா?”

“யோசிக்கிறம்பா...” என்றவள் பர்ஸிலிருந்து ஒரு சீட்டை எடுத்துக் கொடுத்தாள்.

வாங்கி படித்தார். “பாவாடை நூறு, பனியன் அஞ்சி டசன், ப்ரா ஃபேர்ஸ்ட் கோலட்டி ஆறு பாக்ஸ், ஜட்டி...” முழுதாக படிக்காமல் பணியாளரை அழைத்தார். “இந்தாடா இதுக்கு பில் போடு, சரக்கை கட்டி வாடகை வேன்ல ஏத்தி அனுப்பிடு.. பில் எவ்வளவு ஆகுதுன்னு சொல்லு” என்று சீட்டைக் கொடுத்தார்.

பணியாளர் வாங்கிக் கொண்டு போனான். மகேஸ்வரியை இரண்டு முறை திரும்பிப் பார்த்தான்.

“என்னம்மா சாப்பிடற காபியா, டீயா?”

“எதுவும் வேணாம்பா, இப்பதான் ஐஸ்க்ரீம் சாப்பிட்டேன்.”

“நீ பரவாயில்லம்மா, ஐஸ்கிரீம் எல்லாம் சாப்பிடற... நான் ஸ்வீட் சாப்பிட்டு பதினைஞ்சி வருஷம் ஆச்சு, டீ, காபி கூட சக்கர இல்லாமத்தான் சாப்படறேன்,” என்று சிரித்தார், மகேஸ்வரி பார்வையைச் சுழற்றி கடையாடைகளை நோட்டமிட்டாள்.

பணியாளர் கம்ப்யூட்டரில் சில நிமிடங்கள் தட்டி பில் எடுத்து வந்து கொடுத்தான்.

முதலாளி பில்லை வாங்கி ஒரு பார்வைப் பார்த்து விட்டு, மகேஸ்வரியிடம் நீட்டினார். மகேஸ்வரி வாங்கிப் பார்த்தாள். ஒரு லட்சத்து முப்பத்தாறு ஆயிரம்.

ஹேண்ட் பேக்கிலிருந்து பணக்கட்டை எடுத்து மேசையின் மேல் வைத்தாள். பணியாளர் எடுத்து எண்ணினான். கைகள் எண்ணிக் கொண்டே பார்வை மகேஸ்வரி மீது அடிக்கடி விழுந்தது. பணத்தை எண்ணும் கையின் வேகம் எந்திரத்தனமாக இயங்கியது. மகேஸ்வரியும் அப்படி எண்ணுவதற்குப் பல தடவை முயற்சி செய்திருக்கிறாள். கடையிலிருந்து வீட்டிற்குப் பணம் எடுத்துப் போகும்போதெல்லாம் எண்ணிப் பார்ப்பாள். அந்த வேகம் வருவதில்லை.

"சரியா இருக்குங்க..."

"ஏம்மா, சரக்கை எங்க வண்டிலயே அனுப்பிடறோம், நீ இங்கேயே சரி பார்த்திடறியா?"

"இல்லைப்பா, நீங்க அனுப்பிடுங்க, எப்படியும் கடையில பண்டலை பிரிச்சிதானே ஆகணும், அப்போ பாத்துக்கறன், வர்றம்பா..." கைகுவித்தாள்.

"நல்லது வாம்மா..."

தொலைக்காட்சித் தொடரில் ஒரு காட்சி முடிந்ததுமே அடுத்த காட்சி தொடங்குவது போல கடை முன்பு டாடா சுமோ கார் நின்றது. அதிலிருந்து இன்னொரு கடை வியாபாரி இராமசந்துரு இறங்கி வந்தார். நெற்றியில் சிவப்புக்கோடு, மகேஸ்வரி வெளியே போகவும், அவர் உள்ளே நுழையவும் சரியாக இருந்தது.

குறுக்கே நின்று "வேபாரம் எப்படிப் போகுது பொண்ணு?" என்றார். பார்வையில் விசம் இருந்தது. மகேஸ்வரி அந்தப் பார்வையைப் பார்க்காமல் புறக்கணிப்பு செய்தாள்.

"நல்லா போகுது" என்றாள். சாலையை நேராகப் பார்த்துக் கொண்டே நின்றாள்.

"நடத்து... நடத்து... நாங்கல்லாம் வேபாரத்த நிக்க வெக்கிறதுக்குப் பல வருசம் முட்டி மோதிட்டு போறாடனோம்... ஜனங்க வருசத்துக்கு ஒரு தபா பொங்கலுக்கு எடுக்கவே பணம் இல்லாம கஷ்டப்படுவாங்க. இப்போ நினைச்சா டிரஸ் எடுக்கிறாங்க"

சொல்லிக் கொண்டே அவரின் பார்வை மகேஸ்வரியின் அங்கங்களை மேய்ந்தது. அதற்கு வயது வித்தியாசங்கள் ஏதும் இல்லை என்று அவளுக்குத் தெரியாதது ஒன்றும் இல்லை.

மகேஸ்வரி பேச்சை வளர்க்க விரும்பவில்லை. ஒரு புன்னகை மட்டும் காட்டிவிட்டு நகர்ந்தாள்.

தொடர்ந்து வம்பு பண்ண முடியாமல், முகத்தைத் திருப்பிக் கொண்டு இராமசந்துரு உள்ளே போனார்.

"வாப்பா சந்துரு!" கடை முதலாளி!

"வந்துட்டேம்ப்பா... என்னப்பா இது அநியாயமா இருக்குது? கலைமகள், அலைமகள், மலைமகள் வரவேண்டிய இடத்துக்கு விலைமகள் வந்து போறது சரியா? உங்க மதிப்பு என்ன, உங்க மரியாதை என்ன? இந்த கடைக்கு யார் யார் வரணும்னு அந்தஸ்து கவுரவம் இல்லையா? கடைக்குள்ள அவள சேத்தறீங்களே..? உங்கள அப்பான்னு வேற கூப்பிடறாளாமே...?" என்று வஞ்சத்தோடு சொன்னார்.

கடை முதலாளி சிரித்தார்.

"என்ன சந்துரு, கண்ணாமுன்னான்னு கேள்விங்க கேக்கிற... அந்தப் பொண்ணு இங்கே வந்து போனது தப்பு பண்றதுக்கு இல்ல, வேபாரத்துக்கு, வேபாரம்ணா தப்பா கணக்குப் போடாத... ஜவுளி வேபாரத்துக்கு.. வேபாரத்த முறையா பண்ணுது... என் கிட்ட சரக்கெடுக்கிற மொத்த பேரும் கடனாத்தான் சரக்கெடுக்கிறாங்க உன்னோட சேத்து, அந்த பொண்ணு மட்டுந்தான் ஒரு ரூபா கடன் வெக்காம, மொத்தமா பணத்தைக் கட்டிட்டு எடுத்துட்டுப் போகுது, என்னைப் பொருத்தவரைக்கும் ரூபா நோட்டுத்தான் லட்சுமி. வேபாரம் கணக்கு வணக்குல நாணயமா நடந்துக்கிறதுக்கு பேருதான் சரஸ்வதி. போட்டிக்குக் கலங்காம தைரியமா வியாபாரம் பண்றதுதான் வீரம் பார்வதி. மூன்று தேவிகளும் அந்தப் பொண்ணுகிட்ட இருக்கா? நூறு ரூபா நோட்டு, உங்கிட்ட இருந்தாலும் அதுக்கு மதிப்பு நூறு ரூபாதான். என்கிட்ட இருந்தாலும் அதுக்கு மதிப்பு நூறு ரூபாதான், அந்தப் பொண்ணுகிட்ட இருந்தாலும் அதுக்கு மதிப்பு நூறு ரூபாதான். உலகத்துல எல்லாருமே திருந்தி வாழணும். அந்த பொண்ணும் திருந்தி வாழுது. வாழட்டுமே... அடுத்த என்ன கேட்டே..?

அந்தப் பொண்ணு அப்பான்னு கூப்பிடதேன்னா, என்னை எல்லாருமே அப்படித்தான் கூப்பிடறாங்க... புள்ளைக் குட்டி பெத்துக்காதவன், அப்பான்னு கூப்பிட பெத்தப் புள்ளைங்க இல்லை, மத்தப் புள்ளைங்க கூப்புடட்டுமே... வயுசுல பணம் வெச்சினு இருக்கிறவன் போடற ஆட்டத்துக்கு ஊர்ல எத்தினி புள்ளைங்க அவனுதுன்னு அவனுக்கே தெரியாது என்னையும் சேத்துதான் சொல்றன்.. அந்தப் புள்ளைங்க கஷ்டப் படுதுங்களோ.. சந்தோசமா வாழுதுங்களோ யாருக்குத் தெரியும்?” என்று நீளமான விளக்கத்தை சிரிப்போடு சிந்தினார்.

இராமசந்துரு ஒரு விதமான மன புழுக்கத்துடன் அவர் சொல்வதைக் கேட்டுவிட்டு அமைதியானார். உள்ளே விஷம் பொங்கிற்று.

“நீ பேசற.. கண்ட நாயிங்க கட வெச்சினு வேபாரம் பண்ணும், அதோட சேந்துனு நானும் சமமா வேபாரம் பண்ணனும்.. பாருப்பா ஒண்ணு அவ இல்லனா நானு யாருன்னு நீயே முடிவு பண்ணிக்க, அவளுக்கு ஈக்குலா வந்து, நான் சரக்கு எடுக்க முடியாது, அவதான் வேணும்னா நான் வரமாட்டன், நான் நின்னா எத்தன வேபாரிங்க நிப்பாங்கன்னு யோசன பண்ணுங்க...” இராமசந்துரு சொல்லில் கடுமை இருந்தது.

★

பெரும் யோசனையுடன் சாலைக்கு வந்தாள் மகேஸ்வரி

‘இன்னைக்கு என்ன அடுத்தடுத்து பிரச்சினைகளையே சந்திக்க வேண்டி இருக்கே... அமைதியா வாழ விட மாட்டாங்களா?’

ரெடிமேட் கார்மெண்ட்ஸ் கடையைப் பணிப் பெண்களிடம் ஒப்படைத்துவிட்டு வந்திருக்கிறாள். ப்ளஸ்டூ படித்துவிட்டு மேற்கொண்டு படிக்க வசதியற்று வீட்டிலிருந்தவர்கள், மாதம் ஆயிரம் சம்பளம் என்றதும் உற்சாகமாய் வந்து விட்டார்கள். ஜோலார்பேட்டையில் பெண்களுக்கு வேறு என்ன வேலை வாய்ப்பு இருக்கிறது? வேறு கடைகளில் ஐநூறுதான் சம்பளம் கொடுக்கிறார்கள்.

டாக்ஸி ஸ்டேண்டிற்கு வந்தாள். நான்கைந்து கார்கள் வரிசையாக நின்றிருந்தன. ஒரு காரில் ஏறி உட்கார்ந்தாள். “ஜோலார்பேட்டைக்குப் போகணும்... பழையபாட்டு ஏதாவது

இருந்தா போடுப்பா...” என்றாள்.

“பழைய பாட்டு இல்லக்கா...”

போதையில் தள்ளாடியபடி ரோட்டில் ஒருவன் இடைஞ்சல் கொடுத்தான். டிரைவர் அவனைத் திட்டியபடி காரை ஒடித்து, வளைத்து சிரமப்பட்ட போதுதான், சாலையில் தள்ளாடியவனைப் பார்த்தாள். அவன்தான் அவனேதான் மனம் கொதித்தது.

கார் ஒதுங்கி சீராக நகர்ந்தது. “என்னைக்கு இருந்தாலும் இவன் ஆக்ஸிடண்ட்லதான் சாவான்” என்று டாக்ஸி டிரைவர் சொன்னான்.

அவன் சாலையில் தள்ளாடியபடியே நடந்துகொண்டிருந்தான்.

ஆறு மாதங்களுக்கு முன்பு அவனை எப்படியெல்லாம் நம்பினாள். இனிமேல் காலம் முழுவதும் அவனோடு வாழ்ந்து விட வேண்டுமென்று எண்ணம் வைத்திருந்தாள். ஆனால் அவன் அப்படியொரு மிருகத்தனமான காரியம் செய்வான் என்று எதிர்பார்க்கவில்லை. நம்பிக்கை வைத்த அவன் அப்படிச் செய்யததாலேயே ஆண்களே அப்படித்தானோ என்று எல்லா ஆண்கள் மீதும் கோபம்கொள்கிற மனநிலைக்கு வந்தாள்.

பதினாறு வயதிலேயே வலுக்கட்டாயமாக சாக்கடையில் தள்ளப்பட்டவள் மகேஸ்வரி.

குழந்தைத் தொழிலாளர்களிலேயே உயிரை அறுக்கின்ற மாதிரி கொடுமை அனுபவிப்பவர்கள் விபச்சாரத்தில் புதைபட்ட பிள்ளைகள்தான். ஆமாம் விபச்சாரம் என்பது உயிருடன் மண்ணில் புதைக்கும் செயல்.

புதைக்கப்பட்டபோதே இந்தக் கல்லறையைப் பிளந்து கொண்டு வெளியே வரவேண்டும் எனத் துடித்தவள்தான் மகேஸ்வரி.

உடம்பை மூலதனமாய் வைத்து நடத்தும் தொழிலைப் போட்டுவிட்டு வேறு ஏதேனும் வியாபாரம் செய்யப் பணம் தேவை! சம்பாதித்த பணத்தில் செலவு போக சேமிக்கத் தொடங்கினாள்.

எட்டு ஆண்டுகளில் மூன்று லட்ச ரூபாய் சேர்த்தாள்.

எந்த மனிதராலும் தர முடியாத தைரியத்தைப் பணம் கொடுத்தது.

சக பெண்கள் ஆயிரம் ரூபாயை சேமிப்பதற்கே அல்லாடியபோது மூன்று லட்ச ரூபாயை மகேஸ்வரியால் சுலபமாக சேமிக்க முடிந்தது.

மனித உயிரைக் காட்டிலும் பணத்தின் மதிப்பு பெரிதாகிப் போனதில் மகேஸ்வரிக்கு வருத்தம்தான். ஆனாலும் மனித சக்தியால் சாதிக்க முடியாததை எல்லாம் கூட பணம் தன் சக்தியால் சாதித்துவிடுவதை நினைக்க சந்தோஷமாக இருந்தது. ஏனென்றால் பணம் அவளிடம் இருக்கிறதே...

ஐம்பதாயிரம் ரூபாய் அட்வான்ஸ் கொடுத்து ஜோலார்பேட்டை பஸ் நிலையம் எதிரே கடை வாடகைக்கு எடுத்தாள். ஐம்பதாயிரம் செலவு செய்து கடையை அழகு செய்தாள். இரண்டு லட்ச ரூபாய்க்கு சரக்கு இறக்கினாள்.

'மகேஸ்வரி ரெடிமேட் கார்மெண்ட்ஸ்.'

-தயாரனாது.

பத்து சதவீதம் தொடங்கி ஐம்பது சதவீதம் வரை லாபம்.

தீபாவளி, பொங்கல், புத்தாண்டு, ரம்ஜான், கிறிஸ்துமஸ் போன்று வரிசையாக வரும் பண்டிகைக் காலங்களில் தள்ளுபடி அறிவித்தாள். நீண்ட நாள் ஓடாத ஆடைகளுக்கு நிறையத் தள்ளுபடி.

பணம் எண்ணும் சுகம், அல்லது பணம் எண்ணும் நோய் அவளைத் தொற்றிக்கொண்டது.

தைத்த உடைகளை வாங்கி வந்து வியாபாரம் செய்வதை விட, தையல் கலைஞர்களை வைத்துக் கொண்டு, தானே தைத்தால் மேலும் அதிக லாபம் என்பது புரிந்தது. குறைந்த கூலிக்கு பெண் டைலர்கள் கிடைத்தார்கள். ஆனாலும் அனுபவம் மிகுந்த தையல் வல்லுநர் ஒருவர் தேவைப்பட, அந்தத் தேவையின் பொருட்டு கிடைத்தவன்தான் பாலகிருஷ்ணன்.

மகேஸ்வரி கடையில் உட்கார்ந்திருந்த ஒரு நாள், "நமஸ்காரம் மேடம் கடை ஓனர் இல்லையா?" இரண்டு கைகளையும் கட்டிக் கொண்டு நின்றான்.

"என்ன விஷயம் சொல்லுங்க?"

“ஓனர் கிட்ட பேசணும்.”

“என் கிட்டதான் சொல்லுங்க...”

வங்கியில் பணிபுரிபவன் போல் கச்சிதமாக உடுத்தி இருந்தான். தலை முடியை பள்ளிக் கூட ஆசிரியரைப் போல் படிய வாரி இருந்தான். நெற்றியில் புருவத்திற்கு மத்தியில் திருநீறு, உத்தமனுக்கான சந்தேகமற்ற அடையாளம்.

“ஓனர்?”

“நான்தான் சொல்லுங்க...”

“ஓ. ஸாரி மேடம். ஓனரோட டாட்டர்னு நினைச்சேன், மை நேம் இஸ் பாலகிருஷ்ணன், பெஸ்ட் டைலரிங் ஆரட்டிஸ்ட், ஃபிப்டின் இயர்ஸ் எக்ஸ்பிரியன்ஸ் இன் கார்மென்ட்ஸ்...” பச்சைக்கிளி பேசுகிற மாதிரி ரசிக்கும்படி பேசினான்.

அவனை பார்த்துக் கொண்டே இருந்தாள்.

“வொர்க் இருந்தா கொடுங்க, ஃபேஷன் பிளவுஸ், பெட்டி கோட், கிட்ஸ் டிரஸ், எதுவா இருந்தாலும் கொடுங்க... மெட்டிரியல்ஸ் தந்தீங்கன்னா ஒன் வீக்ல ஃபினிஸ் பண்ணி டெலிவரி தந்துடுவேன், வொர்க் பிடிச்சிருந்தா ரெகுலரா தாங்க...”

அவனுக்கு குடிப்பதற்கு பணம் வேண்டும், பிச்சை எடுத்தால் மனசு வந்து யாரும் அஞ்சோ, பத்தோ போடுவதில்லை. முதலில் பிச்சைக்காரனாகத் தெரிய வேண்டும், அதற்கு இவனோட முகம் ஏற்புடையதல்ல, பர்ஸை யாரோ திருடிட்டாங்க, பஸ்சுக்கு காசில்லை ஹெல்ப் பண்ணுங்க என்று கேட்டுப் பார்த்தான், யாரும் மயங்குவதில்லை., அதனால் அவனுக்கு தெரிந்த தொழிலை வைத்தே ஏமாற்ற ஆரம்பித்தான். ஆடைகளைத் தைத்துத் தருவதாக துணிகளை வாங்கிப் போய், வீடு வீடாகத் திரிந்து விற்றுவிடுவான். பணம் காலியாகும் வரை குடிப்பான்.

எப்படியாவது பேசித் துணிகளை வாங்கிவிடுவான். ஒரு ஜோடி தைக்கக் கொடுத்தால், “பத்து செட்டாவது லம்ப்பா தாங்க முதலாளி, லேபர் கம்மி பண்றேன்,” என்பான்.

இப்படித்தான் பேசி ஏமாற்றுவான், பெரிய கடைகளில் கூட சுலபமாக பகல் கொள்ளையை நிகழ்த்திவிடுவான்.

மகேஸ்வரியிடம் பெரிய எண்ணிக்கையில் ஏமாற்ற முடியும் என்று மனதிற்குள் கணக்கெழுதினான். நூறு பாவாடை, நூறு பேண்ட், நூறு சட்டை இப்படி பெரிய பட்டியலோடு பறக்க அவனுடைய இறக்கைகள் தயாரானது.

“இல்லை ஸார், நானே பெரிய அளவில் கார்மெண்ட்ஸ் தொடங்கலாம்னு இருக்கேன். ஒரு ஹெல்ப் பண்ணுவீங்களா? உங்களை மாதிரி எக்ஸ்பீரியன்ஸோட ஒருத்தரை வேலைக்கு அழைச்சிட்டு வாங்க, கட்டிங் மாஸ்டரா இருக்கணும், நல்ல சம்பளம் தர்றேன், திருப்பூர்லயும், பெங்களூர்லயும் மாதிரி பெரிய கார்மெண்ட்ஸ்ல சம்பளம் தர்ற மாதிரி தர்றேன். ஆனா வேலை தெரியணும். கார்மெண்ட்ஸை பொறுப்பேத்து நடத்தணும். புரொடக்சன் காட்டணும், பத்து டைலர்ங்க வேலை செய்ற மாதிரி தொடங்கற கம்பனி, நூறு பேர் வேலை செய்ற அளவுக்கு பெரிசாகணும், அந்த அளவுக்கு நிர்வாகம் தெரிஞ்ச ஒருத்தர் வேணும்.” என்று கேட்டாள்.

மகேஸ்வரி சொல்ல சொல்ல பாலகிருஷ்ணனுக்கு மனதில் பெரும் கணக்கு ஓடிற்று. பெரியத் தொகை ஏமாற்றி விடுவதற்குச் சிறிய புத்தி வேலைச் செய்தது “மேடம்! என்னோட வொர்க் பண்ணவங்க நிறைய இருக்காங்க... பத்து டைலர், ஒரு கட்டிங் மாஸ்டர், ஒரு சூப்ரவைஸர் நாளைக்கே அழைச்சிட்டு வர்றேன். ஆனா எல்லாருமே அட்வான்ஸ் கேப்பாங்க, ஒருத்தருக்கு அஞ்சாயிரம் அட்வான்ஸ், பன்னெண்டு பேருக்கு அறுபதாயிரம், வேன் வாடகை அஞ்சாயிரம் என் செலவுக்கு அஞ்சாயிரம் மொத்தம் எழுபதாயிரம் தந்தா நாளைக்கே அழைச்சிட்டு வர்றன்.” என்றான். ஏமாற்றி வாங்கி விட்டால், மாதக்கணக்கில் குடிக்கலாம் என்கிற கனவு அவனுக்கு.

மகேஸ்வரிக்கு சிரிப்புதான் வந்தது. “ஸார்! அட்வான்ஸ் ஒரு ரூபா கொடுக்க முடியாது. திருப்பூர்ல இருந்து டைலர்கள் யாரும் வேணாம், நம்ம ஊர்லயே நிறைய பெண் பிள்ளைங்க இருக்காங்க... ஒரே ஒரு கட்டிங் மாஸ்டர் போதும், வேலை செஞ்சா நல்ல சம்பளம் தர்றேன்” என்றாள்.

“இல்ல மேடம் ஒரு கம்பனியை விட்டு இங்கே வேலைக்கு வர்றாங்கன்னா, அவங்களுக்கு அட்வான்ஸ் தரணும்.”

“நான் தர மாட்டேன்... திருப்பூர்ல வேலை செய்றவங்க யாரும் திருப்பூர்க்காரங்க இல்லை, வேற வேற ஊர்ல இருந்து வந்தவங்க... சொந்த ஊரை விட்டு, வெளியூர் போய் பணத்துக்காக வேலை செய்றாங்களே... உள்ளூர்ல அதே சம்பளம் தர்றேன், இஷ்டமிருந்தா செய்யட்டும். மாசம் அஞ்சாயிரம் சம்பளம் தர்றேன். நான் எதிர்பார்த்த திறமை இருந்தா பத்தாயிரம் கூட தர்றேன். ஆனா அட்வான்ஸ் ஒரு ரூபா தரமாட்டேன்.” தெளிவாகச் சொல்லி, கையெடுத்துக் கும்பிட்டு அனுப்பினாள்

உடலை விற்கும் போதே நிறைய ஏமாந்திருக்கிறாள். அவளுக்குப் பண விசயத்தில் இந்த உலகத்தில் யார் மீதும் நம்பிக்கை இல்லை, கியாஸ் ஏஜென்ஸி நிறுவனத்தின் முதலாளி மாதம் ஒரு முறை மகேஸ்வரியை அழைத்துப் போவார், செல்லமாய் கொஞ்சிப் பேசுவார். ‘என் செல்லம், என் கண்ணு, என் அம்முக்குட்டி’ என்றுதான் கரைப்பார், சிங்கபூருக்கு போகிற மாதிரி ஒரு சூட்கேஸை தூக்கிக் கொள்வார். பாஸ்போர்ட், வோட்டர் ஐடி, பான்கார்டு, பேங்க் பாஸ் புத்தகங்கள், செக் புத்தகம் இவைகளோடு கட்டு கட்டாய் பணம், சூட்கேஸில் நிறைந்திருக்கும். சூட்கேஸை திறந்து காட்டி “இது எல்லாத்தையும் விட நீதாண்டா அம்மு ஒசத்தி... பாருடா தங்கம் சில்லறை சில்லறையா அஞ்சாயிரம், பத்தாயிரம்னு வாங்காத, ஒரு லட்சமோ, ரெண்டு லட்சமோ மொத்தமா எடுத்துக்கோ, நீயே கணக்கு வெச்சி கழிச்சிட்டு வா.” என்பார்.

“வேணாம் என்னை கடன்காரியாக்க வேணாம்.” என்று மறுப்பாள்.

“சரி நான் கடன்காரனா இருக்கேன், ஒரு வருஷம் கழிச்சி மொத்தமா வாங்கிக்க...உன் பேர்ல சீட்டு பிடிக்கிறேன், என்ன சொல்ற...? நம்பிக்கை இருக்கா... பேங்க்குல போட்டு வெக்கிறதா நினைச்சுக்கோ...” என்றார்.

ஒத்துக்கொண்டாள். மகேஸ்வரிக்குப் பணம் சேர்த்துவதில் தனிப் பிரியம் சிறு வயதில் அம்மாவும், பாட்டியும் கொடுக்கும் பணத்தை உண்டியலில் சேர்த்து வருவாள். பணக்காரர்கள் பணத்தை ஏமாற்ற மாட்டார்கள் என்ற சாதாரண நம்பிக்கை அவளைச் சம்மதிக்க வைத்தது.

மாதத்திற்கு ஒரு முறையோ, இரண்டு முறையோ வருவார். ரயிலில் டிக்கெட் புக் செய்திருப்பார், பெங்களூர், ஊட்டி, சென்னை

இப்படி அழைத்துப் போவார். பாண்டிச்சேரி போவதென்றால் கார் எடுத்துக் கொள்வார். காரென்றால் நள்ளிரவில் யாருக்கும் தெரியாமல் புறப்படுவார்கள். பயம் இல்லாமல் போகலாம். கெட்டதனம் எதையும் செய்ய மாட்டார். அந்தந்த ஊரில் உள்ள கோயில், முக்கியமான பார்க்க வேண்டிய இடங்கள் அழைத்துப் போவார். மகேஸ்வரிக்கு அந்த இடங்கள் பிடித்தாலும் அவரோடு சுற்றுவது பிடிக்காது.

ஓட்டலுக்கு வந்து அளவாகக் குடிப்பார். படுக்கைக்கு அழைத்து அனுமதி கேட்பார். அனுமதித்த பிறகே தொடுவார். அழகை வர்ணிக்கும் விதம், கவிஞர்களை மதுவில் கரைத்துக் குடித்த மாதிரி இருக்கும். கைவிரல்கள், கால் விரல்கள் பாதம், கெண்டைக்கால், தொடை, இடை, கூந்தல், கன்னங்கள் ஒவ்வொன்றையும் வர்ணிப்பார். அந்த வகையான ஜோக்குகள் சொல்வதில் கில்லாடி, அதை கொஞ்சம் கூட சிரிக்காமல் சொல்வதில் பலே கில்லாடி. மிருகத்தனம் துளியும் இருக்காது, மென்மையாக இணைவார்.

கொஞ்சம் வெறுப்பாகவும் இருக்கும். 'பத்து நிமிசம் இந்த ஆள் பண்ற வேலைக்கு நாள் பூரா கூட சுத்தணும்..' என்று. 'பணம் மொத்தமா கிடைக்கப்போகுது பாவம் நல்ல மனுசன்' என்று சமாதானம் செய்துகொள்வாள்.

அப்பேர்ப்பட்ட இருபத்திநாலு காரட் தங்கமனுசன், ஒரு வருடம் கழித்து, பணம் கேட்ட பிறகு வரவே இல்லை, போனிலும் பேசுவதில்லை, போன் பண்ணாலும் எடுப்பதில்லை, அலுவலகத்திற்கு இரண்டு முறை போனாள். அவரின் தனி அறைக்குள் பார்க்க அனுமதிக்கவில்லை.

'என்னைக்காவது ஒரு நாள் அவனைப் பார்த்து மூஞ்சில காறித் துப்பிட்டு வந்துடணும்... படுத்து அனுபவிச்சது கூட பரவாயில்ல, பேசிப் பேசி ஏமாத்தினதைத்தான் தாங்க முடியல...' என்று நொந்துகொள்வாள்.

ஆனால் பெரியவர் கண்ணில் படவே இல்லை. பணத்தை விட்டு விடவும் மனம் இல்லை. உண்மையில் கஷ்டப்பட்டுச் சேர்த்த பணம்.

நினைக்கும்போதெல்லாம் கோபம் வரும்.

வாணியம்பாடி இன்ஸ்பெக்டர் சரஸ்வதியிடம் சொல்லி அழுதாள். அவரிடம் இரண்டு முறை விபச்சார விடுதியில் சிக்கி இருக்கிறாள். ஏன் இந்தத் தொழிலுக்கு வந்த என்று திட்டுவார். அதனால் அவரிடமே தொழிலதிபர் ஏமாற்றிய விசயத்தைச் சொன்னாள்.

இன்ஸ்பெக்டர் உடனே போனைப் போட்டு "என்ன நீங்க பெரிய மனுசன்! உங்க பேத்தி வயசுல இருக்கிற பொண்ண நல்லா அனுபவிச்சிட்டு ஏமாத்தி இருக்கீங்களே...? கேஸ் போட்டா உள்ள போயிடுவீங்க... இந்த வயசுல தேவையா? நீங்க அந்தப் பொண்ணோட எங்கெல்லாம் போனீங்களோ எல்லாத்துக்கும் எவிடன்ஸ் இருக்கு...உங்க ப்ராப்ரட்டிலயே ஷேர் கேக்க முடியும். என்னா சொல்றீங்க...கேஸ் ஃபைல் பண்ணட்டுமா?" என்று கேட்டு விட்டுப் போனை கையில் மூடிக்கொண்டு மகேஸ்வரியைப் பார்த்துச் சிரித்தார்.

அரை மணி நேரத்தில் ஐந்து லட்சம் பணம் வந்தது. இன்ஸ்பெக்டரம்மாவுக்குத் தனியாக ஐம்பதாயிரம் லஞ்சமும் சேர்ந்து வந்தது. மகேஸ்வரிக்குப் பணம் அதிகமாக வாங்கினதற்குக் கொஞ்சமும் மன வருத்தம் இல்லை, நம்பிக்கைத் துரோகத்திற்கு இதைவிட பெரிய தண்டனை தரவேண்டும் என்றே எண்ணினாள்.

"திருடனைக் கூட மன்னிக்கலாம் மகேஸ்வரி! ஆசைகாட்டி மோசம் பண்றவங்களை மன்னிக்கவே கூடாது, உன் பேர் கெடும்னு விட்டுட்டேன். இல்லன்னா அந்த ஆளை ஜெயில்ல போட்டிருப்பேன்..."

மகேஸ்வரி ஒரு லட்சம் கொடுத்தாள்.

"அய்யோ, வேணவே வேணாம், பிஸினஸ் செஞ்சி வாழறேன்னு சொல்ற... நீ வெச்சிக்கோ நல்லா இரு."

"கண்டிப்பா நீங்க வாங்கித்தான் ஆகணும், நீங்க இல்லனா இந்தப் பணம் வந்திருக்காது, என் ஞாபகமா ரெண்டு வளையல் செஞ்சி போட்டுக்குங்க...உங்க கையைப் பாக்கும்போதெல்லாம் என் ஞாபகம் வரணும், என் ஞாபகம் வர்றப்ப எல்லாம் நான் திருந்தி வாழ்றனான்னு கண்காணிக்கணும்" என்றாள்.

மகேஸ்வரியின் சாதுர்யமான பேச்சுப் பிடித்திருந்தது, இன்ஸ்பெக்டரம்மா பணத்தை வாங்கிக்கொண்டு "இந்தப் பணத்துக்கும் அதான் பேரு" என்றார்.

மகேஸ்வரி ஆண்களிடம் பண விசயத்தில் வெறும் ஏமாற்றங்களை மட்டுமே சந்தித்துக் கஷ்டப்பட்டிருக்கிறாள்.

அதனால் பாலகிருஷ்ணன் என்னதான் நெய் பலகாரமாய் பேசினாலும், மகேஸ்வரி ஏமாந்து துணிகளை கொடுத்தனுப்பத் தயாராக இல்லை.

ஒரு வாரம் கடந்து பாலகிருஷ்ணன் மறுபடியும் வந்தான். "உங்க கார்மெண்ட்ஸ்ல நானே வொர்க் பண்றேன். எவ்ளோ சம்பளம் தர்றீங்க...?" இரண்டு நாட்கள் வேலை செய்துவிட்டு நம்ப வைத்து அட்வான்ஸாக ஒரு தொகை வாங்காம விடக் கூடாது எனும் குற்றவியலோடுதான் வந்திருந்தான்.

"ஒரு நாள், ரெண்டு நாள் வொர்க் பண்ணிட்டு ஓடிப்போறதா இருந்தால் இப்பவே சொல்லிடுங்க, நிற்காம வரமுடியும்னா வாங்க, நல்லா வேலை செய்ங்க, செய்துட்டு, நீங்களே உங்க சம்பளம் எவ்ளோன்னு முடிவுபண்ணி கேளுங்க..."

"எவ்ளோ கேட்டாலும் தருவீங்களா?"

"உங்களைக் கேட்கத்தான் சொன்னேன். நான்தானே கொடுக்கணும். அதிகமா கேட்டா குறைச்சித் தருவேன். குறைவாகக் கேட்டா அதிகமா தருவேன்."

இப்படித்தான் பாலகிருஷ்ணன் கார்மெண்ட்ஸ் கம்பனிக்குள் நுழைந்தான்.

முதலில் வாடகைக்கு வீடு எடுத்துத்தான் கார்மெண்ட்ஸ் நடத்தினாள். வாடகை வீடு போதவில்லை.

ரயில்வே ஸ்டேசனிலிருந்து மேற்குப் புறம் ஒரு கிலோமீட்டர் தூரத்தில் இடையம்பட்டியில் பாட்டி விட்டுப் போன நிலம் இருந்தது. நீலநிறத் தகட்டில் கூரை வேய்ந்து தொழிற்கூடம் கட்டினாள். சுற்றிலும் ஆறடி உயரம் செங்கல் சுவர் அதற்கு மேல் தகட்டிலேயே பனிரெண்டு அடி உயரம் அடித்து ஒரே மாதத்தில் தயாராயிற்று. பத்து தையல் மெஷின்கள் வாங்கினாள். தையல் கம்பனி தொடங்கினாள்.

பத்து பெண்களுக்கு வேலை திருப்தியளித்தது. பத்து ஏழைப் பெண்கள் கெட்டுப்போகாமலிப்பதற்கு தான் உதவியாக இருப்பதில் உண்டாகிற சந்தோசம் சாதாரணமானதில்லை. இந்த நாட்டில்

பலகாரம் கெடாமல் இருப்பதற்கு சாதனங்கள் இருக்கிறது. பருவத்திற்கு வந்த பெண்களைப் பாதுகாக்க எந்த உருப்படியும் இல்லை என்பது மகேஸ்வரி உணர்ந்திருந்தாள்.

பாலகிருஷ்ணன்தான் சூபர்வைஸர். அவனேதான் கட்டிங் மாஸ்டர், அவனே தலைமை டைலர்.

தன் ரெடிமேட் துணிக் கடைக்குத் தேவையானது போக வேறு ஊர் கடைகளுக்கும் சப்ளை செய்ய முடிந்தது.

எல்லாம் பாலகிருஷ்ணன் தயவு.

எந்திரமாய் சுழன்றான்.

என்ன உடை ஆர்டர் கொடுத்தாலும் எத்தனை நாளில் தேவை என்று சொல்லிவிட்டால் போதும் கிடைத்துவிடும்.

பாலகிருஷ்ணன் இரவிலும் ‘ஷெட்டிலேயே தங்கிவிட்டான். மாலை ஆறு மணிக்குமேல் பெண்கள் ஒருவரையும் நிறுத்த மாட்டான்.

அப்போது மகேஸ்வரி வாடகை வீட்டில் குடி இருந்தாள்.

ஆயிரம் ரூபாய் மாத வாடகை என்பது அவளுக்கு பெரிய விஷயமில்லை. வீட்டுக்கார அம்மாளிடம் வதைப்படுவது முடியாத விஷயமாக இருந்தது. செவ்வாய்க்கிழமை, வெள்ளிக்கிழமை வாசலில் சாணம் தெளிக்க வேண்டும். வாசல் அளவுக்கு பெரிய கோலம் போட வேண்டும். கோலத்திற்கு வண்ணம் தீட்ட வேண்டும், இதெல்லாம் காலை விடிவதற்குள் முடித்திருக்க வேண்டும், அது மட்டுமில்லை, வீட்டு முதலாளியம்மா குடும்பத்தாரே அதிகமாக உபயோகிக்கிற கழிவறையை கழுவிவிட வேண்டும். வாடகைக்கு குடித்தனம் இருப்பவள், வேலைக்காரி மாதிரி என்ற நினைப்போடு அதிகாரம் செய்தாள் வீட்டுக்காரம்மாள்.

பெண் ஒழுக்கத்தைப் பற்றி பேச்சு வேறு, “பொண்ணுன்னா பொழுது விடியறதுக்குள்ள எழுந்துருணும்... நீ என்னடான்னா பொணந்தூக்கம் தூங்கறவ...பொட்டச்சி பின்னால தூங்கனாலும் முன்னால எந்திரிக்கணும்.”

“அக்கா! ராவுல தூக்கம் வர்றதில்ல... காத்தால கண்ணசந்துடறன்... அலாரம் வெச்சாக் கூட எழ முடில...”

“பதில் சொல்ல வேணாம்... பொழைக்கிற வூடு... மகாலட்சுமி பொழங்கணும்...” என்பாள்.

மகேஸ்வரி அதிகம் பதில் பேச மாட்டாள். ஆரம்பத்தில் கொஞ்சம் பதிலுக்குப் பேசிப் பார்த்தாள். கொஞ்சம் விட்டால் போர்க் களமாகி விடும் போலிருக்கும். சண்டையிடுவதற்கோ, சண்டையில் தோற்பதற்கோ, சண்டையில் ஜெயிப்பதற்கோ நாட்டமில்லை. ஒதுங்கிக்கொள்ளவே விரும்பினாள்.

வீட்டுக்காரம்மாள் ஒதுங்கவும் மாட்டாள். அமைதியாகவும் இருக்க மாட்டாள். "பொட்டச்சி பொடவதான் கட்டணும். எப்போ பாத்தாலும் சுடிதார் மாட்டினு உன் மார ஊரே பாக்கணுமா?" என்று ஒரு நாள் கேட்டாள்.

மகேஸ்வரிக்குச் சிரிப்புதான் வந்தது. 'ஒரு ஊரு இல்ல பல ஊரு பாத்திருக்கு... சும்மா காட்ட மாட்டேன்... அதுக்கு தனி ரேட்டு..' என்று சொல்லிக் கொள்வாள். வீட்டுக்காரம்மாவின் மார்புகள் போர்த்திய முந்தானையையும் மீறித் தெரிவதை மகேஸ்வரி சொல்லிக் காட்ட விரும்பவில்லை. போக வீட்டுக்காரம்மா ப்ரா போடுவதில்லை. வெள்ளை ரவிக்கை வியர்வையில் நனைந்து கச்சிதமாக காட்டிக் கொடுக்கும். ஆனாலும் சுடிதார் பாதுகாப்பென்று அவளுக்குப் புரியவில்லை. சுடிதார் அணிந்தால் கெட்டுப் போவார்களென்றும், ஆண்களைக் கவர்ந்திழுக்கும் உடை என்றும் ஒரு தோற்றம் தோன்றிவிட்டது. மகேஸ்வரிக்கு அது உண்மை என்பதும் தெரியும். சுடிதார் அணிந்து போனாலென்றால் கூடுதலாகவும் பணம் கேட்பாள். அதே உடலுக்குதான் சுடிதார் அணிந்தால் ஒரு கட்டணம், புடவை அணிந்தால் ஒரு கட்டணம். சுடிதார் அணிவதற்கு எல்லாப் பெண்களும் அதிர்ந்தார்கள். அது கவர்ச்சி உடையாகப் பார்க்கப்பட்டது. கல்லூரிப் பெண்கள் மட்டுமே தைரியமாக மாறி இருந்தார்கள்.

ஆண்கள் வேட்டி சட்டையிலிருந்து பேண்ட் சட்டைக்கு மாறும்போது கூட எதிர்ப்பு சொல்லிதான் இருப்பார்கள். கோவணத்திலிருந்து ஜட்டிக்கு மாறும்போதும் கூட ஏளனம் பண்ணிதான் இருப்பார்கள். வாடகைக்கு வீடு கொடுத்த வீட்டுக்காரம்மா மட்டுமில்லை. நிறைய இளம் பெண்களுக்கு அவர்களின் சொந்த அம்மாவே சுடிதார் போட விடுவதில்லை.

“சாயந்தரம் ஆறு மணிக்குள்ள வூடு திரும்பணும். வூட்டுக்கு விளக்கேத்தணும்...” தினமும் இந்தப் பாட்டு வேறு.

“கவலை வேணாங்க்கா... கரண்ட் பில்லு நாந்தான கட்றன்... லைட்

டொன்ட்டி ஃபோர் அவர்ஸூம் எரிஞ்சினே கெடக்கட்டும்...”
“அய்ய நீ காசு வெச்சினு இக்கற மெதப்புல ஆடறவ, வெளக்குன்னு சொல்றது சாமிக்கு காமாச்சி அம்மன் வெளக்கு... ஆறு மணிக்கு ஏத்தணும்...”

மகேஸ்வரிக்குச் சங்கடமாக இருந்தது. தினமும் வாடகையை ஏற்றினால் கூட கவலைப்பட மாட்டாள். தினமும் விளக்கு ஏற்றிட கட்டளையிட்டால் என்ன செய்வாள்.

‘அம்மா, தாயே! நீ எந்த காலத்துல் வாழ்ந்திட்டிருக்க? வூட்டோட இருக்குற பொண்ணுக்குதான் நீ சொல்ற அத்தன கண்டிஷன்களும் பொருந்தும். ஆம்பள வேலைக்கு போவான், பொம்பள வூட்டோடு இருப்பா, கோழிக் கூப்புட எழுவா, குளிப்பா, வூடுவாசல் சுத்தம் பண்ணுவா, சமைப்பா, துவைப்பா, கழுவுவா, சாயந்திரமே விளக்கேத்துவா. நான் அப்படி இல்லயே... ஆம்பளைய விட ஒருபடி உயரமா நிக்கிறதுக்கு போராடறனே...’ என்று கத்த வேண்டும் போலிருக்கும்.

நல்லவேளையாக வீட்டுக்காரம்மாவுக்கு மகேஸ்வரியின் பழைய வாழ்க்கைத் தெரியாது. தெரிந்தால் அடுத்த நிமிடமே காலி பண்ணி விடுவாள். அதனால்தான் அம்மாவின் சொந்த ஊரான இடையம்பட்டியில் கடை வைக்காமல் இரயில்வே ஸ்டேசன் தாண்டி வந்து ஜோலார்பேட்டை பஸ் நிலையம் எதிரே வைத்தாள். ஜோலார்பேட்டைக்கு பஸ் நிலையம் என்று தனியாகக் கிடையாது. சாலையிலேயே பேருந்துகள் நிற்கும். நீண்ட காலமாக பேருந்து நிலையம் கேட்டு போராட்டங்களும் எதிர்க் கட்சியாக இருக்கும்போது நடத்துவார்கள். சொந்த ஊரில் அவள் விலைமாது என்று யாருக்கும் தெரியாது. ஆம்பூர் தோல் தொழிற்சாலைக்கு வேலைக்குப் போவதாகத்தான் சொல்வாள். ஊரில் அதுவே பெரிய தப்பானது ஆகும் ’தோல் கம்பனி வேலைக்குப் போறாளா, தோல விக்கிறதுக்குப் போறாளா?’ என்று. பெண்கள் தன்னந்தனியாக பஸ் ஏறி போனாலே தப்பு பண்ணதான் போகிறார்கள் என்று பேசும் ஊராகிவிட்டது. பட்டினியாக சாகலாம், பெண்கள் வேலைக்குப் போகக்கூடாது. வறுமை சில பெண்களை ரகசியமாக விலை போக வைத்தது. வேலூர் மாவட்டத்தில் பெண்கள் வேலைக்குப் போவதென்றால் எந்த வேலையும் இல்லை, எல்லோரும் டீச்சர் வேலைக்குப் போக முடியாது. சோறே இல்லாதவர்கள் படிப்பதற்கு முடியுமா?

மகேஸ்வரியின் அம்மா உடம்பை விற்றுதான் மகேஸ்வரிக்குச் சோறு போட்டாள். படிக்க வைத்தாள்.

நாள் முழுவதும் மகேஸ்வரிக்குக் கடுமையான வேலை. கடைக்கு துணிகள் வாங்கிக்கொண்டு வரவேண்டும்... என்ன மாடல் வேண்டுமென்று பார்க்க வேண்டும், கடையில் எந்த டிரஸ் சேல்ஸ் ஆகி இருக்கிறது, எது ஆகவில்லை என்று தெளிவாகப் பார்க்க வேண்டும். கடன் வசூல் பண்ண வேண்டும், கடையில் வியாபாரம் ஆனதை கணக்குப் போட வேண்டும், காசு எண்ண வேண்டும். ராத்திரி பத்து மணிக்கு கடையைப் பூட்டி வந்து, வீட்டில் உட்கார்ந்து பணத்தை எண்ணி, என்னென்ன செய்ய வேண்டுமென யோசித்து எந்தெந்த கம்பனிக்கு எவ்வளவு டிராப்ட் எடுக்க வேண்டும், எவ்வளவு பணம் அக்கௌண்ட்ல போட வேண்டும், உள்ளூரில் யார் யாருக்கு என்ன அமௌண்ட் கொடுக்க வேண்டும், அத்தனையும் கணக்குப் போட்டு விட்டு பணத்தை பிரித்து முடிக்க இரவு பனிரெண்டு மணி ஆகி விடுகிறது. அதற்கு மேல் படுத்தால் தூக்கம் வந்தால்தானே? தூக்கம் வராமல் யோசனைகள்தான் வருகிறது.

'நான் வாழ்ந்த வாழ்க்க அது மாதிரி... எத்தனை மணிக்கு தூங்குவேன்னு எனக்கே தெரியாது, இதுல விடியறதுக்குள்ள எப்படி எழ முடியும்? எட்டு மணிக்கு மேல்தான் எழ முடியும். வீட்டை வாடகைக்கு விட்ட பிறகு வாடகைப் பணத்தோடு நிக்கணும், அதிகாரம் பண்ணக் கூடாது' என்று நினைப்பாள். ஆனால் தனியாக இருக்கும் பெண்ணிற்கு யார் வீடு தருகிறார்கள்?

ஒரு நாள் காலையில் அப்படித்தான் எட்டு மணி வரை தூங்கி விட்டாள். அன்று வெள்ளிக்கிழமை. வீட்டுக்காரம்மாள் போட்ட கூச்சலில் பக்கம் அக்கம் இருந்தவர்கள் கூடிவிட்டார்கள்.

கூச்சல் கேட்டு மகேஸ்வரிக்கு தூக்கம் தெளிந்தது. படுக்கையிலிருந்து எழுந்து வெளியே வந்தாள்.

"நீங்களே பாருங்க... குடும்பப் பொம்பளைங்க இப்படி மதியானம் வரைக்கும தூங்குவாங்களா?" என்று கத்தினாள்.

மதியானம்தான் ஆகி விட்டதோ என்று நேரம் பார்த்தாள். எட்டுதான் ஆகி இருந்தது. வீட்டுக்காரம்மாள் மீது கொள்ளை கோபம் வந்தது.

“ஏங்க...என்னாங்க, நீங்க என்ன எனக்கு மாமியாரா? நாத்தனாரா? இந்த வாங்கு வாங்கறீங்க...? ஹவுஸ் ஓனர்னா, ஹவுஸ் ஓனரா மட்டும் இருங்க, நான் எத்தனை மணிக்கு எழறேன், எத்தனை மணிக்கு தூங்கறேன், எத்தனை மணிக்கு பல் துலக்கறேன்னு டைம் பாக்க வேணாம்... ஒண்ணாம் தேதி பொறந்தா வாடகை கைக்கு வருதான்னு மட்டும் பாருங்க...” என்றாள்.

“என்ன நீ ராங்கா பேசற... வாடகப் பணம் கொடுத்துட்டா, எதுவும் கேக்க கூடாதா? நீ கொடுக்கிற பணத்தலதான் நான் பருப்பு வாங்கி கொழம்பு வெக்கிறனா? வீடு சுத்தமா இருக்கணும், அதான் முக்கியம் தெரிஞ்சுக்க என் கண்டிசனுக்கு இருந்தா இரு, இல்லன்னா காலி பண்ணு.” வீட்டுக்காரம்மாள் சத்தமாகச் சொன்னாள்.

“காலி பண்றேன், அத்தோட நில்லு, வேற வார்த்த பேசாத...” என்று கூறிவிட்டு கதவை மூடிவிட்டு உள்ளே போனாள்.

வெளியே பலவிதமான பேச்சுகள்.

“அது கேரக்டர் சரி இல்லாததுன்னு சொன்னோம். நீ கேட்டுக்கலை, காசு வருதுன்னு வாடகைக்கு வைச்சே...”

“எனக்கு என்னாத் தெரியும், நான் வெளுத்தது எல்லாம் பாலுன்னு நினைக்கிறவ.”

“இவளை இங்கே குடித்தனம் வெச்சா, ஒழுக்கமா இருக்கிற பொண்ணுங்களும் கெட்டுப்போயிடுவாங்க...”

இப்படிப் பல பேச்சுகள் தீயாய் தாக்கிற்று.

யாரிடமாவது சொல்லி அழவேண்டும் போலிருந்தது.

பத்து மணிக்கு கார்மெண்ட்ஸ் ஷெட்டுக்குப் போனாள்.

பெண்கள் மெஷின்களில் உட்கார்ந்து தைத்துக்கொண்டு இருந்தார்கள். பாலகிருஷ்ணன், துணிகளைப் பேட்டன் வைத்து கட்டிங் செய்துகொண்டிருந்தான்.

“டைலர்...”

“என்னஙகம்மா...” வேலைக்குச் சேர்ந்து இரண்டு வாரம்தான் ஆகியிருந்தது. ரொம்ப நல்லவனாக இருந்தான். பேச்சில் பணிவு,

வேலையில் கெட்டிக்காரத்தனம், உடல் வளைந்து மரியாதை எல்லாம் காட்டினான்.

"இன்னிக்கே ஒரு வூடு பாருங்க..."

"வூடா...?"

வீட்டுக்காரம்மாளோடு நடந்த விஷயங்களைச் சொன்னாள்.

"வேற வூட்லயும் இதே பிரச்சன வந்துச்சுனா...? பாருங்க, எல்லா வூட்டு ஓனரும் அப்படித்தான்..." என்றான்.

அவன் சொல்வது சரியாக இருந்தது.

"இருப்பாங்கதான், என்ன செய்றது?"

"சொந்தமா வூடு கட்டிக்குங்க.."

"சொந்த வூடா, நான் ஒருத்திதான் எனக்கெதுக்கு?"

"நீங்க ஒண்டிதான்... இல்லன்னு சொல்லல, ஒண்டியாதான துணிக்கடை நடத்தறீங்க... கார்மெண்ட்ஸ் கம்பனி நடத்தறீங்க... சம்பாதிக்கிறீங்க... எதுக்காக?"

யோசித்தாள். சொந்த வீடு சரியெனப்பட்டது.

"வூடு கட்டலாம், ஆனா, இன்னிக்கே கட்ட முடியுமா?"

"இன்னிக்கே முடியாது. இந்த கார்மெண்ட்ஸ் கம்பனி உங்க சொந்த இடந்தானே... இப்போதைக்கு இங்கே ஷிப்ட் பண்ணுங்க... இங்கே காலி இடம் நிறைய இருக்கு, அதுல வீடு கட்டலாம்."

பாலகிருஷ்ணன் சொன்னது சரியெனப் பட்டது. அப்போதே வீட்டைக் காலி செய்து கொண்டு கம்பனி ஷெட்டிற்கு வந்தாள்.

வீடு மாற்றுவதற்குப் பாலகிருஷ்ணன்தான் நிறைய உதவிகள் செய்தான். பீரோ, கட்டில், சோபா, டைனிங் டேபிள், டி.வி, ஃப்ரிட்ஜ் வாஷிங் மெஷின் இப்படி ஏகப்பட்ட பொருட்கள், அனைத்தையும் கண்ணும் கருத்துமாக எடுத்து வந்து சேர்த்தான். மகேஸ்வரிக்கே அவள் வைத்திருந்த பொருட்கள் ஆச்சரியமாக இருந்தது. உபயோகித்தாளோ இல்லையோ கண்ணில் கண்டதையெல்லாம் வாங்கி வைத்திருந்தாள். சில பொருட்கள் அடையாளம் சொன்னது. 'இது வாத்தியார்கிட்ட போன காசுல வாங்கினது, இது டாக்டர் கிட்ட சம்பாதிச்சது, இது கறிக்

கடக்காரன்' ஒவ்வொரு பொருளையும் ஒவ்வொரு ஆளையும் நினைக்கும்போது சிரிப்பு வந்தது. 'ஒரு மனுசனப் போல ஒரு மனுசன் இல்ல... ஒவ்வொருத்தன் ஒவ்வொருவிதம்! ஆனா பொண்டாட்டி கிட்ட இல்லாதத என்னா கண்டானுங்க...? அதான் புரியல...?'

டைலர் பாலகிருஷ்ணன் மினி லாரியைப் பிடித்து எல்லாப் பொருட்களையும் ஏற்றிவந்து இறக்கினான்.

கார்மென்ட்ஸ் ஷெட்டின் ஒரு ஓரத்தில் இடம் ஒதுக்கிக் கொடுத்தான். மறைப்பாக நல்ல டிசைன் துணியில் மடிப்புகள் வைத்த ஸ்கீரின் தைத்து கட்டினான். சொந்த இடத்தில் குடி வந்தது உற்சாகமாக இருந்தது. மூச்சுக் காற்றில் கூட சுதந்திரம் இருப்பதை உணர்ந்தாள். காற்று அதே காற்றாக இருக்கலாம், சுவாசிக்கும் இதயத்தில் வித்தியாசம் இருக்கிறது. ஓரிடத்தின் காற்றை சுவாசிக்கும் போது அந்த இடத்திலிருக்கும் திருடனுக்கு ஒரு மாதிரியாகவும், போலீசுக்கு ஒரு மாதிரியாகவும்தான் சுவாசம் இருக்கும். புதியதாக வரும் பையன்களின் இதயம் படு வேகமாக துடி துடிப்பதை அறிந்திருக்கிறாள். அது வீடாக இல்லாவிட்டாலும், துணித்திரையைக் கதவாகவும், சுவராகவும் கொண்டிருந்தாலும் மகேஸ்வரிக்கு மாளிகையாகத் தெரிந்தது.

பாலகிருஷ்ணன் பகல் முழுவதும் உதவிகள் செய்தான். எந்தப் பொருளும் சிறிய அளவிலும் கீறல் விழாமல், மினி லாரியின் டிரைவரையும், கிளினரையும் வைத்துக்கொண்டு, கார்மென்ட்ஸில் பணிப் புரியும் பெண்களை உதவிக்கு வைத்துக் கொண்டு பொருட்களை இறக்கினான், அதை சிறிய இடத்திலேயே கச்சிதமாக அடுக்கி வைத்தான். அவனிடமிருந்த அந்தத் திறமை, வேலை வாங்கும் நேர்த்தி அவளுக்குப் பிடித்திருந்தது. கார்மென்ட்ஸில் கூட பெண் டைலர்களை நன்றாகப் பேசி வேலை வாங்குவான், அவன் வந்து இரண்டே வாரம் ஆகி இருந்தது இரண்டு வாரங்களில் குறைகள் சொல்ல முடியாத அளவிற்குத் தயாரிப்பும் காட்டினான். அவன் மீது கொஞ்சம் நம்பிக்கை வந்தது.

ஆனால், அன்று இரவு குடித்துவிட்டு வந்தான். மதுவின் நாற்றம், குளறியப் பேச்சு, தள்ளாட்டம் போட்ட நடை என்று வேறொரு தோற்றம் காட்டினான்.

முதல் முதலாக அவனைப் போதையில் பார்த்தாள்!

06

நேராக நிற்க முடியாத அளவிற்கு தள்ளாட்டத்துடன் நின்றான் பாலகிருஷ்ணன். அவனைப் பார்த்ததும் பயந்தாள். அப்போதுதான் அவளுக்கு இவன் குடிகாரன் என்பதே தெரிந்தது.

அவன் கம்பனி ஷெட்டுக்குள் நுழையவில்லை. வெளியே தகட்டுச் சுவருக்குச் சாய்ந்து உட்கார்ந்துகொண்டான். மகேஸ்வரி தயக்கத்துடன் வெளியே எட்டிப் பார்த்தாள்.

“ரொம்ப ஸாரி ஓனரம்மா… நாள் பூராவும் மெஷின் மாதிரி கஷ்டபடறேன். வண்டிக்கு ஆயில் போடற மாதிரிதான், மனுஷனுக்குச் சாராயம்… கொஞ்சம்போட்டாத்தான் ராத்திரில தூக்கம் வரும்… தூங்கினா செத்துப் போன பொணம் மாதிரி தூங்கணும், எழுந்தா பொறந்த குழந்தை மாதிரி சுறுசுறுப்பா எழணும்…” நாக்கு குழற பேசினான். “ஓனரம்மா… நீங்க கதவை மூடிட்டு, ஸ்டாங்கா பூட்டிட்டு பத்திரமா படுங்க.. நான் உங்களுக்குக் காவல் காக்கறன்.. என்னைத் தாண்டி நாயோ, பேயோ மனுசனோ உள்ள வர முடியாது” என்று கூறிவிட்டு வெளியே சுவரோத்தில் சுருண்டு படுத்தான். அவன் மண் பாதையில் படுத்திருந்த விதம் மகேஸ்வரிக்குக் கலக்கத்தைக் கொடுத்தது. வீடு, வாசலற்ற, சொந்தம் பந்தமற்ற, கேட்க நாதியற்ற தெரு நாயைப் போன்று சுருண்டிருந்தான்.

‘புதுசா குடிக்கிறவன் இப்படி குடிப்பானா? நல்லவன்னு நினைச்சனே...’

மகேஸ்வரிக்கு இரவு முழுதும் தூக்கமில்லை, ஜன்னல் வழியா அவன் படுத்திருக்கும் காட்சி தெரிந்தது. அவன் என்னவோ பிணம் போல்தான் தூங்கிக்கொண்டிருந்தான். அவளுடைய இளகிய மனசுதான் விடாமல் பதைபதைத்துக் கொண்டிருந்தது.

குடிகாரர்கள் மீது அவளுக்கு மரியாதை இருந்ததில்லை. நிறைய பெண்கள் விபச்சாரிகளானதற்குக் குடிகார தந்தையோ, குடிகார கணவனோதான் காரணமாக இருக்கிறார்கள். சாராயத்திற்காக மனைவியிடம் வேறு ஒருத்தனை விடும் ஆணை அவளுக்குத் தெரியும். குடிக்க பணம் கிடைத்ததும் மகளுக்கு நிகழப்போகும் உடல் திருட்டைக் கண்டும் காணாமல் போகும் தந்தையைத் தெரியும்.

தொழில் செய்பவர்களோடு நேரம் கிடைக்கும்போதெல்லாம் பேசுவாள். ‘புருசன் சரியா இருந்தா நான் ஏண்டி இந்த அனாச்சாரத்துக்கு வர்றன்? போறவளுங்க எல்லாம் சொகத்துக்கா போறாளுங்க... புள்ள குட்டிங்க வயித்துக்குச் சோத்த திங்கணுமேன்னு போறாளுங்க... துட்டு தந்துட்டு வர்றவன் அவன் சொகத்துக்கு வர்றானா? நம்மளுக்கு சொகம் தர்றதுக்கு வர்றானா? அவன் சொகத்த அனுபவிக்கத்தான வர்றான்.. அனுபவிச்சிட்டு போட்டும்... எனக்கு என் புள்ளைங்கள வளக்கணும்...’ என்று சொன்ன மல்லிகா ஞாபகத்துக்கு வந்தாள்.

‘ரோத்தன்னா ரோத்த அப்படி ஒரு ரோத்தடி... கண்டாரோலி மவனுங்க... வவுத்துக்கு மட்டுந்தான் தண்ணி ஊத்திக்கிறானுங்க... ஒடம்புக்குத் தண்ணீ ஊத்திக்கிறானுங்களா என்னான்னே தெரியல... ஒடம்ப கழுவலனாலும், சாமானத்த கழுவ வேணாமா? நகத்துல அழுக்கு சேத்தற மாரி அதுலயும் மொறம் அழுக்கு சேத்துனு இப்பானுங்க... வுட்டதுமே எரியும் பாரு... அப்பதான் சாமி மேல ஆத்தரம் ஏறும்... எதுக்குடா சாமி என்ன படைச்சன்னு கத்துவம் பாரு... குடிக்கலன்னாதான அவன் ஒடம்பு கப்பு அவனுக்குத் தெரியும்...’ என்று சொன்ன அம்சா.

‘பொண்டாட்டி கிட்ட படுத்தாதான தொரத்துவா... வெளில ஒடம்பத் தேடினு வர்றவன் முக்காவாசி போதயிலதாண்டி

வர்றான்...' என்று புலம்பிய நீலவாணி.

பாலகிருஷ்ணன் குடிகாரனாக இருந்தாலும் தொல்லைக் கொடுக்காமல், கதவை மூடிக்கொள்ள சொல்லிவிட்டு வெளியே படுத்துக்கொண்ட விதம் கொஞ்சமாக நல்லவன்தான் போலிருக்கிறது என்று நம்ப வைத்தது.

இரவெல்லாம் நாய்கள் குரைத்துக்கொண்டிருந்தன. இதற்கு முன்பும் கூட தினமும் குரைத்திருக்கலாம், இத்தனை நாட்கள் மகேஸ்வரி பகலில் மட்டும் வருவாள். மாலை ஆறு மணிக்கு தையல் இயந்திரங்களும், துணிகளும் இருந்த பகுதியைப் பூட்டி வைத்து சாவி எடுத்துக்கொள்வாள். முன்புறம் சைக்கிள்கள் நிறுத்துவதற்காக விடப்பட்ட பகுதியில் பாலகிருஷ்ணனை இரவில் தூங்குவதற்கு விட்டு வைத்தாள்.

ஒரு நாள் பாலகிருஷ்ணன் கேட்டான் "ஓனரம்மா... வெளியே ஃபேன் இல்லை, என்னை நம்பி விடுங்க, பத்திரமா பாத்துக்குவேன்... துண்டு நூல் கூட வெளியே போகாம காவல் காப்பேன்.. நைட் வாட்ச் மேன் வேலைக்குச் சம்பளம் தர வேணாம்..." என்று.

"வாட்ச் மேன் தேவைப்பட்டா மிலிட்டரி எக்ஸ் சர்வீஸ் மேன் யாரையாவது வேலைக்கு வெச்சிடுவேன், நீங்க கவலப் பட வேணாம், உடனடியா உங்களுக்கு வீடு கிடைக்காதுன்னுதான் இங்கே தங்க வெச்சேன்... ரெண்டு மாசம்தான், வாடகைக்கு வீடு பாத்துனு போயிடணும்" என்று ஆரம்பத்திலேயே சொல்லி விட்டாள்.

பஞ்சும் நெருப்பும் பக்கத்தில் இருந்தால் மட்டுமில்லை, பணமும் மனிதனும் பக்கத்தில் இருந்தாலும் திருடத் தோன்றும், ஆணும் பெண்ணும் பக்கத்தில் இருந்தால் சேருவதற்குத் தோன்றும் அதனால் பாலகிருஷ்ணன் நல்லவனாகவே இருந்தாலும், அவனை ஷெட்டிற்குள் தங்க வைத்து அவனை ஏன் திருடனாக்க வேண்டுமென்று ஷெட்டிற்கு வெளியே மட்டும் இரவில் படுப்பதற்கு அனுமதித்து வந்தாள். உடலை விற்று பணம் சேர்த்தவளுக்குதான் தெரியும், காசுதான் கற்பு என்று அதைத்தான் பத்திரப்படுத்தி வைக்க வேண்டும் என்று,

காலையில் அவள் கார்மென்ட்ஸை திறக்கப் போகும்போது பளிச்சென்று நெற்றியில் திருநீறோடு நிற்பான். ஒரு நாளும்

அவன் குடிகாரன் என்று நினைக்கவில்லை. அதுவும் இவ்வளவு போதையில் தள்ளாடுவான் என்று யோசிக்கவே இல்லை.

நாய்கள் குரைத்ததில் அன்று இரவு மகேஸ்வரி சரியாகத் தூங்க வில்லை. விடிகாலையில்தான் தூங்கினாள். வீட்டுக்காரம்மாளின் எந்த விதமான தொந்திரவும் இல்லாமல் ஒன்பது மணிக்கு எழுந்தாள். எழும் போதே டைலர் பாலகிருஷ்ணன் ஞாபகம்தான் வந்தது.

ஜன்னல் வழியாக எட்டிப் பார்த்தாள். அந்த இடத்தில் அவன் இல்லை.

கதவைத் திறந்தாள். கதவுக்கு நேரே வெளியே பளிச்சென்று நின்றிருந்தான். குளித்துவிட்டு வேறு உடை அணிந்தபடி, நெற்றியில் குங்குமம், சந்தனம் தீற்றிக் கொண்டு இரவுப் பார்த்த குடிகாரனுக்கும், இவனுக்கும் சற்றும் சம்பந்தமற்றவாறு நின்றிருந்தான். தினமும் இப்படிதான் நிற்கிறான்.

“குட்மார்னிங் மேடம்” என்றான். அவன் நின்றுகொண்டிருந்த விதத்தை பணிவு என்றும் சொல்ல முடியாது, மரியாதை என்றும் சொல்ல முடியாது, பணிவும், மரியாதையும் இல்லையென்றும் சொல்ல முடியாது.

“குட்மார்னிங்...” என்றாள்.

“இப்பதான் எழுந்தீங்களா? நான் அஞ்சு மணிக்கே எழுந்துட்டேன். மனுஷனுக்கு தூக்கம்தான் முக்கியம்... கட்லா, மெத்தயா, பாயா, தலகாணியான்னு பார்க்காம கல்லா, மண்ணா இருந்துச்சினாலும், கல்லோட கல்லா, மண்ணோட மண்ணா தூங்கிருவன்.” தத்துவ ஞானியைப் போல் சொன்னான்.

அவன் பேசுவதையே கேட்டாள். அவன் பேசுவதை ரசித்துக் கொண்டிருக்கிறாளோ என்று அவளுக்கே அவள் மீது சந்தேகம் உண்டானது.

“ஓனரம்மா... நீங்க இப்பதான் எழுந்தீங்களா?" மறுபடியும் கேட்டான். "சரி நீங்க சீக்கிரம் குளிச்சிட்டு ரெடியாயிடுங்க... நான் டிபன் பண்ணிட்டு, நியூஸ் பேப்பர புரட்டிட்டே, டீ குடிச்சிட்டு ஒன் அவுர்ல திரும்பிட்றேன். என்ன ஓனரம்மா?” என்று கூறிவிட்டு அவன் பதிலை எதிர்பார்க்காமல் புறப்பட்டான்.

அவன் போவதையே சில நிமிடங்கள் பார்த்துக் கொண்டிருந்தாள். ‘எவ்வளவு நல்லவனா இருக்குறான், எத்தன நாகரீகமா நடந்துக்குறான்? ஆனா குடிக்கறான்’ என்று அவனை எண்ணிக் கொண்டாள்.

மகேஸ்வரி குளித்துவிட்டு ரெடியானதும், மணி பத்து ஆகிவிட்டது. கதவைத் திறந்து வெளியே வந்தாள். பெண் டைலர்களும் பாலகிருஷ்ணனும் காத்திருந்தார்கள்.

“ஸாரி, லேட்டாகிப் போச்சு” என்றாள்.

எல்லோரும் உள்ளே வந்து, மெஷினில் உட்கார்ந்தார்கள்.

பாலகிருஷ்ணன் கட்டிங் ரூமிற்குள் நுழைந்தான். அவனருகில் மகேஸ்வரி வந்தாள்.

“டெய்லியும் இப்படித்தான் குடிப்பீங்களா?”

“இல்ல ஓனரம்மா! என்னிக்கோ ஒரு நாளிக்குதான் இப்படி கம்மியா குடிப்பன்... மத்தபடி பார்லயே பிளாட்டாகறதுதான் வழக்கம்.”

“என்ன சொல்றீங்க?” அதிர்ந்து கேட்டாள்.

“நான் எப்பவும் உண்மயைச் சொல்லிடுவேன். அதனால பாதிப்பு இல்ல, என்னப் பத்தி நல்ல நல்ல அபிப்பிராயங்க வளந்துட்டா, பிறகால கஷ்டம், எசக்கு பிசக்கா மோசமா வுழுந்துனு இருக்கறப்போ பாத்தா வருத்தபடுவீங்க... அதனால இதுதான் நானுன்னு வெட்ட வெளிச்சமா தெரிஞ்சுட்டா நல்லது. தப்பு எதனா பண்ணாதான் தப்பு, திருடனா தப்பு, பொய்ச் சொன்னா தப்பு, எந்தப் பொண்ணையாவது தொட்டா தப்பு, வேல நேரத்துல குடிச்சா தப்பு, குடிச்சிட்டு வேலைச் செய்யாம ஏமாத்தினா தப்பு, குடிச்சிட்டு யார் கிட்டனா வம்பு சண்டைக்குப் போனா தப்பு, தப்பு இல்லாம குடிச்சா தப்பே இல்ல ஓனரம்மா... வெள்ளக்காரன் குடிக்கிற மாதிரிதான் நான் குடிப்பேன்... குடிக்கிறது தப்பு பண்றதுக்கு இல்லை, எஞ்சாய் பண்றதுக்கு...” படபடவென்று பேசினான்.

“வெள்ளைக்காரன் குடிச்சா தப்பு பண்ண மாட்டான்னு யார் சொன்னது? நம்ம ஊர் ஆளுங்களாவது பெரியவங்களுக்குப்

பயப்படுவான், வெள்ளைக்காரன் யாருக்கும் பயப்பட மாட்டான்… குடிச்சா வெள்ளக்காரன் இல்லை, கலெக்டர், போலீஸ், ஜட்ஜ் யாரா இருந்தாலும் தப்புப் பண்ணுவாங்க…” அழுத்தமாக சொன்னாள். பாண்டிச்சேரியில் ஒரு குடிகார வெள்ளைக்காரனிடம் மாட்டிக்கொண்டு பட்ட அவதிகளை நினைத்துக் கொண்டாள். வெள்ளைக்காரன் உடம்பும் நாறும் என்பதை அறிந்துகொண்டது அப்போதுதான்.

“உலகத்துல யார் வேணும்மானாலும் குடிச்சிட்டு தப்புப் பண்ணலாம், நான் பண்ண மாட்டேன் ஓனரம்மா…”

“குடிக்கிறதே தப்புதான்…” பேச்சுக்கு முற்றுப்புள்ளி வைப்பதற்காக அழுத்தமாகச் சொன்னாள்.

“எனக்குத் தூக்கம் வேணும் ஓனரம்மா, வெளியே சொல்ல முடியாத மன வேதனை, அதனால குடிக்கிறேன், குடிப்பேன், குடிப்பேன்.. நல்லா தூங்கி எழுந்தா மட்டுந்தான் என்னால நல்லா வொர்க் பண்ண முடியும்” அவனுடைய பதில் இன்னும் அழுத்தமாக இருந்தது. “என் வேலையில குறை இருந்தா சொல்லுங்க…”

“உங்கள நம்பி கம்பனிய விட்டிருக்கேன். ஒரு செக்யூரிட்டிகூட போடல, நைட்ல இங்கேயே படுத்துக்கிறதா கேட்டீங்க, பாதுகாப்பா இருப்பீங்கன்னுதான் சரின்னேன், நாள் பூராவும் மாடா உழைக்கிறீங்க… கஷ்டப்படறீங்க.. அதனால்தான் குடிக்கிறீங்க… இன்னுமே குடிக்க வேணாம்னு சொல்லல, சொன்னா திருந்தவா போறீங்க? குறைவா குடிங்க, அளவா குடிச்சிட்டு நிதானம் தடுமாறாம வந்து தூங்குங்க.. அதவிட பெட்டர் எது தெரியுமா? ஒடம்பு வலி போறதுக்கு உடற்பயிற்சி, யோகா செய்றது…”

மகேஸ்வரி தீவிர அக்கறையுடன் சொல்ல அவன் “தாங்க்யூ ஓனரம்மா! முயற்சி செய்றன், நீங்க முதல்ல ஒன்னு செய்யணும், இப்படி தொழில் பண்ற இடத்தல பத்து மணி வரைக்கும் தூங்கக் கூடாது. சீக்கிரம் தூங்கி, சீக்கிரம் எழணும், தூக்கம் வரலன்னா கொஞ்சமா ட்ரிங்ஸ் பண்ண கத்துக்கணும்…”

மகேஸ்வரி முறைத்தாள். “என்ன சீக்கிரம் எழணும்னு யாரு சொன்னாலும் கோவம் வரும். வசதியா இருந்த வாடக வூட்ட அதனாலதான காலி பண்ணன். வூடு வாசல் கழுவறத, துடைக்கறத செய்றதுக்கு ஆள் வெச்சுக்கலாம்… ஆனா, எனக்குப் பதிலா

வேற ஆள தூங்கச் சொல்ல முடியாது."

"உங்கள தூங்க வேணாம்னு சொல்லல... டைலரிங் பொண்ணுங்க காலையில எட்டு மணிக்கு வந்துடுதுங்க... பாவமா வெளியே நிக்கிதுங்க..."

"அவங்க ஏன் எட்டு மணிக்கு வர்றாங்க...? பத்து மணிக்கு வரச் சொல்லுங்க"

"கார்மென்ட்ஸ்னா டொன்ட்டி ஃபோர் அவர்சும் ரன் ஆகணும்... டே ஷிப்ட், நைட் ஷிப்ட்டுன்னு ஓட்டமா ஓடினே இருக்கணும்..." பாலகிருஷ்ணன் தேர்ந்த நிர்வாகியைப் போல் பேசினான். "லாசோ, கெய்னோ எனக்கில்ல உங்களுக்குதான்... நாளிக்கி என் மேல தப்பு சொல்லக்கூடாது. வூட்ல தூங்கலாம், இது வூடு இல்லயே..." வீட்டுக்காரம்மாள் போல் கோபமாகச் சொல்லவில்லை. வார்த்தைகளில் அதிகாரம் இல்லை, மிகவும் மென்மையான குரலில் சொன்னான்.

அவன் சொல்வது சரிதான் என்கிற மாதிரி அவளுக்குப் புரிந்தது.

"ஸாரி! இன்னொன்னாவது செய்ங்க, முதல்ல உங்களுக்கு தனியா வீடு கட்டிக்குங்க, கம்பனி ஒட்டியே நிறைய காலி இடம் இருக்கு, சிம்பிளா கட்டிடுங்க... தெறமயான கான்டிராக்டர் கிட்ட கொடுத்தா மூணு மாசத்துல வீடு கட்டிக் கொடுத்துடுவாங்க... வூடு கட்றதுக்கு லோனு தர்றாங்க... மானியமும் தர்றாங்க..."

அவன் சொல்வதற்குத் தலையாட்டினாள், அது சரியென்றும் பட்டது.

காலி இடம் நிறைய இருக்கிறது. மொத்தம் இருபது சென்ட் இடம். பாட்டி காப்பாற்றி வைத்த சொத்து. பாட்டி பொன்னம்மா அழிக்காமல் வைத்திருந்த மண். பாட்டிக்கும் ஆண் பிள்ளை இல்லை, அம்மாவுக்கும் ஆண் பிள்ளை இல்லை, பாட்டிக்குப் பிறகு அம்மா, அம்மாவுக்குப் பிறகு மகேஸ்வரிக்கு என்று வந்து விட்டது. இருபது சென்ட் என்பது கிட்ட தட்ட கால் ஏக்கர்! வானத்தை நம்பி வாழ்ந்த செம்மண்! மகேஸ்வரி சிறு வயதில் பாட்டி வீட்டில்தான் வளர்த்தாள். தன் வரையறையற்ற வாழ்க்கை தன் மகளுக்கும் நேர்ந்து விடக் கூடாதென்று பாட்டியிடம் விட்டிருந்தாள் மகேஸ்வரியின் அம்மா. மத்தியில் சின்ன கூரைக்

குடில், குடிலைச் சுற்றி நிலம்! நிலத்தில் பருவத்திற்கு ஏற்றமாதிரி ஏதாவது விதைத்து விடுவாள். நிலக்கடலை, கொள்ளு, துவரை, கம்பு, சோளம், பந்தல் போட்டு சுரையும், அவரையும் என்று பொன்னம்மா பாட்டி இந்த சின்ன மண்ணில் வெள்ளாமை செய்தாள். மகேஸ்வரி பந்தலில் ஏறி கொத்து கொத்தாக அவரைக்காய்களைப் பறிப்பாள். பொங்கலுக்கு அவரையும், பூசணியும் காசாகி விடும். பாட்டி ஒரு புது கவுன் எடுத்துக் கொடுப்பாள். அம்மா ஒரு புது கவுன் எடுத்து வருவாள்.

மகேஸ்வரி ஆறாம் வகுப்பு படிக்கும் போது பாட்டி நெஞ்சு வலி அதிகமாகி செத்துப் போனாள். பாட்டிக்கு அடிக்கடி நெஞ்சு வலி வரும், அப்படி வரும்போது சந்தனமாவு கட்டையில் மான் கொம்பை உரைத்து அதை நெஞ்சில் தடவிக் கொள்வாள். மகேஸ்வரிக்குத் தெரிந்து பாட்டி ரவிக்கை அணிந்ததில்லை. நுங்கை பனையோலையில் கட்டின மாதிரி முந்தானையால் மார்பைக் கட்டிப் போட்டிருப்பாள். காளியம்மனுக்குப் பூசாரி அப்படிதான் சேலையைக் கட்டி விடுவார். அம்மனுக்கு ரவிக்கை இருக்காது. எப்படி ரவிக்கையைத் தைப்பார்கள்? தைத்தாலும் அணிய முடியாது. வெள்ளிக்கிழமை அம்மனைக் குளிப்பாட்டும் போது பெண் பிள்ளைகள் சின்ன சின்ன மண் குடுவையில் தண்ணீர் மொண்டு வந்து ஊற்றுவார்கள். மகேஸ்வரி பந்தயத்தில் ஓடுகிற மாதிரி குடுவையை எடுத்துக் கொண்டு ஓடுவாள். சீக்கிரம் தண்ணீர் ஊற்றி அன்னகுண்டாவை நிரப்பி விட்டு காளியம்மன் குளியலை வேடிக்கைப் பார்ப்பாள். பூசாரி சீக்காய்த் தூளை மார்பில் கொட்டி தேய்த்து தேய்த்து விடுவார். பெண் பிள்ளைகள் பார்த்துக்கொண்டிருந்தால் விட்டு விடுவார். ஆண் பிள்ளைகள் நின்றால் அடித்து துரத்துவார். இரண்டு மார்புகளுக்கும் இடையில் விரலால் எண்ணைப் பிசிண்டைத் தேய்ப்பார். மார்புகளை மட்டும் அதிகநேரம் தேய்ப்பார். தண்ணீர் ஊற்றி ஊற்றி சுத்தமாக கழுவி விட்ட பிறகு அம்மனின் முகத்தை விட மார்பகங்கள் பளபளப்பாக தெரியும். துணியால் ஈரத்தைத் துடைத்து எடுப்பார். மகேஸ்வரியின் கை தன்னாலேயே அவளின் மார்பகங்களைத் தடவிப் பார்த்துக்கொள்ளும். பூசாரி புடவைக் கட்டிவிடும் போது கூட மார்பகங்கள் தூக்கலாகத் தெரிகிற மாதிரி வயிற்றுப் பகுதியில் நூலால் இறுக்கமாக கட்டி விடுவார். பித்தளை ஒட்டியாணத்தை இடுப்பில் மாட்டி விடுவார். ஒட்டியாணம் இறுக்கமாகி விடுவதால்

மார்பகங்கள் எடுப்பாகக் தெரியும். அம்மனுக்கு ஏன் மார்பகங்கள் எடுப்பாக தெரிய வேண்டும்? என்று யோசிப்பாள். என்னதான் புடவை கட்டிவிட்டாலும் மகேஸ்வரியின் கண்களுக்கு மட்டும் நீராடிய அம்மன்தான் தெரிந்தாள்.

பொன்னம்மா பாட்டி மார்பு வலிக்கு சந்தனம் பூசிக் கொள்ளும்போது முந்தானையை விலக்கிக் கொள்வாள். ஒவ்வொரு நாளில் மகேஸ்வரியைச் சந்தனம் பூசிவிடச் சொல்லிவிட்டு மல்லாந்து படுத்துக்கொள்வாள். அம்மனின் மார்புகளுக்கும், பாட்டியின் மார்புகளுக்கும் நிறைய வித்தியாசம் இருப்பதை அறிவாள். "என்னாடி பாப்பா ரோசன? நா நோவுல துடிக்கறன், நீ வேற என்னா கெவனத்தல இருக்க?" என்பாள். அப்புறம்தான் மகேஸ்வரி சுய நினைவுக்கு வருவாள். கடைசியாக பாட்டி நெஞ்சு வலி தாங்கமுடியாமல் சுவரில் தலையணையை வைத்துக் கொண்டு அதன் மேல் சாய்ந்து உட்கார்ந்துகொண்டாள். விசிறி எடுத்து விசிறிவிடச் சொன்னாள். மகேஸ்வரி விசிறினாள். பாட்டி நெஞ்சு வலியால் துடித்துக்கொண்டிருந்தது புரியாமல் அவளின் மார்பகங்களைப் பார்த்தாள். அது வழக்கத்திற்கு மாறாக திரண்டிருந்ததையும், ஏறி இறங்கினதையும் கவனித்தாள்.

"உங்கம்மாவ சரியா பாத்துக்க முடில ஊருக்கு நேந்து வுட்டுட்டன்.. உன்ன படிக்க வெச்சி ஆளாக்கி தலநிமுந்து நடக்க வெக்கிணும்னு பாத்தேன். சாமிக்குப் பொறுக்கல... கிட்ட வாடி என் செல்லம்!" இறுக்கி அணைத்தாள்.

கண்களில் அடங்காத கண்ணீர் ரெண்டு கன்னங்களிலும் நெற்றியிலும் கணக்கில்லா முத்தங்களைக் கொடுத்தாள். என்னவோ பாட்டியின் சைகையில் வித்தியாசம் கண்டு மகேஸ்வரிக்கும் கண்ணீர் கொட்டியது.

"ரொம்ப ஆசப் பட்டண்டி பாப்பா! உன்ன ஒரு நல்ல பையனுக்கு கல்லாணம் பண்ணித் தரணும்... கண்ணு ரொப்ப ஜோடியா பாக்கணும்... நம்ம குடும்பத்துல நீ ஒருத்தியாச்சும்..." பாட்டியால் அதற்கு மேல் பேச முடியவில்லை.

கண்ணீர் மட்டும் நிற்கவில்லை. பாட்டி அவ்வளவு கண்ணீரைக் கொட்டி மகேஸ்வரி பார்த்ததே இல்லை. அது நெஞ்சு வலிக்குத் துடிக்கும் கண்ணீரா?, மரணவலிக்குத் துடிக்கும் கண்ணீரா?

பேத்தியை மலராத பருவத்திலேயே பாழும் உலகத்தில் விட்டு விட்டுப் போவதால் உண்டான வலிக்கு துடிக்கும் கண்ணீரா? என்று அப்போது மகேஸ்வரியால் யோசிக்க முடியவில்லை. பாட்டி ரொம்ப தைரியசாலி! எந்த ஆணாக இருந்தாலும் மரியாதை கொடுக்காமல்தான் பேசுவாள். தேர்தலுக்கு ஓட்டு கேட்டு வரும் ஆளிடம் 'நீ எதுக்கு என்ன கும்பிடற... போ... போ...' என்று முகத்தைத் திருப்பிக்கொள்வாள்.

ஒருமுறை பக்கத்து நிலத்து பங்காளிகளோடு சண்டை. சர்வேயர், போலீஸ்காரர்கள், கிராம நிர்வாகி எல்லாம் வந்து விட்டனர். பாட்டி வெட்டருவாளைத் தூக்கிக்கொண்டாள். 'யாராச்சும் என் மண்ணுல கால ஊனனிங்க ஒரே வெட்டு வெட்டிடுவன்..' என்று கத்தின கத்தில் அதிகாரிகள் அலறினார்கள். ஆண் வாரிசு இல்லாத சொத்தை அபகரிக்க பங்காளிகள் போட்ட நடவடிக்கைகள் பாட்டியிடம் நெருங்க முடியவில்லை. அப்பேர்ப்பட்ட பாட்டி மரணம் நெருங்குவதை உணர்ந்து பயந்தாள். உயிர் பிரிவதற்கான பயம் இல்லை. பேத்தியை விட்டு நிரந்தரமாக பிரியப்போகிற பயம்!

"குட்டிப்பொண்ணு! என்னால முடியல, எங்கத முடிஞ்சிடுண்டி அக்காவ கூட்டினு வாடி... ஓட்றி! ஆப்பட்லன்னு வந்துறாத கையைப் புடிச்சி இழுத்துனு வா!" பாட்டி மகேஸ்வரியிடம் பேசிய கடைசி பேச்சு இதுதான். "கூட்னு வா.. என் பட்டும்மா... இன்னமேவாச்சும் உன்ன அவ பாத்துக்கட்டும்.." நெஞ்சில் கை வைத்துக் கொண்டு முக்கி, தடுமாறி சொன்னாள்.

மகேஸ்வரி அம்மாவைத் தேடிக் கொண்டு ஓடினாள். அம்மாவின் வீடு கொஞ்ச தூரத்தில் இருந்தாலும் மகேஸ்வரி போவதில்லை. பாட்டியைதான் அம்மா என்று அழைப்பதற்குப் பழக்கப் படுத்தி விட்டிருந்தார்கள். அம்மாவை அக்கா என்றே அழைத்தாள்.

அம்மாவின் வீட்டுக் கதவைத் தட்டி தட்டி கை வலித்தது. உள்ளே ஆண் குரல் கேட்டது. அந்தக் குரலிலிருந்து வந்த வார்த்தைகள் அழுகினதாக இருந்தது. மகேஸ்வரி விடாமல் தட்டினாள். ரொம்ப நேரம் கழித்துதான் அம்மாவின் குரல் வெளியே வந்தது.

"என்னாடி... எதுக்கு கத்தற? இங்க எதுக்கு வந்த..?"

"அம்மா கூட்டினு வரச் சொல்லுச்சி..."

“எதுக்குடி... வாய வெச்சினு சும்மா கெடக்காம யார் கிட்டயாவது வம்புச் சண்ட புடிக்கிறாளா? எப்பப் பாத்தாலும் ஒரே தொல்ல... அவ சண்டப் புடிப்பா அவளோட சேந்துகுனு நானும் சண்டப் போடணும் ஊரு மேயறவளுங்க எல்லாம் என்ன தேவிடியா தேவிடியான்னு திட்டுவாளுங்க... போடி வர்றன்...”

“சண்ட இல்ல நெஞ்சு நோவு”

“போடி வர்றன்.”

“கூட்டினு வரச் சொல்லுச்சி.”

“முண்டம்! போயி தொல.. நீ போனாத்தான் நான் வருவன்” மகேஸ்வரி புரிந்துக்கொண்டாள். முகம் வாடியபடி போனாள். வீடு திரும்பியபோது பாட்டி உயிரை விட்டிருந்தாள்.

பாட்டி இறந்து விடுவாளென்று அம்மா நினைக்கவில்லை. “பெத்தத் தாயை ஆஸ்பத்திரி கூட்டினு போயி காப்பாத்த முடியாத பாவி ஆயிட்டனே...” என்று தலையில் அடித்துக்கொண்டு அழுதாள்.

கொள்ளிப் போடுவதற்கு நிலத்தில் பாதியைத் தர வேண்டுமென்று பங்காளிகள் பிரச்சினை ஆரம்பித்தார்கள். இறந்த பாட்டியை மறுபடியும் மறுபடியும் சாகடித்தார்கள். நிலத்தில் ஊசி முனை அளவும் பிரித்துத் தர முடியாது என்று உறுதியாகச் சொல்லி விட்டாள் அம்மா. பிணத்தை வைத்துக்கொண்டு பஞ்சாயத்து பேசினார்கள்.

“யாரும் கொள்ளி போட வேணாம்... யாரு பத்த வெச்சாலும் நெருப்பு எரியும்... பங்காளிங்க பத்த வெச்சாதான் எரியுமா?”

"நொம்மா ஆத்மா சாந்தி அடயணும்... நொம்மா உசுரு பெரியவங்க கிட்ட போயி சேரணும்... நொம்மா நடுவாந்தரத்தல காத்தா பேயா அலயக் கூடாது..." உறவில் பெரியவராக இருந்த பங்காளிகளின் தாத்தா சொன்னார்.

"இதுங்க கொள்ளி வெச்சா எங்கம்மா கட்டயும் வேகாது.. ஆத்மாவும் சாந்தி ஆகாது.. வாழ்றப்போ ஆகாத ஜனம், செத்தப்புறம் ஆயிடுமா?"

"சொந்த பந்தம், ஊரு ஜனம் வேணாம்னு பேசுனா எப்பிடி? யாருமே வேணாமா?"

"சொத்துல பாதியக் கொடுத்தாதான் ஒறவுன்னா அந்த ஒறவு எனக்கு வேணாம்... ஒறவுன்னா பைசா எதிர்ப்பாப்பு இல்லாம உரிமயோட முன்ன வந்து கொள்ளி வெக்கிணும்... செத்ததுதான் சாக்குன்னு அடிச்சி புடுங்க கூடாது..."

"நாட்டு நடப்ப நீயோ நானோ மாத்திற முடியுமா? கொள்ளிப் போட்டா புள்ள ஆயிடறான்... புள்ளைக்குச் சொத்துல பாத்தியம் உண்டுதான?"

"கொள்ளி வேணான்னா வுட்டுற வேண்டிதுதான..."

"எடுத்தெறிஞ்சி பேசாத... பொட்டப் பொண்ணு பெத்து வெச்சிருக்க.. ஒறவுல ஒருத்தன் வந்து கட்டிக்கணும் இல்ல...? ஒன்ன மாரியே நேந்து வுட்ருவியா?" இந்தச் சொற்கள் அம்மாவை ரொம்பவும் காயம் உண்டாக்கியது.

"எம் பொண்ணு என்ன மாரி நாசமா போனாலும் போவட்டும்... பங்காளிங்க எவனுக்கும் தார வாக்க மாட்டன்.. அவனுங்களுக்குக் கட்டி வெக்கிறத காட்டிலும் எவனுக்காச்சும் வுட்டு வாங்கலாம்... ரெண்டுமே ஒண்ணுதான்... இங்க வுட்டு வாங்காத ஆம்பள யாரு?" பொன்னம்மாவைப் போலவே மரியாதை இல்லாமல் கத்தினாள்.

"ரொம்ப சவடாலா பேசற..?"

"ஆமா, மண்ணு மண்ணுன்னு அலயறானுங்க... எவனும் கொள்ளிப் போட வேணாம்... எங்கம்மாள இந்த மண்ணுலய பொதைக்கிறேன்... வாழறப்பல்லாம் அடுப்ப பத்த வெக்கிறதுக்கு எவனும் வரல.. செத்தப்புறம் பொணத்தப் பத்த வெக்கிறதுக்கு பஞ்சாயத்து கூடறானுங்க.." ஆவேசமாக கத்தினாள்.

"உன் அடுப்பதான் ஊர்ல இக்கறவனயெல்லாம் நுந்தறதுக்கு வுட்டுட்டியேடி.. பேசறா பேச்சு..."

"நீங்கதாண்டா வுட்டீங்க பாடுசுங்களா.. எதனா பேசனீங்க உங்கள முன்ன கொளுத்திட்டு அப்புறந்தாம் எங்கம்மாள கொளுத்துவேன்... மரியாதையா போயிடுங்க.." கத்திக் கொண்டே மண்ணெண்ணெய் கேனைத் தூக்கிக் கொண்டு ஓடி வந்தாள்.

சண்டையில் சொந்தக்காரர்களின் பேச்சும் சைகையும் மகேஸ்வரிக்குப் பெரும் எரிச்சலைக் கொடுத்தது. அதுவரைக்

கேட்காத பச்சை பச்சையான சொற்கள். ஊரிலிருக்கும் ஜாதிப் பேரையெல்லாம் சொல்லி அவன தெங்கனவ, அவன தெங்கனவ என்று சொன்னதோடு இல்லாமல் ஆண்களும், பெண்களும் துணியைத் தூக்கி தூக்கி குறிகளைக் காட்டிக் காட்டி எகிறினார்கள். அவர்களுக்கு அந்தச் சண்டைப் பழகியதாக இருந்திருக்கும். மகேஸ்வரி அப்போதுதான் முதன் முறையாகப் பார்த்தாள். பாட்டி அவளை வீட்டை விட்டு வெளியே அனுப்பாமல் வளர்த்தாள். அதனால் இப்படிப்பட்ட சண்டைகளைப் பார்க்கவில்லை.

விட்டும் போகவில்லை.

மகேஸ்வரியின் பாசக்கார பாட்டியின் மரணமானது அழுவதற்குக் கூட முடியாமல் சண்டையும், பிரச்சினையுமாக ஓடியது. ஊரார் சேர்ந்து கொள்ளி போடுபவருக்கு ஒரு பவுன் தங்க மோதிரம் அல்லது எட்டாயிரம் ரொக்கம் அல்லது மூன்று சென்ட் காலி மனை கொடுக்க வேண்டும் என்று கேட்டுகொண்டனர். "பாரு காளியம்மா! ஆள் ஆளுக்குப் புடிச்ச மாரி முற கெட்டு செஞ்சிட முடியாது. என்னா சொல்ற?"

அம்மா ஒரு பவுன் மோதிரம் போடுவதாக ஒப்புக்கொண்டு, அதைத் தருவதற்கு மூன்று மாத காலம் அவகாசம் வாங்கினாள். பேப்பரில் எழுதிக் கையெழுத்து வாங்கினார்கள்.

"கையெழுத்துப் போடறன்... ஒரு பவுன் மோதிரத்தோட நின்னுக்கணும்.. சொத்து கேட்டோ, பொண்ணு கேட்டோ யாரும் வந்துரக் கூடாது..."

"சொத்து சொல்ற ஞாயம்! பொண்ணு கேக்கக் கூடாதுன்றது என்னா ஞாயம்?"

"சொந்தத்துல நான் மாட்டினு சீரழிஞ்சது போதும்... எம் பொண்ணும் சீரழிய வேணாம்... மண்ண தந்தா மண்ணோட போவும்... பொண்ணத் தந்தா பொண்ணோட சேந்து மண்ணும் போயிரும்... அந்தப் பேச்சி வேணாம்..."

இத்தனை பேச்சு வார்த்தைகள் நடந்த பிறகுதான் பாட்டி அடக்கம் செய்யப்பட்டாள்.

மூன்று மாதங்கள் அவகாசம் கேட்டிருந்தாலும், மூன்றே நாளில் கொள்ளி வைத்த பெரியப்பா மகனுக்கு எட்டாயிரம் பணம்

கொடுத்துவிட்டாள். தங்கம் விலை ஏறிக்கொண்டே போனது. "மூணு மாசத்துல நூறோ எரநூறோ வெலை ஏறிடும். திடு திப்புனு ஐநூறோ ஆயிரமோ ஏறுச்சினா என்னா பண்றது...?" என்று புலம்பிக்கொண்டே எட்டாயிரம் கொடுத்துவிட்டு எழுதிக் கொடுத்த பேப்பரை வாங்கிக் கொண்டாள்.

பாட்டிக்கு வயது நாற்பதுதான். மகேஸ்வரியின் அம்மாதான் "நாப்பதுலயே எங்கம்மா போயிட்டாடி" என்று அடிக்கடி சொல்லி வேதனைப் படுவாள். அப்போதுதான் அவளுக்குப் பாட்டியின் வயது தெரிந்தது.

பாட்டியும், அம்மாவும் போராடி மீட்டு வைத்த இடம்! கார்மெண்ட்ஸ் தொடங்கிய போது எந்த இடத்தில் தொடங்குவது என்ற குழப்பம் உண்டானது. வாடகைக்குக் கடைகள் தேடினால் பத்துக்குப் பத்து சதுரத்திற்குள்ளேதான் கிடைத்தன. வாடகையும் அதிகம் சொன்னார்கள். முன் பணமும் பெருந்தொகையாக சொன்னார்கள். ஜோலார்பேட்டை பெரிய ஊரெல்லாம் ஒன்றும் கிடையாது. இரயில் நிலையம் இல்லாவிட்டால் இந்த ஊர் அழித்து அழித்துத் தேய்ந்து போன ரப்பர் துண்டாய்க் கொஞ்சமாக மிச்சமிருந்திருக்கும்... ரப்பர் துண்டுகள் எங்கேனும் முழுவதுமாகக் கரைந்திருக்கிறதா? நிறைய ஊர்கள் அப்படித்தான்... பெயர் மட்டுமிருக்கும் ஊர் இருக்காது. ஜனங்கள் இருக்க மாட்டார்கள். ஜோலார்பேட்டையில் இருப்பது ரயில் நிலையம் மட்டும்தான். அது மட்டுமே சிற்றூரை பேரூராகக் காட்டியது. ஊரின் வளர்ச்சியைக் காட்டுவது துணிக் கடைகளாக இருந்தது. ஜோலார்பேட்டையில் ரயிலேறி இருநூறு கிலோமீட்டர் தூரத்திலிருக்கும் சென்னை தி.நகர் பெருங்கடையில் துணி வாங்கி வரும் பழக்கம் உருவாகி வந்தது. அப்படி தீபாவளிக்காக புடவைகள் வாங்க மகேஸ்வரி போன போதுதான் அவளுக்கும் துணிக்கடை வைக்கும் யோசனை வந்தது. அதுவும் கடை முன்பு இரண்டு பொம்மைகள் நிறுத்தி புடவை சுற்றிவிடவேண்டும் என்றும் யோசித்தாள். மனிதர்களுக்கு இல்லாத கவர்ச்சி பொம்மைகளிடம் இருந்தது. மனிதர்கள் மீது உண்டாகாத பயமும், பக்தியும் கடவுள் சிலைகள் மீது இருக்கிற மாதிரி!

முதலில் துணிக்கடை வைத்தாள். ரெடிமேட் ஆடைகளில் லாபம் கூடுதலாக கிடைக்கவே அதையும் சேர்த்துக் கொண்டாள்.

ரெடிமேட் ஆடைகளை வாங்கி விற்பதைவிட தானே உற்பத்தி செய்தால் கூடுதல் லாபமும் கிடைக்கும், பத்துப் பெண்களுக்கு வேலையும் தரமுடியும் என்று யோசித்தபோதுதான் பாட்டியின் சொத்து ஞாபகத்திற்கு வந்தது. முள் மரங்களாலும், கொட்டப் பட்ட குப்பைகளாலும், மனித கழிவுகளாலும் நாசமாகிக் கிடந்த நிலத்தை கூலியாட்கள் வைத்துச் சுத்தம் செய்தாள்.

இந்தச் சொத்தை அபகரிக்கத் துடித்த சொந்தங்கள் ஊரிலேயே இல்லை, அவர்களின் சொத்துக்களை விற்று விட்டு ஊரைவிட்டே போய் விட்டனர். ஒரு ஆள் பம்பாய்க்குப் போய் பானிபூரி வியாபாரம் கற்று வந்து அதை எல்லோருக்கும் சொல்லிக் கொடுத்தார். ஓசூர், பெங்களூர், கிருஷ்ணகிரி என்று பல நகரங்களில் பானிபூரி வண்டியைத் தள்ளிக்கொண்டு போய் விட்டார்கள். வருசா வருசம் காளியம்மன் திருவிழாவுக்கு மட்டும் வந்து கோழி காவு தந்து விட்டுப் போவதாக பக்கத்திலிருப்பவர்கள் சொன்னார்கள்.

பாட்டியின் இடத்தில் பெரிதாக தகரக் கொட்டாய் போட்டு பத்து தையல் இயந்திரங்கள் வாங்கி கம்பனி தொடங்கினாள். கட்டிங் மாஸ்டர் அமையவில்லை. திருப்பூர் பனியன் கம்பெனியிலிருந்து கட்டிங்கோடு வரும் துணிகளை எடுத்து வந்து தைத்து அனுப்புவாள். அதனால் பெரிதாக லாபம் இல்லை. ஒரு கட்டிங் மாஸ்டருக்காக காத்திருந்த போதுதான் பாலகிருஷ்ணன் எனும் அசுத்தம் மகேஸ்வரியின் பாதையில் வந்து பாதங்களில் ஒட்டியது.

07

கடையைத் திறந்து வைத்துவிட்டு, கல்லாவில் உட்கார்ந்தாள்.

பச்சை நிறத்தில் துண்டுகளைப் போர்த்திக்கொண்டு நான்கு பேர் வந்தார்கள்.

"வணக்கம்மா! பாலாற இப்போ காப்பாத்தலன்னா… நம்ம மண்ணு பூரா வெசமாயிடும்… மந்திரிங்க மணல கொள்ளையடிக்கிறாங்க… தோல் ஷாப் ஓனருங்க தண்ணீய உறிஞ்சி எடுத்துட்டு ரசாயனத்த விடறாங்க… கவர்மென்ட் வேலிக்காத்தான ஆறு பூராவும் காடா வளத்துட்டு மிச்சம் மீதி இருக்கற நிலத்தடி நீரயும் உறிஞ்சி எடுக்குது… அது விசயமா பஸ் ஸ்டாண்டுல கூட்டம் போடறோம்… நிதி வேணும்" என்றார் ஒருவர்.

அவர்கள் மீது மகேஸ்வரிக்குக் கோபம் வந்தது. "உங்களுக்கு வேல வெட்டி இல்லயா? லெதர் கம்பனில எத்தனை ஆயிரம் பேர் வேல செய்றாங்க? இழுத்து மூடிட்டா அவங்க என்னா பண்ணுவாங்க? உங்கள மாதிரி கட கடயா ஏறிப் பிச்சதான் எடுக்கணும்…" கோபமாகச் சொன்னாள்.

"என்னம்மா பேசற..? பாத்தா படிச்சவங்க மாதிரி இருக்கீங்க.. ஆனா, நம்ம கண்ணு முன்னாடி பாலாறு பாழாகுது, அத சொன்னா புரிய மாட்டேங்குது… விவசாயம் நாசமா போச்சு, குடிநீர் வெசமாயிருச்சு... தோல் முதலாளிங்க எவ்ளோ சம்பளம்

தர்றாங்கன்னு தெரியுமாங்க? ஆயிரம் பேர் வேலை செஞ்சா நூறு பேரத்தான் பர்மனென்ட் பண்ணி இருக்காங்க தெரியுமா? எவ்ளோ நேரம் வேல வாங்கறாங்கன்னு தெரியுமா? பன்னெண்டு மணி நேரம் வேல வாங்கறாங்க.. கெமிக்கல்ல வேலைச் செய்றதனால என்னென்ன நோயுங்க வருதுன்னு தெரியுமா? இராசயணத்தால ஆறு மட்டும் நாசமாகறதில்ல மக்களுக்கும் நோய்கள் உண்டாகுது... பிறக்கற குழந்தைங்களுக்கும் நோய்கள் உண்டாகுது... தோல் தொழிற்சாலைங்க இல்லைன்னா விவசாயம் நல்லா இருந்திருக்கும்.. விவசாயம் இப்ப நாசமா போச்சு..”

“விவசாயம் பண்ணாலும் உரத்தப் போடாதீங்க, இதப் போடாதீங்க.. அதப் போடாதீங்கன்னு.. போராட்டம் பண்ணுவீங்க..” என்று சொன்ன மகேஸ்வரி, மேற்கொண்டு அவர்கள் பேசுவதை விரும்பவில்லை. முகத்தைத் திருப்பிக் கொண்டாள்.

“பிற்காலத்தல பாதிக்கப் படறது நம்ம எதிர்கால சந்ததி... அதைத் தெரிஞ்சுக்குங்க..”

“இவங்க கிட்ட பேசறது வேஸ்ட் ஆறுமுகம் தோழர்! வாங்க போலாம்.” என்று இன்னொருவர் கடையின் படிகளில் இறங்கிப் போனார்.

“பாருங்க நன்கொடை இல்லைன்னு சொல்லுங்க.. ஆனா ஆறு எப்படியாவது நாசமாகட்டும்னு இருக்காதீங்க...”

“பத்து கிலோமீட்டர் அந்தாண்ட இருக்கிற பாலாத்துக்கும் ஜோலார்பேட்டைக்கும் என்னங்க சம்பந்தம்?”

“நீங்க குடிக்கிற கார்பரேஷன் தண்ணி பாலாத்துல இருந்துதாங்க வருது” அவரும் விடாமல் நின்று பேசினார்.

“இப்பதான் கடய திறந்தங்க பைசா ஏதும் இல்ல” என்றாள். அவர்களைப் பேச விடாமல் அனுப்பி வைக்க “நெக்ஸ்ட் வந்தா தர்றன்”

“இவங்க கிட்ட கேக்கறீங்களே... கேன்சர் வந்தா தெரியும். வாங்க ஆறுமுகம் தோழர்! ஒவ்வொரு ஆளுக்கும் நாம விளக்கம் கொடுத்தா, பத்துப் பேருகிட்ட பேசறதுக்குள்ள பொழுது சாஞ்சிடும்.. அதுக்குதான் கூட்டம் போடறோம்.. ” என்றழைத்துக் கொண்டு போனார் இன்னொரு பச்சைத் துண்டு.

அவர்கள் போனதும் "இவங்க கூட்டம் போட்டு கத்தினா உலகம் பொரண்டுடுமா? போகுது பைத்தியக்காரனுங்க..." என்று கடையில் வேலை செய்யும் பெண்களிடம் சொன்னாள்.

★★★

இரண்டு கல்லூரி மாணவிகள் சுடிதார் எடுக்க வந்து மொத்த ஆடைகளையும் பிரித்து மேய்ந்துகொண்டிருந்தார்கள். அம்பரல்லா மாடல் என்று கேட்டுவிட்டு அதைக் காண்பித்த போது, வெட்கப்பட்டார்கள், அவர்கள் மனதில் என்ன இருக்கிறது என்பது யாருக்கும் புரியவில்லை, மொத்தத் துணிகளையும் பார்ப்பதில் ஆட்சேபணை இல்லை, எல்லாம் பார்த்துவிட்டு எதுவும் பிடிக்கவில்லை என்று சொல்லி விட்டு போனால்தான் கோபம் வரும். அப்படி சொல்லி விட்டு போவோரும் உண்டு. சிலர் கடைக்குள் நுழைந்ததுமே 'பிங்க் கலர் இல்லன்னா லைட் ப்ளூ கலர்ல வேணும் காட்டுங்க' என்று கேட்டு விடுவார்கள். சிலர் கேட்பது ஒன்றாக இருக்கும், எடுப்பது வேறொன்றாக இருக்கும், திரைப்படம் பார்த்து விட்டு வெளியே வந்து படம் நல்லாவே இல்லை என்கிற மாதிரி, நூறு உடைகள் பார்த்து விட்டு ஒன்றும் சரியில்லை என்று சொல்லிவிட்டுப் போவார்கள்.

மகேஸ்வரி கல்லாவில் உட்கார்ந்துகொண்டு, பெண்கள் உடை எடுப்பதைப் பார்த்தால் சும்மாவே தலைவலிதான் வரும் என்று தொலைக்காட்சியைப் பார்த்தாள்.

பணிப் பெண்களுக்குச் சொல்லி வைத்திருக்கிறாள், 'கஸ்டமருங்க கிட்ட கோபமே படக்கூடாது, இன்னிக்கி வாங்கலனாலும் இன்னொரு நாளிக்கி வந்து டிரெஸ் எடுப்பாங்க... பொண்ணு பாக்க வந்துட்டு, காபி குடிச்சிட்டு பொண்ணு நல்லா இல்லன்னு சொல்லிட்டுப் போறவங்கதான நம்ம ஜனங்க... டிரஸ் நல்லா இல்லன்னு சொல்லிட்டுப் போறது பெரிய விசயம் இல்ல, பாக்கட்டும்' என்று சொல்வாள்.

"பாப்பா எப்படிடா இருக்கே? சவுக்கியமாடா சாமி?" என்ற பழக்கமான குரல் கேட்டு தொலைக்காட்சியிலிருந்து பார்வையைத் திருப்பினாள். கட்டட மேஸ்திரி வந்து நின்றிருந்தார்.

"வாங்க மேஸ்திரிண்ணா!" என்றாள்.

எதிரே உட்கார்ந்தார். காலையிலேயே போன் போட்டிருந்தாள். அவர் கார்மெண்ட்ஸ் கட்டடத்திற்குச் சுவர் எழுப்பியவர். நல்ல வேலைக்காரர். வரச் சொன்னதும் வந்து விட்டார்.

“சொல்லுடா சாமி! அவசரமா வரச் சொன்னியாம், புதுசா வூடு எதனா கட்றியா? ஆரம்பிடா சாமி! காலத்துக்கும் பேரு வெளங்கற மாதிரி கட்டித் தர்றன்.” என்றார்.

அவருக்குத் தேநீர் வரவைத்தாள். அவர் தேநீரைப் பருகும் போது சொன்னாள். “கோபிச்சுக்காதீங்க.. நல்ல இஞ்சினியர் ஒருத்தர் வேணும் மேஸ்திரிண்ணா… கரெக்ட்டா பிளான் போட்டு, அவரே பொறுப்பு எடுத்து வீடு கட்டிக் கொடுத்துடணும்… நம்ம ஊர்ல இஞ்சினியர் இருக்காங்களா?”

மேஸ்திரியின் முகம் வாடிவிட்டது. “என்ன சாமி! எந்த இஞ்சினியர் கொல்ரு கரண்டியப் புடிச்சி வேல செய்றாரு.. எங்களாட்டும் மேஸ்திரிங்கதான ஓரியாடணும்… நம்பி வேல கொடு சாமி! கைப்புடி மணலோ, சிட்டிக சிமிட்டியோ நாஸ்தி பண்ணாம சுத்தமா கட்டித் தர்றன் சாமி! அண்ணன நம்பு” என்றார். கண்கள் துளிர்த்தது. நேர்மையான தொழிலாளிக்குதான் துக்கம் வரும். கேள்விகளும் கேட்கிற தைரியம் வரும். அவர் கேட்ட விதம், மகேஸ்வரியைச் சங்கடப் படுத்தியது.

“உங்கள ரொம்ப நம்பறன் மேஸ்திரிண்ணா! இல்லனா உங்கள கூப்பிட்டு பேசுவனா? கட்றது நீங்கதான்… வேற யாரயும் விட மாட்டன். ஆனா, என்னால ஒவ்வொண்ணையும் பாத்துட்டு இருக்க முடியாது. நான் கிட்டயே இருக்க மாட்டன். இந்தக் காலத்துக்கு ஏத்த மாதிரி வீடு கட்டணும்… எனக்கு நிறையப் பிளான்கள் வேணும்… ஒவ்வொண்ணா பாத்து செலக்ட் பண்ணுவேன்…” சமாதானமாக மட்டுமில்லை, தன் பக்க நியாயத்தையும் சொன்னாள். “நான் ஏன் உங்களுக்குச் சொல்றன்? நானே தேடக் கூடாதா? எனக்கு நல்ல இஞ்சினியர் தெரியாது. நீங்க யாரை அழைச்சிட்டு வந்தாலும் அவர் கிட்ட ஒப்படைக்கிறேன்… உங்க பேச்ச மதிக்கிறவரா இருக்கணும்..”

மேஸ்திரிக்கு இது ஏமாற்றமாக இருந்தது. ஆனாலும் சம்மதித்து விட்டுப் போனார். கால வெள்ளத்தில் நீந்துவதற்குத் தயாராக வேண்டும், முடியாது என்று ஒதுங்கினால், கரையைக் கடந்து விட முடியாது.

மேஸ்திரி இரண்டாம் நாள் ஒரு இஞ்சினியரை அழைத்து வந்தார். எல்லா விவரங்களையும் சொல்லிவிட்டிருந்தார். அவன் தயாரிப்புடன் வந்தான். நான்கு அறைகள் கொண்ட அழகான வீட்டின் வரைபடங்கள் சிலவற்றை வரைந்துக் கொண்டும் பல வீடுகளின் வண்ணப் படங்களை எடுத்து வந்தும் காட்டினான். அப்படி அவன் காட்டியதில் சின்ன சின்ன மாற்றங்களுடன் ஒரு வீட்டை தேர்ந்தெடுத்தாள்.

இஞ்சினியர் சம்பத்குமார் சிவில் இன்ஜினியரிங் முடித்திருந்தான், பெங்களூரில் பெரிய தனியார் கட்டுமான நிறுவனத்தில் பணிப் புரிந்தவன், மேலாளருக்கும், அவனுக்கும் ஏற்பட்ட மனக் கசப்புக் காரணமாக வேலையை விட்டு வந்து மூன்று மாதமாகி விட்டது, ஜோலார்பேட்டை அப்போது இரண்டாம் நிலை நகராட்சியாகி விட்டது. வீடுகள் கட்டுவதற்கு வரைபடம் வரைந்துக் கொடுத்து அனுமதி வாங்க வேண்டும். அதற்காக ஜோலார்பேட்டைக்கும் சிவில் இன்ஜினியர் தேவைப்பட்டது. சம்பத்குமார் பெங்களூரிலிருந்து வந்ததும் வீட்டிலிருந்தே வரைபடம் வரைந்துக் கொடுத்தார். தொழில் நடந்தது. வீடு கட்டுவது என்பது பெரிய விசயமாக இருந்த சூழல் போய்விட்டது. அரசு வங்கிகளும், தனியார் வங்கிகளும் வீடுகள் கட்டுவதற்கான கடன்களைக் கொடுத்தது. வேறு பல ஊர்களில் இருந்து ஜோலார்பேட்டையில் காலிமனைகள் வாங்கி வீடு கட்டினார்கள். ரியல் எஸ்டேட் அதிபர்கள் திடீரென உருவானார்கள், விவசாய நிலங்களை விவசாயிகளிடம் குறைந்த விலைக்கு வாங்கி வீட்டு மனைகள் போட்டு விற்க ஆரம்பித்தார்கள். பணம் வைத்திருப்பவர்கள் நான்கைந்து மனைகளை வாங்கி வைத்துக் கொண்டார்கள். போன ஆண்டு பத்தாயிரம் ரூபாய்க்கு விற்ற மனைகள் இந்த ஆண்டு லட்சக்கணக்கில் போனது.

சம்பத்குமாருக்கு தொடர்ந்து வேலை வந்தது. நகராட்சி அலுவலகத்திற்கும் வீடு கட்டுபவர்களுக்கும் இடையில் தரகராகவும் இருந்து அனுமதியும் வாங்கி வந்தான். சில கான்டிராக்ட்டுகளும் அவனே பெற்றுக் கொண்டான்.

ஒரு ஊர் நகரமாகி விடுவதும், நகரம் முழுவதும் கட்டடங்களாவதும் அந்த ஊரின் பூர்வீகக் குடிகளால் நிகழ்வதில்லை. வேறு வேறு ஊர்களிலிருந்து ஜோலார்பேட்டைக்கு வாழ வந்தவர்களால்,

ஜோலார்பேட்டை நகரமாகிவிட்டது, அவர்களாலேயே வீடுகளும் உருவானது. முனுசாமி நாயுடுவின் நிலமானது, முனுசாமி நாயுடு தெருவாகி விட்டது. கேசவ ரெட்டியின் நிலமானது, கேசவரெட்டித் தெருவாகி விட்டது, அப்பாசி கவுண்டரின் நிலமானது, அப்பாசி கவுண்டர் தெருவாகிவிட்டது. சோளக்கொல்லைகளும், கம்பங்கொல்லைகளும், நெல் வயல்களும், வாழைத் தோட்டங்களும், கரும்புத் தோட்டங்களும், தென்னந்தோப்புகளும், வீதிகளாக, தெருக்களாக மாறிவிட்டது.

புதிதாக வீட்டு மனைகளைப் போட்டவர்கள், காந்தி நகர், அசோக் நகர், தென்றல் நகர், ஓம் சக்தி நகர், அம்பேத்கர் நகர் என்று பெயர் வைத்தார்கள்.

மாற்றங்கள்தான் மகேஸ்வரிக்கு நல்லதாக இருந்து. யாரும் யாருடனும் தொடர்பு இல்லாமல் வாழ்ந்தார்கள். யாருக்கும் யாரைப் பற்றியும் அக்கறை இல்லாமல் வாழ்ந்தார்கள். அதனால் மகேஸ்வரி விலைமாதாக இருந்தது, ஜோலார்பேட்டையில் வாழ்பவர்களுக்குத் தெரியாமல் இருந்தது. திருப்பத்தூர், ஏலகிரி மலையில் கூட ஆட்டோ டிரைவர்களுக்கும், காவல் துறையினருக்கும்தான் தெரியும். அதுதான் நகரம், பக்கத்து வீட்டில் கொலைகாரனோ, கொள்ளைக்காரனோ தங்கி இருந்தால் கூட தெரியாது.

மகேஸ்வரி வீடு கட்ட ஆரம்பிக்கப்பட்டபோது, அந்தப் பகுதியில் அதே நேரத்தில் பத்துக்கும் மேற்பட்ட வீடுகளின் கட்டுமானப்பணிகள் நடந்தன. யாரும் இந்த ஊர் இல்லை. வேறு வேறு ஊரிலிருந்து இங்கே குடியேறி வீடுகட்டும் ரயில்வே பணியாளர்கள்.

டைலர் பாலகிருஷ்ணனும் சும்மா இல்லை, இஞ்சினியரை விட அதிகமாகக் கட்டட வேலைகளில் கவனம் காட்டினான். இஞ்ஜினியர் சம்பத்குமாரை போட்டியாக நினைத்துக்கொண்டு வீடு கட்டும் பணிகளில் தலையிட்டான். பணியாளர்களை வேலை வாங்கினான். மேஸ்திரிகளோ, சித்தாள்களோ கொஞ்சமும் ஏமாற்ற முடியாத வண்ணம் அவர்களை மிரட்டியும், சாதுர்யமாகப் பேசியும் வேலை வாங்கினான். ஒவ்வொரு விசயத்திலும் தானாக கேள்வி கேட்டான். சில நேரங்களில் அவன் கேட்பது எரிச்சலாகவும் இருக்கும். சரியாக இருப்பதையும் குறை சொல்வான். அவர்களால்

திருப்பிக் கேள்வி கேட்க முடியவில்லை. பாலகிருஷ்ணனை மகேஸ்வரிக்கு மிகவும் வேண்டியவராக இருக்கும் என்று நினைத்தார்கள்.

இஞ்ஜினியர் சம்பத்குமார் சின்னச் சின்ன விஷயத்திலும் வாஸ்து பார்த்தான். மர வேலைப்பாடு எப்படி இருக்க வேண்டும், கிரீல் வேலைப்பாடுகள் எப்படி இருக்க வேண்டும் வண்ணங்கள் எப்படி இருக்க வேண்டும், மின் விளக்குகள் எந்தெந்த இடத்தில் பொருத்த வேண்டும், சுவர், அலமாரி என்று சின்னச் சின்ன விஷயமும் அழகு மிளிர்வதற்காகப் பாடுபட்டான்.

மகேஸ்வரி இரண்டு பேரின் ஆர்வங்களையும் பார்த்தாள். 'கணவனாக ஒருத்தர் இருந்திருந்தால், இந்த வேலைகளை எல்லாம் அவர் முன் நின்று செய்திருப்பார்' என்றுதான் யோசித்தாள். இஞ்சினியர் சம்பத்குமாரை அவளுக்குப் பிடித்திருந்தது. அவளின் கனவுகளில் அவனைப் பொருத்திப் பார்த்தாள். பொருத்திப் பார்த்துவிட்டு, பிறகு கொஞ்சமாக அதற்காகச் சிரித்துக் கொண்டாள்.

சம்பத்குமார் அதிகமான நேரத்தை இங்கே செலவழித்தான். குறிப்பாக டைலர் பாலகிருஷ்ணன் வெளியே போகும் நேரங்களை பயன்படுத்திக் கொண்டான். மகேஸ்வரியுடன் உரிமையுடன் நெருக்கமுடனும் பேச ஆரம்பித்தான்.

"எந்த சப்போர்ட்டும் இல்லாம, ஒரு பொண்ணா இருந்து இவ்வளவு சின்ன வயசுல சொந்தமா பிஸினஸ், சொந்தமா கம்பனி நடத்தறது எவ்வளவுப் பெரிய விஷயம்..." என்றான் ஒரு நாள்.

அப்படி அவன் சொன்ன போது, பதிலேதும் சொல்ல முடியாமல் நின்றாள். சில நொடிகள் கழித்து "சப்போர்ட்டுக்கு நீங்க இருக்கீங்களே..." என்று சொன்னாள். அப்படிச் சொன்னது சரியா, சரியில்லையா என்றும் கலவரத்துடன் யோசித்தாள்.

அவன் கண்கள் கிரங்கியது. புன்னகைத்தான். அந்தப் புன்னகை அவளுக்குப் பேரழகாகத் தெரிந்தது.

"நீங்க ஏன் இன்னும் கல்யாணம் பண்ணிக்கல?" என்று அவன் கேட்ட கேள்விக்குத் தடுமாறினாள்.

“இவ்ளோ நாளா கல்யாண ஆசை வராம இருந்தது.” என்று தற்காலிக, அவசர பதில் ஒன்றைச் சொன்னாள்.

“ஓவரா மேக்கப் இல்லாம, சிம்பிளா லட்சணமா இருக்கீங்க, உங்களை கல்யாணம் பண்ணப் போறவன் ரொம்ப கொடுத்து வைச்சவன்,” என்றான் இன்னொரு நாள்.

உண்மையில் நிலைகுலைந்தாள். அவனுக்குத் தன்னைப் பற்றி எதுவும் தெரியவில்லை என்பதில் முழுமையான சந்தோசம் இல்லாமல் போனது. எல்லாம் தெரிந்து சொல்லி இருந்தால் சந்தோசம் பல மடங்கு எகிறி இருக்கும்.

"உங்கள மாதிரி ஒருத்தர் எங்கேயாவது பிறந்திருப்பார்" என்று அவனுக்குக் கேட்காத மாதிரி தனக்குள் சொல்லிக் கொண்டாள்.

மகேஸ்வரி கட்டடத்தைப் பார்வையிட வரும்போதெல்லாம் சம்பத்குமாரிடம் இப்படி ஏதேனும் ஒரு இனிமையான பேச்சு மயக்கம் உண்டாக்கி விட்டு தவிக்க வைத்து விடும். அவனும் ஏதேனும் தகவல் சொல்லும் காரணத்தை உருவாக்கிக் கொண்டு கடைக்கு வந்து மகேஸ்வரியைப் பார்ப்பான். கடையில் உட்கார்ந்து நீண்ட நேரம் பேசுவான்.

“மணல் வெலை என்னங்க இவ்ளோ அதிகமா இருக்கு?”

“தேவைக்கு மட்டும் வீடு கட்டினா பரவால்லைங்க... முன்னையெல்லாம் ராஜாங்க மட்டும் அரண்மனை கட்டினாங்க... இப்போ பணம் வெச்சிருக்கிற எல்லாருமே அரண்மனை மாதிரி வீடு கட்றாங்க... மந்திரி மட்டுமே ஒரு நாளைக்கு நூறு லோடு அடிக்கிறாரு... பல ஆயிரம் வருசமா பாலாறு சேத்து வெச்ச மணல வித்து பல ஆயிரம் கோடி சம்பாதிக்கிறாங்க. அரசியல் நமக்கு எதுக்குங்க... வீடு கட்டணும்னா என்ன வெலனாலும் மணல் வாங்கித்தான ஆகணும்?”

“மணல் எடுக்கக் கூடாதுன்னு பச்சைத் துண்டப் போட்டவங்க நாலு பேரு, சத்தம் போட்டுனு இருக்காங்க... மணல் இல்லாம எப்படி வீடு கட்டுவாங்கன்னு புத்தியே இல்ல...”

“இல்லைங்க அவங்க போராடறதும் கரெக்ட்தான்”

“எனக்கென்னவோ புரியல... மணல் இல்லாம வீடு கட்றது எப்படி?”

“அரசாங்கம் யோசிக்கணும்.. யோசிக்க மாட்டாங்க, அரசியல்வாதிங்களுக்கு நாடு எக்கேடு கெட்டா என்னா? அவங்க எதுல கொள்ள அடிக்கலாம்னு மட்டும் பாப்பாங்க...”

“டென்சன் ஆகுதுங்க... சொன்ன மாதிரி நம்மால சின்னதா ஒரு வீடு கட்டவே இவ்ளோ போராட்டமா இருக்கே... எப்படி அவ்ளோ பெரிய வீடுங்க கட்றாங்க..?”

“அத யோசிக்காதீங்க... மழைக்குத் தாங்காத குடிசைய கூட சரி பண்ண முடியாதவங்க இருக்காங்க...”

“ஆனாலும் வீடுன்னு கட்ட ஆரம்பிச்சா டென்சன்தான்.”

இப்படி வீடு சம்பந்தமான பல விசயங்கள் ஒரு நாள் பேச்சில் இருக்கும்.

அன்று சம்பத்குமார் ரெடிமேட் கடைக்கு வந்தான். ஏனோ மகேஸ்வரியும் அவன் ஞாபகமாகவே இருந்தாள். ஏன் அப்படி ஞாபகம் வருகிறது என்று அவளை அவளே கேட்டுக்கொண்டாள். வழக்கத்தை விட எடுப்பாக இருந்தான். கொஞ்சம் மெனக்கெட்டு தயாராகி வந்திருப்பது தெரிந்தது. கையில் பிரேஸ்லெட், மோதிரம், கழுத்தில் செயின் அணிந்திருந்தான். தாடி ஒழுங்கு செய்திருந்தான். உதடுகளை மறைக்காத மாதிரி மீசையை கத்தரித்து விட்டிருந்தான். வெளிநாட்டு வாசனைத் திரவியத்தைத் தெளித்திருந்தான். இவ்வளவையும் நொடியில் அறிந்தாள்.

“உக்காருங்க...”

“நானென்ன பெருசா வேல செய்றேன்? அதிக நேரம் உக்காந்துனுதான இருக்கேன். நீங்கதான் மெஷின் மாதிரி உழைக்கிறீங்க மிஸ் மகேஸ்வரி...! ஆம்பிளைங்களாலேயே இவ்வளவு வேலைய பொறுப்பா செய்ய முடியாது. கார்மெண்ட்ஸ் கம்பனி, ரெடிமேட் டெக்ஸ்டைல்ஸ் ஷோ ரூம் ரெண்டையும் பார்த்துக்கிறீங்க... சரக்கு பர்ச்சஸ் பண்ணிட்டு வர்றது, சேல்ஸ் பார்க்கறது, பேங்க்குக்குப் போறதுன்னு எந்த நேரமும் சுழண்டுகிட்டே இருக்கீங்க...” கண்களைப் பார்த்துச் சொன்னான்.

"உங்களுக்கு அப்படி தெரியுது... என்னை விட நூறு பங்கு, ஆயிரம் பங்கு நிர்வாகம் பண்ற லேடீசுங்க இருக்காங்க... காலேஜ நடத்தறவங்க, பெரிய இண்டஸ்ட்ரிய நடத்தறவங்க இருக்காங்க...

ஆட்சியயே பண்றாங்களே... அவங்களோட ஒப்பிட்டா நான் ஒண்ணுமே இல்ல"

“அடக்கமா பேசறீங்க... சேர்ல உக்காந்து சைன் பண்றது, ரொம்ப ஈஸி!”

“காட்ல ஆடு மேய்க்கிறது, கல்லும் மண்ணும் சுமக்கறது எவ்ளோ கஷ்டம்?” என்றவள் ஆனாலும் நினைக்கக்கூடாத யோசனை ஒன்றை மனதிற்குள் நினைத்துக்கொண்டாள் ‘விலைமாதா ஆம்பளைங்கள சமாளிக்கிறது எவ்ளோ கஷ்டம்’ என்று. இந்த மாதிரி யோசனைகள் வருவதற்கு வருந்தினாள்.

வரவழைத்த தேநீரைப் பருகிக்கொண்டே அவளைப் பார்த்தான் "வாரத்துக்கு ஒரு நாளாவது ரிலாக்ஸ் பண்ணுங்களேன்... சண்டே எங்கேயாவது போய் வரலாமே... பக்கத்துலதான ஏலகிரி ஹில்ஸ் இருக்கு, உங்களுக்கு சம்மதம்னா நானும் வர்ரேன்.. சும்மா ரிலாக்ஸ்” என்று கேட்டான்.

மகேஸ்வரியின் இதய சிறகுகள் படபடத்தது. ஏலகிரி மலையிலிருக்கும் எல்லா விடுதிகளுக்கும் விலைமாதுவாக போயிருக்கிறாள். தொழில் செய்ய மட்டுமே போயிருக்கிறாள். சுற்றுலா என்றோ, உல்லாசம் என்றோ போனதில்லை. இவளை அனுபவிக்க வந்தவர்களுக்கு வேண்டுமானால் உல்லாசமாக இருந்திருக்கலாம். ‘பணம் கொடுத்து வந்த யாரையும் ஏமாத்தல, ஒருத்தரும் சந்தோசம் இல்லாமப் போனதில்ல... பசியோட வந்தவங்களுக்குச் சோறு போடற அட்சயப் பாத்திரமா இருந்தேன்... தாகத்தோட வந்தவங்களுக்கு ஜீவத் தண்ணீரா இருந்தேன்... என் உடம்ப வஞ்சன இல்லாம தந்தேன். நிறையப் பேர் அவங்க குடும்பத்துல நிம்மதி இல்லன்னு எங்கிட்டே நிம்மதிக்காக வந்தாங்க... நிம்மதியாத்தான் போனாங்க...” தனக்குத்தானே பெருமையாக நினைத்துக்கொண்டாள்.

“சொல்லுங்க... ஒரு நாள் போலாமே...” மறுபடியும் கேட்டான்.

அப்படி கேட்கும்போது அவன் மேலும் அழகாக தெரிந்தான். அது இதற்கு முன்பு பார்த்த ஆண்களின் அழகைப் போன்று இல்லை. ஒரு அபூர்வமான அழகைக் கண்டாள். தாய்க்கு மட்டுமே தன் குழந்தை அழகாக தெரியுமே அதுபோல் அவளுக்கு மட்டுமே தெரிகிற அழகு! தனக்கு கிடைத்த ஆண்மகனோ என்று ஒரு

கணம் யோசித்தாள். யோசனை இனிமையாக இருந்தது. இவன் வாழ்க்கைத்துணையாக வருவானோ என்று மனம் ஏக்கம் கொண்டது.

சம்பத்குமார் திருமணமாகி விவாகரத்து ஆனவன் என்பதை இரண்டு மூன்று முறை சொல்லி இருக்கிறான். ‘பணக்காரப் பொண்ணைக் கல்யாணம் பண்ணது தப்புங்க… நான் அவளுக்கு புருசனா மட்டுமே இருக்கணும்னு நினைச்சா, அவ ஊருக்குப் போகணும்னு கேட்டாள்னா அப்பவே கூட்டினு போகணும்… ஓட்டலுக்குக் கேட்டாவோ, சினிமாவுக்குக் கேட்டாவோ, எங்கேயாவது டூர் கேட்டாவோ தள்ளியே போட முடியாது. ராயல் லைஃப் வாழ்ந்துட்டா… நானும் அப்படியே அவ பின்னாடியே ஓடணும்னு நினைக்கிறா… அது என்னால முடியாது. அம்மா வீட்டுக்குப் போனவ வரவே இல்லை, வீட்டோட மாப்பிள்ளையா போயிடுவேன்னு பாத்தாங்க… அது என்னால முடியாது. டைவர்ஸ் பண்றேன்னு சொன்னா பண்ணிக்கோன்னு சொல்லிட்டேன்…’

தனியாக பேசுவதற்கு நேரம் கிடைக்கும் போதெல்லாம் மனைவியின் கொடுமைகள் பற்றியே சொல்வான். ஒரு நாளும் அவளோடு நிம்மதியாக இல்லை என்பதை வருத்தமாகச் சொல்வான், அதனாலேயே அவன் மறு வாழ்விற்காக தன்னை மணப்பான் என்று ஏக்கம் கொண்டதில் நியாயம் இருந்தது.

அப்படி ஒரு ஏக்கம் வந்ததற்கு வருந்தவும் செய்தாள். ‘நான் ஏன் இப்படி இருக்கிறேன், என்னதான் திருமணத்தின் மீது தீராத ஆசையும், ஏக்கமும் இருந்தாலும் ஒருத்தன் சும்மா பேச்சுக்கு டூர் போகலாம்னு கூப்பிட்டதுக்கே எக்கச்சக்கமான கற்பனையில் பறக்கலாமா?’

“என்ன மிஸ் மகேஸ்வரி! ரொம்ப யோசிக்கிறீங்க… மைண்டை ரிலாக்ஸ் பண்ணணும், அதுதான் நல்லது… பிஸினஸை மறந்து ஒரு நாள் எங்கேயாவது போகலாம்.” விடமாட்டேன் என்கிற மாதிரி கேட்டான்.

“நீங்க சொல்றதும் சரிதான் இஞ்சினியர் ஸார். வர்ற சன்டே போகலாம், ஒரு வேன்ல வொர்க்கர்ஸ் எல்லாரையும் அழைச்சிட்டு ஜாலியா போயிட்டு வரலாம்,” என்றாள்.

அவன் முகம் மாறிற்று. "என்ன சொல்றீங்க.. வொர்க்கர்ஸ் எல்லாரையும் அழைச்சிட்டு கூட்டமா போனால் அதுக்கு பேரு ஜாலியா? நான் வரலை நீங்க மட்டும் போயிட்டு வாங்க..."

"ஏன் நீங்க வரல...?"

"நீங்க மட்டும் வர்றேன்னு சொன்னா நான் வர்றேன்."

"நாம ரெண்டு பேர் மட்டுமா?"

"ஆமா."

மகேஸ்வரிக்கு அடுத்து என்ன சொல்வது தெரியவில்லை தடுமாற்றத்துடன் நின்றாள்.

"முடியாதா?"

மௌனமாகவே இருந்தாள்.

"சொல்லுங்க... சரின்னு சொல்லுங்க..."

ஆணோடு தனியாகப் போவது அவளுக்குப் புதிதல்ல "சரி" என்றாள்.

08

பார்த்தீபன் அரிசி மண்டியை அரைகுறையாய்ப் பொறுப்பெடுத்த நேரம் வெல்லமும், புளியும் இரண்டு மடங்கு விலையேற்றம் கண்டது. பேருதான் அரிசி மண்டி, அரிசி மட்டுமில்லாமல் சோளம், கம்பு, கேழ்வரகு, வெல்லம், புளி மொத்த வியாபாரம் நடந்தது. எப்போதுமே புரட்டாசி, ஐப்பசி மாதங்களில் எல்லா விளைபொருட்களும் விலை ஏறும், அழுகும் பொருட்களை இருப்பு வைக்க முடியாது. அரிசி, பருப்பு, கேழ்வரகு போன்ற தானியங்களை இருப்பு வைப்பதால் பெரிதாக லாபம் இல்லை, கூலி வேலைக்குப் போகிறவர்கள் கூட எலிகளைப் போல் வீட்டில் கொஞ்சம் பண்டம் வைத்திருப்பார்கள். வெல்லம் பணக்கார விவசாயிகள் வீடுகளிலும், பண்ணை முதலாளிகள் வீடுகளிலும் மட்டுமே இருப்பு வைத்திருப்பார்கள். அன்றாடம்காய்ச்சிகளின் வீடுகளில் நொய்யரிசி மீந்திருந்தாலே அரிதான விசயம், கண்ணப்பன் வீட்டிலேயே தினமும் காலையில் பாலில்லாத வரக்காபி போடுவதற்கு அம்மா ஐந்து பைசா கொடுத்து அனுப்புவாள். ஒரு காபி வில்லையும், தூள் வெல்லமும் தருவார்கள். கடைக்காரர்களுக்கு மொத்தமாக வாங்குபவர்களினால் பெரிதாக லாபம் இல்லை, சில்லறை சில்லறையாக வாங்குபவர்களால் இரண்டு மடங்கு, மூன்று மடங்கு லாபம் கிடைக்கும்.

கேத்தாண்டப்பட்டியில் புதிதாக சர்க்கரை ஆலைத் தொடங்கி விட்டதால் விவசாயிகள் கரும்புகளை ஆலைக்கு ஏற்றிவிட்டார்கள். புதிதாக உரங்களை அரசாங்கமே கொடுத்தது. சீக்கிரம் விளைவதாகவும் சாறு அதிகம் கொண்டதாகவும், இருமடங்கு உயரம் வளர்வதாகவும் இருந்தது உரக் கரும்பு. ஆனால் பழையபடி கரும்பை மெல்ல முடியவில்லை. சர்க்கரை ஆலையின் ராட்சத இரும்பு உருளை எந்திரத்தில்தான் அரையும் போலிருந்தது. முத்தின ஆட்டின் எலும்பைக் கூட கடித்துவிடலாம், கரும்பைக் கடிக்க முடியவில்லை. வெல்லம் ஆலையாடுவதைப் பெரும்பாலானோர் நிறுத்திவிட்டார்கள். சர்க்கரை ஆலைக்குக் கரும்பு லோடை அனுப்பி வைப்பது அந்தஸ்தானதாகவும், கௌரவமானதாகவும் மாறியது. ஜனங்களால் வெல்லத்திலிருந்து சர்க்கரைக்கு மாற முடியவில்லை. பலகாரம் செய்வதற்கு மட்டுமல்ல, சாராயம் காய்ச்சுவதற்கும் சர்க்கரை உதவவில்லை. அதனால் வெல்லம் விலை ஏறியது. பார்த்தீபனின் அப்பாவிற்கு பெருத்த லாபம் கிடைத்தது. ஜனங்களும் தீபாவளிக்கு வெல்லப் பணியாரம் செய்யத்தான் விரும்பினார்கள். சர்க்கரைப் பணியாரம் விரும்பவில்லை. இப்பவும் கூட வெல்லப் பணியாரம்தான் செய்கிறார்கள் என்றால், ஐம்பது ஆண்டுகளுக்கு முன்பு வெல்லத்தில்தான் செய்தார்கள்.

திடீர் வெல்ல லாபத்தில் குவிந்த பணத்தில் பார்த்தீபனின் அப்பா கொல்லிமோட்டில் வீடு கட்டுவதற்கு வேலையைத் தொடங்கினார். அதனால் மண்டிக்கடை பார்த்தீபன் பொறுப்பிற்கு வந்துவிட்டது. ரயில்வே கலாசிகள் கருங்காலி ஸ்லீப்பர் கட்டைகளையும், தேக்கு ஸ்லீப்பர் கட்டைகளையும் இரவோடு இரவாகத் திருடி ஒவ்வொன்றாகச் சேர்த்தார்கள். தகரம் விலைக்குத் தங்கம் வாங்கின மாதிரி, புளியம் விறகு விலைக்கு தேக்கையும், கருங்காலியையும் வாங்கி பதுக்கிக்கொண்டார். வீட்டிற்குச் சேந்து கிணறு வெட்டும் போதே இந்தத் திட்டமும் தொடங்கிவிட்டது. ஸ்லீப்பர் கட்டைகளைக் கிணறுக்குத் தோண்டி எடுத்த மொரம்பு மண்ணைக் கொண்டு மூடி மறைத்து வந்தார். நான்கு தண்டவாளங்களும் தேவைப்பட்டது. லாரி வைத்துத் திருடிக்கொண்டு வர முடியாது. ஒரு தண்டவாளத்தை நகர்த்துவதற்கு இருபது பேராவது வேண்டும். அவ்வளவு நீளமான தண்டவாளம் தேவைப்படாது, பனிரெண்டு அடி நீளம் போதும் என்று மேஸ்திரி சொல்லி இருந்தார். தார்சில் தண்டவாளம் விட்டு வீடு கட்டுகிறவனுக்கு பெரும் பணக்காரன்

என்கிற பேர் கிடைக்கும். ஊரில் பெரிய ஆளாகிவிடலாம். திடீரென இப்போதிருக்கும் வாரிசு இல்லாத ஊர்க் கவுண்டர் இறந்த பிறகு ஊரே சேர்ந்து பெரிய வீட்டுக்காரன் என்று சொல்லி ஊர்க் கவுண்டர் ஆக்கிவிடவும் வாய்ப்பு இருக்கிறது, வாய்ப்பு இருக்கிறதோ இல்லையோ ஆசை இருக்கிறது. ஊர்க் கவுண்டர் பதவி என்பது எம்எல்ஏ பதவியை விட உசந்தது. ஒருமுறை பிடித்துவிட்டால் தலைமுறை தலைமுறையாக தொடர்வது, பத்துப் பேர் எழுந்து நிற்பார்கள். கும்பிடு போடுவார்கள். புருசன் பொண்டாட்டி பஞ்சாயத்து வரும். கோயில் நிர்வாகம் கைக்கு வரும். எல்லாவற்றிற்கும் மேலே சபலம் இருக்கிற ஆளாக இருந்தால், சில பச்சைக்கிளிகளைப் பிடித்து விளையாடலாம். மண்டியிலேயே கூட அவர் ஓய்வு எடுப்பதற்காகச் சின்ன அறை இருக்கிறது. சாராயம் காய்ச்ச வெல்லம் எடுத்துப் போக வரும் பெண்களை பணம் கணக்குப் போட்டு வாங்குவதற்காக அறைக்குள் அழைத்துப் போவார். அறைக்குள் என்ன கணக்கு நடக்கிறது என்று எல்லோருக்கும் தெரிந்ததுதான், சாராயம் காய்ச்சும் பெண்களை மட்டுமே சட்டென்று உள்ளே கூப்பிட முடியும். அவர்களுக்குப் பழகிவிட்டிருந்தது. கூப்பிட்டால் வருபவர்களைக் கூப்பிடுவதில் என்ன பெரிதாக ஆணின்பம் இருந்துவிடப் போகிறது? சாராயக்காரிகளுக்கு போலீசிடமும், வியாபாரிகளிடமும் வேலையாக வேண்டும். அதற்குப் பணமும் இழக்க நேரிடும், உடம்பும் இழக்க நேரிடும். அவர்களுக்கு அவர்கள் வேலை, இவர்களுக்கு இவர்கள் வேலை. எந்தத் தவறுமே ஒரு தவறோடு நிற்காது, துணிவதென்பது எல்லாவற்றையும் ஒரு கை பார்க்கலாம் என்பதுதான்.

ரயில்வேயில் எல்லா கலாசிகளும் சின்னஞ்சிறு திருடர்களாக இருந்தார்கள். அவர்களுக்கு அது திருடு என்பதாகவும் உணரமுடியாது. குறைந்த கூலிக்கு மிகுந்த வேலை செய்வதால் திருடுவதெல்லாமே நியாயம் என்ற மனநிலையில் இருந்தார்கள். தண்டவாளங்கள் தங்கத்திலா இருக்கிறது? இரும்புத் தண்டவாளங்களில் எவ்வளவு கிடைத்துவிடும்? சாராயம் குடிக்க முடியும். அவ்வளவுதான். பாழாப்போன சாராய பழக்கம்தானே தண்டவாளத்தையும், ஸ்லீப்பர் மரங்களையும் திருடி விற்க வைக்கிறது. சாராயம் குடித்துவிட்டால் ரயிலைக்கூட திருடிக்கொண்டு போய் விற்கத் தோன்றும். சோளக் கொல்லை

சோளக்கொல்லையாக கட்டைகளை நகர்த்திக் கொண்டு வந்து சேர்த்தவர்கள், தண்டவாளங்களை பனிரெண்டு அடி நீளத்திற்குத் துண்டுகளாகப் பார்த்து வைத்து உருட்டுக் கட்டைகள் மூலம் உருட்டி உருட்டி ரயில் ரோட்டோரப் புதரில் மறைத்து வைத்தார்கள். இருப்புப் பாதைப் பணிகள் தொடர்ந்து நடைபெற்று வருவதால் ரயில்வே துறையானது அங்கங்கே தண்டவாளங்களையும், கட்டைகளையும் கொட்டி அடுக்கி வைத்திருந்தது. உயர் அதிகாரிகள் கட்டைகளில் எண்கள் போட்டிருப்பார்கள். எண்ண மாட்டார்கள். பாம்புகள், விஷப் பூச்சிகள் நிறைந்திருக்கும் இடத்தில் எண்ண முடியுமா? புதரை அழித்து விட்டு, புதரில் மறைந்திருக்கும் கட்டைகளை எண்ண முடியுமா? தை மாதம், மாசி மாதம் இரண்டு மாதம்தான் புதர் இல்லாமல் இருக்கும், மற்ற எல்லா மாதமும் புதர்கள் காடு போலிருக்கும். இந்த உலகத்தில் உள்ள மண் மொத்தமும் காடுதானே..? மனிதர்கள்தான் காடுகளை சிறுக சிறுக அழித்து வருகிறார்கள். காடுகளும் விடாமல் மனிதர்களோடு யுத்தம் புரிந்துகொண்டே எதிர்த்து வாழ்ந்துகொண்டிருக்கிறது.

பார்த்தீபனின் அப்பாவுக்கு தண்டவாளம் வைத்து தார்சு கட்டுவதும், தார்சு வீட்டின் மூலம் ஊரில் பணக்காரன் என்கிற பேர் வாங்குவதும், பேர் வாங்கியதும், ஊருக்கே தலைவன் என்கிற அந்தஸ்தைக் கொடுக்கும் ஊர்க் கவுண்டர் ஆவதும் என்கிற இத்தனை ஆசைகள் உண்டு. ரயில்வே போலீசாரிடம் சின்ன இரும்புத் துண்டு வாங்கினதாக மாட்டினாலும், ஒழிந்து விடுவார். ஆனால் மாட்ட மாட்டார், ரயில்வே ஊழியர்கள் அவரைக் காட்டிக்கொடுக்க மாட்டார்கள். அப்படி காட்டிக்கொடுத்தால் அவர்கள்தான் மாட்டிக்கொள்வார்கள். திருட்டுப் பொருளை வாங்கினவர்களை காவல்துறை பணம் வாங்கிக்கொண்டு விடுவித்துவிடும், திருட்டுப் பொருளை மட்டும் பறிமுதல் செய்துவிடும். ஆனால், திருடர்களை விடாது. அதனால் ரயில்வே ஊழியர்கள் பாம்புப் புற்றில் கை விடுவார்கள். போலீஸ் புற்றில் கை விட மாட்டார்கள்.

அடிமாட்டு விலையில் வாங்கின பொருளில் வீடு தயாராகி வந்தது. நாலாமூலையிலும் நான்கு அறைகள்! நான்கு பக்கங்களிலும் காலி இடங்கள், காலி இடங்களில் மூலைகள் பார்த்து

அடுப்படி, குளியலறை, கிணற்றடி, வர்த்தகம் பேச உட்காரும் காற்றோட்டத்திற்கான இடமென்று நான்கு மூலையிலும் பிரிக்கப்பட்ட புறப்பகுதிகள். வானிலிருந்து மழையும், வெயிலும் வீட்டிற்கு மத்தியில் இறங்குவதற்கு ஏற்றவாறு திறப்பு. வீட்டு விழாக்கள் எது நடந்தாலும், நூறு பேர் சுற்றி நிற்கலாம், ஐம்பது பேர் பந்தியில் உட்கார்ந்து உண்ணலாம். இதற்கு முன்பு வரை தொட்டி கட்டின வீடு ஓட்டு வீடுதான் ஜோலார்பேட்டை பார்த்தது. முதல் முறையாக தார்சு வீடு பார்க்கப்போகிறது.

பார்த்தீபனின் அப்பாவுக்குப் பணம் சேர்த்த திருப்தி அதிகமாகவே இருந்தது. யாருக்கும் திருட்டுக் கொடுக்காமல், யாரிடமும் ஏமாறாமல், யாருக்கும் கடன் கொடுக்காமல் பணத்தைக் காப்பாற்ற வங்கிகளால் கூட முடியாது. பார்த்தீபனின் அப்பா பெருமாள்சாமியினால் முடிந்தது.

ஜெயக்குமாரும், பார்த்தீபனும் நண்பர்கள், ஒன்றாகப் படித்தவர்கள் பார்த்தீபன் புத்திசாலித்தனமாக ஆறாம் வகுப்பு தேறாமல் போனபோதே பள்ளிப் படிப்பை ஏறக்கட்டிவிட்டு மண்டிக்கு வந்துவிட்டான். மண்டிக்கடைக்கும் ஆள் தேவைப்பட்டது. வெளி ஆளைக் கடையில் வைத்தால் பணத்தைப் பாதுகாக்க முடியாது. பள்ளியை விட்டு நிறுத்தி மகனையே வியாபாரம் பார்க்க வைத்துக் கொண்டார் பெருமாள்சாமி. ஜெயக்குமாரின் கடைக்கு வெல்லம் வாங்கிப் போவதற்கு கண்ணப்பனை அனுப்பிவைப்பான். கால் மணி நேரமோ அரைமணி நேரமோ நின்று வாங்கிப் போவான். அங்கே நிற்கிற நேரம் நடக்கும் வியாபாரத்திற்குக் கணக்கு எழுத கண்ணப்பன் உதவுவான். கண்ணப்பனுக்குப் பள்ளிக்கூடத்தில் கணக்கு வராது. கஷ்டப்பட்டு முப்பத்தைந்து மதிப்பெண்ணிற்கு மேலே எடுத்ததே இல்லை. அந்தக் காலத்தில் அதுவே பெரிய மதிப்பெண்! கணக்குப் பாடத்திலேயும், ஆங்கிலப் பாடத்திலேயும் தேறியவன் பெரிய படிப்பாளி!

பார்த்தீபன் வாயால் கணக்குப் போட்டு விடுவான், எழுத வராது, எழுத வராது என்றால் அவன் எழுதுவது அவனுக்கு மட்டும் வெளங்கும், அதனால் கண்ணப்பன் வரும்போது ஏட்டில் எழுத வேண்டிய கணக்குகளை எழுதச் சொல்வான், கண்ணப்பனும் எழுதிக் கொடுப்பான். பேப்பரில் மடித்து கொஞ்சம் வெல்லமும், பத்துப் பைசாவும் தருவான். அந்தப் பத்துப்

பைசாவை ஜெயக்குமாரிடம் கொடுத்து காபி வில்லை கேட்பான். அவன் காசை வாங்காமல் காபி வில்லை கொடுப்பான். அந்த வெல்லத்திலும், காபி வில்லையிலும் கண்ணப்பனின் அம்மா மூன்று வேலை வரக்காபி போடுவாள்.

கண்ணப்பன் பார்த்தீபன் மண்டியில் ரொம்ப நேரம் உட்கார ஆரம்பித்தான். பதிவேட்டில் வரவு செலவுக் கணக்குகளையும், பார்த்தீபன் சொல்லச் சொல்ல இருப்பு விவரங்களையும் எழுதினான். பிறகு பணத்தை எண்ணுவதற்கும் கொடுத்தான். ஒரு ரூபாய், இரண்டு ரூபாய், ஐந்து ரூபாய், பத்து ரூபாய்த் தாள்களைத் தனித்தனியாகப் பிரித்து அடுக்க வேண்டும், நூறு நூறு தாள்களாக அடுக்கி நூலில் கட்ட வேண்டும். எல்லாம் அடுக்கிக் கொடுப்பான்.

ஒரு நாள் மாலை மண்டிக்குள் வெல்ல உருண்டைகளை பார்த்தீபனும், கண்ணப்பனும் எண்ணி எண்ணி அடுக்கிக்கொண்டு இருந்தார்கள். மண்டிக்கு வெளியே கட்டிக்காரன் பொண்ணு மாரியம்மா பூனை மாதிரி நடந்து வருவதை கண்ணப்பன் பார்த்தான். மண்டியின் உள் அறை இருள் நிறைந்து இருந்ததால் மாரியம்மாவின் பார்வைக்கு கண்ணப்பன் தெரியவில்லை. பார்த்தீபன் மூட்டைகளுக்குப் பின்னால் வெல்லம் அடுக்கிக்கொண்டிருந்தான். வெளியே இரும்புச் சட்டிகளில் கொட்டி வைக்கப்பட்டிருந்த அரிசிக் குவியலில் இருந்து மடித்துக் கட்டிய பாவாடையில் அரிசியை அள்ளி அள்ளிப் போட்டுக்கொண்டாள். ஒரே சட்டியில் எடுத்தால் அடையாளம் தெரிந்துவிடும் என்று ஐந்தாறு சட்டியிலும் கொஞ்சம் கொஞ்சமாக அள்ளிப் போட்டுக்கொண்டாள். கண்ணப்பன் மெதுவாக நகர்ந்து பார்த்தீபனிடம் போய் அவனுடைய காதில் சொன்னான். பார்த்தீபன் வேகமாக வெளியே வந்து காளியம்மாவின் கையைப் பிடித்துக்கொண்டான். காளியம்மாள் நடுங்கினாள். வியர்த்துவிட்டது. "அஞ்சி பைசாக்கு வெல்லம் தா" என்று சமாளித்தாள். கண்ணப்பன் உள் பக்கமே நின்றிருந்தான். காட்டிக் கொடுத்தது அவன்தான் என்று தெரிந்தால் அவளுக்கு அவமானமாகிவிடும். பிறகு பேசமாட்டாள். தண்ணீர் எடுக்கவோ, சோள மோட்டு பிடுங்கவோ போகும்போது உடன் வருவாள். எப்பவுமே அவள் சாப்பிட்டு ரெண்டு நாளாச்சு என்பாள். நாயா

பொறந்திருந்தா வயிறு ரொப்ப பீயத் தின்னுட்டு பொழச்சிக்கலாம் மனுசங்களா பொறந்துட்டு பசில சாகறோம் என்று சொல்லி

கண்கலங்குவாள். சோளக்கதிரையும், கம்பங்கதிரையும், கேழ்வரகு கதிரையும் எப்படியாவது திருடி இடுப்பில் சொருகிக்கொள்வாள் என்ன நிறமென்று தெரியாத கிழிந்த தாவணி ஒன்றைச் சுற்றிக்கொண்டிருப்பாள். தீனி இல்லாம மாடு எளைச்சாலும், கொம்பு எளைக்கறதில்லை என்று அவளைக் கண்ணப்பனின் அம்மா கேலி பேசுவாள். தின்னச் சொல்லிக் களி போட்டால் தின்ன மாட்டாள். தங்கச்சிகளோடு தின்பதற்கு எடுத்துப் போவாள். இரண்டாம் வகுப்போடு பள்ளியை விட்டு நின்றுவிட்டாள். நான்கு தங்கைகள் குட்டி குட்டியாக இருக்கிறார்கள். காளியம்மாள் முலைப்பால் மட்டும்தான் கொடுப்பதில்லை. மற்றபடி அம்மாவை விட அவள்தான் தங்கச்சி களை அப்படி பார்த்துக் கொள்கிறாள். கண்ணப்பன் அவள் அரிசி திருடியதைக் காட்டிக் கொடுத்து விட்டான். பிறகுதான் காட்டிக் கொடுத்தது எத்தனைப் பெரிய குற்றம் என்று தவித்தான்.

பார்த்தீபன் “மரியாதயா உள்ள வந்து கொட்டிட்டு போயிடு… ஒண்ணும் செய்யா மாட்டேன்.. இல்லனா வெளியே கட்டிப் போட்ருவேன்..” என்று அதட்டினான்.

காளியம்மா தயங்கினாள். கண்கள் பயத்தில் பதறி நனைந்தது.

“பாரு! வூட்டாண்ட போனினாலும் வுட மாட்டன். அங்கயே வந்து ஒதைப்பன்… தெரியும் இல்ல, என்னா ஆவும்னு… உள்ள வந்து கொட்டிட்டு போயிடு…” என்றவன் கண்ணப்பனைப் பார்த்து, “நீ வெளியே போடா…” என்றான். கண்ணப்பன் பெரிதாக கலக்கமடைந்தான். தானிருப்பது காளியம்மாவுக்குத் தெரிந்துவிட்டது என்றதும் நெஞ்சம் வேகமாக அடித்துக்கொண்டது.

கண்ணப்பன் வெளியே வந்ததும், காளியம்மாள் இரண்டு கைகளாலும் அவனைப் பார்த்துக் கும்பிட்டபடி உள்ளே போனாள். அந்தக் கும்பிடுக்குக் ‘காப்பாத்துடா…’ என்கிற அர்த்தம் இருப்பதை அறிந்தவன், என்ன செய்வதென்று தெரியாமல் தவித்தான்.

“டேய் நீ போயி ரெண்டு டீ வாங்கினு வாடா…” என்று துரத்தினான்.

“பாவம். வுட்றேன். பசிக் கொடுமையில செஞ்சிட்டா...” என்றான் கண்ணப்பன்.

“பிச்சை எடுக்கலாண்டா திருடக்கூடாது... போடா... போடா... எனக்கும் பச்சாதாபம் இக்குது...” என்றான்.

கண்ணப்பன் டீக்கடைக்குப் போய்த் திரும்பினபோது உள்ளிருந்து பார்த்தீபனின் குரல் வந்தது. “டேய்... டீயை அரிசில சொருகி வெச்சிட்டு இன்னொரு டீ வாங்கினு வா... காளியாத்தாவுக்குப் பசியாம் பாவம்! அப்படியே பொற நாலு வாங்கினு வா! டீக்கார வள்ளிகிட்ட இங்க வந்து துட்டு வாங்கிக்க சொல்லு...” என்றான்.

மறுபடியும் போய் டீயும் பொறயும் வாங்கி வந்தான். காளியம்மா வெளியே வந்தாள். அவள் முகத்தில் எந்த உணர்ச்சியையும் அவனால் தேடி எடுக்க முடியவில்லை. உணர்வற்றவள் போல் வந்தாள். பார்த்தீபன் அவள் மடியில் ரெண்டு படி அரிசி போட்டான். “திருடாத, பசின்னா வந்து கேளு உள்ள வந்து வெல்லத்த அடுக்கி வெச்சினா நானே போடறன். இப்படி ஒழச்சி சம்பாதிக்கறத வுட்டுட்டு திருடற... போ... போ... பொறய வாங்கிக்க..” என்றான்.

காளியம்மா வெளியே வந்தபோது மூச்சுவாங்கினாள். பார்த்தீபனைப் பார்த்து வெட்கப்பட்டாள். தலைமுடி மொத்தமாக கலைந்திருந்தது. முந்தானை முன்பு மாதிரி இல்லை, அவசரமாகச் சுற்றிக்கொண்டு இருந்தாள். கண்ணப்பனின் முகத்தைப் பார்க்காமல் பொறையை வாங்கிக்கொண்டு ஓடினாள்.

பிறகு தினமும் காளியம்மா வந்து போனதை பார்த்தீபன் சொல்வான். காளியம்மா வரும்போது, பார்த்தீபன் மட்டுமில்லை, ஜெயக்குமாரும் வருகிறான் என்பதும் அவர்கள் பேசிக்கொள்வதில் இருந்து அறிந்தான். இரண்டு பேரும் ஒன்றாக காளியம்மாளை நாசம் செய்கிறார்கள் என்று நினைத்து கண்ணப்பன் மனதிற்குள் அழுவான்.

ஒருநாள் மோட்டுப் புடுங்கும்போது “நான் என்னாடா பண்ணட்டும் என் தங்கச்சிங்க பட்டினில சாவறத பாக்க முடியல” என்றாள்.

கண்ணப்பன் பேசவில்லை.

காளியம்மா கண்ணப்பனின் வீட்டிற்கு வரும்போது அம்மா

களி தந்தால் வாங்குவதில்லை. “தின்னன் சித்தி பசிக்கல” என்று சொல்வாள். கண்ணப்பனின் அம்மா ஏன் அப்படிக் கேட்கிறாள் என்று தெரியாது. “அப்படி என்னாடி தின்ன பீ தின்னியா?” என்பாள். “ஏம்மா அப்படி கேக்கற?” என்று கண்ணப்பன் அதட்டுவான். காளியம்மா கோபமே இல்லாமல் “ஆமாய்யா சித்தி! பட்னியா சாகறத வுட எதனா தின்னுட்டு சாவலாம்...” என்று சொல்லி விட்டுப் போவாள்

கண்ணப்பனின் அம்மா தினமும் சொல்வாள் “பணக்கார பசங்க சகவாசம் வேணாண்டா, நாலடி தள்ளி இரு! துட்டுல கை வெய்க்காத, கல்லா கிட்டயே போவாத, கெட்டப் புத்தி பசங்க, அவனுங்களே தொலச்சிட்டு ஏமாந்தவன் மேல பழி போடுவாங்க...” என்று. அவள் ஒன்றும் கம்யூனிஸ்ட் இல்லை, கம்யூனிசம் என்றால் என்னவென்றும் அவளுக்கு தூசி தும்பும் தெரியாது, ஆனால் பணக்காரர்களைக் கண்டால் பிடிக்காது, “எவ்ளோ கஷ்டப்பட்டு ஒழச்சாலும் தெனக் கூலி ஒரு ரூபாத்தான் நொட்றானுங்க... எவனும் நல்ல சாவு சாவ மாட்டானுங்க... பணத்தயெல்லாம் ஆசுபத்திரிக்குதான் அழுவானுங்க... எவனும் முழுசா வாழ மாட்டானுங்க.. அல்ப ஆயுச மாளுவானுங்க...” தினமும் சாபம் கொடுப்பாள். ஒரு ரூபாயில் சாப்பாட்டுக்கு எதை வாங்குவாள்? கால் படி அரிசி, ஆலாக்கு பருப்பு, ஆலாக்குக் கல்லெண்ணெய், விளக்கு எரிய ஒரு புட்டி மண்ணெண்ணெய் இத்தனையும் வாங்கணும் இதிலேயே தினமும் பத்துப் பைசாவோ, ஐந்து பைசாவோ மிச்சம் பிடித்து வாரம் ஒரு சினிமாவாவது பார்க்க வேண்டும். அதுவும் நன்றாக அழுகை வரும் படமாக இருக்க வேண்டும். அன்றாடம் படும் கஷ்டத்தை நினைத்து சினிமா கொட்டாயில் போய் அழுதுவிட்டு வந்தால்தான் கொஞ்சம் நிம்மதியாக இருக்கும். பாசமலர், துலாபாரம் தினமும் பார்த்துப் பார்த்து அழ விட்டாலும் பெண்கள் அழுதுகொண்டிருப்பார்கள். அழுவதும், கோபப்பட்டு திட்டுவதும்தான் வாழ்க்கைக்கு ஆறுதல். கோபத்தில் அம்மா சாபம் கொடுப்பதை கண்ணப்பன் ரசிப்பான். நாங்கள் பசியோடு இருக்கும்போது, பணக்காரர்கள் வீட்டில் நகையும், பணமும், மூட்டை மூட்டையாய்ப் பண்டமும் குவிந்திருப்பதைச் சொல்லிக் காட்டி “சாமி! இந்த பூமி ரெண்டா பொளந்துடணும், நெருப்பு மழையாப் பொழியணும், எல்லாம் அக்கிரமங்களயும் பாத்துனுதான இக்கற அழிச்சிறணும்” என்பாள்.

சாமி எதுவும் செய்யாதபோது சாமியையும் விடாமல் வம்புக்கு இழுப்பாள். “கஷ்டப்படறது நாங்க சொகுசா வாழ்றது அவங்களா? உனக்கு கண்ணு இல்லியா? உனக்கென்ன சொகமா இக்கற... எங்க வயித்துப் பாடு உனக்குத் தெரியுமா? நாட்ல நடக்கற அநியாயத்தப் பாத்து நீ கம்முனு இக்கலாம், ஆகாயம் கம்முனு இக்காது இடி வுழும் பெருசா இடி வுழும் ஜனங்களும் இக்க மாட்டாங்க, ஜனங்கள காப்பாத்தாத நீயும் இக்க மாட்ட...” என்பாள். அப்போதெல்லாம் பள்ளியில் பாரதியாரின் பாடல் வரியை பள்ளியில் சொல்வார்கள் ‘தனி ஒரு மனிதனுக்கு உணவில்லை எனில் ஜகத்தினை அழித்திடுவோம்’ என்று ஆனால் அப்படி எல்லாம் எதுவும் நடக்கவில்லை. ஐம்பது ஆண்டுகள் கழித்து கண்ணப்பன் இப்போது பார்த்தாலும் எந்த மாற்றமும் இல்லை, பணக்காரர்கள் மேலும் மேலும் நன்றாகத்தான் இருக்கிறார்கள். ஏழைகள் மேலும் மேலும் உழைத்துக்கொண்டுதான் இருக்கிறார்கள்.

கண்ணப்பனின் அம்மாவுக்குக் கண்ணப்பன் யாரிடம் சேருவதும் பிடிப்பதில்லை. ‘உன் சவுகாசம் சுத்தமா புடிக்கலடா... பணக்காரப் பசங்களோட சவுகாசம் வெசத்த சோத்துல வெச்சி திங்கற மாதிரி, எல்லாத்தயும் அங்க்கயா பாப்பான், ஒரு வேள பசியாத்திட்டு காலம் பூரா அவனுக்கு நாயா நக்கினு இக்கணும்னு பாப்பானுங்க’ என்பாள். ஆனாலும் கண்ணப்பன் வீடு தங்கினதில்லை. சனிக்கிழமை ஞாயிற்றுக்கிழமை சும்மா இருக்க மாட்டான். ஏலகிரி மலைக் காட்டிற்கு சகாக்களோடு சேர்ந்து விறகுக்குப் போவான், ஏரிக்கு ரெண்டுக்குப் போகும்போது ஏரியிலேயே குண்டியைக் கழுவிக்கொண்டு எருமைச் சாணியும், மாட்டுச் சாணியும் பொறுக்கிக் கொண்டு வருவான். அம்மா வரட்டித் தட்டுவாள். அம்மா அரிசி இல்லை, பருப்பு இல்லை என்று கஷ்டப்பட்டிருக்கிறாளே தவிர அடுப்பெரிக்க விறகு இல்லை என்று எப்போதும் கஷ்டப்பட்டதில்லை. விறகு இல்லாத கஷ்டம் இல்லை, பசிக்கு நாலு அரிசியையோ, நாலு வெறும் கொள்ளுப் பருப்பையோ கொதிக்க வெச்சி கரைச்சி குடிக்கணும்னா, வெறகு வேண்டும். ஈர வெறகை எரியவிடும்போது புகையினால் அழுத பெண்களைவிட அடுப்பெரிக்க விறகு இல்லையென்று அழுத பெண்களே அதிகம். கண்ணப்பன் அம்மாவுக்கு விறகுக் கஷ்டம் மட்டும் வைக்கவில்லை. அது அவனுடையக் கடமையாகச் செய்தான். அப்பாவுக்கு இன்னொரு கடமை செய்தான்.

சாயந்திரமானால் அவர் எப்படியாவது சம்பாதித்து வந்து எட்டனாவோ, ஒரு ரூபாயோ தருவார். அதற்கு சாராயம் வாங்கி வந்து தர வேண்டும். சொம்பு எடுத்துக் கொண்டு போய் சின்னப் பாப்பா வீட்டில், அல்லது வள்ளி வீட்டில் போய் வாங்கி வர வேண்டும். என்றைக்காவது மிச்சமாக சம்பாதித்து வந்தால் அம்மாவுக்கும் சேர்த்து சொம்பு நிறைய வாங்கி வரச் சொல்வார். அம்மா சாராயம் குடிப்பதை வெளியே சொல்லக்கூடாது என்று சொல்வாள். அப்பா அம்மா இரண்டு பேரும் குடிக்கும் நாளில் கண்ணப்பன் வீட்டில் தூங்க மாட்டான். சாக்குப் பையைத் தூக்கிக் கொண்டு ஏதாவது ஒரு கடைத் திண்ணையில் போய்ப் படுத்துக் கொள்வான். அப்பா அம்மா இருவரும் அடித்துக் கொள்ளும் சண்டையையும் அவன் விரும்பவில்லை. சமாதான கொஞ்சலையும் அவன் ரசிக்கவில்லை. தெருவோரக் கடைத் திண்ணைகளில் படுப்பது புதிதல்ல... இருக்கிறவனுக்கு ஒரு வீடு, இல்லாதவனுக்கு ஆயிரம் வீடு. குளிர்காலமோ, வெயில் காலமோ, கொசுக் கடியிலிருந்து தப்பித்துக் கொள்வதற்கு சாக்குப்பை போர்வை போதும். நாள் முழுவதும் ஓடிக்கொண்டே இருப்பதற்குத் தூக்கம் உடலில் பரவிவிடும்.

ஒருநாள் பார்த்தீபன் கேட்டான். "உன்னத் தொரத்தி வுட்டுட்டு உங்கப்பனும், உங்கம்மாவும் ராவுல அப்படி என்னடா பண்றாங்க..?" என்று. அப்படி கேட்டபோது ஜெயக்குமாரும் அவனோடு இருந்தான். அவன் சிரித்துக் கொண்டிருந்தான்.

"எனக்கு வூட்ல தூக்கம் வர்றதில்ல.." என்று சொல்லிவிட்டு வந்து விட்டான்.

ஜெயக்குமார், பார்த்தீபன் இரண்டு பேரும் சேர்ந்து சுற்ற ஆரம்பித்தார்கள். ஜெயக்குமார் கண்ணப்பனை விடாமல் அழைத்துக்கொள்வான். கண்ணப்பனுக்கும் அவர்களோடு சுற்றுவது பழகிவிட்டது. இயல்பாகி விட்டது. வறுமையும், பசியும்தான் காரணம் என்பது அந்தப் பழக்கத்திற்கு வெளியே காட்டமுடியாத காரணம். டீ, போண்டா, குழிப் பணியாரம் ஏதாவது கிடைத்தது. அம்மா அதற்கும் திட்டுவாள். "எச்ச வாங்கி தின்றதுக்குப் பொறுக்கிங்களோட சுத்தறியாடா... அவங்களுக்கு என்னாடா கேடு வந்துச்சு.. பெரியவங்க சம்பாதிச்சு வெச்சிருக்காங்க.. பொறுக்கிங்களோட சேந்து நீயும் பொறுக்கி

140

ஆயிட்டினா நாயிக் கூட சீந்தாது..." இதோடு கெட்ட கெட்ட கேடு கெட்ட சொற்களையும் சேர்த்துத் துப்புவாள். ரொம்பவும் கோபம் வந்தால் தொடப்பம் தூக்கிக்கொண்டு ஓடி வருவாள். சாணியை விசிறி அடிப்பாள். மேலே விழுந்ததில்லை.

பார்த்தீபன் கண்ணப்பனைவிட மாட்டான். பள்ளி விட்டு வரும்போதே கூப்பிடுவான் புத்தகப் பையை வைத்துவிட்டு வருவதாகச் சொன்னாலும்விட மாட்டான். பார்த்தீபனிடமிருந்து தப்பித்து வந்தாலும், ஜெயக்குமார் விடமாட்டான் அவன் கடையில் கூப்பிட்டு உக்கார வைத்துக்கொள்வான். ஜெயக்குமார் புதிதாக ஒரு கைக்கடிகாரம் வாங்கினான். அதில் தேதியும், கிழமையும் காட்டியது. கிழமை ஆங்கிலத்தில் இருந்ததால் அவனால் படிக்க முடியவில்லை. தமிழில் இருந்தாலும் படிக்க முடியாது. மாதா மாதம் 31ஆம் தேதியைக் காட்டும், முப்பது தேதிகள் மட்டும் வரும் மாதத்தில் ஒன்றாம் தேதிக்கு 31 காட்டும். அதை கண்ணப்பன்தான் சரிசெய்து தருவான். அரிசி மூட்டைகளை ஒழுங்காக அடுக்கி வைக்கச் சொல்வான். குப்பைகளைப் பெருக்கச் சொல்வான். மூலையில் மறைவாக மணல் மூட்டை இருக்கும், புது லோடு அரிசி மூட்டைகள் வந்து இறங்கும்போது ஒரு மூட்டைக்கு ஒரு படி கலக்க வேண்டும், எப்படிப் பார்த்தாலும் மணல் அரிசி மூட்டையில் அடியில் இறங்கிவிடும், அவ்வப்போது மணலைத் தூவிவிட வேண்டும். தரத்திற்கு ஏற்ற மாதிரி மணலை வைத்திருந்தார்கள். புழுங்கலரிசி நிறத்திலும், பச்சரிசி நிறத்திலும், சிவப்பரிசி நிறத்திலும் இருக்கும். கேழ்வரகுக்கு ஏற்ற மாதிரியும்.

வீட்டில் பெண்களுக்குச் சமைக்கிற வேலையைவிட அரிசியிலிருந்து கல்லெடுக்கிற வேலையில் கண்முழி பிதுங்கும் சல்லடையில் சலித்து, முறத்தில் புடைத்து, தண்ணீரில் அலசி, அலசுவதென்றால் மண்ணிலிருந்து தங்கத்தைப் பிரித்தெடுப்பதற்கு எப்படி அலச வேண்டுமோ அதைவிடத் துல்லியமாக அலச வேண்டும். ஏனென்றால் அது உணவு சமாச்சாரம். உயிர் வாழ்வதற்கு உணவு சமைக்கும் பெண்தானே உத்திரவாதம். ஒரு கல் பல்லில் மாட்டினால் போதும், சோறு வடித்தவள் வாழத் தகுதி இல்லாதவளாகி விடுவாள்.

கண்ணப்பனின் அம்மாவுக்கு அரிசி ஆலையில் அரிசி புடைக்கிற வேலைதான், என்ன சுத்தமாகப் புடைத்தாலும்

மறுபடியும் மண்டியில் கலப்பார்கள். நாள் பூராவும் மலைபோல் குவிந்திருக்கும் அரிசியோடு வாழ்ந்தாலும் வீட்டிற்கு வந்தால் பசிக்குச் சோறாக்க அரிசி இல்லாமல் காலிச் சட்டிகளைப் பார்க்கும்போது, வேதனையாக இருக்கும். காலமென்றால் காலமா அது கொடுங்காலம்! வீட்டில் விறகு இருக்காது, கட்டுவதற்குத் துணி இருக்காது, மழைக்கு வீடு இருக்காது. மூக்கில் மூக்குத்தி இல்லாததும், காதில் கம்மல் இல்லாததும் கவலை இல்லை.

அன்று கண்ணப்பன் பள்ளிக்கூடத்திலிருந்து அழுதுகொண்டே வந்தான். பார்த்தீபன் "ஏண்டா யார்ரா உன்ன அடிச்சது?" என்றான்.

"இஸ்கூல் தொறந்து ஆறு மாசமாச்சி இன்னும் பொஸ்தகம் வாங்கலன்னு டீச்சர் தலமயிரப் புடிச்சி மாவு ருப்பற மாதிரி ருப்பிட்டா பொட்டப் பசங்க முன்னாலயே புளியாங்குச்சில அடி அடின்னு அடிச்சிட்டா... வர வழியில ரெயில் ரோட்லயே செத்துடலாம்னு நெனச்சன்..." அழுதுகொண்டே சொன்னான். கண்ணப்பனால் அழுகையை நிறுத்த முடியவில்லை.

அடிவாங்கிய உடலில் வலியும், அசிங்கமானதால் உண்டான வலியும் கண்களில் கொட்டியது.

"நீ இஸ்கூல வுட்டு நின்னுக்குடா... மண்டிக்கு வந்துடு, தெனக்கூலி எட்டணா தர்றன்..." என்றான் பார்த்தீபன்.

கண்ணப்பனுக்கு அது சந்தோசத்தைத் தந்தது. பள்ளிக்கூடத்தில் இருந்து எப்போது விடுதலை கிடைக்கும் என்பதே அவன் ஏக்கமாக இருந்தது. எட்டணா கூலியுடன் வேலை கிடைக்கிறது என்றதும் சந்தோசம் அதிகமாகி விட்டது. அவனுக்கு பார்த்தீபன் மண்டியில் உட்கார்ந்து இருப்பது ரொம்பவும் பிடித்தது.

ஜெயக்குமார் கடைக்கு வந்தபோது "தாயோளி மவன! கொழுப்பா... இஸ்கூல வுட்டு நிண்டா எங் கடைக்கு வாடா அவன் மண்டிக்கு என்னா ஊம்பறதுக்குப் போற.. அந்த எட்டணா நாங் நொட்ட மாட்டனா, மண்டில உன்ன மூட்டத் தூக்க வெச்சிருவான்... நீ கடைக்கு வந்துடு" என்றான்.

கண்ணப்பனுக்குக் குழப்பமாக இருந்தது. பள்ளிக்கூடத்தை விட்டு நின்றால் யாரிடம் வேலை செல்வதென்று... பார்த்தீபனிடம்

போனால் ஜெயக்குமார் கோபித்துக்கொள்வான். ஜெயக்குமாரிடம் போனால் பார்த்தீபன் கோபித்துக் கொள்வான்.

அம்மாவிடம் போய் பள்ளியை விட்டு நிற்கிறேன். வேலைக்குப் போகிறேன் என்று சொன்னதும் அவள் பேய் பிடித்த மாதிரி ஆடினாள். துடைப்பம் எடுத்து சாணித் தண்ணியில் துவைத்து அடிப்பதற்கு ஓங்கினவள், கண்ணப்பனை அடிக்காமல் தன்னை அடித்துக்கொண்டு அழுதாள்.

“நாலு எழுத்து படிச்சி எதனா உத்யோகம் பாத்துனு போவன்னு பாத்தா... பணக்காரப் பசங்க லவடாவ ஊம்பறன்னு போறியேடா... நாங்கதான் நாலனா, எட்டணா கூலிக்குச் சாகறோம்... உன்னயும் அவனுங்க காலுக்குக் கீழயே வெச்சி மெதிச்சினு இப்பானுங்க... அந்தத் தேவிடியா பசங்க வயசு வித்தியாசம் பாக்காம என்னயே கூப்ட்டவனுங்க...” துடைப்பத்தை விசிறி அடித்தாள்.

09

ஒரு நிமிஷம் கண்களை மூடி கடவுளை வேண்டினாள். 'கடவுளே! ஏசுவே, அல்லாவே... ராமரே... கட்டேரி காளியம்மா முனீஸ்வரா ஆஞ்சநேயா, முருகா, வினாயகா, சிவபெருமானே... எனக்கு எந்த கடவுளை கும்படறதுன்னு தெரியலை. அதனால எல்லா கடவுளையும் கும்பிடறேன். என்னை என்னா பண்ணப் போற சாமி! எனக்கு வாழ்றதுக்கான தகுதி இல்லையா? சுயமா சிந்திக்கத் தெரியாத வயசுல சாக்கடையில் விழுந்தேன். இப்போ சாக்கடையில இருந்து எழுந்து நிக்கிறேன். சாக்கடையத் தலை முழுகிட்டேன்... அந்தத் தப்பான வாழ்க்கையை சுத்தமாக விட்டுட்டேன். உலகத்துல எல்லோருக்கும் மறுவாழ்வு இருக்கு. எனக்கு இல்லையா? எனக்கு ஒரு நல்ல புருசன் வேணும், நான் நல்ல மனைவியா இருப்பேன், ஆசையா ரெண்டு குழந்தைங்க பிறக்கணும். இந்த இஞ்சினியர் எனக்கு புருசனா கிடைப்பாரா? வாழ்க்கைக் கொடுப்பாரா? கடவுளே! மனம் உருக வேண்டினாள். திரும்ப திரும்ப மனதில் ஏக்கம் மட்டுமே சுழன்றது.

"ஏங்க..." என்றழைத்தான் சம்பத்குமார்

அவள் கண்கள் மலர பார்த்தாள். அவளுக்கே அவளின் கண்களில் முளைத்துக் கொண்ட சிறகுகள் ஆச்சர்யமூட்டியது. அவனைப் பார்க்க வேண்டும் என்றும் தோன்றியது, பார்ப்பதற்குக் கூச்சமும் உண்டானது. அவள் பார்த்த ஆண்களில் யாரிடமும் இப்படி ஒரு மயக்கம் வந்ததில்லை.

பல ஆண்களைப் பார்த்த பெண்ணிற்கு, இப்போதுதான் முதல் முறையாக ஒரு ஆணைப் பார்ப்பது போன்ற மனநிலை உண்டாவது அவளுக்கே அதிசயமாகப்பட்டது.

சம்பத்குமார் உற்சாகமானான். அவனுடைய முகம் பிரசாசித்தது. "யார் கிட்டயும் சொல்ல வேணாம், பில்டிங் வொர்க்குக்கு தேவையான டைல்ஸ் வாங்கி வர போறதா சொல்லிட்டு போகலாம்..." என்று பொய்ச் சொல்வதற்குச் சொல்லிக் கொடுத்தான்.

"சரி" என்று டக்கென்று சொன்னாள். பொய் சொல்வதற்குத் தயாரானாள். ஆனால் அவள் யாருக்கும் பயப்பட வேண்டியதில்லை. பயப்படுவதற்கு யாருமில்லை. அவள் எங்கே போவதையும் சொல்லிவிட்டுப் போகவேண்டியதில்லை.

"இந்த சன்டே கண்டிப்பா..?"

"ம்..."

ஒரு ம் சொன்னதுக்கே அவன் கொண்டாட்டத்துடன் புறப்பட்டான்.

மகேஸ்வரி சிலை மாதிரி அசையாமல் உட்கார்ந்தாள். அவளின் மனதில் ஏகப்பட்ட அலைகள்.

அன்றிரவு அவளுக்கு தூக்கம் வரவில்லை. சம்பத்குமாரின் நினைவாகவே இருந்தாள். இரண்டு மாதங்களில் கட்டடம் வளர்ந்த மாதிரி, அவன் மீதான ஈர்ப்பும் வளர்ந்து வந்தது. கட்டடம் முழுமையாகும்போது, வாழ்க்கையும் முழுமையாகும் என்று நம்பினாள்.

'இது என் வீடு இல்லை, இஞ்சினியர் சார்! உங்க வீடு'

'இது என் வீடு இல்லை, இஞ்சினியர் சார்! உங்க வீடு' என்று அடிக்கடி அவள் சொல்வதை மறுபடியும் அவளுக்குள்ளேயும் சொல்லிக்கொண்டாள்.

ஞாயிற்றுக்கிழமைக்காகக் காத்திருந்த இரண்டு தினங்கள் நகர்ந்து போவதற்குள் படாதபாடுபட்டாள். 'அவனிடம் என்ன பேசுவது? அவனோடு போகும்போது வேற எவனாவது வந்து வர்றியான்னு கூப்பிட்டா என்ன பண்றது? ஏலகிரி மலை லாட்ஜில்

என்னைத் தெரியாதவங்க யாரு? இஞ்சினியரோட பாத்துட்டு மறுபடியும் தொழில தொடங்கிட்டதா நினைச்சா தொல்லைப் பண்ணுவாங்களே... ஏலகிரி மலையை வேணாம்னு சொல்லிட்டு வேற எடத்துக்குப் போலாம்னு சொல்லி இருக்கணுமோ..'

பல வகையான இக்கட்டுகள் இருந்தாலும் மறுக்க முடியவில்லை. 'ம்' என்பது எத்தனை வீரியமான சொல்லாகிவிட்டது. பெண்ணானவள் மௌனமாக இருந்தாலே சம்மதம் என்கிற பெருங்கடலில் விழுந்துவிடுவாள். மௌனத்தை விட வலிமையான 'ம்' சொல்லிவிட்டாள்.

அந்த ஞாயிற்றுக்கிழமையும் சீறிக்கொண்டு வந்துவிட்டது. மகேஸ்வரியை அழைத்துப் போவதற்கு கார் கொண்டு வந்தான்.

மகேஸ்வரி தயாராக நின்றிருந்தாள்.

தையலர் பாலகிருஷ்ணன் பொறாமையுடன் பார்த்தான். அவனுடைய கண்கள் சிவந்துவிட்டது.

"மாஸ்டர்! நானும் இஞ்சினியரும் டைல்சும், மார்பல் ஸ்டோனும் பார்த்துட்டு வர்றோம்..." என்றாள்.

"நம்ம ஊர்லயே ராகவேந்திரா டைல்ஸ்னு ஒரு கடை இருக்குது, நேத்து நான் கூட பேசிட்டு வந்தேன் விலையும் குறைச்சிக் கொடுக்கிறதா சொல்லி இருக்காங்க... ஓனரும் இந்தப் பக்கமா அடிக்கடி வந்துட்டு போறாரு" என்றான் பதிலுக்கு.

மகேஸ்வரி ஏதும் சொல்ல முடியாமல் நின்றாள்.

சம்பத்குமார்தான் சடக்கென்று பதில் சொன்னான் "நான் கூட பார்த்தேன் மாஸ்டர், ராகவேந்திரா டைல்ஸ் கடைல தரம் இல்லை, வாணியம்பாடியில ஃப்ரண்டு கடை இருக்கு, ஆர்டர் கொடுத்தா பெஸ்ட் குவாலிட்டியா வரவழைச்சித் தருவான், அதுதான் பார்த்துட்டு வர்றோம்." என்றான் காரில் ஏறி உட்கார்ந்துகொண்டே.

மகேஸ்வரி பின் கதவைத் திறந்தாள்

"முன்னாடியே வாங்க பேசிட்டே போகலாம்..." என்று முன் கதவைத் திறந்துவிட்டான்.

மகேஸ்வரி முன் ஸீட்டில் உட்கார்ந்தாள்.

பாலகிருஷ்ணன் சினத்துடன் பார்த்தான். அவனுடைய சொத்து களவு போகிற மாதிரி துடிப்பது கண்களிலேயே தெரிந்தது. டைல்ஸ் வாங்க போகவில்லை ஏலகிரி மலைக்குப் போகிறார்கள் என்று தெரிந்தால் கொலையும் செய்துவிடுவான் போலிருந்தது.

காருக்குள்ளிருக்கும் மகேஸ்வரிக்கும், இஞ்சினியருக்கும் காதில் விழவில்லை. "பொறுக்கித் தேவிடியா! பொறுக்கப் போறாப் பாரு" என்றான்.

பெண்கள் விசயத்தில் ஆண்கள் அத்தனை மோசமானவர்கள், உலகத்திலிருக்கும் அத்தனைப் பெண்களையும் ரசிப்பார்கள், அத்தனைப் பெண்களின் மீதும் மோகம் கொள்வார்கள், அத்தனைப் பெண்கள் மீதும் காமம் கொள்வார்கள், அத்தனை பெண்கள் மீதும் அதிகாரம் செலுத்துவார்கள், அத்தனைப் பெண்கள் மீதும் விமர்சனம் வைப்பார்கள், அத்தனைப் பெண்களையும் தான் ஒருவனே அனுபவிக்க வேண்டும் என்று நினைப்பார்கள், அவன் தகுதியற்றுப் போகும் போது அத்தனைப் பெண்களையும் தேவடியாள் என்பார்கள். பெண்கள் விசயத்தில் ஆண்கள் அத்தனை மோசமானவர்கள்.

இஞ்சினியர் அங்கிருந்து நகர்ந்துவிடவேண்டும் என்று காரை வேகமாக எடுத்தான்.

"அவன் உங்ககிட்ட வேலை செய்ற வேலைக்காரன்தானே, அவனுக்கு எதுக்கு சொல்லிட்டு வர்றீங்க..." என்றான் சம்பத்குமார்.

"வேலைக்காரன்தான், ஆனா பொறுப்பா இருக்கார். கார்மெண்ட்ஸ் கம்பனி இயங்கறதே அவரால்தான்... எப்படின்னா, நான் முதலீடு மட்டும்தான் போட்டிருக்கேன் மற்றபடி கார்மெண்ட்ஸ் பற்றி எதுவும் தெரியாது. அவர்தான் கட்டிங் பண்றது, சூப்பர்வைஸ் பண்றது, குவாலிட்டி பார்க்கறது எல்லாமே... போக வாட்ச்மேன் மாதிரி கம்பனியை காவல் காத்துட்டு இருக்கார்."

"அவன் செய்ற வேலைங்க உங்களுக்குத் தெரியாது, சிமெண்ட் கடையில, டைல்ஸ் கடையில, எலக்ட்ரிக் கடையில போய் கமிசன் வாங்கறான்... பொருளெல்லாம் உங்ககிட்டயே வாங்கறேன்னு சொல்லி அட்வான்ஸாவே பணம் வாங்கிட்டு இருக்கான், எந்த நேரமும் போதையிலயே இருக்கான் தெரியுமா?"

மகேஸ்வரிக்கு அதிர்ச்சியாக இருந்தது. அவள் முன்னால் அவளுக்காகப் பாடுபடுகிறவன் போலவே நடிக்கிறான். “அவங்க எதுக்கு கமிசன் தர்றாங்க..?”

“வியாபாரம் ஆகணும்னு தர்றாங்க.. கமிசன் வாங்கறது உலகம் பூரா பரவிடுச்சி, ஆனா சம்பந்தம் இல்லாதவனெல்லாம் போய் கமிசன் வாங்கறான்.. வாங்கி நல்ல விசயத்துக்கு யூஸ் பண்ணா பரவால்ல... ட்வென்ட்டி ஃபோர் அவர்ஸ் போதையிலயே இருக்கான்.. லிக்யுட் கூட இல்லை, கஞ்சா யூஸ் பண்றான், கஞ்சா யூஸ் பண்றவங்க ஆபத்தானவங்க, கொலப் பண்ணவும் அஞ்ச மாட்டாங்க...”

“நிஜமா? அப்படி தெரியலையே... ஒரு நாள் குடிச்சிருந்தத பாத்தேன். இன்னைக்கு பூரா வேல செய்றாரு, உடல் அசதிக்கு குடிச்சிட்டு தூங்கட்டும்னு விட்டுட்டேன்... மறுபடியும் குடிச்சிப் பாத்ததில்ல.. ரொம்ப நல்ல மனுசன், தொல்ல கொடுக்கறதில்ல.. ஒரு நாள் குடிச்சதா சொன்னனே அன்னைக்கும் எனக்குப் பயந்து வெளியே தெருவுலயே படுத்துட்டார்.”

மாஸ்டர் பாலகிருஷ்ணனைப் பற்றி இப்படி நாசுக்காக பேசினது, சம்பத்குமாருக்குப் பிடிக்கவில்லை.

“போதையில அத்தனை எக்ஸ்பர்ட்! எல்லாரும் குடிச்சா தள்ளாடுவாங்க.. இவன் குடிக்கலனாதான் தள்ளாடுவான்... கஞ்சான்னா வெளியே தெரியாது.’

“என்னவோ அவரை விட்டா வேற மாஸ்டர் இல்லையே.. மெசின் மாதிரி வேல செய்றாரு..”

“என்னிக்காவது ஒரு நாள் உண்மை முகம் தெரியும்”

“நான் ஏமாற மாட்டன், என்னப் பாத்தா ஏமாந்தவ மாதிரி தெரியுதா?”

“மிஸ் மகேஸ்வரி! நான் நம்மைப் பற்றி பேசணும்னுதான் அழைச்சிட்டு வந்தேன், மற்ற எல்லாமே மறந்துடலாம்...” என்றான். அவனுக்குத் தையல் மாஸ்டர் பாலகிருஷ்ணன் சுத்தமாக பிடிக்கவில்லை என்பது புரிந்தது. அவனைப் பற்றி எது பேசினாலும் அவனுக்குப் பிடிக்காது என்பதும் புரிந்தது. அவள் பக்கம் திரும்பினான் “இன்னைக்கு ரொம்ப ரொம்ப அழகா இருக்கீங்க..” என்றான்.

அவளுக்கு முகம் ஜொலித்தது.

“இன்னைக்கு மட்டும்தான் அழகா இருக்கேனா? நேத்து அழகா இல்லையா?”

“ம் நேத்து ரொம்ப அழகா இருந்தீங்க... இன்னைக்கு ரொம்ப... ரொம்ப அழகா இருக்கீங்க...”

எந்த பெண்ணாக இருந்தாலும் அழகைப் புகழ்ந்து விட்டால் போதும், உலகையே மறந்துவிடுவார்கள். மகேஸ்வரியும் கொஞ்சம் கிறங்கத்தான் செய்தாள். அவளுக்கு அவளுடைய அழகின் மீது கெட்டியான நம்பிக்கை உண்டு. அவளிடம் வந்த யாரும் அழகைக் குறிப்பிடாமல் போனதில்லை.. அழகையும் ரசித்து விட்டு அனுபவிப்பவன் மட்டுமே மனிதன்! அழகு என்பது முகம், கண்கள், மூக்கு, கன்னங்கள், இதழ்கள், தாண்டி ஆடைக்குள் மறைக்கப்பட்ட அழகுகளே ஆயிரம்! அதைத் கண்டு ரசிக்காதவன், பிரமிக்காதவன், மயங்காதவன், போதையேறாதவன் மனிதனல்ல களிமண்ணாலான எந்திரம்! அவனோடு இணைவது பாவம்! என்று நினைப்பாள்.

அழகைப் பாராட்டிக்கொண்டே காரை ஓட்டினான். அரை மணி நேரத்தில் ஏலகிரிமலையில் ஊர்ந்தது கார்.

“மகேஸ்வரி! இப்போ நாம எங்கே போறோம் தெரியுமா? பெயரோடு ‘மிஸ்’ என அழைப்பதை கைவிட்டிருந்தான்.

“ஏலகிரி மலைக்குதான் வந்தாச்சே... இதுக்கு மேல எங்கேயும் போக முடியாது. மறுபடியும் கீழேதான் போகணும்.”

“நல்ல ஜோக், இதுக்கும் மேல ஏன் போக முடியாது.? ரெண்டு பேரும் மனசு வைச்சா, சொர்க்கத்துக்கே போய் வரலாம்...”

“போயிடுவோம்னு சொல்றீங்களா?” மேலே கைகாட்டினாள்.

“என்ன நீ அபசகுனமா?”

“அங்கேதான் சொர்கமோ, நரகமோ இருக்கு...”

“அப்படி இல்லை, ஆணும் பெண்ணும் சேர்ந்தா சொர்க்கத்தை இங்கேயே முழுமையா அனுபவிக்கலாம்...” என்று கண்களை சிமிட்டினவன் ”ஓட்டல்ல ரூம் போடலாமா...?” என்று இழுத்தான்.

இதை எதிர்பார்த்துதானே இருந்தாள் மகேஸ்வரி. இதைத்தான் சொல்லப் போகிறான் என்றும் கணித்துதான் இருந்தாள். ஆனால் சுற்றிவளைக்காமல், எடுத்த எடுப்பிலேயே கேட்டது கீறள் விழுந்தது போலானது.

“ஓட்டல்ல எதுக்கு ரூம் போடணும்? இயற்கையை ரசிக்கலாமே?”

“இயற்கைன்னா மரம், செடி, கொடி, காடு, பூ, இதுதானா? உண்மையான இயற்கை எது தெரியுமா மகேஸ்வரி? நீதான்! கொடி, காய், கனி, பூக்கள், குளிர்ச்சி.. எல்லாமே நீதான்!” கண்கள் கிறங்க கூறினான். அவனுடைய ஒவ்வொரு வார்த்தைக்கும் அதன் அர்த்தத்தை அவன் பார்வை மகேஸ்வரியின் உடலெங்கும் சுட்டிக் காட்டியது.

மகேஸ்வரிக்கு சிரிப்பு வந்தது. அதை வெளிபடுத்தாமல் கட்டுபடுத்தினாள் “இவ்வளவு சொன்ன பிறகு உங்க கிட்ட டீட்டெய்லா பேசிட வேண்டியதுதான்“ என்றாள்.

“என்ன டீட்டெய்ல்?”

“அதை பேச ஓட்டல் ரூம் வேணாம், பூங்காவுக்கு போகலாமே...?”

“பூங்காவுக்கா..? வேணாம் ரூமுக்குள்ள பேசலாம், எனக்கு ஓபன் ப்ளேஸ்ல தைரியம் வராது...”

“உங்ககிட்ட கொஞ்சம் ஒப்பனா பேசணும் அத ஓபன் ப்ளேஸ்லயே பேசலாம்.”

“பிடிவாதமா இருப்பியா? சரி, உன் விருப்பம், சம்மதிக்கிறேன். பேசி முடித்த பிறகு ரூமுக்கு வருவேதானே?” அவன் ரூம் போடுவதில் மட்டுமே ஆர்வம் கொண்டிருந்தான்.

“கண்டிப்பா...” என்றாள்.

தனியறையில் ஒரு ஆனோடு இருக்கும் பயம் அவளுக்கு இல்லை, இவள் தனியறையில் சந்தித்தவர்கள் பெரும்பாலும் புதியவர்கள், வெளியூர்காரர்கள், விலைமாதர்களிடம் உள்ளூர் ஆண்கள் போக மாட்டார்கள். உள்ளூரில் அவர்கள் உத்தமபுத்திரர்கள்! இந்த ஊர் ஆண்கள் வேறு ஊர்களுக்குப் போவார்கள். வேறு ஊர் ஆண்கள் இந்த ஊருக்கு வருவார்கள். குடிபோதைக்கே சில ஆண்கள் வேறு வேறு ஊருகளில் போய்க் குடிப்பார்கள். ஆயிரம் ரூபாய் மதுவைக்

குடிப்பதற்கு வெளிநாட்டிற்குப் போய் ஒரு லட்சம் ரூபாய் செலவு செய்கிறவர்கள் இருக்கிறார்கள். ஏலகிரி மலைக்கு வருபவர்கள், இயற்கையை ரசிப்பதற்காகவா வருகிறார்கள்? ஏலகிரி மலையின் சுற்றுவட்டாரங்களில் இருப்பவர்கள், ஏலகிரி மலையில் கடைகள் விரித்து சம்பாதிக்க வருகிறார்கள். வெளியூர்களிலிருந்து வரும் ஆண்களின் குழுக்கள் போதைக்கும், போகத்திற்கும் வருகிறார்கள். மனைவியோடும், பிள்ளைகளோடும் வருபவர்கள் ஏலகிரி மலையில் ஒண்ணுமே இல்லையே என்று சொல்லிவிட்டுப் போகிறார்கள்.

மகேஸ்வரியை அவன் படுக்கைக்கு அழைப்பதில் தீவிரமாக இருந்தான். அவள் அதற்குத் தயாராக இல்லை.

காரை ஓரமாக நிறுத்தினான். டிரைவர் இருக்கையில் உட்கார்ந்து கொண்டே அவள் மீது சாய்ந்து அவள் இறங்குவதற்காக காரின் கதவைத் திறந்தான். காரின் கதவைத் திறப்பதற்காக அவன் கை நீட்டியபோது, மகேஸ்வரியின் உடம்பை தடவிக்கொண்டேப் போனது கையும் உடம்பும்.

நீண்ட நாட்களுக்குப் பிறகு மகேஸ்வரியின் உடல் சிலிர்த்தது. அவன் தலையிலிருந்து ஒரு வித துளசி ஷாம்புவின் வாசனையும், முகத்திலிருந்து ஒரு விதமான சந்தன பவுடரின் வாசனையும், முதுகிலிருந்து ஒரு விதமான மல்லிகைப்பூ திரவத்தின் வாசனையும் அவளைக் கிரங்க வைத்தது. இயல்பைத் தாண்டாமல், அளவுக்கு மீறாத இதமான வாசனை.

இருவரும் பூங்காவிற்குள் போனார்கள். கூட்டமாக இருந்தது. குழந்தைகளோடு குடும்பமாக வந்தவர்களின் கூட்டம். அதில் எவனாவது முன்னாள் வாடிக்கையாளனாக இருந்து விடப் போகிறானென்று கொஞ்சம் தயங்கினாள். ஆனால் எத்தனைக் கேடு கெட்டவனாக இருந்தாலும் குழந்தைங்கள் முன்பும், மனைவி முன்பும் கலங்கமற்ற குடும்பத்தானாகக் காட்டிக் கொள்வான், பார்த்தாலும் பார்க்காத மாதிரி போய் விடுவான் என்று யோசித்தாள். இவளே போய் பேசினாலும் பயந்து விலகிப்போய் விடுவான் என்று கணித்து தைரியமானாள். சிறுவர்களுக்கான ஊஞ்சலில் பெண்கள்தான் உட்கார்ந்து ஆடினார்கள். ஒரு ஊஞ்சல் காலியானது, காலியான அழகான ஊஞ்சல் ஆசையுடன் அழைத்தது. வேறு ஒருவர் பிடிப்பதற்குள் குழந்தை மனதோடு ஓடிப் போய் பிடித்து உட்கார்ந்தாள். கால்களைத் தரையில்

உதைத்து ஆடினாள். ரொம்ப நாளாக ஊஞ்சலாட ஆசை இருந்தது. ஆனால் ஒரு முறையும் ஆடியதில்லை. இன்று ஆடினாள்.

சம்பத்குமார் அவள் ஓடியதையும், ஊஞ்சலில் உட்கார்ந்ததையும் ஆச்சர்யத்துடன் பார்த்தான்.

“ப்ளிஸ்... கொஞ்சம் ஊஞ்சலை ஆட்டி விடுங்களேன்...” பள்ளிக் கூட சிறுமியைப் போன்று கொஞ்சலுடன் கேட்டாள்.

ஊஞ்சலை பிடித்து இழுத்து பிடித்துக் கொண்டபோது அவளின் உடலின் முதுகுபுறம், கூந்தல் அலைகள் மொத்தமும் அவன் நெஞ்சோடுப் புரண்டது. ஊஞ்சலை இழுத்து விட்டான். அது அரை வில்லாக ஆடி அவளை மேலும் மேலும் சந்தோஷப்படுத்தியது. ஒவ்வொரு முறை அவளைப் பிடித்து, ஊஞ்சலை ஆட்டுவித்த போதும் சம்பத்குாரின் உடலெங்கும் ரத்தமும், நரம்பும் சூடேறிற்று. ‘அடைந்தால் இவளை மாதிரிப் பொண்ணைதான் அடையணும்...’ என்று மனம் எகிறியது. விரிந்த சந்தன முதுகு, குறுகிய இடை, முதுகை அலங்கரித்த எம்ராய்டரி பூத்த ரவிக்கை! ஐந்து பாகமாகப் பிரித்து பின்னலிட்ட தண்ணீர் ஜடையும், ஜடையின் முனையில் குதிரை வாலின் குஞ்சத்தைப் போல் விரித்துவிட்ட கூந்தல் விரிப்பும், அவனைக் கிறங்க வைத்தது.

அவள் ஊஞ்சலில் ஆடினாள், அவன் மனதின் கிளர்ச்சியில் ஊசலாடினான். பின்புறமிருந்து இரண்டு கைகளாலும் அவளின் முன் புறத்தை இறுக்கி அணைத்துக் கொள்வதற்கு மனம் துடித்தது. ஊஞ்சல் கிட்டத்தில் வரும்போதெல்லாம் திட்டம் ஏறியது. என்னவோ தயக்கம்! அதுவும் ஊஞ்சலாடியது.

நீண்ட நேரம் ஊஞ்சலை ஆட்டிக் கொண்டிருந்தவன் அதற்குமேல் பொறுமையின்றி அவளோடு சேர்த்து, ஊஞ்சலையும் சேர்த்து அணைத்துப் பிடித்துக் கொண்டு “போதும், போதும் நாள் பூராவும் ஊஞ்சல் ஆடிட்டே இருக்கச் சொன்னாலும் ஆடிட்டே இருப்பே... பேசலாம்னு சொன்னியே, அதைப் பேசலாம்." என்றான். மார்பை அழுத்தியபடி இறுக்கி அணைக்க முயன்றவன் ஏமாந்தான். ஊஞ்சல் வீசியதில் வயிற்றுப் பகுதியைத்தான் அணைக்க முடிந்தது. அவனுடைய கைகளைப் பிடித்து விலக்கி விட்டாள்.

குதிரை பொம்மை போன்று வடிவமைக்கப்பட்ட சிமெண்ட் திண்ணையில் இருவரும் போய் உட்காரந்தார்கள். மகேஸ்வரி

தெளிவான முடிவோடு பேச நினைத்தாள். வழவழவென்று இழுக்காமல் பேசிவிட ஆரம்பித்தாள்.

“இஞ்சினியர் ஸார்! என்னை முதன் முதலா எப்போ பார்த்தீங்க...?” என்று கேட்டாள்.

“டேட், டைம் எதுவும் ஞாபகத்துக்கு வரலை, பட் அது கோல்டன் டே, கோல்டன் டைம், கன்ஸ்ட்ரக்சன் சம்பந்தமா ஃபர்ஸ்ட் ஃபர்ஸ்ட் வந்தப்பதான் பார்த்தேன்.”

“அதாவது, இப்பதான் ரெண்டு மாசத்துக்கு முன்னே பார்த்திருக்கீங்க..”

“ஆமாம் பார்த்த நிமிஷமே உடம்புல பட்டாம்பூச்சிகள் பறக்க ஆரம்பிச்சுடுச்சு.”

“அதுக்கு முன்னே என்னைப் பார்த்ததே இல்லையா?”

“இல்லையே.. நான் அதிர்ஷ்டம் இல்லாதவன், லேட்டா பார்க்கிற பாக்கியம்தான் எனக்கு கிடைச்சது, இப்போ குருப்பெயர்ச்சிக்குப் பின்னாடிதான் அதிர்ஷ்டமே வந்திருக்கு... முதல்ல பாத்திருந்தா உன்னைத்தான் மேரேஜ் பண்ணி இருப்பேன்... உன்னை அடையணும்னு போன வாரம் தாயத்து கூட கட்டினேன் தெரியுமா?” கைச் சட்டையை ஏற்றி சிறிய வெள்ளி தாயத்தைக் காட்டினான்.

“கேட்கிறதுக்கு நல்லா இருக்கு... என்னையும் நேசிக்க, என்னையும் விரும்புற ஒருத்தர் இருக்கார்னு நினைக்கும்போது சந்தோஷம் தாங்கலை... அதுவும் படிச்சவர், இஞ்சினியர், அழகானவர்... அதனால உங்களுக்கு நான் தகுதியானவளான்னு யோசிக்கிறேன்.”

“என்னது, உனக்கு தகுதி இல்லையா? ஒரு அழகான பொண்ணுக்கான அத்தனையும் உன்கிட்ட இருக்கு...”

கொஞ்சம் கூட நேரம் எடுத்துக் கொள்ளவில்லை. பொறுமையாக யோசிக்கவில்லை. “அந்த அத்தனை அழகிலும் கற்பும் இருக்கா?” என்றாள். அதை சொல்லும்போது, அவளின் கண்கள் துடிதுடித்தது. எடுத்த எடுப்பிலேயே வேரருந்து மரம் விழுந்த மாதிரியான அவளின் கேள்வி அவனைத் தடுமாற வைத்தது.

அதிர்ந்த முகத்தை மாற்றிக் கொள்ள முடியவில்லை. சாதாரணமாக

இருப்பதற்கு முடியவில்லை. சம்பத்குமாரும் கண்களில் கேள்விக்குறிகளோடு பார்த்தான்.

“பொண்ணுக்கான அத்தனை அழகும் இருக்கிறதா சொன்னீங்களே... என்கிட்ட கற்பு மட்டும் இல்லவே இல்லை” அவளுடைய கண்களில் கண்ணீர் கசிந்தது. ஓர் ஆண் பெண்ணிடம் எதிர்ப்பார்க்கும் மிக முக்கியமான விசயம் கற்பு. ஒரு இலையில் உட்கார்ந்து ஐந்து பேர் சாப்பிடுவார்கள். தனக்கு வரும் பெண் மட்டும் வேறு ஆணை திரும்பிக் கூடப் பார்த்து விடக் கூடாது. யாரையும் மனதில் நினைத்து விடக்கூடாது. யாருடைய கையும் தீண்டி இருக்கக் கூடாது. முட்டாள்கள்! இவன் மகேஸ்வரியைப் பார்த்த இரண்டு மாதங்களிலேயே ரூம் போட கூப்பிடுவான். கார்க் கதவைத் திறக்கும் நோக்கில் உடலோடு உடல் தேய்த்து மொத்தத்தையும் உரசலாம், மகேஸ்வரி மட்டும் முப்பது வயதானாலும் எந்த ஆணையும் பார்த்திருக்கக் கூடாது.

அவன் முகம் கரைந்தது. மழையில் கரைந்த மண் பொம்மையைப் போல் தெரிந்தான்.

“நான் ஒரு ப்ராஸ்டியூட்! ஆனா இப்போ இல்லை, புத்தி வளராத வயசுல வலுகட்டாயமா என்னை அந்த சாக்கடையில தள்ளி விட்டுட்டாங்க... நானா நீந்தி கரை சேந்துட்டேன்... இனிமே அந்த சாக்கடைக்குச் சத்தியமா போக மாட்டேன். எல்லாரையும் மாதிரி அன்பான குடும்பமா வாழணும்னு மலைப்போல ஆசை இருக்குது... நீங்க எனக்கு கணவனா அமைஞ்சா அது நான் செய்த பாக்கியம், இந்த நாட்டுல எல்லோருக்குமே மறுவாழ்வு இருக்கு, எனக்கும் ஒரு வாழ்வு கிடைக்கும்னுதான் ஏங்கிட்டிருந்தேன்...” அதற்கு மேல் பேச முடியாமல் விம்மி, விம்மி அழுதாள். அவனிடம் அழக் கூடாது என்றுதான் நினைத்தாள். அழுகை ஏன் வருகிறது என்று அவளுக்குத் தெரியவில்லை. பெண்கள் யார் அழுதாலும் அவளுக்குப் பிடிக்காது, ‘எதுவா இருந்தாலும் பேஸ் பண்ணுடி.. பொம்பள அழுதா பிச்சைக் கேக்கற மாதிரி நெனைச்சிப்பாங்க.., பரிதாபத்த எதிர்ப் பாக்கறதா நெனைச்சிப்பாங்க.. எவன் பிச்சை, எவன் பரிதாபம் நமக்கு எதுக்கு?’ என்று சொல்வாள். மற்றவர்களுக்குப் புத்தி சொல்லும் அவளே அழுதாள்.

சம்பத்குமார் முகம் இருண்டது. அவன் இப்படியொரு விபத்துக்கு நிகரான கடந்த கால வாழ்க்கையைச் சொல்வாள் என்று

எதிர்பார்க்கவில்லை. இப்படிப்பட்ட பின்பக்கம் இருக்குமென்று நினைக்கவே இல்லை, வைரஸ் காய்ச்சலால் பாதிக்கப்பட்டவன் போல் நின்றான்.

அவள் அழுகையை நிறுத்திக் கண்ணீரைத் துடைத்துக் கொண்டாள். "இனிமே உயிரே போனாலும் அந்த லைஃப்புக்குத் திரும்பமாட்டேங்க... நல்ல மனைவியா இருப்பேன். நான் மட்டும் என்ன சபிக்கப்பட்டவளா? எனக்கு வாழணும்னு ஆசை இருக்குங்க... புருசனுக்குப் பிடித்ததை ஆக்கிப்போட்டு, பிள்ளைகளை பள்ளிக்கூடம் அனுப்பி..." அவளுடைய கனவுகளை எல்லாம் சொன்னாள்.

தலை கவிழ்ந்துகொண்டான்.

"என் கழுத்துல தாலி கட்டி, என்னை மனைவியா யார் ஏத்துக்கப்போறாரோ அவருக்குதான் என் உடம்பையும், என் மனசையும் இனிமே கொடுப்பேன்... என் கணவன் நீங்களா இருந்தா நான் அதிர்ஷ்டசாலி...!" என்றாள். இது இப்போது பேசுவதற்குத் தயாரித்த அவசரமான சொற்கள் அல்ல, அவள் தொழிலை விடும்போதே யோசித்த வார்த்தைகள். இவையெல்லாம் சொன்ன பிறகு தன்னை மனதார ஏற்றுக்கொள்ளும் ஆணை கணவனாக மட்டுமில்லை தெய்வமாகவே பூஜிக்கத் தயாராக இருந்தாள்.

அவன் இன்னும் மௌனம் கலையாமல் நின்றிருந்தான்.

"இனிமே யார் கிட்டயும் படுக்கறதுக்கு மட்டும் நான் தயாரா இல்லை, அதுக்காக மட்டும்னா என்னால முடியாது. இவளுக்குப் புதுசு இல்லையே, ஒருமுறை லாட்ஜிக்கு வரட்டுமேன்னு ட்ரைப் பண்ணாதீங்க... முடியாது. எப்போ தொழில விட்டேனோ, அப்பவே இந்த உடம்பு இனிமே என் புருசனுக்குதான்னு சபதம் எடுத்துட்டேன். உயிரே போனாலும் மீற மாட்டேன். அதனால உடம்பு மட்டுமே போதும்னு ஆசை இருந்தா துடைச்சிடுங்க..." என்றாள்.

அவன் ஒரு உடைந்த ஊஞ்சலைப் போல் தொங்கிக் கொண்டிருப்பதாக அவளுக்குத் தோன்றியது. அவன் மனதில் இனி தன்னால் ஊஞ்சலாட முடியாது என்பதையும் புரிந்து கொண்டாள்.

நீண்ட நேரம் அவன் பேசவே இல்லை. இரையை விழுங்கி விட்ட மலைப்பாம்பைப் போல் அசையாமல் இருந்தான். மூச்சை நிறுத்தி நிறுத்தி விட்டுக்கொண்டு இருந்தான்.

மகேஸ்வரி பொறுமை இழந்தாள். "போலாமா? இயற்கையை ரசிச்சீங்களா? ஏன் ஷாக் அடிச்ச மாதிரி நின்னுட்டீங்க...? திடீர்னு முடிவு எடுக்க முடியாதுன்னு தெரியும்... நிதானமா யோசனைப் பண்ணுங்க..." என்றவள் சிறிய புன்னகை ஒன்றைக் காட்டினாள்.

அவனிடமிருந்து எந்த விதத்திலும் பதில் வரவில்லை. தலையாட்டல் கூட இல்லை, அவளைக் கண்களால் பார்க்கும் எண்ணம் கூட அவனிடம் இல்லை.

"உங்களால நிதானமாவும் முடிவெடுக்க முடியாது" என்று கூறிவிட்டு காரை நோக்கி நடந்தாள். அனல் காற்று வீசியது. காரின் முன் புறத்தில் ஒரு நாய் சிறுநீர் அடித்து விட்டு ஓடிற்று. தெருவோரம் பலாப்பழங்கள், நெல்லிக்காய், கொய்யாப்பழம், அத்திப்பழம் விற்றார்கள். தேன் புட்டிகள் வரிசையாக அடுக்கி வைத்திருந்தார்கள்.

"ஏ... பொண்ணு! ரொம்ப நாளா காணோம்" என்று பலாப்பழத்தைக் கூரான கத்தியால் வகுத்துக்கொண்டே தலையில் முக்காடு கட்டியிருந்த பெண்மணி கேட்டாள்.

"இல்லக்கா வர்றதில்ல" என்றாள்.

"ரூம் வேணும்னா சந்துல என் பையன் லாட்ஜ் கட்டிக்கிறான் பாரு.. அம்மா சொன்னாங்கன்னு சொல்லேன் அம்பது ரூபா கம்மிப் பண்ணுவான்.. ஏசி வேணும்னாலும் இக்குது"

"வேணாக்கா.." என்று காரை நெருங்கினாள்.

"கார் வெச்சினு இரக்கிறவங்கள ரூம் போடச் சொன்னா போடுவாங்களா? கார்லயே வசதி இக்குது.." என்று அந்தப் பெண்மணி புலம்பினாள்.

காரின் கதவைத் திறந்தாள். அது திறக்கவில்லை. பூட்டப்பட்டிருந்தது. காரின் பக்கத்திலேயே நின்றாள்.

சிறிது நேரம் கழித்து அவன் வந்தான். பேசவுமில்லை, அவள் முகத்தைப் பார்க்கவும் இல்லை, சாவியைத் திருகிக் கதவைத்

திறந்து டிரைவர் இருக்கையில் அமர்ந்தான்.

மகேஸ்வரி காரில் பின்புறம் உட்கார்ந்தாள்.

அவன் அடுத்த நிமிடமே காரை இயக்கினான். சாலையில் இப்போது நடமாட்டம் அதிகமாக இருந்தது. விடாமல் ஒலி எழுப்பினான். பார்வை நேராக இருந்தது. இருவரும் பேசிக்கொள்ளவில்லை.

என்னவொரு மாற்றம், மலை ஏறும்போது, பேசிக் கொண்டே வந்தான், அழகை வர்ணித்தான், இப்போது அதே அழகானவள் உடனிருந்தும் கண்டுகொள்ளாமல் கார் ஓட்டினான்.

அவள் சந்தித்த பெண்கள் எல்லோருமே வாழ்நாள் பூராவும் தன் அழகைப் பற்றிய சந்தேகத்திலேயே அழகற்றுப் போவார்கள், எனக்கு இந்தப் புடவை நல்லா இருக்கா? பிளவுஸ் நல்லா தைச்சிருக்காங்களா? முடி எவ்ளோ நீளமா இருந்துச்சு தெரியுமா? என்னை மாதிரி டயட்ல யாருமே இருக்க முடியாது, ஆனால் சதை தொங்குது என்ன பண்ணட்டும், முகத்துக்கு நீ என்ன க்ரீம் போடற...? பாதத்துல வெடிப்பு போகவே மாட்டேங்குது.. சொன்னா யாருமே நம்ப மாட்டாங்க... வருசத்துக்கு பத்து டாக்டர் பார்க்கிறேன், லட்ச ரூபா செலவு பண்ணி இருக்கேன், பாத வெடிப்பு மட்டும் போக மாட்டேங்குது,... அநேகப் பெண்கள் இப்படித்தான் சுய அழகின் சந்தேகத்தாலேயே மெலிகிறார்கள், மன அழுத்தம் கொள்கிறார்கள், தாழ்வு மனப்பான்மையில் கரைகிறார்கள், தான் அழகாக இருப்பதாக நினைக்கிற ஒவ்வொரு பெண்ணுமே தன்னம்பிக்கை மிகுந்திருக்கிறார்கள். மகேஸ்வரி தனக்கொரு கணவன் கிடைப்பானென்று நம்புவதும் கூட அழகினால்தானோ?' இந்த அழகை கல்யாணம் பண்ணிக்க ஒருத்தன் வர மாட்டானா? பணமும் இருக்கிறது... அதையும் சேர்த்து அனுபவிக்க ஒருத்தன் வராமலா போவான்?'

மகேஸ்வரி ஏதேதோ யோசனையுடன் வந்தாள், பாதி மலை இறங்கும் வரை இறுக்கமாக அமைதியாக வந்தான், "நீ பொய் சொல்றியா, உண்மை சொல்றியா? எனக்குப் புரியல.." என்றான்.

அவள் காரின் கண்ணாடி வழியாக, மலையிலிருந்து, ஆயிரம் அடிக்கும் கீழேத் தெரிந்த ஊரை ரசித்துக் கொண்டு வந்தாள். மரவட்டை போல் இரயில், எறும்புப் போல் வாகனங்கள்,

சொப்புகளைப் போல வீடுகள், 'அதோ அங்கே ஸ்கூல் இருக்கு, தார் ரோட்டை பார்த்துட்டே வந்தா பிரிட்ஜ், அப்படியே நேரா வந்தா போலிஸ் ஸ்டேஷன், யப்பா எவ்ளோ வீடுகள், ஆனாலும் மரங்கள்தான் அழகு, அதும் தென்னமரங்கள் அழகோ அழகு. மண்டலவாடி ரோட்ல ரெண்டு பக்கமும் பனைமரங்க ரொம்ப அழகா இருக்கு.. எல்லா ஏரியிலயும் கொஞ்ச கொஞ்ச தண்ணிதான் தேங்கினு இருக்குது… நம்ம வீட்டு முன்னாடியும் ரெண்டு தென்னமரம் நடணும்…'

"ஹலோ!" சத்தமாக அழைத்தான்.

பார்வையை அவன் பக்கம் திரும்பினாள். அவன் கண்ணாடியில் அவளைப் பார்த்தான்.

"பொய்தானே?"

"பொய்யா, என்ன பொய்?"

"சொன்னது எல்லாமே பொய்தானே…?"

"பொய்யின்னு ஒரே வார்த்தையில சொல்லி உங்களை திருப்திபடுத்த விரும்பல, பொய்யினு பொய் சொல்ல முடியாது, என்னை லாட்ஜிக்கு கூப்பிட்டீங்க இல்லையா, எந்த லாட்ஜிக்கு போனாலும் என்னை அடையாளம் தெரியும், ஆல்ரெடி நான் போயிருக்கேன், என் பேரு தெரியும், என் தொழில் தெரியும். நான் அதை விட்டுட்டதும் தெரியும், ரிட்டயரான மிலிட்டரிக்காரங்களை எக்ஸ்சர்வீஸ்மேன்னு சொல்ற மாதிரி, என்னை அவங்களுக்குத் தெரியும்."

கவனம் சிதைந்திருந்தாலும் மலைப்பாதை வளைவுகளில் கவனமாக கார் ஓட்டினான். அவள் சாலையோரம் மரங்களில் விளையாடிய குரங்குகளை வேடிக்கை பார்த்தாள்.

"நம்பவே முடியல, ஆனா பாக்கிறதுக்கு இன்னும் யாரும் தொடாத, செடியில் பூத்த ரோஜா மாதிரி இருக்க…"

"அப்படி இல்ல."

"கேட்டா தப்பா நினைக்க மாட்டியே..."

"தப்பா? நினைக்க மாட்டேன்."

“தோராயமா, எத்தனை பேர்?”

“புரியல”

“எத்தனை பேரோட இருந்திருப்ப... நாலு, அஞ்சி”

“ஸாரி, தெரியாது.”

“தோராயமா”

சிரித்தாள்.

“நீங்க என்ன கேட்கிறீங்கன்னு புரியலை, எத்தனை பேருன்னா உங்களுக்கு பிரச்சினை இல்லை, ரெண்டு பேர், மூணு பேர், ஐந்து பேர், உங்களுக்கு எத்தனைப் பேர்ன்னா பரவாயில்லை? வேணும்ன்னே அப்படி போகணும்னு ஆசைப்படல.. நான் அந்த குழியில தள்ளப்பட்டன். யாரும் கை கொடுத்து காப்பாற்றி விடல, நானா மீண்டு வந்தேன், என்னை நானே விடுதலைப் பண்ணிட்டு வந்தேன், மறுபடியும் விழ மாட்டேன். எனக்கு யாரும் இல்ல, யாராவது இருந்தால் அவங்களோட நம்பிக்கை வீணாகாம வாழ்ந்துடுவேன், அக்கா, தங்க, அண்ணன், தம்பி, சித்தப்பா, பெரியப்பான்னு எந்த சொந்தம் இருந்தாலும் அவங்களோட வாழ்ந்துடுவேன். ஆனா யாரும இல்ல. எல்லோருக்கும் இருக்கிற மாதிரி எனக்கும் சின்ன ஆச.. வாழணும்னு ஆசை! ஆசைப் பட்டது தப்பா? உயிரே போனாலும் இனி அந்த தப்பு செய்ய மாட்டேன். லட்சம், கோடின்னு எவ்ளோ பணம் கொட்டினாலும் போக மாட்டேன். சத்தியமா போக மாட்டேன். என்னைக் கொலை பண்றேன்னு சொன்னா கூட, செத்தாலும் சாவானேத் தவிர மறுபடியும் பழைய வாழ்க்கைக்குப் போக மாட்டேன்.”

மகேஸ்வரி பேசிக்கொண்டு வந்தாலும், அவன் அதை காதில் வாங்கின மாதிரி காட்டிக்கொள்வில்லை.

அவன் மௌனமாகவே வந்தான். முகம் இறுகிப் போனது. கார் கூட பேசாமல் மௌனமாக வருகிற மாதிரி இருந்தது. மலைப் பாதையின் இறங்கும் பாதையில் இஞ்சின் கூட சத்தமின்றி ஓடிற்று.

மலையிலிருந்து கீழே இறங்கி, பொன்னேரி நெடுஞ்சாலைக்கு வந்ததும் காரை நிறுத்தினான். “இறங்கிடு, ஆட்டோ வரும் போயிடு”

“ஏன் பாதியில இறக்கிவிட்டுட்டு போறீங்க...”

“பாதில இல்லை, முதல்லயே இறக்கிவிட்டுர்றேன். உனக்கு தாங்க்ஸ் சொல்லணும், எதையும் மறைக்காம சொன்னதுக்கு... நான் தியாகி கிடையாது, என்னால் தியாகமும் செய்ய முடியாது, அதனால என்னை வெச்சி கனவு காணாத... இறங்கிக்கோ...”

அவள் உட்கார்ந்துகொண்டே இருந்தாள்.

“இறங்கு...”

“உன்னை ஒண்ணு கேட்கலாமா?”

அவன் பார்த்தான்.

“சும்மா தெரிஞ்சுக்கலாம்னுதான் கேக்கிறேன். இதுவரைக்கும் நீ எத்தனை பெண்களை யூஸ் பண்ணிப் போட்டிருக்க...” எள்ளலை விதைத்தாள்.

“ஏய்....” கண்கள் சிவக்கத் திரும்பினாள்.

“அட, இல்லாம இருக்குமா? அப்படி ஏதும் இல்லைன்னாலும் சொல்லலாமே...”

“ஆம்பள ஆயிரம் பேருகிட்ட போவான்...” மிரட்டலான வெளிப்பாடு.

“வெரிகுட்! நீ ரொம்ப உத்தமனோன்னு நினைச்சுட்டேன், உன் கோபத்தைப் பார்த்து கொஞ்சம் ஜெர்க் ஆயிட்டன்.. ஆள் சரியா பழகவே இல்லை, சரியா பேசவே இல்லை, அதுக்குள்ள லாட்ஜில ரூம் போட கூப்பிட்டப்பவே நீ யோக்கியன் இல்லைன்னு தெரியும். ஆனா நான் யோக்கியனை எதிர்பார்க்கல, ஒரு ஆம்பளையை எதிர்பாத்தேன், துணிஞ்சவனா, தைரியசாலியா, புத்திசாலியா நீ அப்படி இல்ல, மட்டமான சுயநலவாதி, நீ ஆயிரம் பேருகிட்ட போவே... உனக்கு வர்றவ மட்டும் பத்தினி தெய்வமா இருக்கணும்...” அவனைத் துண்டாடுகிற மாதிரி கேட்டாள்.

அவன் கோபத்துடன் வேறு எங்கேயோ பார்த்துக் கொண்டே சத்தமாய் “கீழே இறங்கு” என்றான்.

“முடியாது.”

முறைப்புடன் திரும்பினான்.

“தம்பி! இப்போ என் பில்டிங் காண்ராக்டர், டைல்ஸ் வாங்கலாம்னு அழைச்சிட்டு வந்து ரோட்ல இறக்கி விட்டுட்டு போயிடுவியா,

டைல்ஸ் வாங்கி கட்டடத்துல இறக்கிட்டு அப்புறம் போ.”

“இப்போ முடியாது இன்னிக்கு சன்டே...” தப்பிக்கப் பார்த்தான்.

“இன்னைக்குக் கடை இருக்கு, அவங்க செவ்வாய்க் கிழமைதான் லீவு.”

“நீ ஆட்டோவ்ல வந்துடு, நான் கார்ல வந்துடறேன்.”

“ஏன் என் கூட வர்றதுக்கு அசிங்கமா இருக்கா? என் வீடு கட்றதால உனக்கு எவ்ளோ லாபம், அவ்ளோ பணமும் நான் அப்படி சம்பாதிச்சதுதான், லாபம் வேணாம்னு சொல்லிடுவியா?”

“அது என் தொழில்”

மகேஸ்வரிக்கு சிரிப்பு வந்தது.

“தொழில்!... தொழில்னு பார்த்தா எல்லாம் தொழில்தான்.”

“இறங்கிடு”

“கண்டிப்பா முடியாது, உனக்கு மானம் இருந்தால், எனக்கும் இருக்கு, டைல்ஸ் வாங்கிட்டு போலாம்.”

சம்பத்குமார் பற்களைக் கடித்துக்கொண்டு காரை வேகமாக ஓட்டினான்.

அதன்பிறகு இருவரும் பேசிக்கொள்ளாமல், எல்லாப் பணிகளும் வேகமாக நடந்தது.

டைல்ஸ் வாங்கி மினி லாரியில் ஏற்றிக்கொண்டார்கள்.

காரைக் கொண்டு வந்து வீட்டின் முன் நிறுத்தி, மகேஸ்வரி இறங்கினதும், வேகமாகப் பறந்தான்.

★★★

மகேஸ்வரி நினைவுகள் கலைந்து, சுயநினைவுக்கு வந்தவளாய் நின்றபோது,

அவள் முன் போலிஸ் ஜீப் நின்றது.

“உன்னை எங்கெல்லாம் தேடறது, கொஞ்ச நேரத்தில் காணாம போயிட்ட இன்ஸ்பெக்டர் அய்யா அழைச்சிட்டு வர சொன்னார்.” போலிஸ்காரர் சொன்னார்.

"என்னையா?"

"ஆமா"

"எதுக்கு?"

"வந்து நீயே கேட்டுக்கோ"

"நான் வரலை"

"நீயா வந்தால் கௌரவம், இல்லன்னா பொம்பள போலிஸை விட்டு குண்டு கட்டா தூக்குவோம்." பயம் காட்டி சொன்னார் ஒருவர்.

"போங்க பின்னாடி நடந்து வர்றன்" பூச்சாண்டி தன்னிடம் செல்லாது என்பது போல் சத்தமாகச் சொன்னாள்.

"எங்க வருவே?"

"போலீஸ் டேசன்தானே?"

"எந்த டேசன் இன்ஸ்பெக்டர் போய் பாப்பே?"

"எந்த டேசன்?"

"வாணியம்பாடி தாலுக்கா இன்ஸ்பெக்டர்! வந்து ஒரு வாரம் ஆச்சு, பத்து வருசத்துக்கு முன்ன திருப்பத்தூர்ல டூட்டி பார்த்தாராம்... உன்னத் தெரியுமாம்... அடுத்த வருசம் டிஎஸ்பி ஆயிடுவாரு... வந்ததுல இருந்து உன்னதான் கேட்னு இருக்குறாரு..."

மகேஸ்வரி ஒடுங்கினாள். நெஞ்சம் அதிர்ந்தது, கொஞ்சம் தைரியம் இழந்தாள். ஜீப்பில் ஏறி உட்கார்ந்தாள்.

பழைய காவல்துறை அதிகாரிகள் என்றால், கொடூரமானவர்கள் என்ற சித்திரம் அவளுக்குள் இருக்கிறது. 1978ஆம் ஆண்டில் எட்டாம் வகுப்பு படித்துக்கொண்டிருந்தாள். அப்போது மகேஸ்வரியின் அம்மா தினமும் செய்தித்தாள் வாங்கி வருவாள். அறிவு வளர்வதற்குத் தினமும் செய்தித்தாள் வாசிக்க வேண்டும் என்று ஆசிரியர்கள் தினமும் சொல்வார்கள். பிரேயரில் முக்கியமான தலைப்புச் செய்திகள் வாசிப்பார்கள்.

வீட்டில் மகேஸ்வரியின் அம்மா ஒரு செய்தியைப் படிக்கச் சொல்வாள். திருப்பத்தூர் பக்கத்தில் உள்ள காட்டூர் ஜெயாவும், ஜெயாவின் கணவர் ராஜியும் நீதிமன்றத்தில் போலீசுக்கு எதிராக

சொன்ன குற்றச்சாட்டுகள் அப்போது பரபரப்பான செய்தியாக இருந்தது. எங்கு பார்த்தாலும் அதைப்பற்றிதான் பேச்சாக இருந்தது. தலைமறைவாக இருக்கும் குற்றவாளிகளைப் பற்றி விசாரிப்பதற்காக கணவன் மனைவி இருவரையும் நிர்வாணமாக்கி விசாரித்ததை ஜெயா துணிச்சலுடன் சொல்லி இருப்பார். அந்தக் கொடுமையெல்லாம் நினைத்தாலே அடிவயிறு சூடேறிக் கொதிக்கும்.

பெண்ணுறுப்பில் லட்டியைச் சொருகி வதைத்தது. துப்பாக்கியைச் சொருகுவது, தீக்குச்சியைப் பற்ற வைத்து முலைக்காம்புகளைச் சுடுவது, இதயெல்லாமே கணவனின் கண்ணெதிரே நடத்திய கொடூரங்கள். ராஜியின் கைகளையும், கால்களையும் கட்டிப் போட்டு விட்டு "உண்மையைச் சொல்லுடா...உண்மையைச் சொல்லுடா.." என்று மிரட்டி மிரட்டி செய்த சித்ரவதைகள். ஆண்குறிக்கு தீக்குச்சியால் சூடு வைத்தது, ஆசான வாயில் லட்டியைச் சொருகியது... பற்களைப் பிடுங்கியது என்று என்னென்ன சித்திரவதைகளைப் போலீஸ்காரர்கள் பண்ணார்களோ அதையெல்லாம் நீதிமன்றத்தில் இருவரும் சாட்சியாகச் சொன்னதைச் செய்தித்தாளில் படிப்பாள். மகேஸ்வரி சத்தமாகப் படிக்கும் போது, அதைக் கேட்பதற்கு பக்கம் அக்கம் வீடுகளிலிருந்தும் வந்து உட்கார்ந்துக் கொள்வார்கள். கொதிப்பார்கள் 'ஜனங்களே...துடப்பம், மொறம் தூக்கினு போய் சாத்து, சாத்துனு சாத்தணும்' என்று பேசிக்கொள்வார்கள்.

"போலீஸ்காரங்க...இப்படி செய்வாங்களாம்மா?" என்று அம்மாவிடம் மகேஸ்வரி கேட்டிருக்கிறாள்.

"இதவிட கொடூரமா பண்ணுவாங்க...இந்த உலகத்துலயே போலீஸ்காரங்கள மாதிரி கொடுமையான மிருகத்தப் பாக்கவே முடியாது" என்று அம்மா சொல்லி இருக்கிறாள்.

பிறகு போலீஸ்காரர்கள் கொடுமையானவர்கள் என்பதை அறிவதற்கான வாய்ப்புகளும் வாழ்க்கை கொடுத்தது.

10

ஜீப் நகரத்திற்குள் மெதுவாக ஊர்ந்தது. எல்லோரும் தன்னை வேடிக்கைப் பார்ப்பதாக கலங்கினாள். போலீஸ், கோர்ட், கைது, தண்டனை என்கிற சமாச்சாரமெல்லாம் வேண்டாமென்றுதானே அதையெல்லாம் விட்டு விலகினாள். 'மீண்டும் எதுக்குத் துரத்தறாங்க?

போலீஸ் ஸ்டேஷனுக்கு ஜீப் போகவில்லை. பின் புறம் சுற்றிக் கொண்டு காவலர் குடியிருப்பிற்குள் நுழைந்தது. இன்ஸ்பெக்டர் குடியிருப்பின் முன்பு ஜீப் நின்றது. மகேஸ்வரி இறங்கினாள். போலீஸ்காரர்களும் இறங்கினார்கள்.

"இங்கே எதுக்கு?" என்றாள்.

"இன்ஸ்பெக்டர் கோட்ரஸ்தான் போ. ஃபேம்லியோடத்தான் இருக்கார். சாரோட ஒய்ஃப்பும் இருக்காங்க.."

மகேஸ்வரிக்குப் புதிராக இருந்தது. போலிஸ்காரர்கள் வெளியே நின்றுக் கொண்டார்கள். அவள் உள்ளே நுழைந்து எந்த அறைக்குப் போவதென்று தடுமாறியபோது ஒரு காவலர் கைநீட்டி வலதுபுற அறையைச் சுட்டினார். அறைக்குள் நுழைந்தாள்.

இன்ஸ்பெக்டர் அந்த அறையில் தனியாக உட்கார்ந்து இருந்தார். மகேஸ்வரியைப் பார்த்து பற்களைக் காட்டினார்.

குடியிருப்புக்குள் சாம்பிராணி, ஊதுபத்தி, பூக்களின் வாசத்தோடு பெனாயிலின் வாசமும் சேர்ந்து வந்தது. இன்ஸ்பெக்டருக்கு ஓய்வை நெருங்குகிற வயது, ஆனாலும் மீசை முளைக்கவில்லை. பாவம் கறுப்பு மையை ஜோக்கர் மாதிரி தடவிக்கொண்டு இருந்தார். ஆனாலும் ஜோக்கர் மாதிரி தெரியவில்லை. பயமூட்டுகிற மாதிரி தெரிந்தார். ஒரே ஒரு நாற்காலி மட்டுமே இருந்தது. அதில் அவர் உட்கார்ந்திருந்தார். வெள்ளை பேண்ட்டில் சுற்றப்பட்ட கறுப்பு பெல்ட்டானது நடு வயிற்றில் பாம்பைப் போலிருந்தது. முண்டா பனியனை மீறி மார்பிலிருந்து வெள்ளைப் பஞ்சுகள் மாதிரி சுருண்ட மயிர்கள் தலை மட்டும் நகப்பூச்சு தடவியதைப் போல் மினுமினுத்தது.

"வாடி..." அழைப்பே மரியாதையின்றி வந்தது. மகேஸ்வரிக்குக் கோபமூட்டியது.

“சார்! ஏற்கனவே என்னைப் பத்தி தெளிவா சொல்லிட்டேன். திருப்பத்தூர், ஏலகிரிமலை, ஜோலார்பேட்டை, நாட்றம்பள்ளின்னு சுத்தி இருக்கிற எல்லா ஸ்டேஷன்லயும் போய் சொல்லிட்டன். இனிமே தொழில் பண்றதில்லன்னு, வெறும் வாய் வார்த்தை கிடையாது சார். கரெக்ட்டாகவும் இருக்கேன். ஏதாவது தப்புப் பண்ணா, அப்போ பிடிங்க, எந்த லாட்ஜிலயாவது எந்த ஆம்பளயோடவாவது என்னைப் பாத்தீங்களா?” பட படவென கேட்டவளுக்கு, கண்ணீர் வந்தது. அவளை மீறி அழுகை வந்தது. “எங்களை மாதிரி பொண்ணுங்களுக்கு நீங்க இடைஞ்சல் கொடுக்காம இருந்தாலே கரெக்ட்டா இருப்பாங்க சார்...” கோபத்துடன் சொன்னாள்.

இன்ஸ்பெக்டர் சிரித்தார். “உன்னை அழைத்துதான் வரச் சொன்னேன். இழுத்து வரச் சொல்லவில்லை.” நாடக வசனம் போல் பேசிவிட்டு மீண்டும் சிரித்தார் “போலீஸ் ஜீப்ல ராஜ மரியாதையோட உட்கார வெச்சி, அழைச்சிட்டு வந்திருக்காங்க... அரஸ்ட் பண்ணி கொண்டாந்த மாதிரி குதிக்கிறியேடி...” என்றார் இன்ஸ்பெக்டர்.

மகேஸ்வரி புரியாமல் பார்த்தாள். கண்ணீர் வழிந்துகொண்டே இருந்தது.

“உன்கிட்டே ஒரு முக்கியமான விஷயம் பேசணும்.” என்றார்

புன் முறுவலுடன். இருமடங்கு பெருத்திருந்த தொப்பையைத் தட்டிக்கொண்டார்.

“என்ன விஷயம்?”

“ஏலகிரி மலைக்கு வர முடியுமா?” மிருதுவான குரலில் கேட்டார்.

“சார்! நான் திருந்திட்டன், திருந்திட்டன்... தொல்லக் கொடுக்காதீங்க... நான் தப்பு பண்ணும்போதும், மனுஷனை உயர்ந்தவன், தாழ்ந்தவன்னு வித்தியாசம் பாக்கல, கூலிக்காரனும், கோடீஸ்வரனும் சமம், ஐ.ஜியா இருந்தாலும் குப்பை அள்றவனா இருந்தாலும் சமம். அப்படிபட்ட குணம் எனக்கு... திருந்திட்ட பிறகு நீங்க கூப்பிட்டாலும் வர முடியாது. உங்களுக்கு மேல இருக்கிற அதிகாரி கூப்பிட்டாலும் வர முடியாது.”

“அவசரப்படாதடி... நான் என்ன சொல்ல வர்றேன்னு முழுசா கேட்டுட்டு அப்புறம் பேசு...” பேச்சில் மென்மை இருந்தது.

மகேஸ்வரி, இன்ஸ்பெக்டரை புரியாமல் பார்த்தாள்.

“ஏலகிரிமலயில என் வொய்ஃப்போட பிரதர் லாட்ஜ் கட்டி இருக்கான், லாட்ஜை மெயிண்ட்டனன்ஸ் பண்ண ஆள் வேணும்னு கேட்டான். லாட்ஜின்னா நல்லதும் கெட்டதும் ரெண்டும் இருக்கிற லாட்ஜிதான்... கேரளா, ஆந்திரா, மும்பைல இருந்து பொண்ணுங்கள அவனே சப்ளப் பண்ணிடுவான். தாசில்தாரா இருந்து விஆர்எஸ்ல வந்துட்டான். சம்பாரிச்ச மொத்தப் பணத்தயும் கொண்டாந்து மலையில கொட்டி, பெரிசா லாட்ஜ் கட்டிட்டான். இப்போ யாரு லாட்ஜில வந்து தங்கறாங்க? கண்ணுக்குத் தெரிஞ்சு தொழில்தான் நடக்குது... எம்எல்ஏங்க, பெரிய வக்கீலுங்க, டாக்டருங்க, வாத்தியாருங்க எல்லாருமே மலைமேல லாட்ஜிய கட்டி லீசுக்கு விட்டுட்டாங்க... உனக்குத் தெரியாததா? போலீஸ் ரெய்டு வந்தாலும் பில்டிங்கை ரென்ட்டுக்கு விட்டுட்டேன் எனக்கும், அதுக்கும் சம்பந்தமில்லன்னு ஒதுங்கிக்குவாங்க, சரி, விசயத்துக்கு வர்றன் லாட்ஜை மெயின்டனன்ஸ் பண்ண அனுபவம் உள்ள ஆள் வேணும்னு கேட்டான். அதுவும் பொம்பளயா வேணும்னு சொன்னான்... உனக்கு எந்தத் தொல்லயும் இல்ல, மேனேஜ்மெண்ட் மட்டும் பார்த்தா சரி, போலீஸ் பயம் இல்ல. ரெய்டுங்கிற பேச்சுக்கே இடமில்ல, சம்பளம்! அருமையான சம்பளம்,” நாடகத்தில் வில்லன் நடிகர் பேசுகிற மாதிரியே, ஏற்ற

இறக்கத்துடன் பேசினார் இன்ஸ்பெக்டர். "ஏமே" என்று உள்ளே குரல் அனுப்பினார்.

ஒரு குண்டு பெண்மணி நடக்க முடியாமல் நடந்து வந்தார். நிறைய மஞ்சள் பூசி, நெற்றியில் இரண்டு ஒரு ரூபாய் நாணயத்தைச் சேர்த்த மாதிரி பெரிய வட்ட குங்குமத்தை அணிந்திருந்தாள். இன்ஸ்பெக்டரின் மனைவி என்பது சொல்லாமலேயே புரிந்தது.

“உங்கண்ணன் கேட்டானேமே இவ அதுக்கு சரியானவ...”

“ஐயா!” வெளியே இருந்து குரல் வந்தது.

“எவண்டா? வீட்டுக்கு ஏண்டா வர்றீங்க?” கத்தினார்.

பச்சைத் துண்டு அணிந்த இரண்டு பேர் வாசற்படிக்கு வந்து நின்றிருந்தார்கள். வெயிலில் அலைந்தும், வெயிலில் நின்றிருந்தும் வந்த அடையாளம் முகங்கள் கறுத்து வியர்வை நிறைந்திருந்தது. பச்சைத் துண்டால் முகத்தைத் துடைக்க துடைக்க வியர்வை வழிந்துகொண்டே இருந்தது. முகக் கேணி! மகேஸ்வரி திரும்பி அவர்களைப் பார்த்தாள். எங்கேயோ பார்த்த மாதிரி இருக்கிறதே என்று யோசித்தாள். அடிக்கடி ‘பாலறைக் காப்போம்’ என்று நிதி கேட்பவர்கள்.

“என்னய்யா கோட்ரசுக்கே வர்றீங்க? பெரிய கட்சின்ற பொச்சிங்களையே வீட்ல சேத்தறதுல்ல தெரிமா? ஸ்டேசனுக்கு வர்றன், போங்க... ஸ்டேசன்ல பேசிக்கலா...”

“அதுக்குள்ள எஃப் ஐ ஆர் போட்டுடுவாங்க ஐயா! நீங்க சொல்லுங்க...”

“ஸ்கூல அவன் எதுக்குய்யா பூட்றான்..?”

“ஹெட்மாஸ்டருக்கும், டீச்சருக்கும் லீவு நாள்ல ஸ்கூல்ல என்ன வேலைங்க ஐயா? அவங்க கள்ளக்காதல் பண்றது அவங்களோட பர்சனல், ஸ்கூல எதுக்கு லாட்ஜியாக்கறாங்க? பசங்க படிக்கிற இடம் இல்லயா? அவங்க வேற எடத்தல எதனா பண்ணட்டும் நாங்க தலயிட மாட்டோம். இப்பவும் அவங்கதான் விசயத்த பெருசு பண்ணாங்க... நாங்க யாரா இருந்தாலும் ஒரு பொண்ணு பாதிக்கக் கூடாதுன்னு கண்டிக்க மட்டுமே செஞ்சோம்.”

“நீங்க போராடறது நேயமா இருக்கலாம்... எப்போப் பாத்தாலும்

பெரிய ஆளுங்கள பகைச்சிக்கிறீங்க... ஹெட்மாஸ்டர் கட்சி மாவட்ட செயலாளருக்கு மச்சான். ஸ்கூல்ல ரிக்கார்டு நோட்டு ஒர்க் இருந்துச்சின்றான்..”

“மத்த டீச்சர்ங்களுக்கு இல்லாம இவங்க ரெண்டு பேருக்கு மட்டும் ரிக்கார் நோட்டு வொர்க் இருந்துச்சான்னு நியாயம்தான் கேட்டோம் ஐயா...”

“யோவ்! அவங்க வந்து அவம் பேரு என்னா? ஆறுமுகம்! அவம் மேல கேஸ் தந்திருக்காங்கயா... அரசாங்கப் பணி செய்ய தடையா இருந்ததா கேஸ் தந்திருக்காங்க... என்ன என்னா பண்ண சொல்ற? கேஸ் எடுக்க முடியாதுன்னு திருப்பி அனுப்ப முடியுமா?”

வந்தவர்கள் இரண்டு பேரும் ஒருவரின் முகத்தை ஒருவர் பார்த்துக் கொண்டார்கள்.

“வேற வழி இல்லீங்க ஐயா! அந்த டீச்சரும் பொண்ணுதான... சும்மா கண்டிச்சி விடலாம், அவங்களுக்கும் புருசன் புள்ளைங்க இருக்காங்க...ஏதோ தப்பு பண்றாங்க, ஸ்கூல்ல பண்ண வேணாம்னுதான் கண்டிச்சோம்...ஊர் ஜனங்கள கூட்டி இருந்தா ரெண்டு பேரையும் கட்டி வெச்சி அடிச்சிருப்பாங்க... ஒரு பொண்ணோட வாழ்க்க நாசமாயிடக் கூடாதுன்னு பாத்தோம்... டீச்சர் பாதிச்சாலும் பரவால்ல டீச்சரோட வேல போனாலும் பரவால்லன்னு... எங்க கிட்ட இருக்கிற ஆதாரங்கள வெளியிட்ருவோம்” என்று சொல்லிவிட்டு இருவரும் திரும்ப,

“ஆதாரமா? அய்யய்யோ! ஸ்டேசன் போங்கய்யா... பின்னாடியே வர்றன். எஃப் ஐ ஆர் போட்டா என்னாயா நான் கிழிச்சுப் போடறன் போய்யா...”

அவர்கள் போனார்கள்.

“ரெண்டு எருமைங்களும் வெளியே நிக்காம எங்க தொலஞ்சிதுங்க கண்ட நாயிங்க உள்ள வருதுங்க...” மெதுவான குரலில் மகேஸ்வரிக்கு மட்டும் கேட்கிற மாதிரி சொல்லி விட்டு “என்னாடி சொல்றது?” என்றார் சத்தமாக “கேட்ட இல்ல? ஸ்கூல்லயே செட் பண்ணிட்டாங்கன்னா லாட்ஜிக்கு வருவாங்களா? கட்சிக்காரன் அத்தன பேரும் போன் பண்றான்... புடிச்சி உள்ள வெச்சி நொக்கு எடுன்றான்... இந்தத் தாயோலி பசங்க ஆதாரம் இக்குதுன்றான்...

அத வுட்றீ. நீ ஏலகிரி மலைக்கி நாளைக்குப் போறியா? போன் போட்டுச் சொல்லிடறன்..?"

இப்போது மகேஸ்வரி, இன்ஸ்பெக்டரை படு கேவலமாகப் பார்த்தாள். "சார்! நாங்க தொழில் பண்றவங்க... வறுமைக்கும் கஷ்டத்துக்கும் சோரம் போறவங்க... அதை நடத்தறவங்க, பணம் சம்பாதிக்கிற ஒரே நோக்கத்துக்காக நடத்தறாங்க, அதத்தான் நீங்க அனுமதிக்கக் கூடாது. ஆனா நீங்க, தடுக்க வேண்டிய போலீஸ் அதிகாரியா இருந்தும், தப்புக்குத் துணை போறீங்க... உங்க சொந்தகாரர் நடத்தற லாட்ஜிக்குப் பாதுகாப்பும் கொடுக்கிறீங்க..."

"ஏய்... சத்தம் போட்டுப் பேசாதடி... பத்தினி மாதிரி பேசற...? ரெயில் ரோட்ல, முள்ளு புதர்ல படுக்கிறீங்களே சொகுசா பில்டிங் கட்டி, மெத் மெத்துனு மெத்த போட்டு கழுவுறதுக்கு பாத்ரூம் எல்லாம் வெச்சி, தேவிடியா தொழில ஹைடெக்கா பண்ணித் தந்தா சூத்து கொழுப்பு பேச்சி பேசறா... கார்மென்ட்ஸ்ல எவ்ளோ சம்பாதிப்பே...? எத்தனை லட்சம் முதலீடு போடணும்...? யோசன பண்ணிப் பாருடி, இதுக்கு நீ பைசா முதலீடு போடத் தேவை இல்லை, பேங்க் ஆபிஸர் மாதிரி காலையில் வந்து, சாயந்திரம் போயிடலாம். தொழில் பண்ற ஃபீலிங் கொஞ்சம் கூட இருக்காது. நைட் ஷிப்ட்டுக்கு வேற ஆள் போட்டிருக்கான்... பகல் ஷிப்ட்டை மட்டும் நீ பாத்தா போதும், தொழில்ல ரொம்ப அட்வாட்டேஜ் வந்தாச்சு. லாட்ஜில ப்யூட்டி பார்லர், மஸாஜ் சென்டர், கேரளா இயற்கை வைத்தியம் எல்லாம் இருக்குது. பாடி பிட்னஸ் பண்ற ஜிம் எல்லாம் இருக்குது. அதனால தொழில் ஹைடெக்கா நடக்கும். இப்போ வுட்டுட்டா பின்னாடி ரொம்ப வருத்தபடுவே..." என்றபடி சிகரெட்டையும் தீப்பெட்டியையும் எடுத்தவர் மனைவி முறைப்பதைப் பார்த்தார் "அடச்செ... இதை ஸ்டேசன்ல ரகசியமாத்தான் புடிக்கணும்... இங்க அதுவும் முடியாது" என்று கூறி டேபிளிலேயே போட்டார். "இப்போ மறுப்பு சொல்ல மாட்டேன்னு நினைக்கிறேன்." புன்னகைத்தார். எப்படித்தான் புன்னகை வருகிறதோ?

மகேஸ்வரியின் பார்வை புகைந்தது. "சார்! என்ன ஆசயக்காட்டினாலும், நான் சம்மதிக்க மாட்டேன், வேணாம் சார், போதுமான பணம் இருக்கு, நேயமான, நேர்மையான வியாபாரம் இருக்கு, கொஞ்சம் வயசும் இருக்கு, இதுவரைக்கும் நாசமானது

போதும் சார், உங்கள மாதிரி ஒரு குடித்தனமா வாழ்ந்துடணும்னு ஆசை இருக்கு சார், புருசன், பொண்டாட்டி, குழந்தைங்கனு குடும்பமா யாரைப் பாத்தாலும் ஆச ஆசயா இருக்குது சார்... மரத்தடில, பிளாட்ஃபாரத்துல வசிக்கிற குடும்பத்தப் பாத்தா கூட ஆசயா இருக்குது சார்... உங்கள ஜோடியா பாக்கறப்போ கூட ஆசயா இருக்கு. என்ன விட்டுடுங்க... தயவுசெஞ்சி தொந்தரவு பண்ணாதீங்க...” என்று கூறிவிட்டு நகர்ந்தவள். திடீரென்று மனதில் தோன்றியபடி இன்ஸ்பெக்டர் மனைவியின் காலைத் தொட்டுக் கும்பிட்டாள். அவள் தடுமாறினாள். "எய்ந்திரு... எய்ந்திருமே..." என்றாள்.

மகேஸ்வரிக்கு இன்ஸ்பெக்டரின் காலை வணங்குவதற்குத் தோன்றவில்லை. ஆனாலும் அவர் கால்களை மடக்கி நாற்காலிக்குள் நுழைத்தார்.

“ம்... போடி... எத்தனியோ கடப்பாரைங்ககள பாத்தவ, உனக்கு குடித்தன ஆசயா? போடி... போடீ... உன்ன கண்காணிச்சினுதான் இருப்பன், மாட்ன நொக்குத் தட்டிடுவேன்” கேலிப் பொருளாக எண்ணிக் கூறினார்.

‘போடா’ என்று திட்டுவதற்காக வந்த வார்த்தையை வாய்க்குள்ளேயே நிறுத்தி, விழுங்கிவிட்டு வெளியேறினாள்.

மகேஸ்வரி வெளியே வரும்போது பச்சைத் துண்டு போர்த்திய இரண்டு பேரும் வெளியே நின்றிருந்தார்கள்.

“துணிக்கடதானம்மா? ஆம்பிளைங்கள நம்பி வாழக் கூடாது. உங்கள மாரி சொந்தக் கால்ல நிக்கணும்” என்றான் ஒரு பச்சைத் துண்டு. மகேஸ்வரி ஒரு பார்வையைக் காட்டி விட்டு நடந்தாள்.

“என்னம்மா கேசு?”

மகேஸ்வரி முறைத்துப் பார்த்தாள்.

“தங்கச்சி! போலீஸ்காரங்க, வக்கீலுங்க ஆபத்தானவங்க... அதுவும் இந்த இன்ஸ்பெக்டர் இருக்கானே... மனுசனே இல்லை, நாங்க கேக்கறது எதுக்குன்னா நல்லது பண்றதுக்குதான்..” என்றார்.

மகேஸ்வரி பதில் எதுவும் சொல்லாமல் நகர்ந்தாள்.

கோட்ரஸை விட்டு வெளியே வந்தாள். வேப்ப மரத்தின் நிழலில் போலீஸ்காரர்கள் அவளைப் பார்க்காத மாதிரி பேசிக் கொண்டிருந்தார்கள். மறுபடியும் ஜீப்பில் அழைத்துப் போக வேண்டியது இருக்குமோ, அதைத் தவிர்க்கலாம் என்ற புத்தியோடு இருப்பதை அறிந்தாள். அவள் கண்டுகொள்ளாமல் நடந்தாள். கிரிக்கெட் விளையாடிக்கொண்டிருந்த பையன்கள் இவளைக் கண்டுகொள்ளவில்லை. கம்பிக்கொடியில் ஒரு பெண் துவைத்த காக்கி உடைகளைக் காயப் போட்டாள்.

மகேஸ்வரி காம்பவுண்ட் விட்டு வெளியே வந்தாள். தலை பயங்கரமாக வலித்தது. நெஞ்சம் வேதனையால் முறுக்கிற்று. இன்ஸ்பெக்டர் மேல் கோபம் வந்தது. 'என்ன கேவலமான பேச்சுகள், அம்பு தைக்கும் சொற்கள்... நான் வாழ்வதற்கு ஆசைப்படக் கூடாதா?'

அழ வேண்டும் போல் தோன்றிற்று. என்ன கட்டுப்படுத்தினாலும் கண்ணோரம் ஒரு துளி வந்தது. அதைத் துடைத்துக் கொண்டாள்.

சாலைக்கு வந்ததும் டாக்ஸி நிறுத்தி ஏறி உட்கார்ந்தாள். முன்புறமே உட்கார்ந்தாள்.

இளையராஜா பாட்டைப் போடச் சொன்னாள்.

"எது இளையராஜா பாட்டு தெரியாது, போடறேன்" என்றான்.

தென் பாண்டிச் சீமையிலே, தேரோடும் வீதியிலே, மனதை அழவைத்தது.

இஞ்சினியர் சம்பத்குமார் காரில் இப்படித்தான் உட்கார்ந்து போனாள். கொஞ்சம் சபலம்தான், அவன் மீது வந்திருக்க கூடாது. வந்தது. சோடா பொங்கி ஒன்றுமில்லாமல் இறங்குகிற மாதிரி ஏலகிரிமலை ஏறி இறங்கி விட்டது.

11

சம்பத்குமார் மறுபடியும் வரவில்லை.

மகேஸ்வரியை வீட்டின் முன் இறக்கிவிட்டு போனவன், மறுபடியும் வரவில்லை. அவனுடைய உதவியாளரை அனுப்பிதான் கட்டிடத்தின் மற்றப் பணிகளை முடித்தான். தையலர் பாலகிருஷ்ணனும், மேஸ்திரியும் கட்டிட வேலைகளில் ஈடுபாட்டைக் காட்டினார்கள். சம்பத்குமார் வராதது இருவருக்கும் நிம்மதி கொடுத்தது.

மகேஸ்வரிக்கு இரண்டு தினங்கள் மனதிற்குள் புத்தம்புது பட்டுப்புடவை ஆணியில் மாட்டிக் கிழிந்த மாதிரியான வலி இருந்தது. அதன்பிறகு சரியாகி விட்டது. கவனம் முழுவதும் வீடு அழகாக வர வேண்டும் என்பதில் மாற்றிக்கொண்டாள்.

புது வீடும் அழகாக முடிவடைந்தது. தாய்க்கு தான் ஈன்ற குழந்தை மீது எப்படியொரு பாசம் வந்து விடுகிறதோ அப்படித்தான் தான் கட்டிய வீட்டின் மீதும் ஒரு பாசம் வந்து விடுகிறது. வீடு என்பது செங்கல், சிமெண்ட், கம்பி, கல் போன்றவைகளால் உருவானதாக தெரிவில்லை, வீட்டை காதலிக்கத் தொடங்கி விட்டால் எலும்பாய், சதையாய், உயிராய்த் தெரியும். மகேஸ்வரிக்கு அப்படித்தான் தெரிந்தது.

எளிமையாகப் புதுமனை புகுவிழா செய்தாள். வேலை செய்தவர்களுக்கு எல்லாம் டிரெஸ் எடுத்துக் கொடுத்தாள்.

சம்பத்குமாருக்கு மேஸ்திரியிடமே தகவல் சொல்லி அனுப்பினாள். அவன் வரவில்லை போனில் அழைக்கலாமா என யோசித்தாள், ‘சீ...போ’ என்ற எண்ணம்தான் வந்தது.

கார்மெண்ட்ஸ் ஷெட்டிற்கும், புது வீட்டிற்கும் கணபதி ஹோமம் செய்தாள். புது வீட்டிற்கு கலர் பெயிண்டிங் அடிக்கும் போதே ஷெட்டிற்கும் சேர்த்து பெயிண்டிங் செய்தாள்.

பாலகிருஷ்ணனுக்கு டிரஸ் மட்டுமின்றி அரை சவரன் மோதிரமும் அன்பளிப்பாகக் கொடுத்தாள்.

மோதிரத்தைப் பெறும்போது “உங்க கிட்ட ஒரு கேள்வி கேட்கலாமா?” என்றான் பாலகிருஷ்ணன்.

“என்ன கேள்வி?”

“திடிர்னு அந்த இஞ்சினியர் சார் வராம நின்னுட்டாரே... என்ன காரணம்னு தெரிஞ்சுக்கலாமா? எனக்கு அது சம்பந்தம் இல்லாத விஷயம்தான்... ஏன் கேட்கிறேன்னா, அவர்தான் கான்டிராக்டர், ஆனால் பில்டிங் வொர்க்கைப் பார்க்க அவர் வரவே இல்லை, ரெண்டு பேரும் ஒரு நாள் டைல்ஸ் வாங்கறேன்னு போனீங்க, அதுக்கப்புறந்தான் அவர் சுத்தமா வரலை...” மாதக்கணக்கில் கேட்க வேண்டும் என்று நினைத்திருந்து கேட்டான் போல தெரிந்தது.

மகேஸ்வரி ‘நான் ஞாபகம் வைத்திருந்தால் நியாயம், இவர் எதுக்கு ஞாபகம் வெச்சிட்டு கிளறிவிடறார்?’ என்று யோசித்தாள். “அவருக்கு இதைவிடப் பெரிய ஃபில்டிங் கான்டிராக்ட் கிடைச்சிருக்கும்..” என்றாள்.

“எவ்ளோ பெரிசுன்னாலும் வீடு கட்ற கான்டிராக்ட்டர்தானே? தாஜ்மஹால் கட்றவர் இல்லையே...“ என்று சிரித்தான்.

அவளும் சிரித்தாள்.

இஞ்சினியர் வராமல் நின்றதில் பாலகிருஷ்ணனுக்கு உள்ளுக்குள் மகிழ்ச்சியாக இருந்தது. அதை அப்போது வெளிக்காட்ட வில்லை.

மகேஸ்வரிக்கு புது வீட்டின் மீது அதீத பாசம் வந்து விட்டது. மிகவும் நேசித்தாள். வீடு அழகாக, சுத்தமாக இருக்க வேண்டும்

என்ற எண்ணமும் குடிவந்து விடுகிறது.

'வாடகை வீட்டில் இருக்கும்போது, வீட்டு ஓனரம்மா மீது கோபமாக வந்தது, நான் கூட வீட்டு ஓனராக இருந்து வாடகைக்கு விட்டால் அப்படித்தான் இருப்பேனா...?'

அதிக நேரம் வீட்டிலேய செலவழித்தாள்.

துணிக் கடையை சைலஜா என்கிற நம்பகமான பெண்ணிடம் ஒப்படைத்து விட்டு அவ்வப்போது கணக்குகளைப் பார்த்துக் கொண்டாள்.

வீடும், தையல் தொழிலகமும் ஒரே இடத்தில் இருந்ததால், அதை அதிகமாக கவனித்தாள்.

பாலகிருஷ்ணனின் சிரிப்பு மூட்டும் பேச்சு பெரிதும் ஈர்த்தது. அவன் குடிப்பதை குறைத்து விட்டு இருந்தான். தெளிவுடன் பேசக் கூடிய அளவில் குறைவான போதையில் இருந்தான்.

"மாஸ்டர் சார்! மூணு வேளையும் ஓட்டல்தானா?" என்றாள் ஒரு நாள்.

"ஆமாங்க..."

"எப்படி முடியுது, கஷ்டமா இல்லையா?"

"நிர்ப்பந்தம் ஆயிட்டா எல்லாமே பழகிடும்ங்க மேடம், பத்து மாசம் வயித்துக்குள்ள பழகின குழந்தை, தாய் வயித்தை விட்டு வெளியே வந்ததும் பழக்கமாயிடறதில்லையா? எல்லாம் அப்படிதாங்க மேடம், நம்ம ஊர் ஓட்டல் சாப்பாட்டுக்கே சொல்றீங்களே... ஐதராபாத், பேங்களூர் ஓட்டல் சாப்பாடு என்னன்னு நினைக்கிறீங்க...? டேஸ்டே பிடிக்காது... இப்பவெல்லாம் என் நாக்கு மரத்துப் போச்சு... நாக்கை கடவுள் ரெண்டு விஷயத்துக்காக படைச்சி இருக்கான், எது எதுக்கு தெரியுமாங்க, ஒண்ணு சுவை பார்க்கிறதுக்கு, இன்னொண்ணு பேசறதுக்கு... ஓட்டல் சாப்பாடு சாப்பிடறதால சுவை போயிடுச்சு, பேச்சும் போயிட்டா இந்த நாக்கை லிவிங்ஸ்டன் மாதிரி அறுத்துப் போட்டிருப்பேன்."

ஒரு நிமிஷம் நின்று கனமாக யோசித்தாள். "இன்னைக்கு ஓட்டலுக்கு வேணாம், நானே சமைச்சிடறேன்." என்றாள்

"உங்களுக்கு எதுக்கு மேடம் ரிஸ்க்?"

“சமைக்கிறது ரிஸ்க் இல்லை, சாப்பிடறதுதான் ரிஸ்க் என் சமையலை...”

ஒரு நாள் மட்டுமில்லை, அன்றிலிருந்து தினமும் மகேஸ்வரியே அவனுக்கும் சேர்த்து மதிய உணவைச் செய்தாள். இரவு உணவிற்கு மட்டும் அழைக்கவில்லை. குடித்துவிட்டு வருவான் எனும் பயம் இருந்தது.

ஒரு நாள் “உங்க ஃபேமிலி எங்கே இருக்கு, இங்கேயே அழைச்சிட்டு வந்துடுங்களேன் பாலகிருஷ்ணன்” என்றாள்.

காலி குடத்தைக் கவிழ்த்து வைத்த மாதிரி பார்த்தான். “ஃபேமிலியா? அப்படின்னா என்னங்க... சொந்தம் பந்தம்னு எனக்கு யாரும் கிடையாது, அனாதை அனாதை!”

“நீங்க அனாதையா? காமெடி பண்றீங்க...” அவளால் நம்ப முடியவில்லை.

“இந்த உலகத்துல அனாதையா நீங்க மட்டுந்தான் இருக்கணுமா? நாங்க இருக்கக் கூடாதா?” மிகவும் சாதுர்யமாகக் கேட்டான்.

அவன் சொன்ன விசயமும், சொன்ன விதமும் அவளை ஈர்த்தது. “அனாதன்னு சொல்றீங்க யாருமில்லைன்னு சொல்றீங்க சம்பாதிக்கிற பணத்தை என்ன பண்றீங்க...?”

“இந்த உலகத்தையே சொந்தமா நினைச்சுக்கிறேன் ஓனரம்மா! இந்த நாடு நல்லா இருக்கறதுக்கு என்னால எவ்வளவு முடியுமோ அவ்வளவு பண உதவி செய்றன்... எங்க அம்மா சரக்குக் கடையை கவர்மென்ட் கடையா மாத்திட்டாங்களா... கவர்மென்ட்டுக்கு வருமானம் வேணுமில்ல ஓனரம்மா..! சம்பாதிக்கிற எல்லா காசையும் கவர்மென்ட்டுக்குத் தந்துடறன் மிச்சம் மீதி நிக்கிற காசுலதான் சாப்பாடு சாப்பிடறேன்.” குடிப்பது மட்டுமே பெரிய சாதனை என்கிற மாதிரி பேசினான்.

“அவ்ளோ குடிக்கிறீங்களா?” ஆச்சரியமாக பார்த்தாள்.

“உங்க கார்மென்ட்ஸை இவ்ளோ திறமையா நடத்தறன்னா அதுக்குக் காரணம், சரக்குதான் ஓனரம்மா.. பிரேக் பாஸ்ட், லஞ்ச், டின்னர், டீ, ஸ்நாக்ஸ் எல்லாமே எனக்கு சரக்குதான், தாகத்துக்குக் குடிக்கிற தண்ணிக் கூட சரக்குதான்.. ஆனா ஒன்னு எவ்ளோ சரக்கடிச்சாலும் வொர்க் சுத்தமா இருக்கும்,

சரக்கு அடிச்சா மட்டுத்தான் வொர்க்கே நடக்கும், இல்லன்னா நடக்காது... கை நடுங்கும் கட்டிங் போடலன்னா, இங்கே கட்டிங் வேல நடக்காது..."

"ஆச்சரியமா இருக்கு... ட்ரிங்க்ஸ் பண்றத இவ்ளோ ஓப்பனா சொல்றீங்க..."

"என் பணம், நான் உழைச்சு சம்பாதிச்சது, நான் குடிக்கறன், எதுக்கு பயப்படணும்? வேலையில குறை வெச்சா பயப்படுவேன்."

"மாஸ்டர்! நீங்க சம்பாதிக்கிற பணத்தைச் சேத்து வெச்சா, இதை விட பெரிசா கார்மென்ட்ஸை சொந்தமா வைக்கலாம்."

"எதுக்கு? யாருக்காக... ஓனரம்மா? ஃபேம்லி இருந்தா டிரிங்க்ஸ் பழகி இருக்க மாட்டேன்" ரொம்ப அப்பாவியாக முகத்தை வைத்துக் கொண்டு சொன்னான். கொஞ்சம் கண்களையும் கசக்கிக் கொண்டான். பெண்கள் பெரிதாக அழுதால்தான் பரிதாபத்தை எட்ட முடியும். ஆண்கள் அழுகிற மாதிரி தெரிந்தாலே போதும், அவர்கள் மீது அனுதாபம், பரிதாபம், மதிப்பு, மரியாதை எல்லாம் வந்துவிடும்.

மகேஸ்வரிக்கு அப்போது அவன் நல்லவனாக, உயர்ந்தவனாகத் தெரிந்தான். அவதாரம் எடுத்து வந்தவனைப் போல் தெரிந்தான். "அப்படியெல்லாம் சொல்லாதீங்க... யாருமே அனாதை கிடையாது. ஒரு பொண்ணைப் பார்த்துக் கல்யாணம் பண்ணிக்குங்க. ஃபேம்லி மேனா ஆயிடுங்க, மனைவி குழந்தைகள் குடும்பம் உருவாயிட்ட பிறகு நீங்க எப்படி அனாதையா இருப்பீங்க..?"

"வேணாங்க வீண் ஆசை எதுக்கு ஓனரம்மா? இந்த மூஞ்சியை எந்தப் பொண்ணாவது கட்டிப்பாளா?"

"உங்க மூஞ்சுக்கென்ன, குடிக்கிறதை மட்டும் ஸ்டாப் பண்ணா போதும்..."

"குடித்தனம் இருந்தா நான் ஏங்க குடிக்கிறேன்...?" மீண்டும் அழுத்திச் சொன்னான்.

"மாஸ்டர்! உங்க கையில தொழில் இருக்கு, திறமை இருக்கு, முதல்ல ட்ரிங்ஸ் பண்றதை நிறுத்துங்க... இன்னைக்கு நைட் சாப்பாடும் ஓட்டல்ல சாப்பிட வேணாம், குடிக்காம வாங்க இங்கேயே சாப்பிடலாம்" என்றாள்.

அவன் முகத்தைச் சுளித்தான்.

“என்ன யோசிக்கிறீங்க...”

“சாப்பிடாம இருக்க சொன்னா இருந்துடுவேன், ஆனால் குடிக்காம இருக்க முடியாது.”

“முடியும், கண்டிப்பா முடியும் இன்னைக்கு ஒரு நாள் முயற்சி பண்ணிப் பாருங்க...”

“எதுக்கு ரிஸ்க்?”

“மறுப்பு பேச்சு வேணாம் மாஸ்டர், குடிக்காதீங்க... அவ்வளவுதான் சொல்வேன்.” என்று கண்டிப்புடன் கூறிவிட்டு அங்கே நிற்காமல் நகர்ந்தாள். வீட்டிற்குள் போனாள்.

அன்று மாலை பாலகிருஷ்ணன் வெளியே எங்கும் போகவில்லை. தையல் பெண்கள் வேலை முடிந்துபோன பிறகும் ஷெட்டிலேயே உட்கார்ந்து டிவி பார்த்துக்கொண்டிருந்தான்.

தன் பேச்சைக் கேட்டு, குடிக்கப் போகாமல் நல்ல பிள்ளையாக உட்கார்ந்து இருக்கிறானே என்று அவன் மீது மேலும் ஈர்ப்பு உண்டானது.

எட்டு மணிக்கு ஷெட்டிற்கே சாப்பாடு கொண்டு போனாள். “என்னங்க ட்ரிங்ஸ் வேணாம்னு சொல்லிட்டு, இப்படி எல்லா உயிரினங்களையும் சமைச்சி வைச்சிருக்கீங்களே, ஆஃப் அடிச்சிட்டு வந்து, இதுங்க முன்னாடி உட்கார்ந்தா ஆடும், கோழியும், மீனும் உயிரோட ருசிக்கும், இப்போ சாப்பிட்டா, ருசிக்கு உயிர் இருக்காது.” என்றான். அவனுடைய கண்களில் குடிக்காத சோகம் இருந்தது.

சாப்பிட உட்கார்ந்தான். சாப்பிடும்போது முகத்தில் அத்தனை சந்தோசங்களையும் காட்டினான். கண்களை விரித்து “ஆஹா! அப்படி ஒரு ருசி!” என்றான்

“நீங்க ஆக்டராக வேண்டியவர்... ரொம்ப டேஸ்ட்டா இருக்கிற மாதிரி நல்லா நடிக்கிறாங்க...”

“நடிப்பா? என் லைஃப்புல முதன் முறையா வீட்டுச் சாப்பாடு சாப்பிடறேன்.” என்று உண்மையாகவே கண்ணீரைத் துடைத்துக் கொண்டான்.

★★★

அலர்

மறுநாள் இரவு. போதையில் வந்தான். வந்ததும் 'ஸாரி' என்றான். "சுத்தமா ட்ரிங்ஸ் பண்ண கூடாதுன்னு நினைச்சேன் ஓனரம்ம்மா..! ஆனா பண்ணாம இருக்க முடியாது... உங்க கிட்டே உண்மையை பேசினா... கோபிச்சுக்க மாட்டீங்களே..."

"உண்மையை பேசினா கோபம் எப்படி வரும்?"

"வரும்! அந்த உண்மை அப்படிப்பட்டது... ஓனரம்மா! நான் இப்போ எதுக்காக குடிச்சேன் தெரியுமா? உங்களை மறக்கதான், உங்க மேல அதிகமான அன்பு வந்துருச்சு... அது தப்புதானே ஓனரம்மா?, சொன்னா அடிக்க மாட்டீங்களா? இந்த மூஞ்சி உங்க மேல ஆசைப் படலாமா? என்ன தகுதி இருக்கு? நீங்க முதலாளி, நான் வேலைக்காரன் நீங்க அழகு, நான் அசிங்கம்... நீங்க மகாராணி நான் பிச்சைக்காரன்... நீங்க சந்தனம், நான் சாக்கடை!" அதற்கு மேல் பேச முடியாமல், நாக்கு குழற ஏதோ தன்னைத்தானே திட்டிக்கொண்டான். தரையில் குத்தினான்.

அவனை அனுதாபத்துடன் பார்த்தாள் மகேஸ்வரி. ஆனாலும் அவனுடைய சொற்கள் அவளுக்குள் பாய்ந்தது.

"போதை அதிகமாயிடுச்சு, போய் படுங்க.." கதவை மூடிக் கொண்டாள். ஜன்னல் வழியாகப் பார்த்தாள். பாலகிருஷ்ணன், தடுமாறி நடந்து, கட்டிங் மெஷினை ஒட்டி படுத்துக்கொண்டான்.

கொஞ்ச நேரம் ஜன்னலோரம் நின்றபடியே அவனைப் பார்த்தாள்.

கொசுக்கள் நிறையப் கடிக்கும் போலிருந்தது. தலைக்கு தலையணை வைத்துக் கொள்ளவில்லை.

கதவைத் திறந்து ஷெட்டிற்கு வந்தாள். அவன் தலைக்கு ஒரு தலையணை வைத்தாள், போர்வையைப் போர்த்தி விட்டாள். அதோடு விடாமல், ஏதோ யோசித்து வேறு இடத்தில் இருந்த டேபிள் ஃபேனைத் தூக்கி வந்து அவன் அருகில் வைத்து, ஓடவிட்டாள்.

மறுபடியும் வீட்டிற்குள் வந்து ஜன்னலருகே நின்று பார்த்தாள். போதையில் சுருண்டிருந்தான்.

இஞ்சினியர் சம்பத்குமாரும், இவனும் மனதில் மாறிமாறி நின்றார்கள்.

'உண்மை தெரிஞ்சதும் நிராகரிச்சான் அவன், இவனுக்கு உண்மை தெரிஞ்சா என்ன செய்வான்?' யோசித்தாள்.

படுக்கைக்குப் போய் விழுந்தாள். தூக்கத்திற்கான அறிகுறி எதுவும் தெரியவில்லை, சமையலறைக்குப் போய் பால் காய்ச்சினாள். பசும்பால் குடித்தால் தூக்கம் வரும், டி.வியில் சொல்கிறார்கள். மனசுக்குப் பிடிக்கவில்லை, காபி கலக்கிக் கொண்டு, டிவியின் முன்பு உட்கார்ந்தாள். சேனல்களை மாற்றினாள். எதுவும் பிடிபடவில்லை. எதையாவது பார்க்க வேண்டும் போலிருந்தது.

மறுபடியும் ஜன்னலருகே வந்தாள். பாலகிருஷ்ணனைப் பார்த்தாள். போர்வை ஒரு பக்கம் இருந்தது. அவன் ஒரு பக்கம் இருந்தான். இன்னொரு முறை போர்வையைப் போர்த்தி விட்டு வரலாம் என்று யோசித்தாள். போதையில் இருப்பவனுக்கு, போர்வை விலகுவது தெரியாது, போர்த்தி விட போர்த்தி விட விலகத்தான் விலகும் என்று போர்த்தாமலிருந்தாள்.

'இவன் அன்பு வந்துருச்சுன்னு உளறிட்டு போறான், என்னைப் பற்றி உண்மையை சொன்னா சம்பத்குமார் மாதிரிதான் ஓடுவானா? எடுத்தேன், கவிழ்த்தேன்னு எந்த முடிவும் எடுக்க முடியாது. சம்மதமும் சொல்லக் கூடாது, சம்மதமில்லைன்னும் சொல்லக்கூடாது, அமைதியாவே இருக்கணும்?' அவளுக்கு அவளே புத்திமதி சொல்லிக்கொண்டாள்.

வெகு நேரம் கழித்துதான் தூங்கினாள், காலையில் எழுந்ததும் கூட வெகுநேரம் கழித்துதான்.

பத்து மணிக்கு மேலாகிவிட்டது.

கார்மென்ட்ஸில் தையல் பெண்கள் வேலை செய்து கொண்டிருந்தார்கள்.

பாலகிருஷ்ணன் நேரடியாக மகேஸ்வரியைப் பார்க்காமல், வேலை செய்துகொண்டே பார்க்காத மாதிரி பார்த்தான்.

மகேஸ்வரி குளித்து ரெடியாகி, கார்மெண்ட்ஸில் யாரிடமும் பேசாமல் கடைக்கு வந்து விட்டாள்.

கடைக்கு வந்த பிறகும் கூட அவன் ஞாபகம் வந்தது. பசிக்கவும் இல்லை, கடைப் பெண்ணை ஆப்பிள் ஜூஸ் வாங்கிவரச் சொல்லி

அதை மட்டும் பருகினாள்.

மதியமும் வீட்டிற்குப் போகவில்லை.

இரவு தாமதமாக வீட்டிற்கு போனாள்.

வெளியே பாலகிருஷ்ணன் அவளுக்காகக் காத்திருந்தான். சாராயநெடி தூக்கியது.

“ஓனரம்மா! ஒரு நிமிஷம்!”

“ரொம்ப டயர்டா இருக்கேன், காலையில பேசலாம்.”

“ஒரே நிமிஷம்.”

“காலையில் பேசலாம்” வீட்டுக்குள் நுழைந்து கதவை மூடிக் கொண்டாள்.

வாசற்படிக்கு வெளியே கொஞ்ச நேரம் நின்றிருந்தான், பிறகு போய் படுத்துக்கொண்டான்.

ஜன்னலில் பார்த்தாள்.

இன்றும் தலையணை வைக்காமல், போர்வை இல்லாமல் படுத்திருந்தான்.

நேற்று போல் இன்று போர்வை, தலையணை எதுவும் வைக்கக் கூடாது என்று முடிவெடுத்தாள்.

ப்ரிட்ஜிலிருந்து இரண்டு முட்டை எடுத்து ஆம்லெட் போட்டு சாப்பிட்டாள். பால் காய்ச்சி ஒரு தம்ளர் குடித்தாள்.

‘இஞ்சினியர் ஏலகிரிமலைக்கு கூப்பிடதுமே போனேன். இவனுக்கு ஏன் விளையாட்டு காண்பிக்கிறேன். முடியும், முடியாது எதுவொன்றும் சொல்லி இருக்கலாமே… அவன் நேரடியாக லாட்ஜிக்கு கூப்பிட்டான். இவன் அன்பு என்றுதான் சொன்னான். ஏன் இவனுக்கு உடனே பதில் சொல்ல முடியல, ஒருவேளை குடிக்காம இருந்தால் இவனை மதிச்சி இருப்பேனோ?’ யோசித்தாள்.

அடுத்த நாள் காலையும், எழுந்ததும், யாரிடமும் பேசாமல் கடைக்கு வந்து விட்டாள்.

இரவு தாமதமாகவே வீட்டிற்குப் போனாள்.

பாலகிருஷ்ணன் வீட்டின் வாசற்படிக்கு முன்னால் நின்று கொண்டான்.

"வழி விட மாட்டேன் ஓனரம்மா, வழி விட மாட்டேன், எனக்கு பைத்தியம் பிடிக்குது, உங்கள லவ் பண்றேன், கல்யாணம் பண்ணிக்கிறேன், என்ன சொல்றீங்க...? உங்களுக்கு ஒரு துணை வேணும், எனக்கும் ஒரு துணை வேணும், என்னைப் பிடிக்கலையா, எனக்குத் தகுதி இல்லையா?"

"வழி விடு மாஸ்டர், குடிச்சிட்டு இப்படிப் பேசறியா?" தள்ளி விட்டு உள்ளே போய் கதவை மூடிக்கொண்டாள்.

அவளுக்குள் ஒரு தீர்மானம் உருவானது.

12

அடுத்த நாள் காலை தாமதமாகத்தான் எழுந்தாள் மகேஸ்வரி, கதவைத் திறந்து வெளியே வந்த போது பாலகிருஷ்ணன் கைகளைக் கட்டிக்கொண்டு, தலை கவிழ்ந்தபடி பவ்யமாக நின்றிருந்தான், இரவு குடியில் மூழ்கி இருந்தவன் என்கிற அடையாளம் கொஞ்சம் கூட அவனிடம் இல்லை, குளித்து, உடைமாற்றி நெற்றியில் திருநீறு இழுத்து இவனைவிட உத்தமன் யாருமே இருக்க முடியாது என்கிற மாதிரி நின்றிருந்தான்.

"மன்னிச்சிடுங்க... கண்டிப்பா நீங்க என்னை மன்னிக்கணும்" தலையை நிமிர்த்தாமலேயே சொன்னான்.

"ஏன்?"

"ராத்திரி போதையில் என்னென்னவோ உளறிட்டேன். லவ்வுன்னு சொல்றது ஓவரான வார்த்தை... இனிமே வேலைக்கு வர வேணாம்னு துரத்துவீங்களோன்னு பயம், அதனாலதான் மன்னிப்பு கேட்கிறேன்."

"ராத்திரி என்னென்ன பேசினீங்கன்னு ஞாபகம் இருக்கா?"

"ம்...ம்... மனசுல இருக்கிறதுதானே வரும்...? சரக்கு போடலைன்னா கட்டுப்பாடா இருப்பேன், போட்டுட்டா கன்ட்ரோல் வர்றதில்லை... ஸாரிங்க..."

"கோயிலுக்குப் போனீங்களா?"

“ஆமாங்க வினாயகர் கோயிலுக்கு. முதல்ல அவர் கிட்ட போய் மன்னிப்பு கேட்டுட்டு அப்புறம் உங்ககிட்ட மன்னிப்பு கேட்க வந்தேன்.”

அவனுடைய பேச்சு, அவனுடைய செயல், நடவடிக்கை எல்லாமே அவளுக்கு நிறையப் பிடித்தது.

“உங்களுக்கு கடவுள் நம்பிக்கை அதிகமா?”

“ரொம்பங்க...”

“என் கூட கோயிலுக்கு வர முடியுமா?”

“ஏங்க?”

“வர முடியுமா?”

“கோயிலுக்குதானே வர்றேங்க...”

“சாயந்திரம் போலாமா?”

“ம்”

“ஆறு மணிக்குப் போலாம்.”

“சரிங்க, நான் வேலை செய்யலாம் இல்லையா?”

“கார்மென்ட்ஸ் உங்களை நம்பி இருக்கு... நீங்க இல்லைன்னா இழுத்து மூட வேண்டியதுதான்... ப்ளிஸ், வேலை செய்ங்க...”

அவன் ஷெட்டிற்குள் போனான்.

மகேஸ்வரி மனதில் புதிய நம்பிக்கைகள் பூத்தது. ‘இவன் ஏன் தன் வாழ்க்கைத்துணையாக வர கூடாது?’ என்று யோசித்தாள்.

இது வரை மகேஸ்வரி கோயிலுக்குச் சென்றதில்லை. பயம்! அப்படி ஒரு தவறான தொழில் செய்யும் போது எப்படி கோயிலுக்குப் போக முடியும்? பஸ்ஸில் போகும் போதோ, நடந்து போகும்போதோ, மனதிற்குள்ளேயே கடவுளை வேண்டிக்கொள்வாள். கோயிலுக்கு இதுவரை சென்றதில்லை.

இன்று பாலகிருஷ்ணனுடன் கோயிலுக்குப் போகலாம் என்று தோன்றிற்று. ஆண்டவனின் சன்னதியில் அமர்ந்து அவனிடம் தன்னைப் பற்றிய தகவல்களையும் சொல்லிவிடவேண்டும், அவன் சம்மதித்தால் எளிய முறையில் திருமணம் செய்துக் கொள்ளலாம்

என்று முடிவெடுத்தாள்.

மாலை கோயிலுக்குப் போனார்கள். பாலகிருஷ்ணன் வேட்டி, சட்டையில் வந்தான். விநாயகருக்கு மாலை சாற்றி, சூறைத் தேங்காய் போட்டு, அர்ச்சகர் தட்டில் நூறு ரூபாய் போட்டாள். அர்ச்சகர் சந்தோஷத்தில் கூடுதலாக மந்திரங்கள் சொல்லி வாழ்த்தினார். கோயிலை மூன்று முறை வலம் வந்தாள்.

இருவரும் ஒரு மூலையில் போய் அமர்ந்தார்கள். சில நிமிடங்கள் மௌனமாக உட்கார்ந்திருந்த பிறகு...

"என்னைப் பற்றிய உண்மைகளை உங்களுக்கு சொல்லப்போறேன்." என்று ஆரம்பித்தாள்.

"தெரியும்," என்றான்.

ஆச்சர்யத்துடன் அவனைப் பார்த்தாள். "தெரியுமா?"

"ம்"

"எப்படி?"

"தண்ணியடிக்கும் போது பார்ல சொன்னாங்க, அந்த இஞ்சினியரும் சொன்னான். தப்பு தப்பா பேசினான். தேவிடியாக்கிட்ட மாட்டிக்காதேன்னு அட்வைஸ் பண்ணான்."

மகேஸ்வரிக்கு வெப்பம் தாக்கிற்று.

"அவன் யாரு ஓனரம்மா! உங்களத் தேவிடியான்னு சொல்றதுக்கு... அவன் மட்டும் உத்தமனா? நீ கல்யாணத்தைப் பத்தி பேசாம பெட்ரூமுக்கு மட்டும் போயிருந்தா, அனுபவிச்சுட்டு போயிருப்பான். அவனுக்குப் பிரச்சினை நீ தேவிடியாளா மன்னிச்சுக்குங்க இனிமே அப்படிச் சொல்ல மாட்டேன்... அப்படி தொழில் பண்ணது புடிக்காம இல்லை, கல்யாணம் பண்ணிக்க சொன்னதுதான், உன்னோட வாழணும்னு தோணலையாம், படுக்கணும்னு ஆசைப்பட்டானாம். அவன் மேல ரொம்ப கோபம் வந்துச்சுங்க, கொலப் பண்ணலாம்னு தோணுச்சு, உங்கள யாரு அவன் தப்பா பேசறதுக்கு...?" கோயில் என்கிற புரிதல் அவனிடம் இருந்தது. கோபமான சொற்கள் என்றாலும், மெதுவான குரலில் சொன்னான். சம்பத்குமார் மீதான கோபத்தைக் கண்களில் காட்டினான்.

“கொலப் பண்ணணும்னு முடிவு பண்ணா, நாட்ல நிறையப் பேரை கொலப் பண்ண வேண்டியதா இருக்கும்... நாம வாழ்க்கையைப் பற்றிப் பேசலாமே மாஸ்டர்...”

கைகளைக் கட்டிக்கொண்டு பசுவைப் போல் தலையாட்டினான்.

“என்னைப் பற்றிய எல்லா உண்மையும் தெரிஞ்சும் என்னை ஏத்துக்கிறீங்களா?” என்றாள்.

“என்ன பெரிய உண்மை, என்ன பெரிய தப்பு... அதிலெல்லாம் எனக்கு நம்பிக்கை இல்லை, ஆண்களுக்கு கற்பு இருந்தா பெண்களுக்கு இருக்கலாம் தப்பில்லை. ஆண்கள் விபச்சாரிகிட்ட ஆசையைத் தீத்துக்க போறான், விபச்சாரி ஆசைக்காக போறதில்லை, பணத்தேவைக்காகப் போறா... பாருங்க.. இதுக்கு முன்னே நீங்க எப்படி இருந்தீங்கன்னு கவல இல்லை, என்ன மேரேஜ் பண்ணிட்ட பிறகு கரெக்ட்டா இருந்தா போதும்.”

மகேஸ்வரி சந்தோஷம் பொங்கிக் கூத்தாட “சத்தியமா இருப்பேங்க..” என்றாள். “நானும் ஒண்ணு சொல்லட்டுமா? இனிமே வாங்க, போங்கன்னு வேணாம், வா போன்னே கூப்பிடலாம். இன்னும் நெருக்கமா வாடி, போடின்னே கூப்பிடலாம். அப்படியெல்லாம் வாழணும்னு ஆசைங்க... அவ்வளவுதான்னு நினைக்காதீங்க... புருசன் கிட்ட அடி வாங்கணும்னு கூட ஆச இருக்கு... கடிவாளம் இல்லாத குதிரை மாதிரி வாழ்ந்துட்டன்...” அவளுடைய கண்களில் ஆனந்தம் மிகுந்து கண்ணீர் பெருகிற்று.

“அய்யய்யோ... அடிக்கிறதா, பெண்களை அடிக்கிறவன் பேடிங்க... அதுவும் இந்த அழகான முகத்தை அடிக்கிறதுக்கு யாருக்கும் மனசு வராது, காலமெல்லாம் கொஞ்ச வேண்டிய முகம்.”

இனிக்கப் பேசினான். வெட்கத்தில் சிவந்தாள்.

இவ்வளவு காலமும் அர்த்தமற்று வாழ்ந்தது போலவும். இனி வாழ்வதற்கு நிறையக் காரணங்கள் இருப்பது போலவும் தோன்றி விட்டது. வாழ்க்கைத் துணையாக ஒருவன் வேண்டும் என்று ஏங்கி இருக்கிறாள். ஆனால் அந்த ஏக்கம் நிறைவேறும் என்று முழுமையாக நம்பினதில்லை. இதோ நிறைவேறிவிட்டது. மிக மிக எளிதாக கைகூடிவிட்டது.

அவனோடு பேசிக்கொண்டிருப்பது புது அனுபவமாக இருந்தது. மனதில் குளுமை நிறைந்தது.

"உங்க உறவுக்காரங்க ஏத்துப்பாங்களா?" கேட்டாள்.

"உறவா? அப்படி எதுவும் இல்லைங்க. சொன்னா நம்புங்க... சின்ன வயசிலயே அம்மா போயிட்டாங்க... அப்பா பத்து வருசத்துக்கு முன்னாடி போயிட்டாரு... அவர் எந்த உறவுக்காரங்களையும் காட்டல... அப்பா மட்டுமேதான் எனக்கு எல்லா உறவுமா இருந்தார்.. ஒண்ணா சாப்பிடுவோம், ஒண்ணா குடிப்போம், வருமானம் இல்லைன்னா ஒண்ணா பட்டினி இருப்போம்.. குழந்தையில நான் ரொம்ப அழுது தொல்லக் கொடுப்பேனாம்.. நான் அழறப்போ எல்லாம் சாராயம் ஊத்தி தூங்க வைப்பாராம்... அம்மா தாய்ப்பால் கொடுத்து வளத்தா, எங்கப்பா சரக்கு ஊத்தி வளத்தார்" அவன் கண்கள் கலங்கியது. முகத்தை வேறு பக்கமாக திருப்பி கண்களைத் துடைத்துக்கொண்டான்.

மகேஸ்வரிக்கும் கண்கள் கலங்கின. பாலகிருஷ்ணன் சொல்வதை விட, அவன் துக்கப்பட்டதையும், கண்கள் கலங்கியதையும் பார்த்துப் பெரிதும் வருந்தினாள்.

"நிஜமாவே என் உறவுன்னு சொன்னா நீங்கதான் இப்போ இருக்கீங்க, உங்ககிட்டதான் பெர்மிஷன் வாங்கணும், உங்களைத்தான் எல்லாத்துக்கும் கூப்பிடணும், எனக்கு திருமணம் நடந்தால் உங்களுக்குதான் கல்யாண பத்திரிக்கை கொடுக்கணும், நீங்க என்னை கல்யாணம் பண்ணிக்க முடியாதுன்னாலும் வேற பொண்ணு பார்க்கறதுக்கு என் சார்பா நீங்கதான் வரணும்... உங்கள விட்டா யாரும் இல்லை, யாராவது இருந்தா நான் ஏன் குடிக்கு அடிமையாகறேன்...?"

வேதனையான பேச்சிலும் அவன் வசீகரித்தான்.

"நீங்க சொன்னதைத்தான் நானும் உங்கிட்ட சொல்லணும். எனக்கும் யாருமில்ல, யாராவது இருந்தாலும் எனக்கு வேணாம், எவ்ளோ கஷ்டபட்டுட்டேன், என்னை மீட்டு விடறதுக்கு ஒருத்தருமே வரலை, நானாகவே மீண்டு வந்தேன், இதற்கு முந்தின வாழ்க்க எதுவுமே நான் தீர்மானிச்சது கிடையாது, யார் யாரோ தீர்மானிச்சாங்க, இனிமேலான வாழ்க்கையாவது நானே தீர்மானிக்கணும். இதுவரை யாரிடமும் மனசைக் கொட்டி பேசினதில்ல..."

எண்ணம் பழைய நினைவுகளுக்குள் ஓடிற்று. பாலியல் தொழில்

சார்ந்து நிறைய தோழிகள் இருக்கிறார்கள். யாரிடமும் மனம் திறந்து பேச வேண்டுமென்று தோன்றியதில்லை, மற்ற பெண்கள் மகேஸ்வரியிடம் நிறையக் கொட்டுவார்கள். அவர்களின் மன ஆறுதலுக்காக சொல்கிறார்கள், சொல்லட்டும் என்று கேட்டுக் கொள்வாள். சொந்தத் துன்பங்களை யாரிடம் சொன்னாலும், மாறுதல் உண்டாகப் போவதில்லை, வெறும் மன திருப்தி மட்டுமே உண்டாகலாம்.

அணையில் தேக்கி வைக்கிற மாதிரி, கண்ணீரும், கவலைகளும் நிறையத் தேக்கி வைத்திருக்கிறாள், யாரிடமும் சொல்வதற்காக இல்லை, மீண்டும் அந்தத் துன்பம் தொடரக் கூடாது என்பதற்காக,

“நாம கல்யாணம் பண்ணிக்கலாம்.” குழந்தை மாதிரி கேட்டான்.

தலையசைத்தாள். “பண்ணிக்கலாம்!, நான் முடிவு பண்ணிட்டேன்... உங்களுக்காகத்தான் கடவுள் என்னைக் காக்க வெச்சிருக்கார்... நான் ரொம்ப அதிர்ஷ்டசாலி! கல்யாணம் எப்படிப் பண்றதுன்னு யோசிக்கிறேன்.”

“எப்படிப் பண்றதா? கல்யாணத்த கல்யாணம் மாதிரிதான் பண்ணணும்...” சொல்லிச் சிரித்தான்.

“கல்யாணத்த கல்யாணம் மாதிரி எங்கே பண்ணலாம்? கோயில்லயா, மண்டபத்துலயா, ரிஜிஸ்டர் ஆபிஸ்லயா? கோயில்ன்னா எந்தக் கோயில்? இப்படி யோசிக்க பல விஷயம்.” என்றாள்.

“ரொம்ப யோசிக்கக் கூடாது, சரின்னு சொன்னா இப்பவே இந்த இடத்துலயே கட்டிர்றேன். இது கோயில்தானே? முதல் கடவுள் கணபதி! அவர விடவா?”

“இப்பவேவா? அவ்ளோ அவசரம் வேணாம், பத்து பேருக்கு நல்ல சாப்பாடு போடலாமே...”

“கல்யாணம் பண்ணிட்டு போயிடலாம், ஓட்டல்ல சாப்பாடு வாங்கி பத்து பேருக்கு என்ன இருபது பேருக்கு விருந்து வைக்கலாம்.”

“வேணாம், நல்ல நாள் பார்க்கலாம், ஜோசியரைப் பார்த்து முகூர்த்த நாள் பிக்ஸ் பண்ணலாம்... சொந்தம் இல்லன்னாலும், தெரிஞ்சவங்களைக் கூப்பிடலாம், நம்மகிட்ட வேல செய்றவங்களக் கூப்பிடலாம், எல்லா போலிஸ் ஸ்டேசன்லயும் பத்திரிக்க வைக்கணும், இனிமே தொல்லப் பண்ணாதீங்க..

எனக்கு கல்யாணம்னு சொல்லணும், முக்கியமா திருப்பத்தூர் இன்ஸ்பெக்டருக்கு பத்திரிக்க தரணும், ஆட்டோக்காரங்களுக்கும் கண்டிப்பா தரணும், பத்திரிகையில ரெண்டு பேரோட ஃபோட்டோவும் போடணும், நியூஸ் பேப்பர்ல விளம்பரம் கொடுக்கணும், ஊர் உலகத்துக்கே எனக்கும் கல்யாணம் ஆயிருச்சுனு தெரியணும். மண்டபத்து முன்னாடி பெருசா பேனர் வைக்கணும்… அதுல எங்கம்மாவோட ஃபோட்டோ, எங்க பாட்டியோட போட்டோ போடணும்… உங்க அப்பா அம்மா ஃபோட்டோவும் வைக்கலாம்..” கண்களை மூடிக்கொண்டு யோசித்து யோசித்து சொன்னாள்.

“அவ்வளவுதானா?”

“யோசிக்கலாம், ஆமாம் மறந்துட்டேன் முக்கியமானவங்கள கூப்பிடனும், என்னை மாதிரி தொழில் செய்றவங்கள கூப்பிடணும், திருந்துங்கடி எனக்கு ஒருத்தர் கிடைச்ச மாதிரி உங்களுக்கும் ஒருத்தர் கிடைப்பார் லைஃபை கொண்டாடுங்க, வாழுங்கன்னு சொல்லணும். இந்தத் தொழில் செஞ்ச வயசான பாட்டி இருக்காங்க.. அவங்கள பாத்து ஆசிர்வாதம் வாங்கினு வரணும்.”

அவனுக்கு முகம் இறுகிற்று, இதில் எதுவுமே ‘சம்மதமில்லை சம்மதமில்லை’ என்று சொல்லவும் முடியவில்லை, தாலி வேட்டி மடிப்பில் வைத்திருந்தான். மகேஸ்வரி கோயிலுக்குப் போகலாம் என்று காலையில் சொன்போதே இன்றே தாலியைக் கட்டி விடலாம் என்றுதான் கணக்குப் போட்டான், தன் பேச்சு சாதுர்யத்தைப் பெரிதும் நம்பினான்.

“நீங்க சொல்ற அத்தனை விஷயமும் கேட்கிறதுக்கு ரொம்ப நல்லா இருக்கு, நடைமுறைக்கு சரிபட்டு வரும்னு தோணலை.”

“ஏன் வராது?.”

“ஒரு போலிஸ்காரங்க கூட கல்யாணத்துக்கு வரமாட்டாங்க, கண்டிப்பா வர மாட்டாங்க, வராதவங்களுக்கு எதுக்கு அழைப்பு தரணும்? உன் பழைய வாழ்க்கை ஊர்ல யாருக்கும் தெரியாது, தப்பான ஆண்கள் கொஞ்ச பேருக்குத் தெரியும், புரோக்கருங்க, ஆட்டோக்காரங்க, லாட்ஜ் ஓனர்ங்களுக்கு மட்டுந்தான் தெரியும், இந்த ஊர்ல அதுவும் அவ்வளவா தெரியாது, பொண்ணுங்களுக்கு சுத்தமா தெரியாது, நம்ம கார்மெண்ட்ஸ்ல வேல செய்ற

பொண்ணுங்களுக்கு கண்டிப்பா தெரியாது, அப்படி தெரிஞ்சா அவங்க வேலைக்கே வர மாட்டாங்க... உன் கூட நான் வாழப் போறவன், எனக்கு உன்னைப் பத்தி எல்லாம் தெரியணும் அது தப்பில்ல, சம்பந்தமில்லாத மத்தவங்களுக்கு எதுக்குத் தெரியணும், நாம ரெண்டு பேர் நல்லா வாழலாமே.. அதை எதுக்கு விளம்பர படுத்தணும்...?" சாதுர்யமாகப் பேசினான். இனிமே எந்தப் போலீசாவது வரட்டும் நான் பாத்துக்கறன்... என் பொண்டாட்டிடான்னு சொல்றன்.

சொற்கள்தான் ஒவ்வொரு மனிதர்களிடமும் இருக்கிற பேராயுதம். சொற்களை வீசி எப்பேற்பட்ட பலசாலியையும் சாய்க்க முடியும், மரத்தை வெட்டி சாய்க்கிற மாதிரி, மலையை வெட்டி சாய்க்கிற மாதிரி மன உறுதியையும் வெட்டி சாய்க்க முடியும், சாதாரண சொற்களால் மகேஸ்வரியை சாய்த்தான். "என்னை நம்பு உனக்கு எந்தப் பிரச்சினையும் வராம நான் பாத்துக்கிறேன்." கோயிலில் கைகளைப் பிடித்துக்கொண்டான். அவள் தடுமாறிவிட்டாள். இதை விட ஒரு பெண்ணிற்கு வேறென்ன பிடிமானம் வேண்டும்?

'என்னை நம்பு உனக்கு எந்தப் பிரச்சினையும் வராம நான் பார்த்துக்கிறேன்' மனுஷன் சொல்கிற மாதிரி அவளுக்கு தோன்றவில்லை அவளுக்கான கடவுள் வந்து சொல்வதாக பெருமை அடைந்தாள்.

"எனக்காக ஒரே ஒரு விஷயம் செய்வீங்களா?"

"கண்டிப்பா செய்வேன்."

"ட்ரிங்ஸை விட்டுடணும்."

அவன் யோசிக்கவே இல்லை, "அவ்ளோதானே... இதைக் கேட்க வேண்டியதே இல்லை இத்தனை நாள் குடும்பம் இல்லை எந்தப் பொறுப்பும் இல்லை, குடிதான் எனக்கு துணை, என் வாழ்க்கையா நீ இருக்கும் போது எதுக்காக குடிக்கணும்? கோயில்ல வாக்கு தர்றேன் இனிமே குடிக்க மாட்டேன்." மறுபடியும் கைகளை அழுத்திப் பிடித்தான். "இங்கேயே தாலி கட்டிடட்டுமா?"

"இப்போ வேணாம், ஒரு முகூர்த்த நாள்ல," என்றாள்.

அவன் எதிர்பார்ப்பு சப்பென்றானது. தள்ளிப்போவதற்குக் கொஞ்சம் வாடினான்.

13

வாழ்நாளில் எப்போதுமே இப்படி ஒரு ஈரமான மனநிலையை மகேஸ்வரி கண்டதில்லை, இவ்வளவு சுலபமாக தனக்கு வாழ்க்கை அமைந்துவிடும் என்றும் யோசிக்கவில்லை. எவனும் திருமணம் என்ற பேச்சுக்கு அசைந்து வர மாட்டான் என்றே நினைத்திருந்தாள். அப்படி ஒரு வாழ்க்கைக்கு ஆசைப்படுவதும் கூட நியாயமில்லை என்றே நினைத்திருந்தாள். பெண்ணை உடலுறவுக்கான உபகரணமாக மட்டுமே பார்க்கிற சமுதாயத்தில், உபகரணத்திற்கு என்ன மரியாதையோ, அல்லது உபகரணத்திற்கும் கீழான மரியாதைதான் கிடைக்கிறது. சக மனுஷிக்கான மரியாதை கிடைக்காது என்றிருந்தாள்.

ஆண் எத்தனை பெண்களை நாசமாக்கினாலும் தேவிடியா கிடையாது. பாலியல் தொழிலாளி கிடையாது. பெண் எவனையாவது திரும்பிப் பார்த்துவிட்டாலே போதும் கெட்டவார்த்தைகளின் அர்த்தமாகிவிடுகிறாள்.

ஆண்களைக் குறித்து எப்போதுமே மகேஸ்வரிக்கு நம்பிக்கை இருந்ததில்லை, நன்றாகப் படித்தற்காக முதுகு முழுவதையும் தடவி தடவி பாராட்டு தெரிவித்த தமிழய்யா, கன்னத்தையும் மூக்கையும் கிள்ளும் அறிவியல், வயிற்றையும், இடையையும் தடவும் இங்கிலீஷ், கிள்ளுவதுபோல் தொடையிலேயே கை வைக்கும் கணக்கு, 'உனக்குச் சோறு வடிக்கத் தெரியுமா?

ஆன்ட்டி ஊருக்கு போயிருக்காங்க, வீட்ல யாருமில்லை, வர்றியா? சோறு வடிச்சிட்டு வருவே' என்றழைத்த உடற்கல்வி ஆசிரியர். இப்படிப்பட்ட நல்லாசிரியர்களான ஆண்களை அவளுக்குத் தெரியும். ஆசிரியராக இருந்தாலும் ஆண்கள் புத்திசாலிகள் எந்தப் பெண்ணின் மீது கை வைத்தால், பிரச்சினை வராது என்று அறிந்து கொண்டுதான் கை வைப்பார்கள். காட்டிக் கொடுப்பதற்கு மகேஸ்வரிக்குத் தைரியம் வரவில்லை. அம்மா பள்ளிக்கூடத்தில் வந்து சண்டைப் பிடிப்பாள், அசிங்கமாகி விடும். பள்ளிக்கூடத்தை விட்டு நிறுத்திவிடுவாள். அம்மாவின் வாழ்க்கை முறையில் தவறு இருப்பதால், ஆசிரியர்கள் மீது குற்றம் சொன்னால் நம்ப மாட்டார்கள். இப்படி பலவிதமாக யோசித்துக் கொண்டு அம்மாவிடம் சொல்லாமல் மறைத்தாள்.

காய்ச்சல் வந்தால் டாக்டரிகளிடம் போவதற்கு பயப்படுவாள். ஸ்டெஸ்த்தாஸ்கோப் வைத்து பார்ப்பது போல் மார்பகங்களை அழுத்திய சிவகுமார் டாக்டர், காய்ச்சலின் அளவு பார்ப்பதாக ப்ளவுசிற்குள் கை விட்டு அக்குளில் தெர்மா மீட்டர் வைத்து எடுத்த ஞானசேகரன் டாக்டர், ப்ளவுஸிற்கு அளவெடுத்த டைலர், பத்தாம் வகுப்பு பாஸ் பண்ணுவதற்காக மந்திரம் போட்ட கோயில் பூசாரி, எத்தனையோ பேரை சொல்லலாம் கணக்கே இல்லை, ஆண் தேவிடியாள்களை, ஆண் பொறுக்கிகளை மகேஸ்வரி விபச்சாரி ஆவதற்கு முன்பே இப்படிப்பட்ட ஆண் விபச்சாரிகளை அறிந்திருக்கிறாள். ஆனால் அவர்களையெல்லாம் ஆண் விபச்சாரிகள் என்று மகேஸ்வரிதான் சொல்லிக் கொள்ள வேண்டும். மனைவி பிள்ளைகளோடு கௌரவமாக, கண்ணியவான்களாக மேன்மையானவர்களாக, மரியாதைக்குரியவர்களாக, ஊரின் முக்கியஸ்தர்களாக அந்தஸ்து மிகுந்தவர்களாக வாழ்ந்துகொண்டிருக்கிறார்கள். இவர்களை விட பணம் கொடுத்துவிட்டு உரிமையோடு தடுவும் ஆண்கள் மேலானவர்களாகத் தெரிந்தார்கள்.

அந்தப் பொறுக்கிகளே மரியாதைக்குரியவர்களாக வாழும் போது, தானும் மரியாதைக்குரியவளாக வாழ வேண்டும் என்ற வைராக்கியம் அவளிடம் எப்போதும் இருந்தது.

அறிவொளி இயக்கம் என்ற பெயரில் சில ஆண்கள் தேடி வந்து அவ்வப்போது பாலியல் தொந்தரவு தந்தது மறக்க முடியாத

ரணத்தில் குத்திய ஊசி. பாலியல் தொழிலாளிக்கே பாலியல் தொல்லை கொடுக்கிறானுங்க என்று மஞ்சுளா சொல்லி சிரிப்பாள். "கஸ்டமர்னா கூட பரவால்லடி பத்து நிமிசம் கஷ்டம் தந்துட்டு ஓடிப்போறான். அவன் கஷ்டம் கொடுத்தா கூட பரவாயில்ல பணம் தர்றான். இந்த நாய்ங்க என்னென்ன கேள்வி கேக்குதுங்க.... படுத்துட்டு போயிட்டானுங்களாலும் பரவால்ல, படுத்துறானுங்க..." கெட்டிக்காரத்தனமாகவும் ஜாலியாகவும் பேசுவாள் மஞ்சுளா.

தன்னார்வக்குழு பசங்களை உருட்டி எடுத்து விடுவாள் "ஏம்பா... அறிவுர சொல்றது, புத்திமதி சொல்றது, கேள்வி கேக்கறது எல்லாம் எங்ககிட்டதானா? ஆம்பளைங்கிட்ட போயி சொல்லேன், காண்டம் யூஸ் பண்ணு, கண்ட கண்ட பொம்ளைங்ககிட்ட போகாத, பொண்டாட்டிகிட்ட மட்டும் போகணும்னு ஆம்பளைங்ககிட்ட சொல்லுங்கப்பா, அவங்கள வுட்டுட்டு, எங்ககிட்ட வந்து மணிக்கணக்குல மீட்டிங் போடற..."

"ஆம்பளைங்கள நாங்க எப்படி தேட முடியும், எந்த அடையாளம் வைச்சி தேடறது? ஒருத்தன் ரெண்டு பேரா தப்பு பண்றாங்க?"

"நல்லா சொல்லிடுவேன், ஃபர்ஸ்ட் நீ நல்லவனா, காண்டம் யூஸ் பண்ணா, எயிட்ஸ் வராதுன்னு உனக்கு தெரியுதில்ல, அப்படி தெரிஞ்சதுனால, காண்டம் யூஸ் பண்ணிட்டு போயிடற... பாடம் நடத்தற மாதிரி நடத்தி ஓ.சில போற... இந்த டெஸ்ட் பண்றன், அந்த டெஸ்ட் பண்றேன்னு உடம்பெல்லாம் தடவிப் பார்க்கிறது, நிஜமாவே டெஸ்ட் பண்ணீங்களா? இல்ல, தடவித் தடவி சுகம் அனுபவிக்கிறீங்களா?" நறுக் நறுக்கென்று கேட்பாள்.

மார்மகப் புற்றுநோய் டெஸ்ட், பால்வினைநோய் டெஸ்ட், வேறு என்னென்ன கர்மங்களையோ சொல்வார்கள், கஸ்டமர்கள் வரும்போது கூச்சம் ஏதும் வருவதில்லை, இவர்கள் ஆராயும்போது கம்பளிபூச்சி மேய்கிற மாதிரியே இருக்கிறது. வேண்டுமென்றே மேய்வார்கள்.

மகேஸ்வரியின் இரவுகள் இப்படித்தான், யாராவது ஒரு ஆளை மனதில் ஞாபகபடுத்தினாளென்றால் வரிசையாக நிறைய ஆண்கள் ஞாபகத்தில் வந்துகொண்டே இருப்பார்கள்.

ஒரு ஆளா, இரண்டு ஆளா கணக்கில்லை.

சேலத்திலிருந்து ஒரு பையன் வந்தான். மனைவியிடம் எப்படி

செயல்பட வேண்டும் என்று பாடம் கற்க வந்திருந்தான். ஏலகிரிமலையில் பாடம் கிடைக்கும் என்று சொல்லி அனுப்பி இருக்கிறார்கள்.

தரகர் மூலம் மகேஸ்வரியிடம் வந்தான்.

"எனக்கு ட்ரெயினிங் தரணும், ஒரு வாரம்னாலும் பரவாயில்லை." என்றான். கைகளைக் கட்டிக் கொண்டு அவன் கட்டியிருந்த கேரள லுங்கியை குனிந்து பார்த்தபடி நின்றான்.

"என்ன ட்ரெயினிங்? போலிசுக்கா, மிலிட்டிரிக்கா, யார் நான் ட்ரெனியிங் கொடுக்கிறதா சொன்னது?" சிரிப்பை கட்டுபடுத்திக் கொண்டு அதிகாரியைப் போல் கேட்டாள்.

"அது இல்லை, எனக்கு அடுத்த மாசம் கல்யாணம், கல்யாணத்தை நினைச்சா பயமா இருக்கு, வீட்ல வேணாம்னு சொன்னா கேட்கவே மாட்டேங்கிறாங்க, கல்யாணம் பண்ணிக்கலன்னா செத்து போயிடுவேன்னு அம்மா பயமுறுத்தறாங்க..."

"பண்ணிக்க வேண்டியதுதானே..?"

"உங்ககிட்ட எப்படி சொல்றதுன்னு புரியலை... என்னால ஒரு பொண்ணை சந்தோசபடுத்த முடியுமான்னு தெரியலை."

"ஏன் சந்தோச படுத்த முடியாது?" பள்ளிக்கூட பையனைப் பார்க்கிற மாதிரி பார்த்தாள்.

"அவ என் கிட்ட நிறைய எதிர்ப் பாப்பாளே?"

"என்ன பெரிசா எதிர்ப் பாப்பாங்க?, புடவ, சுடிதார்னு டிரஸ் கேப்பாங்க. சினிமாவுக்கு அழைச்சிட்டு போக சொல்லுவாங்க, உங்க குடும்பத்தோட பழகறவரைக்கும் அவங்க அம்மா வீட்டுக்கு அழைச்சிட்டு போ, கல்யாணமானதும் எங்கேயாவது ஹனிமூன் போங்க..." என்றவள். யோசித்தாள். "ஆமா என்ன வேலை செய்ற... உன் சம்பளம் எவ்வளவு? குடும்பத்துக்குத் தேவையான அரிசி, பருப்பு வாங்கிப் போட முடியுமா?"

அந்தப் பையன் அவ்வளவு பவ்யம் காட்டி சொன்னான். "பணம் பிரச்சினை இல்லைங்க, பெரிய நகைப் பட்டறை இருக்கு, வெள்ளி வோல்சேல் பண்றோம், எங்களதே துணிக்கடை இருக்கு, இருபது பேருக்கு நேரடியா நான் சம்பளம் தர்றேன், மறைமுகமா அம்பது

பேருக்குச் சம்பளம் தர்றேன்.. பணம் பிரச்சினை இல்லை, மேட்டூர் பக்கம், விவசாய நிலம் இருக்கு நெல்லு, கரும்பு, வேர்க்கடலை எல்லாமே விளையுது.”

“உன்கிட்ட கெட்டபழக்கம் ஏதாவது இருக்கா?”

“இல்ல.”

“தண்ணி, டம்மு?”

“இல்ல. ஃப்ரண்ட்ஸ்ங்க.. அவங்க ட்ரிங்ஸ் பண்ணுவாங்க, நான் வேடிக்கைப் பார்ப்பேன், செலவு நான் பண்ணுவேன்.”

“சரி, உனக்கு என்னதான் பிரச்சினை?”

“ஒரு வாரம் உன்கூட இருக்கணும், நீ கேட்கிற பணம் கொடுக்கிறேன். கேட்கிறதுக்கும் மிச்சமாவே தர்றேன்.”

“ஒரு வாரம் என்ன செய்யப் போற?”

“தெரியல, கத்துக்கதான் வந்திருக்கேன்.”

அவனை நிராகரிக்கவும் முடியவில்லை, பரிதாபமாக இருந்தது.

“எவ்வளவு தர்ற?”

“நீயே கேளு.”

“ஒரு நாளைக்கு பத்தாயிரம் , எத்தனை நாள் வேணும்?”

“ஏழு நாள், ஒரு லட்ச ரூபா தர்றேன், சாப்பாடு நீயே செய்யணும், ஓட்டல்ல வாங்கக் கூடாது.”

“சாப்பாடா? உனக்கு யார் வேணும், சமையல்காரி வேணுமா, அயிட்டம் வேணுமா? எனக்குச் சமைக்க வராது.”

“பரவாயில்ல, எனக்கு கொஞ்சம் தெரியும், ரெண்டு பேரும் சேந்து சமைக்கலாம், ஏழு நாள் என்னை விட்டுட்டு போகக் கூடாது, எங்கே போறதா இருந்தாலும் ரெண்டு பேரும் போலாம், கண்டிப்பா நைட்ல என்னை தனியா விட்டுட்டு போகக் கூடாது, எனக்கு பயம் அதிகம்.”

வந்த சிரிப்பை உள்ளுக்குள் அடக்கிக்கொண்டாள். பச்சை மண்ணைப் போல் தெரிந்தான்.

“ஏழு நாள் லாட்ஜில் தங்க முடியாது, நிறைய டிஸ்டர்ப் ஆகும்,

காட்டேஜ் எடுத்துக்கலாம், வாடகை அதிகமாகும், நீதான் தரணும்."

"எல்லாம் நான் பாத்துக்கிறேன், மளிகைச் செலவு வாங்கிக்கலாம், வெஜிடேப்ள்ஸ், ப்ரூட்ஸ், சோப், க்ரீம் என்னென்ன வேணும் எல்லாமே வாங்கிக்கலாம்."

ஒரு லட்ச ரூபாய், ஆயிரம் ரூபாய் தாள் இருந்தது, ஒரு கட்டு கொடுத்து விட்டான்.

பயமாகவும் இருந்தது, க்ரைம் கதைகளில் வருகிற மாதிரி, ஏழு நாள் அனுபவித்து விட்டு கொலைப் பண்ணி விடுவானோ என்று, அப்படி இருக்காது என்றும் நம்பினாள்.

அவனோடு புறப்பட்டாள்.

எல்லா செலவுகளையும் வாங்கிக் கொண்டு காரில் வைத்துக் கொண்டார்கள்.

ஏலகிரிமலையில் காட்டேஜ் வாடகைக்கு எடுத்தார்கள். பங்களா வீடு, தோட்டம், நீச்சல்குளம், தேனிலவு வரும் புது தம்பதிகளுக்கான சொர்கபுரி, காட்டேஜிற்குள் நுழைந்ததும் அவனே காபி கலக்கிக் கொண்டு வந்து கொடுத்தான். தேர்ந்த சுவையைப் பருகினாள். "நல்லா இருக்கா?" என்று வேறு கேட்டான்.

"ரொம்ப நல்லா இருக்கு!" என்றாள். அதை நெஞ்சுக்குள்ளிருந்து சொன்னாள்.

சின்ன வயதில் பாட்டி கடையில் டீ வாங்கி வருவாள். தூங்கிக் கொண்டிருக்கும் மகேஸ்வரியின் பக்கத்தில் உட்கார்ந்து கொண்டு "டேய் கண்ணு மகேசு.." என்று எழுப்புவாள். டீ சொம்பில் சர்க்கரை அடியில் இருக்கும், பாட்டி சர்க்கரை கரையாத மேல் டீயை ஊற்றிக் கொண்டு மகேஸ்வரிக்கு அடி டீயைக் கலக்கி பெரிய டம்ளரில் ஊற்றிக் கொடுப்பாள். அது டீக்கடை டீதான் என்றாலும், அது பாட்டியை மட்டும்தான் ஞாபகம் படுத்தும். அம்மா டீ, காபி தரவில்லை. அம்மாவும் டீ, காபி குடிக்க மாட்டாள். அவள் வீட்டில் சமைக்கவே மாட்டாள். மகேஸ்வரிக்காகதான் எதையாவது செய்வாள். அரிசியிலேயே காய்களையும், உப்பு, மிளகாய்ப் போட்டு வேக வைப்பாள். அது கஞ்சியைப் போலாகி விடும், தோசை ரொட்டியைப் போலிருக்கும், ரொட்டி அடையைப் போலிருக்கும். மகேஸ்வரியை வாரத்திற்கு

ஒரு தடவையாவது வாணியம்பாடிக்கோ, திருப்பத்தூருக்கோ ஓட்டலுக்கு அழைத்துப் போவாள். சங்கர் கபேயில் பேல் பூரி சாப்பிடுவாள். பூரிக்குள் நிறைந்திருக்கும் சூடான ஆவியை விரலால் குத்தி ஓட்டைப் போடுவது, தனி இன்பம்! கையைச் சுட்டு விடுமோ என்கிற பயமும், ஒரு வீர தீர தைரியமும் புத்தியில் பேய்ப் பிடித்த மாதிரி ஆட்டும், அதற்காகவே விரலில் நகம் வளர்த்திருந்தாள். ஒரு முகத்தை பூரியின் அருகே வைத்து குத்தின போது ஆவி முகத்தில் அடித்து விட்டது. ஏதும் புண்ணாகவில்லை. மூன்று நாள் எரிந்து கொண்டிருந்தது. ஒரு முறை அம்மாவிடம் கேட்டாள். "இந்த ஓட்டலுக்கு அம்மாவ கூட்டினு வந்தியா? அம்மா இந்தப் பூரியைப் பாத்திருக்காங்களா?" என்று. அவள் பதில் சொல்ல முடியாமல் அழுதாள். ஆடி அமாவாசையன்று பார்சல் பூரி வாங்கி வந்து பாட்டியின் புகைப்படத்திற்கு முன்பு வைத்து கும்பிட்டாள். ஆனால் அது பூரியாக இல்லை, ஆவிப் பிரிந்த உடலாக இருந்தது. சங்கர் கபே ஓட்டல் பூரியை விட, மசாலாதோசையை விட காபிக்குப் பேரெடுத்தது. அவர்களே காபி கொட்டை அரைக்கும் எந்திரங்கள் வைத்திருக்கிறார்கள். சங்கர் காபி என்ற பெயரில் காபி தூளும் விற்கிறார்கள். பூரி சாப்பிட்டதும் காபி வாங்கித் தருவாள். பித்தளை டபாரா செட்டில் வரும், ஒரு காபி வாங்கி ஆற்றி அம்மா டம்ளரில் எடுத்துக் கொண்டு, மகேஸ்வரிக்கு டபரா கிண்ணத்தில் தருவாள்.

அவன் கொடுத்த காபியைக் குடிக்க குடிக்க பாட்டியும், அம்மாவும் ஞாபகத்திற்கு வந்தார்கள்.

மகேஸ்வரி எட்டாவது போனதும் அவளே சமையல் செய்ய ஆரம்பித்தாள்.

காபி முடித்ததும் "குளிக்கலாமா?" என்றான். அவன் கண்களில் ஏக்கம் நிரம்பி வழிந்தது.

"சரி, குளிச்சிட்டு வா."

"நீ?"

"இப்போ குளிக்கலை, வேல முடிஞ்சா மறுபடியும் குளிக்கணும், அடுத்தடுத்து குளிக்க முடியாது."

"நான் குளிக்கிறத விட நீ குளிக்கணும், குளிக்கும்போது என்னைப்

பாக்கறதுக்கு விடுவியா? நீ குளிக்கிறத பாக்கணும்... கூச்சப்பட மாட்டியே? எக்ஸ்ட்ரா அமௌண்ட் வேணும்னாலும் தர்றேன்.” தயங்கித் தயங்கிக் கேட்டான்.

“ஒவ்வொன்னுக்கும் விலை பேசாத,... உன் ஆசையை மட்டும் சொல்லு போதும்.”

“நீ குளிக்கிறத பாக்கணும்.”

“என்னை டிரெஸ் இல்லாம பாக்கணும் அவ்ளோதான? இதுவரைக்கும் எந்தப் பொண்ணயும் வித்தவுட் டிரெஸ்ல பாக்கலையா? வா! ரெண்டு பேரும் ஒண்ணா குளிக்கலாம்”

“நான் டிரஸ் கழட்டமாட்டேன் நீ ஸ்விம்மிங் டிரெஸ்ஸா?”

“உனக்கு எப்படி வேணும் சொல்லு”

“கூச்சமா இருக்குது”

“ஃபர்ஸ்ட் கூச்சப் பட கூடாது, வெட்கப்படக் கூடாது”

அவனை அழைத்துக்கொண்டு குளியலறைக்குப் போனாள். அவன் உடையைக் கழட்டவே முடியாது என்றான். மகேஸ்வரிக்கு அவனுடைய கூச்சம் அதிசயமாக இருந்தது. அவளுக்கு நடிப்பிற்காக கூட வெட்கமோ, கூச்சமோ வராது.

ஆனாலும் எல்லாமே அவளுக்குப் புதியதாக இருந்தது அவளுக்கு, உடை இல்லாமல் ஒரு ஆணோடு முதன்முதலாக குளித்தாள், அவனை சோப்பு போட சொன்னாள். அவன் மகேஸ்வரியின் முதுகில் சோப்பு போட்டு தேய்த்தான். மகேஸ்வரிக்கு அவளுடைய பாட்டியின் ஞாபகம் வந்தது. பாட்டி இப்படித்தான் அவளுக்கு முதுகு தேய்த்து விடுவாள். ஒரு பையனிடம் தன் பாட்டியைக் காண்பது வியப்பாகவும் இருந்தது.

“முன்னாடியும் சோப்புப் போடு” என்று திரும்பினாள்.

அவன் மறுத்து விட்டான். ஆண்களில் அதிசயமாக தெரிந்தான். “நானே வெட்கப் படல, உனக்கு எதுக்கு வெட்கம்? பாக்கணும்னு சொன்ன, ஆனா பாக்க மாட்டேன்ற...?”

“கொஞ்சமா தெரிஞ்சா நல்லா இருக்குது, முழுசா பாக்கறதுக்கு என்னாவோ போலிருக்குது...”

"டிரெஸ் இல்லாம நான் அசிங்கமா இருக்கனா?"

"இல்லை, அத எப்படிச் சொல்றது தெரியலை, ஒருமுறை தொட்டுப் பாக்கட்டா..?"

"சோப்புப் போடு..."

"சோப்புல இல்ல கையில."

மகேஸ்வரி தாமதிக்கவில்லை. அவன் கைகளைப் பிடித்து இழுத்து மார்பில் வைத்துக் கொண்டாள். அவன் விரல்கள் மின்சாரத்தைத் தொட்ட மாதிரி விரிந்து கொண்டன. இழுத்து அணைத்துக் கொண்டாள். வளர்ந்த குழந்தையை அணைக்கிற உணர்வுதான் அவனை அணைக்கும்போது உண்டானது.

குளித்துவிட்டு வந்ததும் உடை மாற்றிக்கொண்டாள். சோபாவில் அவன் ஒரு ஓரமாக உட்கார்ந்து கொண்டிருந்தான். அவன் மடியில் தலை வைத்துப் படுத்துக்கொண்டாள். கூந்தல் படர்ந்தது. அவனுடைய கையை இழுத்து மார்பில் வைத்துக்கொண்டாள். அவன் இதயம் வேகமாக அடித்துக்கொண்டது. வியர்த்தான்.

"பசிக்குதா?" என்றான்.

"இல்லை குளிச்சா தூக்கம் வரும்."

"தூங்கலாம்" டவலில் கூந்தலை துவட்டி விட்டான். மகேஸ்வரியைக் கட்டிலில் உட்கார வைத்து அவன் துவட்டினான்.

"எங்க பாட்டி எனக்கு இப்படித்தான் செய்வாங்க..." என்றாள். கண்ணீர் துளிர்க்க.

"எங்கம்மாவுக்கு நானும் இப்படித்தான் செய்வேன், அம்மாவுக்கு பக்கவாதம், ஒரு கை, ஒரு கால் அசையாது. நான்தான் சமைப்பேன், நான்தான் காபி போட்டுத் தருவேன், அப்பா ரெண்டாவது கல்யாணம் பண்ணிட்டார், சித்தியும் நல்லவங்கதான். அம்மாவுக்கு பிடிக்காது, வேலைக்காரிகளை சுத்தமா பிடிக்காது, ஏன் பிடிக்காதுன்னா, சித்தி வேலைக்காரியா வந்துதான் அப்பாவை கல்யாணம் பண்ணிட்டாங்க... அதனால நான்தான் அம்மாவுக்கு எல்லாம் செய்வேன். அம்மாவுக்குத் துணையா இருந்துடலாம் கல்யாணம் வேணாம்னு நினைச்சேன், அம்மா கேட்கல, கல்யாணம் பண்ணலன்னா செத்துடுவேன்னு சொல்றாங்க..."

"இப்போ அம்மாவை யார் பார்த்துப்பாங்க..."

"பெரியம்மாவும், பெரியம்மா பொண்ணும் வந்திருக்காங்க, ரொம்ப பாசம், என்னைவிட நல்லா பார்த்துப்பாங்க..."

"எங்கே போறதா சொல்லிட்டு வந்த...?"

"இப்படி ஒரு திட்டம் ரொம்ப நாளாவே இருந்துச்சு, சிங்கப்பூர் டூர் போறதா சொல்லிட்டு இருந்தேன், அங்கிருந்து தாய்லாந்து போலாம்னு இருந்தேன்... தாய்லாந்துல இப்படிதானாம் பொண்டாட்டி மாதிரி பணிவிட செய்வாங்களாம்.. அங்கே போனா, பணமும் அதிகமா செலவாகும் லேங்குவேஜூம் தெரியாது. அப்புறம்தான் இங்க ட்ரைப் பண்ணேன். ரெண்டு மூணு முறை வந்து புரோக்கருங்கள விசாரிச்சேன்... இப்போ புறப்பட்டு வந்துட்டேன். அம்மாகிட்ட டெய்லி பேசிடுவேன். எனக்குக் கல்யாணம் பண்ணிக்க விருப்பம் இல்லை, ஒரு பொண்ண ஏமாத்த விரும்பல..."

ஒவ்வொரு மனுஷன் கிட்டேயும் ஒவ்வொரு விதமான வாழ்க்கை இருக்கிறது என்பதை உணர்ந்தாள்.

படுக்கைக்கு போனபோதுதான் அவன் ஒத்துழைக்க மாட்டான் என்பது அவளுக்கு விளங்கியது. உடையைக் கழட்டவே முடியவில்லை.

"முதல்ல நீ சைலண்ட்டா இரு. அதுவா நானான்னு பாத்துடறேன். உனக்கு எந்தப் பிரச்னையும் இல்ல, பயப்படற பாரு அதான் பிரச்சினை, தயங்கற பாரு அதான் பிரச்சினை."

"வேணாம். விட்டுடு. எனக்கு ஆண்மை இல்ல. தெரிஞ்சு போச்சு..."

"என்னை நம்புடா சின்ன மசாஜ் இருக்கு... நான் சரிபண்ணிடுவேன்."

"வேணாம்."

மகேஸ்வரி தூங்கும்போது ஏதாவது செய்துவிடப் போகிறாள் என்று மூன்று உடைகள் மாட்டிக்கொண்டு பெல்ட்டை இறுக்கமாகக் கட்டிக்கொண்டு படுத்தான்.

அவளுக்குத் தெரிந்துவிட்டது.

அவன் அழுதான். "இதுக்குதான் கல்யாணம் வேணாம்னு

சொன்னேன். அம்மா கேட்டுக்கலை, இந்த உண்மையச் சொன்னாலும் அம்மா தாங்க மாட்டாங்க, என்ன பண்றது புரியலை” ரொம்ப அழுதான்.

“என்ன பொட்டச்சி மாதிரி அழுதுட்டு...”

“நான் பொட்டச்சிதானே..?

“இல்லை, மூனு நாள்ல முடிவு பண்ணாத, இன்னும் நாலுநாள் இருக்கு.”

“என்னை ரெடி பண்ணிட்டா, நீ எத்தனை லட்சம் கேட்டாலும் தருவேன்.”

“தயவு செஞ்சி விலை பேசாத.. நான் அப்படி இல்லை என்கிட்ட ஃப்ரியா இரு.”

கட்டிப் பிடித்துத் தூங்கினான். கொஞ்ச கொஞ்சமாக அச்சத்தை உருவி எடுத்தாள். முத்தமிட்டாள். உதடு முத்தத்திற்கு வெறித்தனமாகப் பழகிவிட்டான்.

ஆனால்,

மகேஸ்வரி பலவிதமான முயற்சிகளை மேற்கொண்டாள். எந்தப் பலனும் இல்லை. விதவிதமாக சமைத்து போட்டான். நன்றாக சாப்பிட்டார்கள், படுத்தார்கள். முயற்சித்தார்கள். தூங்கினார்கள்.

“நள்ளிரவில் விழிப்பு வந்து மகேஸ்வரி எழும்போது, அவன் அழுதுக் கொண்டிருப்பான், எழுந்து அவனைக் கட்டிப் பிடித்துக் கொள்வாள். ஆறுதல் சொல்வாள்.

“நான் ஆம்பளையே இல்லை, அப்புறம் ஏன் கடவுள் என்னை ஆம்பளையா படைச்சார்.”

“நிறைய கேள்விக்கு கடவுளால ஒரு பதிலும் சொல்ல முடியாது. உன்னை ஆம்பளையா படைச்சது தப்பு, என்னை பொம்பளையா படைச்சது அதைவிட தப்பு. உன்னோட சொத்துக்கும், உன்னோட பணத்துக்கும், பொண்ணா பொறந்திருந்தா பரவாயில்ல, உங்கம்மாவை இன்னும் நல்லா பார்த்திருப்பே, எங்களோட கஷ்டத்துக்கும், எங்களோட வறுமைக்கும், நான் ஆம்பளையா பொறந்திருந்தா, எங்கம்மாவை சாகவிட்டிருக்கமாட்டேன், இந்த கெட்ட தொழிலுக்கு வந்திருக்க மாட்டேன். பதினைஞ்சி வயசுல

பலவந்தமா நாசமாகி இருக்க மாட்டேன்.. எவ்ளோ மோசமான ஜனங்க, சொத்துக்கு வாரிசா பையனாம், ஆசைக்கு பொண்ணாம், யாரோட ஆசைக்கெல்லாம் பொண்ணுங்க பலியாகணும்…" அவன் சோகத்துடன் தன்னுடைய சோகத்தை இணைத்துக் கொண்டாள். 'இந்த வித்தியாசம், கடவுளின் விளையாட்டா? கடவுளுக்கும் இதுக்கும் சம்பந்தம் உண்டா? கடவுளைக் கேள்வி கேட்க முடியுமா? தண்டிக்க முடியுமா? நிறையக் கேள்விகளுடன் யோசித்த தருணம்.

அவன் கேட்டான். "உன் கிட்ட பணம் கொடுத்து வர்ற அத்தனை பேரு கிட்டேயும், என்கிட்ட இருக்கிற மாதிரி ப்ரியா இருப்பியா? உனக்கும் ஆசை வந்துடுமா? உனக்கும் தேவை இருக்குமா? இப்போ உன் ஆசையை நான் நிறைவேத்தலன்னு என் மேல கோபமா?" என்று.

சிரித்தாள், சிரிப்புதான் வந்தது. "பணம் கொடுத்து வர்றவங்கிட்ட என் ஆசையைச் சொல்ல முடியுமா? என் விருப்பம் சொல்ல முடியுமா? ராத்திரியும் பகலும் இப்போ உன் கூடவே இருக்கும் போது ஆசையா ரெண்டு முறை, மூனு முறை குளிக்கிற.. சுத்தமா இருக்கே, உடம்புல கொஞ்சம் கூட பேட் ஸ்மல் இல்ல, எல்லாத்துக்கும் மேல நல்லவனா இருக்கே… எந்த ஆம்பள கூட இருக்கும் போதும் சந்தோசமா, சுகமா இல்லை, உன்னோட இருக்கிறது சந்தோசம்னா அப்படி ஒரு சந்தோசம். இதுவரைக்கம் எந்த ஆம்பளையோட மார்புலயும் நான் தலை வைச்சி படுத்ததில்லை. ஒண்ணு சொல்லட்டா… சத்தியமா ஒரு முறையாவது உன் கூட இருந்துடணும்னு ஆசையா இருக்கு" அவனை இறுக்கி அணைத்து அழுத்தி உதடுகளைக் கவ்வி வெறித்தனமாக சுவைத்தாள். "உன்னை ஆம்பளையா ஆக்கிட்டேன்னு வெச்சுக்க… அதுவே பெரிய சுகம்."

அவளை மார்போடு சேர்த்து வைத்து அழுத்திக்கொண்டான். இன்னும் அழுதான். "கட்டிப் பிடிச்சி அழுறதுக்குகூட இப்படி ஒரு பொண்ணு இருக்கணும், ஆனா வொய்ப்கிட்ட அழ முடியுமா?"

"மனச தளரவிடாதே… தைரியமா இரு… ஃபர்ஸ்ட் உன்னால முடியும்னு நினைச்சுக்கோ, ஒரு நல்ல டாக்டர பார்த்துக்கோ, கண்டிப்பா சரியாயிடும்."

"உன்னை விடவா டாக்டர்? எனக்காக நீ என்னென்ன பண்ண…?

கொஞ்சம் கூட கூச்சப்படாம, தயங்காம, வெறுக்காம எவ்ளோ ட்ரீட்மெண்ட் தந்தே... இந்த ட்ரீட்மெண்ட்டுக்கே ரெடியாகல, டாக்டர் என்ன பண்ண முடியும்?"

"முடியும் காரணம் கண்டுப் பிடிப்பாங்க, அதுக்குத் தகுந்த மாதிரி ட்ரீட்மெண்ட் தருவாங்க, மருந்து மாத்திரைல சரியாகலாம், சின்ன ஆபரேசன்ல சரியாகலாம்,.. ஆனா கண்டிப்பா சரியாகும், கல்யாணத்தை ஆறு மாசம் தள்ளிப்போடு, நல்ல டாக்டரைப் பாரு, சரியான பிறகு கல்யாணம் வெச்சுக்க..." அவனை மார்போடு அணைத்து தலையைக் கோதினாள். "உனக்கு எப்போ சரியானாலும் எங்கிட்ட ஒரு முற வந்து போ நீ எவ்ளோ பணம் கேட்டாலும் நான் தர்றன்" என்றாள். "இப்படி ஒரு பாசக்காரன் மடியில உயிரக் கூட விட்டுடலாம்."

"நான் செத்துட்டா..?"

அவன் கன்னத்தில் அறைந்தாள்.

"ஆண்மைன்னா என்னா தெரியுமா? எல்லா பிரச்சனையும் ஜெயிக்கிறது. வெறும் பொம்பளைகிட்ட படுக்கிறது இல்லை, பொண்டாட்டிய படுக்கையில சுகமா வைச்சிருக்கிறவன்தான் ஆம்பளைன்னா, இங்கே நீ ஒரு ஆம்பளையைக்கூட பாக்க முடியாது. அன்பு மட்டும்தான் பொண்டாட்டிய சுகப்படுத்தும். இதை ஒரு விஷயமா எடுத்துக்காதே, பிரம்மச்சாரியா வாழ்ந்து எவ்வளவோ பேரு சாதிச்சி இருக்காங்க... மீசையை முறுக்கறது, வெறும் செக்ஸ் இல்லை. நூறு குடும்பங்களுக்கு வேல தர்றது ஆண்மை, டெவலப் பண்ணு இருநூறு குடும்பங்களுக்கு வேல தா, என்ன சொல்றது, பொறுக்கி, புறம்பொக்கு, தருதல எல்லாம் உயிர் வாழும்போது, நீ உயிர் வாழணும், நீ ரொம்ப நல்லவன் சாகாதடா... நீ சாகறேன்னு சொல்லும்போது, எனக்கே தாங்கலையே உங்கம்மா எப்படி தாங்குவாங்க, சாகாத... என் கூட இருந்தது உனக்குப் பிடிக்குதா?" அவனுக்கு முத்தமிட்டாள். உதடுகள் இத்தனை சுவையானது என்பதை அவளிடம் அறிந்தான்.

"ரொம்ப பிடிக்குது."

"பணம் வேணாம், என் ஞாபகம் வந்தா, வந்துடு. என் கூட இரு, ஒண்ணா குளிக்கலாம் டிரெஸ் இல்லாம பாம்பு மாதிரி பின்னிக்கினு ஒண்ணா தூங்கலாம், ஒண்ணா சாப்பிடலாம்,

இன்னும் இதுல எவ்ளோ டீப்பா போகணுமோ போகலாம். எனக்கு நீதாண்டா ஆம்பள, உன்னதமான ஆம்பள... சாகாதடா..." அவனை அப்படி ஒரு ப்ரியத்துடன் இறுக்கிக்கொண்டாள்.

சொன்னபடி ஏழு நாட்கள் இருந்தான்.

பணம் வேண்டாம் என்று திருப்பிக்கொடுத்தாள். அவன் வாங்கவில்லை.

"என்னைப் பிடிச்சிருந்தா மறுபடியும் வா."

"உன்னைப் பிடிக்கலைன்னு சொல்வேனா, உயிரோட இருந்தால் கண்டிப்பா, மாசம் ஒரு முறையாவது பார்க்க வருவேன்."

"அப்படி சொல்லாத, என்னைப் பார்க்க வரலன்னாலும் பரவாயில்லை உயிரோட இரு." அழுத்தமாக முத்தமிட்டாள்.

அவன் பிரியமுடியாமல் அழுதான், பிரிந்துபோனான்.

அதன்பிறகு அவனுடன் எந்தத் தொடர்பும் இல்லை, சில நாட்கள் மறப்பதற்கு சிரமமாக இருந்தது. எதைத்தான் மறக்க முடியாது, அம்மாவின் மரணத்தையே காலம் மறக்கடித்து விட்டது. சில வருடங்கள் ஓடிவிட்டது, அவன் வரவில்லை, உயிருடன் இருந்தால் வருவதாக சொன்னான். உயிருடன் இருக்க மாட்டான். என நினைக்கும்போது கஷ்டமாக இருக்கும், ஒவ்வொரு நாள் அவனை நினைத்தால் அழுகை வரும், என்னோட வந்துடேன்னு ஒரு வார்த்தை சொல்லி இருந்தான்னா கூடவே போயிருப்பாள், உன்னோடவே நின்னுடறேன்னு ஒரு வார்த்தை சொல்லி இருந்தாலும் இறுக்கிப் பிடித்திருப்பாள்.

'கல்யாணம் வேணாம்னு சொல்றவனை விட்டுடணும்... அவனோட அம்மா கல்யாணம் பண்ணிக்க தொல்லப் பண்ணாம இருந்தாலே நல்லா இருப்பான்...' மனதிற்குள் சொல்லிக் கொண்டாள்.

தூங்காத இரவுகளில் இப்படி பலரின் ஞாபகங்கள் வந்து விடும்.

மகேஸ்வரி எட்டாவது படித்துக்கொண்டிருந்தாள். ஆமாம் எட்டாம் வகுப்புதான், பெங்களூர் தாண்டி சிரிசியில் உறவினர் இறந்து விட்டதற்காக, மகேஸ்வரியின் அம்மா போனாள். போகும்போது மகேஸ்வரியை சித்தப்பா வீட்டில் தங்க வைத்து விட்டுப் போனாள். மகேஸ்வரி சித்தப்பா பிள்ளைகளோடு படுத்துத் தூங்கிவிட்ட பிறகு, சித்தப்பாவும், சித்தியும் இரண்டாம் ஆட்டம் சினிமாவுக்குப்

போய்விட்டார்கள். மகேஸ்வரி மட்டும் தூக்கம் வராமல் விழித்திருந்தாள். இடி மின்னலுடன் மழை பொழிந்தது. அது கூரை வீடு, அங்கங்கே ஒழுகியது. சித்தப்பாவுக்கு மூன்று பையன்கள், பெரியவனும் எட்டாம் வகுப்பு படிக்கிறான், பெரியவன் மட்டும் விழித்துக்கொண்டான், சிறியவர்கள் வீட்டிற்குள் வெள்ளம் புகுந்தால் கூட முழிக்க மாட்டார்கள், அப்படி ஒரு தூக்கம் தூங்கினார்கள். இந்தத் தூக்கத்தை நம்பிதான் இரண்டாவது ஆட்டத்திற்குச் சித்தியும், சித்தப்பாவும் போய் விடுகிறார்கள். ஆடிக் கொண்டிருந்த சிம்னி விளக்கும் அணைந்துவிட்டது, இருட்டில் தவழ்ந்து வந்து மகேஸ்வரி பக்கத்தில் பெரியவன் படுத்துக் கொண்டான். முதலில் கட்டிப் பிடிக்கும்போது, பயத்தில் கட்டிப் பிடிப்பதாக நினைத்துக்கொண்டாள். அவளும் கட்டிப் பிடித்தாள். அதன் பிறகு நடந்தது எல்லாமே நடக்க கூடாததாக இருந்தாலும் மகேஸ்வரி தடுக்கவில்லை. அதன் பிறகு படிப்பதாகச் சொல்லி அம்மா இல்லாத போது மகேஸ்வரி வீட்டிற்கு வந்திருக்கிறான். அது பழகிவிட்டது.

சித்தப்பா கந்து வட்டிக்குக் கடன் வாங்கி மீள முடியாமல் ஆகிவிட்டார். ஒருநாள் இரவு ஊரைவிட்டு ஓடிவிட்டார்கள். ஜோலார்பேட்டையில் கொஞ்சம் பணம் வைத்திருப்பவர்களுக்குத் தெரிந்த ஒரே தொழில் வட்டித் தொழில்! பத்துப் பேர் கூட்டாக சேர்ந்துவிடுவார்கள். ஒருத்தர் ஆயிரம் ரூபாய் பங்குத் தொகையை முதலீடாகப் போடுவார்கள். ஏழுமலையான் பைனான்ஸ் கார்ப்பரேஷன், அஷ்டலட்சுமி பைனான்ஸ் கார்ப்பரேஷன், தனலட்சுமி பைனான்ஸ் கார்ப்பரேஷன், வெங்கடேசப் பெருமாள் பைனான்ஸ் கார்ப்பரேஷன், மாருதி பைனான்ஸ் கார்ப்பரேஷன் என்று நாட்டில் எத்தனை சாமிகள் இருக்கிறதோ, அத்தனை சாமிகளின் பெயரிலும் கந்துவட்டி கும்பல்கள் இருந்தது. ஜோலார்பேட்டையில் இரண்டே இரண்டே இன மக்கள்தான், கந்து வட்டி வியாபாரம் செய்பவர்கள், கந்து வட்டி வாங்கினவர்கள்.

இரவு பனிரெண்டாகிவிட்டது.

கதவைத் தட்டுகிற சத்தம் கேட்டது.

எழுந்து ஜன்னல் வழியாகப் பார்த்தாள். பாலகிருஷ்ணன் காமப் பார்வையோடு நின்றிருந்தான்.

14

"தூக்கம் வரல" என்றான் பாலகிருஷ்ணன்.

"எனக்கும்தான் வரல, அதுக்கு இப்போ என்ன பண்ணலாம்?"

"நான் ஒரு இடத்துல, நீ ஒரு இடத்துல தூங்காம தவிக்கிறதை விட ரெண்டு பேரும் ஒண்ணா பேசிட்டு இருக்கலாமே... கதவைத் திற நான் உள்ளே வர்றேன். வேணாம்னா நீ வெளியே வா."

"இப்போ வேணாம் தூங்காம எதை எதையோ யோசனை பண்ணிட்டு இருந்தேன். ஒரு கஸ்டமர் ஞாபகத்துக்கு வந்துட்டான். அவன் இப்போ இல்ல, இல்லன்னா என்ன சொல்றது தெரியலை, உயிரோட இருக்கானா, செத்துட்டானா புரியல. நல்லப் பையன், இருக்கமாட்டான் செத்துட்டு இருப்பான்னு நினைக்கிறேன்... அவன் ஞாபகம் வந்ததும் எங்க பாட்டி ஞாபகத்துக்கு வந்துட்டாங்க... எங்கம்மாவுக்கும், எங்க பாட்டிக்கும் நான் ரொம்ப உயிரு," கண்கள் துளிர்த்தது. "ரெண்டு பேருமே நான் கல்யாணம் பண்ணிட்டு நல்ல வாழ்க்கை வாழணும்னு ஆசப்பட்டாங்க.." அழவே கூடாது என்று நினைப்பவளுக்கு அழுகை வந்தது. "வேணாம் போய் படுங்க, லேடீஸ் அழுதா பாக்க சகிக்காது. அதுவும் என்னோட அழுமூஞ்சைப் பார்த்தா உங்களுக்கு கல்யாண ஆசை போயிடும்." மகேஸ்வரி ஜன்னல் கதவை மூடினாள்.

"ஒரு நிமிஷம், உன் சிரிப்பு மட்டுமே என் வாழ்க்க இல்ல, சிரிக்கிறதுக்கு ஒரு துணை, அழறதுக்கு இன்னொரு துணை

வெச்சுக்க முடியாது, உன் மனக் கஷ்டத்தையும் என்கிட்ட சொல்லு...” விடாமல் நின்றான்.

“கொஞ்ச நேரம் தனியா இருந்தால் சரியாயிடும், நீங்க போய் தூங்குங்க...” கதவுகளை மூடிக்கொண்டாள்.

வந்து கட்டிலில் படுத்தாள்.

வேதனையைப் பகிர்வதற்கு அவளுக்கு இருந்த தோழி மஞ்சுளா! அவளின் ஞாபகம் வந்தது. மஞ்சுளா நெருங்கிய தோழி, இருவரும் சேர்ந்து சினிமா, ஓட்டல் போவார்கள், ஒவ்வொரு நாள் நடந்த சம்பவங்களையும், கொஞ்சமும் விடாமல் பகிர்ந்து கொள்வார்கள்.

மஞ்சுளா கிரிக்கெட் பைத்தியம், ட்வென்ட்டி ட்வென்ட்டி மேட்ச் நடந்தால், உலகக்கோப்பை போட்டி என்றால் வீட்டை விட்டு வெளியே வர மாட்டாள். டி.வி முன்பு நொறுக்குத் தீனியோடு மல்லாந்து படுத்துக் கொள்வாள். கிரிக்கெட் பைத்தியம் என்பதை விட தோனி பைத்தியம். தோனி ஆடுவதை வைத்தே வெற்றி தோல்விகளைச் சொல்லிவிடுவாள். ‘இப்படி படுத்துனு கிரிக்கெட் பாரு தோனி சிக்ஸர் அடிக்கிறானோ இல்லையோ, எவனாவது கஸ்டமர் வந்து சிக்ஸர் அடிச்சிட்டு போகப் போறான்,’ என்பாள் சாமுண்டீஸ்வரி! ‘நிஜமாவே படுத்தாள்னா கிரிக்கெட் கிரௌண்டு மாதிரிதாண்டி படுத்திட்டிருக்கா?” என்பாள் விஜயா.

சாமுண்டீஸ்வரியும், விஜயாவும் சேர்ந்திருக்கும் இடத்தில் சிரித்தே சாவடிப்பார்கள். பச்சை பச்சையாய் பேசிக்கொல்வார்கள். அவர்கள் கண்ட ஆண்குறிகளைப் பற்றிப் பேசும்போது மகேஸ்வரி காதை மூடிக்கொள்வாள்.

“எலும்புக் கூட்டுக்குக் கறுப்பு பெயிண்ட் அடிச்ச மாதிரி இருந்தாண்டி... ஆனா புடலங்காவ ஒரம் போட்டு வளத்திருக்கான்,. ஏண்டா நீ தின்ற தீனி உடம்புல எந்தப் பாகத்துக்கும் போகாம, நேரா அதுக்கே போகுதான்னு கேட்டேன். அவனுக்கு அதுல பெரும! அதப் பாராட்டணும், புகழணும்னு நெனப்பான்... போடா மயிறேன்னு கண்டுக்க மாட்டேன்... எவ்ளோ பெரிய பலூனா இருந்தாலும் காத்துப் போயிட்டா வேஸ்ட்டுதானன்னு சொன்னேன், அதுக்கே சுருங்கிடும் மூஞ்சி.”

“ஏண்டி உனக்கு சொரக்கா சைஸ் இருக்குதேன்னு பீத்திக்கறதில்லியா அப்படித்தான?”

"நான் எப்போடி பீத்திக்கிறேன்? எந்த பிளவுசும் லைஃப் வர்றதில்லன்னு சொல்வேன்."

"அதாண்டி பீத்தறது..."

"எல்லாமே மண்ணுக்குப் போறதுதாண்டி எனக்குப் புரியும்..."

"ஏய்! ஒரு பேமாணி வந்தாண்டி மயிறானுக்கு அதெல்லாம் எதுவும் வேணாமாம் ஊதாங்கோல் மட்டும் ஊதணுமாம் போடாடே எங்க வீட்ல கியாஸ் அடுப்புதான். தொல்லப் பண்ணா சாமானத்தக் கடிச்சித் துப்பிடுவேன்னு சொன்னேன்..."

சத்தம் போட்டு சிரிப்பார்கள். எவ்வளவு பச்சையாக முடியுமோ, அவ்வளவு பச்சையாகப் பேசுவார்கள்.

"உங்க வாய்க்கு சூடு வெக்கிறேன். இரும்புக் கம்பியை சிவப்பா காய்ச்சி நாக்கை நீட்டச் சொல்லி ஊருகா தடவற மாதிரி தடவி விடறேன். என்னா பேசறீங்க கூசவே கூசாதா?" என்பாள் மகேஸ்வரி.

"என்னடி கூச்சம்? சாமானும் உடம்புல இருக்கிற உறுப்புதான...? கையின்னு சொல்றோம், மூக்குன்னு சொல்றோம், கண்ணுன்னு சொல்றோம். அப்படிதாண்டி அதுவும் உடம்புல ஓர் உறுப்பு! நாட்ல அதிகமா நடக்கற விசயத்த மறைச்சி பேசணும்னு சொல்ற" சாமுண்டிஸ்வரி விளக்கம் தந்து சிரிப்பூட்டுவாள்.

இன்றென்னவோ மகேஸ்வரிக்கு எல்லோருமே ஞாபகத்திற்கு வந்தார்கள்.

இவர்களில் சாமுண்டிஸ்வரி எயிட்ஸில் போய் சேர்ந்து விட்டாள்.

மஞ்சுளாவின் கணவனே மஞ்சுளாவிற்கு புரோக்கர், அவனே அமௌண்ட் பேசி, பணம் வாங்கிக் கொள்வான். பைக்கில் கொண்டு வந்து விட்டுவிட்டு போவான். அழைத்து போவான். பணத்தை வட்டிக்கு விடுவான். மஞ்சுளாவுக்கு வட்டி வியாபாரம் பிடிக்காது. 'பொண்டாட்டியை விட்டு சம்பாதிக்கிறது கூட மன்னிக்கலாண்டி, அவன் கந்துவட்டிக்கு விட்டு சம்பாதிக்கிறதை மன்னிக்கவே முடியாது.' என்பாள். கந்துவட்டி காலையில் ஆயிரம் ரூபாய் கடனாக வாங்கினால் மாலை ஆயிரத்து நூறாகத் திருப்பித் தர வேண்டும். ஆயிரம் ரூபாய் ஒரே மாதத்தில் மூவாயிரம் வட்டி சம்பாதிக்கும்.

'கடவுள் புண்ணியத்துல ரெண்டு பசங்களும் ஆம்பள பசங்களா பொறந்துட்டாங்க, அதனால தப்பிச்சுதுங்க, பொட்டப் புள்ளைங்களா பொறந்திருந்துச்சு அதுகளையும் துட்டுக்கு ஆசப்பட்டு வாடகைக்கு விட்டிருப்பான்' என்பாள்.

ஒவ்வொருவராக நினைத்துப் பார்த்துக்கொண்டாள். 'எல்லாரையும் தேடித் தேடி கல்யாணத்துக்குக் கூப்பிடணும், எனக்கு சொந்தம்னு யார் இருக்காங்க.. அழும்போது அவங்கதானே கூட இருந்தாங்க.. என் சந்தோசத்துலயும் அவங்க இருந்தா நல்லா இருக்கும்'

தாமதமாக தூங்குவது அவளுக்கு பழகிவிட்டது. அன்று மிகவும் தாமதமாக தூங்கினாள். விடிகாலைத்தான் தூங்க ஆரம்பித்தாள். பாலகிருஷ்ணன் ஆறு மணிக்கு கதவைத் தட்டினான். அழுத்தமான தூக்கத்தில் கதவுத் தட்டும் சத்தம் கேட்கவில்லை, அவனும் விடாமல் கதவைத் தட்டினாள். கனவு காண்கிற மாதிரி இருந்தது. கொஞ்சம் கொஞ்சமாக சத்தம் அவளைத் தீண்டிற்று. கண்களைத் திறக்க முடியாமல் திறந்து "யாரது?" என்றாள்.

"ஓனரம்மா... ஓனரம்மா..." கத்தினான்.

"ப்ளிஸ், தூங்க விடுங்க..."

"கொஞ்ச எழுந்திரிங்க, என்கிட்ட பத்து நிமிஷம், பத்தே நிமிஷம் பேசுங்க போதும், அப்புறம் தூங்குங்க..."

"தூங்கவிட மாட்டீங்களா? அரைத் தூக்கத்தில் எழுந்து, தூங்கிக் கொண்டே நடந்து வந்து கதவைத் திறந்தாள். "ஏங்க?" திறக்க முடியாத கண்களை கொஞ்சமாகத் திறந்து பார்த்தாள்.

மகேஸ்வரி சற்றும் எதிர்பாராத நிலையில், அவன் உள்ளே நுழைந்து இறுக்கி அணைத்துக் கொண்டான். "என்ன இது, சீச்சி விடுங்க..." திமிறினாள்.

"விட முடியாது, உனக்காக ஏங்கி, ஏங்கி எத்தனை நாள் தூங்காம இருக்கிறது ஐ லவ் யூ, ஐ லவ் யூ, ஐ லவ் யூ" மேலும் இறுக்கிக் கொண்டான்.

"தயவுசெய்து விட்டுடுங்க,... இப்படிப் பண்ணா நம்ம கல்யாணம் நடக்காது. விடுங்க..."

விடுவித்தான். கொஞ்சம் தள்ளி நின்று, "ஸாரி" என்றான். "உன்

மேல இருக்கிற ஆசையில உணர்ச்சிவசப் பட்டுட்டேன்." தலை கவிழ்ந்துக்கொண்டான்.

"இனி என் வாழ்க்கை, உங்களோடன்னு முடிவு பண்ணிட்டேன். அப்புறம் எதுக்கு அவசரம், நீங்க ஒன்னும் மெச்சூரிட்டி இல்லாத சின்னப் பையன் கிடையாது, நானும் மெச்சூரிட்டி இல்லாத சின்னப் பொண்ணு இல்லை, அவசரம் எதுக்கு?" கதவைப் பிடித்துக் கொண்டாள். "கொஞ்சம் வெளியே இருங்க.. தூங்கனும் தூங்கி எழுந்து வர்றேன்." அவனைத் தள்ளுவதற்குப் பதிலாக கதவைத் தள்ளினாள்.

"ப்ளிஸ் ஒன் மினிட், நான் இதுவரைக்கும் எந்தப் பொண்ணையும் கனவுல கூட தொட்டதில்லை, ஃபர்ஸ்ட் ஃபர்ஸ்ட் உங்க மேல ஃபீலிங் வந்ததும், கட்டு படுத்திக்க முடியல, சாப்பிட முடியாம, தூங்க முடியாம தவிக்கிறேன். உங்க மேலேயே ஞாபகமா இருக்கேன்... அந்த வேகத்துலதான் வந்து கட்டிப்பிடிச்சிட்டேன். வெயிட் பண்ணா, லேபர்ஸ் வந்துடுவாங்க..."

"எதுவா இருந்தாலும் அப்புறம் சொல்லுங்க...." கதவோடு சேர்ந்து அவனையும் தள்ளினாள். அதற்கு மேல் நிற்பது சரியில்லை என்று வெளியே வந்தான்.

கதவைத் தாழிட்டுவிட்டு மீண்டும் வந்து படுத்தாள். கண்கள் எரிந்தது, தூக்கம் வரவில்லை. கண்கள் தூக்கத்திற்கு ஏங்கியது. மனம் விழித்துக் கொண்டது. பாலியியல் தொழிலாளிகளின் முன்பு கடவுள் தோன்றி 'என்ன வரம் வேண்டும்?' என்று கேட்டால், அவர்கள் கேட்கிற முதல் வரம் தூக்கமாகத்தான் இருக்கும். கண்களில் மணல் விழுந்தால் கூட, தண்ணீரில் அலசி மணலை எடுத்துவிடலாம், தூக்கம் விழுந்து தூங்க முடியாமல் அது மணல் விழுந்ததை விட வீரியமாகக் குத்தும்.

தொடர்ந்து மூன்று இரவுகள் தூங்காமல் இருந்திருக்கிறாள். பெங்களூரிலிருந்து ஐடி கம்பனிகளில் பணிப்புரியும் இளைஞர்கள் வெள்ளி, சனி, ஞாயிறு சேர்ந்து விடுமுறை வந்தால், குழுவாக ஏலகிரி மலைக்கு வந்துவிடுவார்கள். பணம் மிச்சமாகக் கிடைக்கிறது என்று போவாள். தூங்க விட மாட்டார்கள். குடிப்பது நடனமாடுவது, புகைப்பது, பாட்டுப் பாடுவது, கத்துவது, சிரிப்பது என்று இரவெல்லாம் கொண்டாடுவார்கள். மகேஸ்வரியைத்

தூக்கம் கத்தியால் சொருகும் உயிரை எடுக்கும் தூங்க விட மாட்டார்கள்.

அவர்கள் இரவில் கண் விழித்தே பழக்கப் பட்டவர்கள். குறைவான நேரம் தூங்கி காட்டு விலங்குகளைப் போல் வாழப் பழகியவர்கள். பகலில் கொஞ்ச நேரம் தூங்கி விட்டு மீதிநேரம் வாட்ஸ்அப், தமிழ் ராக்கர்ஸ், போர்னோ என்று மூழ்கிவிட்டு ஷேவிங் பண்ண நேரமில்லாமல், முடி கத்திரிக்க நேரமில்லாமல், நாற்றமடிக்காமலிருக்க ஸ்ப்ரே பண்ணிக் கொண்டு ஆஹா நறுமணம் என்று வேலை செய்வார்கள், விளம்பரம் உண்மைதான், ஸ்ப்ரே இல்லையென்றால் குளிக்காத அவர்களிடம் ஒருத்தியும் அருகே வர மாட்டாள்.

இரவெல்லாம் விழித்திருந்தாலும், மகேஸ்வரிக்கு பகலில் தூக்கம் வராது, தூங்க வேண்டும், தூங்க வேண்டும் என்று மனம் தத்தளித்தாலும், தூக்கம் வராது, வீட்டிற்குப் போய் தூங்கினால்தான் தூக்கம் வரும். வீட்டிலும் தூக்கம் வராவிட்டால் சினிமாத் தியேட்டரில் போய் உட்கார்ந்ததும் தூக்கம் வந்து விடும். அல்லது பஸ்ஸில் ஏறி உட்கார்ந்ததும் தூக்கம் வரும். தூங்குவதற்காகவே திருப்பத்தூரில் பஸ் ஏறி சென்னை வரை டிக்கெட் எடுத்துப் போய் தூங்கி வந்திருக்கிறாள்.

'ஒவ்வொரு உயிருக்கும் தூக்கம் அவசியம், அதனாலத்தான் கடவுள் ராத்திரியைப் படைச்சிருக்கான்' என்று அடிக்கடி சொல்வாள்.

தூக்கத்திற்குத் தவிக்கும்போதெல்லாம் ஆணாகப் பிறக்காததற்கு வருந்தி இருக்கிறாள். பூங்காவில், நூலகத்தில், கோயில் திண்ணையில் இரயில்வே பிளாட்பாரத்தில், எங்கேனும் ஒரு ஆண் தூங்குவதைப் பார்த்திருக்கிறாள். பெண் தூங்கியதைப் பார்த்ததில்லை, பிச்சைக்காரியாக இருந்தாலும், பைத்தியக்காரியாக இருந்தாலும், ஒரு பெண் கண்ட நேரத்தில், கண்ட இடத்தில் தூங்க முடியாது. இந்தச் சமூகம் தூங்க விடாது.

பாலகிருஷ்ணன் எழுப்பின பிறகு, மறுபடியும் மகேஸ்வரிக்கு தூக்கம் வரவே இல்லை, தூங்க வேண்டும் என்ற அவஸ்தையும் போகவில்லை, பல யோசனைகளுடன் கட்டிலில் புரண்டு கொண்டே இருந்தாள்.

எட்டு மணிக்கு எழுந்தாள். பொறுமையாகக் குளித்தாள்.

முகத்திற்கும், தேகத்திற்கும் மஞ்சள் பூசிக்கொள்ளவேண்டும் என்ற அன்றைய ஆசையை நிறைவேற்றிக்கொண்டு, புடவையைக் கூட மஞ்சள் நிறத்தில் தேர்ந்தெடுத்து அழகாக சுற்றிக் கொண்டாள். புடவையின் குங்கும நிற எல்லைப் பட்டை தெரிகிற மாதிரி ஊக்கு அணிந்தாள். ஒன்பது மணிக்கு வீட்டை விட்டு மங்கலகரமாக வெளியே வந்தாள்.

கார்மெண்ட்ஸ் இயங்கிக்கொண்டிருந்தது. தையல் புரியும் இளம் தையல்கள் வழக்கம் போல் வணக்கம் புரிந்தார்கள். பாலகிருஷ்ணனன் நிமிர்ந்து பார்க்காமல் கட்டிங் பணியில் இருந்தான். “ஹலோ மாஸ்டர்” என்றாள்.

திரும்பிப் பார்த்தான்.

“கொஞ்சம் பேசணும் வாங்க...”

கத்திரிக் கோலையும், நீள ஸ்கேலையும் வைத்து விட்டு வந்தான்.

வீட்டிற்குள் திரும்பி நடந்தவளின் பின்னாடியே நடந்தான். பணிப்பெண்கள், போகும் அவர்களைப் பார்த்தார்கள்.

வீட்டிற்குள் வந்ததும், “இன்னைக்கு எப்படி இருக்கேன்?”

“என்னைக்கும் அழகா இருக்கீங்க.. இன்னைக்கு ரொம்ப அழகா இருக்கீங்க....

“இது நீங்க டெய்லி சொல்றதுதான், நான் இந்த பதிலை எதிர்பார்க்கலை, வேற..”

யோசித்தான். “தேவதை மாதிரி இருக்கீங்க....”

“அது இல்லை.”

முழித்தான். பதில் தெரியாத கண்களின் தவிப்பை அறிந்தாள்.

“நிஜமாவே... செம அழகு...”

“அதை கேட்கலைங்க,.. ஹோம்லியா இருக்கேனா? குடும்பப் பொண்ணா கொஞ்சமாவது தெரியறனா? எவனும் பார்த்து வர்றியான்னு கேட்க மாட்டானே...?"

அவன் தலையில் அடித்துக் கொண்டான். இப்படி ஒரு கேள்வி எதிர்பார்க்கவில்லை. “மகாலட்சுமி மாதிரி இருக்கிறீங்க.. ரொம்ப பிடிச்சிருக்கு, கல்யாணம் பண்ணணும்னு ஆசை அதிகமாகுது.”

“ஒரு கண்டிஷன், அந்த கண்டிசனை ஏத்துக்க முடிஞ்சாதான் கல்யாணம்!”

இன்னொரு தடுமாற்றம் உருவானது “என்ன கண்டிசனாக இருந்தாலும் சம்மதம்” வாயில் சொன்னான், புத்தி தடுமாறியது.

“நான் எப்போ தூங்கினாலும் எழுப்பக் கூடாது, தூங்க விடணும்.” சில நொடிகள் முகத்தை கோபம் காட்டுகிற மாதிரி வைத்திருந்து சிரித்தாள். “பயந்திட்டீங்களா? உண்மையாவே எனக்கு தூக்கம் முக்கியம்.”

“நிச்சயம் டிஸ்டர்ப் பண்ண மாட்டேன். ஃபர்ஸ்ட் நைஃட்டை கூட ஃபர்ஸ்ட் டேவா வைச்சுக்கலாம்... தூக்கம் கெடக் கூடாது.” சிரித்தான்.

இப்போ நிஜமாகவே முறைத்தாள்.

பேச்சை மாற்றி கார்மெண்ட்ஸ் பற்றி கேட்டாள். கொஞ்ச நேரம் கார்மெண்ட்ஸ் பற்றியே பேசினார்கள்.

“நான் போய் ஜோதிடரைப் பார்த்து நாள் குறிச்சிட்டு வர்றேன்,” புறப்படும்போது அவன் நிறுத்தினான்.

“நம்ம கல்யாணத்தை விளம்பர படுத்தியே ஆகணுமா? நம்ம கிட்ட வேலை செய்ற பொண்ணுங்க, உங்க மேல மரியாதை வெச்சிருக்காங்க, இந்த சூழ்நிலையில உன்கூட இருந்த பழைய ஃப்ரண்டுகளை கூப்பிட்டு நீயும் அப்படித்தான்னு அம்பல படுத்தணுமா? யாரையும் கூப்பிட வேணாம், பழைய லைஃப்பை சுத்தமா மறந்துடுங்க, கொஞ்சம் யோசிச்சிப் பார்த்தால் புரியும்.. கார்மெண்ட்ஸ்ல வேல செய்றவங்களை அழைச்சுக்கலாம் வேற யாரும் வேணாம்.” அழுத்தமாக கூறினான். “வாழப் போறது நீயும் நானும், மத்தவங்க எதுக்கு? அதைவிட முக்கியம் உன்னைப் பற்றி யாருக்கு தெரிஞ்சாலும் கவல இல்லை, நம்ம குழந்தைகளுக்கு தெரியவே கூடாது, அம்மா ரொம்ப நல்லவங்க, உத்தமின்னுதான் தெரியனும், அதனால பழைய வாழ்க்கையும் மறந்துடு, பழைய தொடர்புகளையும் மறந்துடு” என்றான்.

குழந்தைகள் என்கிற விசயத்தில், தாய்மை மட்டுமே வென்றது. யாரையும் அழைப்பதில்லை என்று முடிவெடுத்தாள்.

15

கண்ணப்பனின் குடும்பம், சந்தைக்கோடியூரில் சாலையோரம் புளிய மரத்தடியில் குடிசை போட்டு வாழ்ந்துகொண்டிருந்தது. சக்கரகுப்பம் முனிசிப் அந்த வழியாகப் போகும் போதெல்லாம் மிரட்டிவிட்டுப் போவார் "யாரம்மாள ஓத்த ஜாகடி.... மருவாதயா காலி பண்ணப்பாரு" என்பார். ஊரில் எல்லாப் பெண்களையும் டி போட்டுதான் அழைப்பார். அதாவது பணக்கார வீட்டுப் பெண்களைத் தவிர, அல்லது அவர்களை அவர்களுக்கு மட்டும் கேட்கும் குரலில் டி போடலாம், சைக்கிளில் இருந்து இறங்காமலேயே காலை ஊன்றி நின்று கத்துவார். முன்சிப் எம்ஜிஆர் மாதிரியே இருப்பார். ஆனால் அவரை "தாயோளி மவன்! மனோகரன் இல்லடா அவன் ஆர்.எஸ். மனோகர்" என்று பின்னாடி திட்டுவார்கள்.

ஒரு நாள் "டேய் பிச்சக்கார பாடுசுங்களே.. மாசா மாசம் கொம்பைக்கு வாடகக் கட்ட வேணும், அல்லது வருசா வருசம் தண்டல் வரி கட்ட வேணும் ஆச்சா..? அடம் ஜடம் பண்ணால் கவர்மென்ட் போலீஸ் கைக்கு அதிகாரம் போயிடும். அரசாங்க சொத்த அபகரிச்சிதா உள்ள வெச்சிடுவாங்க... குடும்பப் பொம்பளையை விபச்சாரம் பண்ணான்னு அசிங்கம் பண்ணிடுவாங்க... அவங்களும் வேற என்ன பண்ணுவாங்க..? கேசு இல்லாம பாடா படறாங்கதான? எப்படி உத்தேசம்?" என்று

மிரட்டுவதே தெரியாமல் மிரட்டினார்.

கண்ணப்பனின் அம்மா கேட்டாள். “எம்முட்டு எஜமா கட்டணும்?” என்று.

“மாசம் பண்ணட்டுமா? வருசம் பண்ணட்டுமா? மாசம் என்றால் ஒண்ணரை ரூபாய், வருசம் என்றால் பன்னண்டு ரூபாய்! தண்டல் வந்தால் மூணு மாசத்தில் உன் பேருக்கு ரெண்டு காணி பட்டா பண்ணிக் கொடுத்துடுவேன். அப்புறம் இப்புறம்னு சால் ஜாப்பு தாக்கல் பண்ண ஆகாது. வரிய செலுத்த முடிகிறதென்றால் சர்கார் புறம்போக்குல ஜாகை வசிக்கலாம், வக்கு இல்லையானால் சுத்தம் பண்ணி ஒப்படைத்தால் போலீஸ் கீலீஸ் நடைமுறை இருக்காது,” என்றார்.

“எங்கூட்டு கார் வருவாப்ள எஜமான். சொல்லி அனுப்பறன்...” என்றாள் அம்மா.

“போதக்கார பண்ணாட அவனுக்கு ஊத்திக்கிறத தாண்டி ஒரு புண்ணாக்கும் வெளங்காது. பொம்மனாட்டிகள்தான் சிறுவாடு பண்ணி தாக்கல் பண்ண வேணும்” என்று சொல்லிவிட்டு சைக்கிளில் ஏறி உட்கார்ந்தார். சைக்கிள் கண்ணாடி மாதிரி பளபளப்பாக இருந்தது. கண்ணப்பன் சைக்கிளையே பார்த்துக்கொண்டிருந்தான். அதைத் தடவிப் பார்க்க வேண்டும் போலிருந்தது. அது குற்றமோ, தொட்டால் அடி விழுமோ என்று பயந்து தொடவில்லை. அவர் பெரிய அதிகாரம் கொண்டவர் என்று அப்போது தோன்றியது. பள்ளிக்கூடத்திற்கு வந்தால் தலைமையாசிரியர் எழுந்து நின்று கும்பிடுவார்.

“வூட்டுக்கார ஆம்பளய எந்த வூட்டாண்ட அனுப்பி வெக்கிட்டும் எஜமா?”

“எனக்கு ஊரு பூராவும் கூத்தியாள் இருக்காள்னு குத்திக் காட்றியாடி?”

“எஜமா! அப்படி இல்ல எஜமா!”

“அப்படியும் சொல்லுடி! ஆம்பிளைக்குக் கவுரததான? மேலுழுந்து வராளுங்க... எதுக்கு மறுக்கணும்... போதக்காரன எவ வூட்டாண்டையும் அலைய விட வேணாம். நாளைக்கு நானே காலம்பர வர்றேன். தாக்கல் ஒப்பிக்க வேணாம், வரி

அல்லது வாடக அல்லது இடம் காலி பண்ணணும்... நாளைக்குப் பஞ்சாத்து நிறுத்தக் கூடாது” சத்தமாகக் கத்திக் கொண்டே போனார்.

மாலை கண்ணப்பனின் அப்பா வந்ததும் அம்மா விசயத்தைச் சொன்னாள். முனிசிப் சொன்னது சரிதான் போதைக்காரன் ஒப்புக்கொள்ளவில்லை. “என்னாடி தேவிடியா முண்ட... நொம்மாளானா வெள்ளக்காரங் ஆச்சியா நடக்குது... குஸ்தியும், வரியும் தெங்கறதுக்கு.. இது சொதந்தர நாடுமே...” என்று புளியஞ்சாலையில் நின்று கத்த ஆரம்பித்தார். பொறுத்துப் பொறுத்துப் பார்த்த அம்மா அப்பாவின் முதுகில் இரண்டு முறை உதைத்துத் தலை மயிரைப் பிடித்து இழுத்துக் கொண்டு வந்து திண்ணையில் தள்ளினாள். வாய்க்கு வந்த மாதிரி கத்திக்கொண்டே இருந்தார். “நான் ஒரு எங்கப்பனுக்கே சொக்கமா பொறந்தவன் கண்டவனுக்குப் பொறக்கல தண்டல் கட்றதுக்கு? என்ன மீறி எவளானா வரி கட்னா வூட்டக் கொளுத்தி வுட்ருவன்...”

“புத்தி கெட்ட மனுசா! நீ புடுங்கற புடுங்களுக்கு பேச்சப் பாரு... வெள்ளக்காரந்தான் வரி வாங்கனானாம், இப்ப யாரும் வாங்கறதில்லயாம்...” கண்ணப்பனின் அம்மா கத்தினாள், அப்பா கத்தினார்! ஒலிபெருக்கி வைக்காமலேயே ஊர் முழுவதும் கேட்டது.

கண்ணப்பன் ஒரு கோணிப்பையை எடுத்துக்கொண்டு அங்கிருந்து புறப்பட்டான்.

காலையில் எல்லாமே தலைகீழாக மாறிவிட்டது.

அப்பா ராத்திரி முனிசிப்பை அசிங்க அசிங்கமாகத் திட்டியது மனோகரரின் காதுக்கு எட்டி விட்டது. காலையில் முனிசிப் கோபத்துடன் வந்துவிட்டார். கண்ணப்பனின் கண் முன்னாடியே அப்பாவை உதைத்தார். காறித் துப்பினார். “கண்டவனுக்குப் பொறந்த தாசி மகனே! இன்னிக்குள்ள தாவ காலிப் பண்ற... இல்லைன்னா காலங்காத்தால போலீஸ் வந்து சுபம் கொண்டாடிம்...” மறுபடியும் உதைத்துவிட்டுப் போனார். முனிசிப்புக்கு ஊர் பூராவும் கூத்தியாள். எவளோ ஒருத்தி சொல்லிவிட்டிருப்பாள்.

பத்து வயதில் கண்ணப்பனுக்கு இது பெரிய வடு. தந்தையை

ஒருவர் அடிக்கும்போது வேடிக்கை பார்த்துக்கொண்டு நிற்கிற அவலம்.

கண்ணப்பனின் அம்மா நாலு சட்டியையும், இரண்டு பிள்ளைகளையும் புளிய மரத்தடியில் போட்டுக்கொண்டு கண்ணீர் வடித்தாள். (அப்பா வரி கட்ட முடியாது என்று பிடிவாதம் பிடித்த அந்த இடத்தில்தான் பினாங்கு நைனா இரும்புப் பட்டறை வைத்துத் தொழில் செய்தார். வரி கட்டி பட்டா வாங்கி வைத்திருந்தார். ஐம்பது ஆண்டுகள் கழித்து இப்போது அந்த இடத்தில் மிகப் பெரிய வணிக வளாகம் நிற்கிறது.)

கண்ணப்பனின் அம்மா நடுத்தெருவில் நிற்பதைக்கண்டு சரோஜாதான் பாவம் பார்த்து "அக்கா! எங் கொட்டாயில வந்து இருந்துக்க" என்றாள். கண்ணப்பனையும் அவளின் தங்கையையும் சேர்த்து அணைத்துக்கொண்டாள் சரோஜா. பெரிய பெரிய மார்புகளிலும் அதைவிடப் பெரிய கருணையிலும் புதைந்தார்கள். அவளின் வீட்டிற்கு எதிரே இருந்த மாட்டுக் கொட்டகையில் தங்குவதற்கு இடம் கொடுத்தாள். சரோஜா வைத்திருந்த மாடுகளை விற்றுவிட்டாள். அதனால் கொட்டகை காலியாக இருந்தது. உடலின் வாகு மற்றவர்களைவிட இரண்டு மடங்கு குண்டாக இருந்தாள். ஏரிக்கு இரண்டு மாடுகளை அவள் மேய்ப்பதற்குப் பிடித்துப் போனால் மூன்று மாடுகள் மேய்கிறது என்று சொன்னார்கள். உண்மையில் உடல் பருமனாக இருப்பவர்களுக்கு இளகிய மனம் இருக்குமோ தெரியாது. அவளுக்கு அப்படியொரு இளகிய மனம், களியும், கூழும் செய்து போட்டு விடுவாள்.

அம்மா வாடகை கொடுப்பதாகச் சொன்னபோது மறுத்துவிட்டாள். "வாடகயா? இந்தக் கொட்டாயிக்கு வாடக வாங்கி அந்தப் பாவத்த எங்க போயி கழுவுறது?" என்றாள்.

சரோஜா கொட்டாயிக்கு வந்த மூன்று மாதத்தில் கண்ணப்பனின் அம்மாவுக்கு வயிற்றில் கேன்ஸர் கட்டி இருப்பது தெரிந்தது. திருப்பத்தூர் மருத்துவர்கள் கடிதம் கொடுத்து வைதியத்திற்காக மெட்ராஸ் அனுப்பி வைத்தார்கள். அம்மா இல்லாமல் கண்ணப்பனும் தங்கச்சியும் ரொம்ப கஷ்டப்பட்டார்கள். அந்தக் காலத்தில் எந்தத் தகவல் தொடர்பும் இல்லை. சரோஜா மட்டுமே கண்ணப்பனுக்கும் தங்கச்சிக்கும் கஞ்சி ஊத்தும். சரோஜா அக்காவின் தங்கமான குணம் கண்ணப்பனை உருக வைத்தது.

மாரியம்மாள், காளியம்மாள் எல்லாம் அவன் நம்பவில்லை. சரோஜாவை தெய்வமாப் பார்த்தான்.

தாய் இல்லாத அவர்களை அப்படிப் பார்த்துக்கொண்டாள்.

சரோஜா இல்லையென்றால் அவர்கள் எங்கேயாவது பிச்சை எடுக்கத்தான் போயிருக்க வேண்டும். அம்மா ஆஸ்பத்திரி போனதும், அப்பாவும் காணாமல் போய்விட்டார்.

“உங்கம்மா... செத்துட்டாளா, உசுரோட இருக்காளா தெரியலடா... இந்த வருசம் வரிக்கும் எப்பிடியாவது படிச்சிடுடா... அப்புறம் எங்கனா வேலைக்கு வுட்டார்றன்.” என்பாள் சரோஜா.

திடிரென்று அம்மாவை நினைத்துக்கொண்டு தங்கச்சி அழுவாள். சரோஜா சேர்ந்து அழுவாள். கண்ணப்பனுக்கும் கட்டுப்படுத்த முடியாத அழுகை வரும். அம்மாவை நினைத்து நினைத்து அழுவார்கள்.

“அனாத பொணமா எங்க செத்தாளோ...” என்று சரோஜா அழுவாள்.

சரோஜா இருவரையும் சங்கே முழங்கு படத்திற்கு அழைத்துப் போனாள்

-நாலு பேருக்கு நன்றி, அந்த நாலு பேருக்கு நன்றி- பாடல் வந்தபோது கண்ணப்பன் அழுத அழுகை, அவனோடு சேர்ந்து சரோஜா அழுத அழுகை வானத்தின் அழுகை. அந்த அழுகையைக் கண்ணப்பன் இப்போது நினைத்தாலும் பீறிடும். அந்தப் பாடலுக்கு இடைஇடையே ஒரு பிணத்தைத் தூக்கிப்போவது போன்று வரும் காட்சி, அம்மாவைத் தூக்கிப்போவது போன்று மனசு அறுக்கும். ‘அம்மா’ என்று கத்தத் தோன்றும். அம்மாவை இப்படித்தான், யாரோ நாலு பேர் தூக்கிட்டுப் போய் புதைச்சி இருப்பாங்களா?” என்று கேட்டாள் தங்கச்சி. கதறிவிட்டான்.

சின்ன வயசு எம்.ஜி.ஆரும், அவரின் தங்கையும் அனாதையாக நிற்பதைப் பார்க்கும் போது, கண்ணப்பனும், தங்கையும் அனாதையாக நிற்கும் காட்சியாக அவனைக் கலங்க வைக்கும். ‘யாராவது ஒரு வைர வியாபாரி எங்களைத் தத்து எடுத்து செல்வாக்குடன் வளர்க்க மாட்டானோ’ என்று ஆசையும் ஏக்கமும் வரும். அந்த ஏக்கமே சொர்கம். அதனாலேயே எம்.ஜி.ஆர் படம் ஈர்ப்பானது.

சரோஜா நன்றாகத்தான் பார்த்துக்கொண்டாள், பசி இல்லாமல் வளர்த்தாள். ஆனால் கொஞ்சம் கெட்டவள் என்பது கண்ணப்பனுக்கு உறுத்தலாக இருந்தது.

யாருக்கும் தெரியாமல் தளுக்குரவியை வீட்டிற்கு வரச் சொல்வாள். சரோஜாவின் கணவர் காவு வியாபாரி. மாட்டுத் தீவனத்திற்காக புண்ணாக்கும், காவும் வியாபாரம் செய்து கொண்டு இருந்தார். கடலைப் பொட்டு, நெல்லுத்தாளு, கேழ்வரகு காவு, மூட்டை மூட்டையாக வியாபாரம் ஆகும். அடிக்கடி லோடு ஏற்றி வருவதற்கு வெளியூர் போய்விடுவார். மாமா வெளியூர் போனதும், கண்ணப்பனை தளுக்குரவியை அழைத்து வரச் சொல்லி அனுப்புவாள். அவனுக்குத் தளுக்கு ரவியைப் பார்க்கவே பிடிக்காது. உயரமாகவும் சிவப்பாகவும் இருப்பான். எப்போதுமே வெள்ளை வேட்டி, வெள்ளைச் சட்டை, வெள்ளைச் செருப்பு, அணிந்திருப்பான். பனியன் ஜட்டி கூட வெள்ளைதான் என்று சரோஜா மல்லிகா அக்காவிடம் சொல்வதைக் கேட்டிருக்கிறான்... "வெள்ளையும் சொள்ளையுமா இருக்க மாட்டாங்களா பின்ன... செலவுக்கு துட்டும் தர்ற... சொகமும் தர்ற... கசக்குமோ.... " என்பாள் மல்லிகா அக்கா.

தளுக்கு ரவியை கண்ணப்பனுக்குப் பிடிக்கவே பிடிக்காது. என்னவோ பெரிய எட்டாம் வகுப்பு ஹெட்மாஸ்டர் மாதிரியே நடந்துகொள்வான். நான்காம் வகுப்பு தாண்டவில்லையாம். எப்போதும் மேக்கப்பில் இருப்பான், பவுடர், சுனோ, சென்ட் என்று வாசனை தூக்கி அடிக்கும்.

கண்ணப்பனுக்கு அந்த நாற்றத்தையும் பிடிக்காது... அவனையும் பிடிக்காது.

"ஏண்டி! செனஎருதாட்டாம் அதுக்குன்னே பெத்தாளா அவங்க ஆத்தா..." என்று கேட்பாள் மல்லிகா அக்கா.

'அக்கா வரச் சொன்னாங்க' என்று சொல்லிவிட்டு வருவதற்கு இரண்டு பைசா தருவாள். கண்ணப்பனுக்கும் தங்கச்சிக்கும் ஆளுக்கொரு தேங்காய் மிட்டாய் வாங்கிக் கொள்வான்.

கண்ணப்பனையும், தங்கச்சியையும் வீட்டிற்கு வெளியே உட்கார வைத்துவிட்டு தளுக்கு ரவியும், சரோஜாவும் கதவை மூடிக்கொள்வார்கள்.

ரொம்ப நேரம் வெளியே வரமாட்டார்கள். ரொம்ப நேரமென்றால் ரொம்ப ரொம்ப, ரொம்ப நேரம்.

தங்கச்சி தூங்கிவிடுவாள். கண்ணப்பனுக்குத் தூக்கம் வராது.

இரண்டு முறையோ, மூன்று முறையோ மல்லிகா அக்கா வந்து எட்டிப் பார்த்துவிட்டு 'இன்னும் அந்த ஆளு போலியாடா' என்று கேட்டுவிட்டுப் போவாள். ஒவ்வொரு முறை கேட்டுவிட்டுப் போகும்போதும் முகம் அரிசி முறுக்கு மாதிரி சுற்றிக் கொண்டிருக்கும்.

சரோஜாதான் முதலில் வெளியே வருவாள், "யார்னா வந்தாங்களாடா" என்று கேட்பாள். "மல்லிகா அக்காதான் மூனு வாட்டி வந்துச்சு" என்று சொல்வான்.

"பொச்சரிப்புக் காரி, வேணுமுன்னே வருவா." வெள்ளைக் கைத்துண்டில் முகம் துடைத்தபடி தளுக்குரவி போவான். சரோஜா சாப்பிட பலகாரம் தருவாள். தூங்கிக்கொண்டிருக்கும் தங்கச்சியை எப்படியாவது எழுப்பி சாப்பிட வைப்பாள். தாயைப் போல் காட்டுகிற அந்தப் பாசம்தான், சரோஜா என்ன வேலை சொன்னாலும் செய்ய வைத்தது. "மாமா வந்து வூட்டுக்கு யார் வந்தாங்கன்னு கேட்டா யாரும் வரலன்னு சொல்லணும்," என்று சொல்லி வைப்பாள். மாமா ஒரு நாளும் கேட்டதே இல்லை.

சரோஜாவின் கணவருக்கு சரோஜா மீது பாசம் அதிகம், அவரால் வெள்ளையாய் உடுத்த முடியாது. தினமும் சவரம் பண்ண முடியாது. சென்ட் அடிக்க முடியாது. அவர் தளுக்கு ரவி மாதிரி வேலை எதுவும் இல்லாமல் சும்மா இருந்தால்தானே... ஒரு நிமிசம் சும்மா இருக்க மாட்டார். வைக்கோல் சுத்துவார். புண்ணாக்குத் தூள் பண்ணுவார். புளியங்கொட்டை வறுத்து உடைப்பார், ஏதாவது உழைத்துக் கொண்டே இருப்பார். எல்லோரிடமும் சிரித்து சிரித்து பேசுவார். கண்ணப்பனை "ங்கொக்காளா ஓலி... ங்கொக்காளா ஓலி..." என்றுதான் அழைப்பார். அது கெட்ட வார்த்தையாக அவனுக்குப் புரிந்ததே இல்லை. செல்லமாக கொஞ்சுவதாகத்தான் இருந்தது.

சரோஜாவிடமும், கொஞ்சி கொஞ்சிப் பேசுவார். பூ வாங்கித் தருவார். சாப்பிட பலகாரம் வாங்கி வருவார். அவருக்கு இந்த சரோஜா துரோகம் பண்ணுவதை நினைத்தால் கண்ணப்பனுக்குக் கஷ்டமாக இருக்கும்.

அலர்

சரோஜா, மாமா இருவருமே எம்.ஜி.ஆர் படமென்றால் விடமாட்டார்கள். கண்ணப்பனுக்கு அவர்களோடு பேக்பெஞ்சில் உட்கார்ந்து படம் பார்க்கப் பிடிக்காது. தரைக்குப் போய் மணல் குவித்து உட்கார்ந்துகொள்வான்.

எம்.ஜி.ஆர் கெட்டவர்களை அடிக்கும்போது கைகள் தட்ட வேண்டும். கத்த வேண்டும். தரையில்தான் ஆட்டம் போட முடியும்.

தளுக்கு ரவியும் ஆட்டக்கொட்டாய்க்கு வந்து, சேர் டிக்கெட்டில் உட்கார்ந்து பீடி குடித்துக்கொண்டிருப்பான். எம்.ஜி.ஆர் மாதிரி அவனை ஒரு நாளைக்கு அடிக்க வேண்டும் போலிருக்கும் கண்ணப்பனுக்கு. மாமா பீடி குடிக்க மாட்டார், சாராயம் குடிக்க மாட்டார். நல்லவர்.

தாமோதிரன் திரையரங்கம் ஓலைக் கொட்டாய், கொட்டாயைச் சுற்றிலும் ஓலைத் தடுப்பு நிற்க வைத்திருப்பார்கள். ஒண்ணுக்கு பேயும் இடத்தில் சிறிய சந்து இருக்கும். அந்தச் சந்திற்குள் நுழைந்து கொட்டாய்க்குள் போய் விடுவான். இரண்டு முறை மாட்டி அடி வாங்கி அழுதிருக்கிறான். இடைவேளையில் எல்லோரும் முறுக்கு வாங்கித் தின்னும் போதுதான் கவலையாக இருக்கும். யாராவது கொஞ்சம் உடைத்துத் தருவார்களா என்றிருக்கும். மாமா அழைத்துப் போகும்போது முறுக்கு வாங்கித் தருவார்.

படம் பார்த்துவிட்டு பள்ளிக்கூடம் போய் பசங்க கிட்ட கதை சொல்வான். சினிமாவில் வரும் வசனத்தை மனப்பாடமாகச் சொல்வான். 'நாலு பேருக்கு நன்றி' பாடும்போது அவன் எம்.ஜி.ஆராகவே மாறிவிடுவான். நிஜமாகவே அழுவான். நடித்துக்காட்டுவதாக நினைப்பார்கள்.

மதியானத்தில் பள்ளிக்கூடத்திலேயே கோதுமை உப்புமா சாப்பிடுவார்கள்.

ஒரு நாள் அலுமினியத் தட்டோடு, உப்புமா வாங்க வரிசையில் நிற்கும் போதுதான், அவனைத் தேடிக்கொண்டு பள்ளிக்கூடத்துக்கு அம்மா வந்தாள். அவனைத் தேடிக்கொண்டு அவன் பக்கத்தில்தான் போனாள். யாரோ பிச்சைக்காரி என்று நினைத்துக்கொண்டான். அடையாளம் தெரியவே இல்லை. எலும்பும் தோலுமாக இருந்தாள்... மொட்டை அடித்த தலையோட இருந்தாள்.

பசங்க சாப்பிடும்போது சில பிச்சைக்காரங்களும் வந்து சாப்பாடு கேட்பார்கள், அப்படித்தான் அம்மாவும் பிச்சை கேட்டு நிற்கிறாள் என்று நினைத்துக்கொண்டான். டீச்சர் சாப்பாடு போடாவிட்டால் அவன் சாப்பாட்டில் பாதி தந்துவிடலாம் என்று யோசித்தான்.

அம்மா அவனைக் கண்டுபிடித்துவிட்டாள். "கண்ணப்பா" என்றாள். அம்மாவின் குரல் கேட்டும் கண்டுபிடிக்க முடியவில்லை. மாறி இருந்தது. தேய்ந்திருந்தது "கண்ணப்பா! அம்மாடா." என்று அவனைக் கட்டிப் பிடித்து அழுதாள். அவனால் தாங்க முடியவில்லை. அவன் அம்மா, அவன் தெய்வம், அவன் பாசம், அவன் உயிர்! அம்மா சாகாமல் உயிரோடு இருந்தாள். செத்தவள் பிழைத்து வந்து விட்டாள். அவனைக் கட்டிப் பிடித்து அழுதாள். அவனும் அழுதான். அம்மாவைக் கட்டிப் பிடித்துக்கொண்டு அழுதான். சாப்பிட்டுக்கொண்டிருந்த தங்கச்சி அவர்களைப் பார்த்துவிட்டு ஓடி வந்தாள். "யாருண்ணா இது?" என்று கேட்டாள். அம்மா என்று அவளால் நம்ப முடியவில்லை. பயந்தாள். அம்மா கட்டிக்கொண்டாள். அழுதாள்.

அன்று மதியத்திலேயே டீச்சரிடம் சொல்லிவிட்டு அம்மா அழைத்து வந்து விட்டாள்.

சரோஜாவும் அம்மாவைக் கட்டிக்கொண்டு அழுதாள்.

"செத்துட்டன்னு நினைச்சுட்டன்க்கா..."

"செத்துடுவன்னுதான் நெனச்சன் சரோஜா, முக்காவாசி செத்துட்டு எம் புள்ளிங்களுக்காக கால்வாசி வந்திருக்கேன். நீ மட்டும் இல்லன்னா எம் புள்ளிங்க கதி என்னாயிருக்கும். நெனச்சே பாக்க முடியல... அந்தப் படுபாவி, குடிகார மனுசன் எங்க போயி எழவெடுத்தான்னு தெர்லயே..."

அப்பாவை நினைத்து அம்மா, தினம், தினம் புலம்புவாள்.

அப்பாவைப் பற்றிய எந்தத் தகவலும் இல்லை.

அம்மாவினால் கூலி வேலைக்குப் போக முடியவில்லை. வலிமை இல்லை. உயிரை சுமப்பதே கஷ்டம், வேலையை எப்படி சுமக்க முடியும்?

நடராஜிதான் அரிசி, கோதுமை கொண்டு வந்து கொடுப்பார். கண்ணப்பன் அடுப்பு எரிவதற்கு சோளமோட்டு பிடுங்கி வருவான்.

அலர்

அம்மா சோறாக்கி விடுவாள். சரோஜா, குழம்பு ரசம் தருவாள். அதிலிருந்துதான் கண்ணப்பன் நடராஜியோடு சேர்ந்தான்.

அம்மாவை மாதம் ஒரு முறை மருத்துவமனைக்கு வரச் சொன்னார்களாம். போகவில்லை. ஆஸ்பத்திரியில் திரும்ப அனுப்பாமல் நிறுத்திக்கொண்டால், பிள்ளைகள் என்னாவது என்று போகவில்லை. மருத்துவமனை போகாமலேயே தேறி விட்டாள். அரிசி மில்லில் நெல் வேய்க்கும் வேலைக்குப் போனாள். ஒரு நாளைக்கு ஒரு படி அரிசியும், ஒரு ரூபாயும் கூலி.

மில் சந்திலேயே ஐந்து ரூபாய் வாடகையில், தண்ணீர் தேங்காத கூரை வீட்டை வாடகைக்கு எடுத்தாள். அப்பவும் கண்ணப்பனுக்கு வீட்டில் தூக்கம் வராது. ரோட்டோரம் கடை திண்ணையில் படுத்தால்தான் தூக்கம் வரும்.

அப்பாவைப் பற்றிய நினைவு வரும்போதெல்லாம் அம்மா திட்டுவாள். அழுது கொண்டே திட்டுவாள். துக்கமும், கோபமும் நெருப்பில் தண்ணீர் கொதிப்பதைப் போல் சேர்ந்து கொதிக்கும்.

கனி கேட்டபோது, திரும்ப வர மாட்டார். கண் காணாத தேசத்திற்குப் போய் விட்டதாகவும், இறந்துபோய்விட்டார் என்றும் மாறி மாறிச் சொன்னது.

அப்பாவை மறந்தே போய்விட்டார்கள்.

மறந்துபோன பிறகுதான் அவர் வந்தார்.

எங்கே போயிருந்தார் என்பதைச் சொல்லவே இல்லை. அம்மா கேட்டுக் கேட்டு சோர்ந்து போனார். அவரிடம் நிறைய மாற்றங்கள் தெரிந்தன... பகலெல்லாம் குடிப்பதை நிறுத்தி இருந்தார். எழுத்துக் கூட்டி படிப்பதற்கு கற்றுக்கொண்டிருந்தார். தச்சு வேலையும் பழகி இருந்தார். எந்த வேலை கிடைத்தாலும் போனார். இரவில் மட்டும் குடித்துவிட்டுத் தூங்குவார். அவர் சாராயக் கடைக்குப் போக மாட்டார். இருட்டும் வேளையில் கண்ணப்பன்தான் சொம்பு கொண்டு போய் ரெண்டு கிளாஸ் வாங்கி வருவான். டீ கிளாஸில் அளந்து ஊத்துவார்கள். எட்டணா ஒரு கிளாஸ். பொம்பளைங்கதான் சாராயம் விற்றார்கள். இந்தப் பக்கம் சின்ன பாப்பா, ஏரிப்பக்கம் வள்ளியம்மாள், ஆட்டக்கொட்டாய்ப் பக்கம் எல்லியம்மாள், ஒருத்தி இல்லாமல் கெட்டிக்காரிகளே... பத்து ஆண்கள் இருந்தாலும் சவால் விடுவார்கள். வள்ளியம்மாள்

222

குள்ளமாக இருப்பாள். அவளோட கணவன் கணேசனும் குள்ளம். அவர் சுண்டல் விற்பார். முத்துக்கொட்டை இலையில் வைத்துத் தருவார். பத்து பைசா, கண்ணப்பன் சாராயம் வாங்கப் போகும்போது கொஞ்சமாக சுண்டல், இனாமாகத் தருவார். அவரைக்கொட்டை சுண்டல், துவரைக்கொட்டை சுண்டல், கொள்ளு சுண்டல், பட்டாணி சுண்டல் என்று ஒவ்வொரு நாளைக்கு ஒவ்வொரு அயிட்டம் இருக்கும். வறுத்த கருவாடும் உண்டு, வஞ்சிரம், வஞ்சிரக் கருவாட்டின் வாசனையே தனி. அதை எப்படியாவது வாங்கித் தின்ன வேண்டுமென்று நாக்கில் எச்சில் ஊறும். கடைசி வரைக்கும் முடியவில்லை. குள்ள கணேசன் சுண்டல்தான் தருவார். கருவாடு தருவாரா?

கண்ணப்பனோடு சாராயம் வாங்குவதற்கு அமுதாவும், நீலவேணியும் வருவார்கள். அவர்களும் ஆளுக்கொரு சொம்பு எடுத்து வருவார்கள். இரண்டு பேருமே கண்ணப்பனை விட வயதில் பெரியவர்கள். குறுக்குவழியில் போகலாம் என்று அழைத்துப் போவார்கள். இருட்டில் பயமாக இருக்கும். வழியில் ஜடையனும், சீதாபதியும் நின்றிருப்பார்கள். பேய் மாதிரி தெரிவார்கள். நிலாக் காலமென்றால் கொஞ்சம் வெளிச்சம் இருக்கும்.

ஜடையனும், சீதாபதியும், அமுதா சொம்பிலிருந்தும், நீலவேணி சொம்பிலிருந்தும் ஆளுக்குக் கொஞ்சம் குடிப்பார்கள். அப்புறம் அப்பா, அம்மா, விளையாட்டு என்று சொல்லிவிட்டு வேலிக்குப் பின்புறம் போவார்கள். அவர்களின் சொம்பையும் கண்ணப்பன் காவல் பார்த்துக்கொள்ளவேண்டும். என்ன விளையாட்டு என்று தெரியாது. ‘நானும் விளையாட்டுக்கு வர்றேன்’ என்று கேட்பான். ‘நீ சின்னப் பையன், இன்னும் பெரியவனாகணும்’ என்பான் சீதாபதி.

ஒரு நாள் ஜடையன் வரவில்லை. நீலவேணி, கண்ணப்பனை அழைத்துப் போனாள். கீழே படுத்துக்கொண்டு ‘சீக்கிரம் வாடா வாடா’ என்றாள். அவனுக்குப் புரியவில்லை. ‘மேலே பட்றா’ என்றாள். ‘என்னாத்துக்கு?’ என்றான். பாவாடையை ஏற்றிக்கொண்டாள். முகத்தைத் திருப்பிக் கொண்டான்.

‘சனியனே... ஒம்போதாடா நீ?’ என்றாள்.

‘ஆறாவதுதான் படிக்கிறன்’ என்றான்.

'சனியன் புடிச்சவன்' எழுந்துகொண்டாள். அவனைக் கட்டிப் பிடித்து டவுசருக்குள் கைவிட்டாள். தள்ளிவிட்டு வந்து விட்டான். அதன் பிறகு சாராயம் வாங்க அவர்களோடு போவதில்லை.

அமுதாவோடும், நீலவேணியுடனும் சேராதது நல்லதாகிவிட்டது.

அதன் பிறகு ஒரு நாள் அமுதாவின் தொடையில், அமுதாவின் அம்மா சூடு வைத்தாள். ஐடையனுக்கு விறகுக் கட்டையில், விறகு பொளந்த மாதிரி அடித்தார்கள்.

ஐடையன் வீட்டிற்கும், அமுதா வீட்டிற்கும் பெரிய சண்டை நடந்தது.

'பசங்க முன்னாடி பெருசுங்க கட்டுப்பாடா இருக்கணும்' என்று பேசிக்கொண்டார்கள்.

'திம்முட்டு எடத்தல எந்த மறவுக்குப் போறது?' என்று அமுதாவின் அம்மா புலம்பினாள்.

"பொண்ண பெத்தவ அமுக்கினு கெடக்கணும்" புத்தி சொன்னார்கள்.

'பொம்பள கெடக்கலாம்... ஆம்பள கெடக்கணுமே...' பதில் வரும்.

உட்கார வைத்த கொஞ்ச நாளிலேயே நீலவேணிக்கும் அமுதாவிற்கும் அடுத்தடுத்து திருமணம் செய்தார்கள்.

அடுத்த வருஷமே குழந்தை பெற்றார்கள்.

நீலவேணி அம்மா வீட்டில்தான் இருந்தாள். அவளின் கணவன் ராணுவத்தில் இருந்தான்.

கண்ணப்பனைப் பார்க்கும்போதெல்லாம் "வயசுக்கு வந்தியா இல்லியா?" எப்போ உக்காருவ?" என்பாள். முறைப்பான்.

"அமுதாவுக்கு தொடயில சூடு வச்ச மாதிரி ஒனக்கு வச்சிருக்கணும்."

"யாருக்கு தெகிரியம் கீது, வந்து வெக்கச் சொல்லு, யாரு யோக்கிமா? நாங்கிய சாக்கரதயா வௌாடுவோம்" என்றாள். "வயசுக்க வந்தினா சொல்லி வுடு" சீண்டுவாள்.

அதன் பிறகு அவளுக்கு எதிரே போவதில்லை, அவளைப் பார்த்தாள் ஒளிந்துகொள்வேன்.

அமுதாவைப் பார்த்தால், அப்படித் தவறாக பேசமாட்டாள். “நல்லா கீறியாடா? நீலவேணிதாண்டா என்னைக் கெடுத்தா… அப்போ இனிச்சது, இப்போ கஷ்டப்படறேன். பத்துப் பேருக்கு களி உருட்டணும், சாணி வாரணும், மாட்டுக்குக் கூழு காச்சி தீனி வக்கிணும், புள்ளய்ய கவனிச்சகணும்… கஷ்டமா கீதுடா…” என்றாள். “எங்கூட்டுக்காரனுக்கு தெரிஞ்சி போச்சுடா கேட்டுக் கேட்டு கொடுமப் பண்றான்…” என்று கூறி ஒருமுறை அழுதாள்.

சரோஜாவும் ஒரு நாள் மாட்டிக்கொள்வாளோ என்கிற பயம் வந்தது.

ஒரு நாள் இரண்டு பேரையும் தப்பாகவே பார்த்துவிட்டு ஓடி வந்து விட்டான். பள்ளி விட்டு வந்ததும் அம்மாதான் புளி வாங்கி வர அனுப்பினாள்.

கதவு பாதி திறந்திருந்தது. வழக்கமாக நுழைகிற மாதிரி நுழைந்து விட்டான்.

நீலவேணி படுத்திருந்த மாதிரி சரோஜா அக்கா படுத்திருந்தாள். சத்தம் கேட்ட தளுக்குரவி அவரசமாக எழுந்து நின்றான்.

கண்ணப்பன் ஓடி வந்து விட்டான்.

16

கமலாபாட்டியிடம் பாலகிருஷ்ணனை அழைத்துக்கொண்டு போனாள். பாட்டிக்கு அவளுக்குப் பிடித்த சுருட்டுக் கட்டுகளையும், பச்சை நிறத்தில் பட்டுப்புடவையும் அளித்தாள்.

“ஏண்டி பட்டுப் பொடவக் கட்ற பருவமாடி எனக்கு?”

“பட்டுப் புடவன்னா உனக்கு ரொம்ப பிடிக்குமே பாட்டி? எப்பவும் கல்யாணப் பொண்ணு மாதிரி பட்டுப் பொடவைலதான இருப்பே?”

“ஆமாடி! நான் ரொம்ப திமிர் புடிச்சவ, கட்னா பட்டுதான் கட்டுவேன்.. போடி, போடி எதனா கேட்ற போறன்.. சின்ன வயசுல கட்டத் துணி இல்லாம ரொம்ப கஷ்டப்பட்டோம். குடிக்க கஞ்சி இல்லாம கஷ்டப் பட்டோம்.. இந்த உடம்புதான் சோறு போட்டுச்சு… இந்த உடம்பாலதான் எங்க பஞ்சம் போச்சு.. இந்த ஒடம்பாலத்தான் உசுருப் பொழச்சோம், அப்பேற்பட்ட ஒடம்பதான நான் மரியாதயா பாத்துக்கணும்… அதனாலதான் பட்டுப்புடவையா வாங்கி இந்த உடம்புல சுத்தி வுடறது… திமிரெடுத்துனோ, தெனவெடுத்துனோ அவுசாரி பொழப்பு பொழைக்கலடி, எங்கள சாமி ஏமாத்துச்சி.. மழ மாரி இல்ல, அரசாங்கம் ஏமாத்துச்சி, அவங்களுக்கு வேண்டப்பட்டவங்களுக்கும், ஒசந்தவங்களுக்கும் மட்டும் நெலம், நீர தந்துச்சி, நாங்க எவ்ளோ கஷ்டப்பட்டு ஒழச்சாலும் வெள்ளாம மொத்தமும் ஆண்டைங்களுக்குப்

போச்சு... ஆண்டைங்க வெளஞ்சப் பண்டத்த வித்து நெய்ச் சோறு தின்னாங்க.. நாங்க பொய்ச் சோத்த தின்னோம், பசிச் சோத்தத் தின்னோம், பசிய ஒரு நோயா பாத்திருக்கியா? பசிய ஒரு வியாதியா பாத்திருக்கியா? வயசானவங்களும், குழந்தைங்களும் பசினாலயே செத்துப் போனாங்க.. பொணத்த மண்ணுல பொதச்சாதான் எலும்பு கூடாகும், ஜனங்க சாகாமயே எலும்புக் கூடா ஆயிட்டாங்க... வெறும் குடும்பத்தக் காப்பாத்தற பொறுப்பு இல்ல, உசுரக் காப்பாத்தற பொறுப்பயே பொட்டச்சிங்க எடுத்தோம்...” கமலாபாட்டி சுருட்டை எடுத்துப் பற்ற வைத்துக் கொண்டாள். சோகமான கதையைச் சொன்னாள். அதற்காகக் கண்ணீர் விடவில்லை. அழவில்லை.

சுருட்டை ஆழ்ந்து இழுத்தாள்.

பாலகிருஷ்ணனுக்கு அங்கிருந்து போய்விடவேண்டும் போலிருந்தது. எப்படி விடைபெறுவதென்று தெரியவில்லை. கமலாபாட்டியின் காலைத் தொட்டுக் கும்பிட்டான்.

“டே கால வாரி வுட்றாத...” என்று சொல்லி சிரித்தாள்.

“கண் கலங்காம பாத்துப்பேன் பாட்டி”

“வாய மூட்றா... இந்தப் பொட்டக் கழுததான் வாய் மொள வுட்டதுலருந்து பாட்டி பாட்டின்னு கூப்பட்றா... வேற யாரும் கூப்புட கூடாது. அக்கான்றா...”

“சரிக்கா” என்று உடனே சொல்லிச் சிரிக்க வைத்தான்.

“டேய் நீ என்ன இவள கண் கலங்காம பாத்துக்கறது... நாங்க படாத கஷ்டம் புதுசா எதனா இக்குதா? எல்லாம் இவங்கிட்ட சொன்னியாடி?”

“அவருக்கே தெரியும் பாட்டி!” பாலகிருஷ்ணனைப் பார்த்தாள்.

“நான் எப்பவுமே ஆம்பளைங்கள நம்பறதில்லடி...” அவளும் அவனைப் பார்த்து சொன்னாள். “நெறையப் பேசணும் போல இருக்குது பேச முடியல.. உன் முடிவுல தலயிடல... ஆனா இப்பவும் சொல்றன்.. ஒருத்தருக்கொருத்தர் உண்மயா இருங்க... படுக்கறது மட்டுமே வாழ்க்க இல்ல, புள்ளப் பெத்துக்கறது மட்டுமே வாழ்க்க இல்ல, ஒருத்தருக்கு ஒருத்தர் உண்மையா இருக்கணும்... புரிஞ்சதா? நான் சொல்றதுக்குள்ள நெறய தத்துவங்க இருக்குது..

அதுக்கான வயசும் இருக்குது... ஆனா தகுதி இல்ல... ஏன்னா நான் தேவிடியா...”

“அக்கா! நீ சொல்லுக்கா நான் கேக்கறன்..” பாலகிருஷ்ணன் அருகே நகர்ந்து உட்கார்ந்து சொன்னான்.

“இல்ல, எவ்ளோ சொன்னாலும் தீராது... ஒன்னும் மட்டும் சொல்றன்.. இவ மனசளவுல எப்பவும் உத்தமி!”

கமலாபாட்டிக்கு அதற்கு மேல் விளக்கமாக எதுவும் சொல்ல முடியவில்லை. பாட்டுப் பாட ஆரம்பித்தாள்.

“உடம்பு என்னா உடம்பு?
உண்மயில அது கரம்பு
பொதைச்சா மண்ணு தின்னும்...
பூதம் காத்தாலும்
புழு பூச்சி தின்னும்,
எறும்பு ஜாரயா தின்னும்,
ஏமாந்து வுட்டா எலியும் தின்னும்
காட்டுல மாண்டா
கழுகு தின்னும்
ஆத்துல மாண்டா
அயரத் தின்னும்
வாழ்ந்த காலம் பூரா
வயிறே தின்னும்
அரும சருமனாலும்
வறும சப்பித் தின்னும்
ஆனாக்கா, ஆனாக்கா
இந்த மனுசு இருக்கே..
இந்த மனுசு இருக்கே...”

கமலாபாட்டி சுருட்டை ஆழ்ந்து இழுத்தாள். பாலகிருஷ்ணனின் தலையில் ஊதினாள். புகை அவன் தலையில் பட்டு, சிதறியது.

இந்த மனுசு இருக்கே...
இந்த மனுசு இருக்கே
புடிச்சவன் மட்டுந்தான்
தின்ன முடியும்...”

கமலாபாட்டி இட்டுக் கட்டிப் பாடுவதிலும், திரைப்படப் பாடலைப் பாடுவதிலும் தேர்ந்தவள். அந்தக் குரல் அந்த வார்த்தைகளுக்கு வலிமை சேர்த்தது. மகேஸ்வரியைக் கட்டிப் போட்டு உட்கார வைத்தது.

அவர்களுக்காக "மல்லிகை என் மன்னன் மயங்கும் பொன்னான மலரல்லவோ..." பாடினாள்.

"உடம்புக்குதான் வயசாச்சி பாட்டி, உன் குரல் எப்பவும் வயசு பொண்ணாவே இருக்குது இன்னொரு பாட்டுப் பாடு" என்றாள்.

"வசந்தகால கோலங்கள்.. வானில் விழுந்த கோடுகள்.. கலைந்திடும் கனவுகள்... கண்ணீர் சிந்தும் நினைவுகள்.. கண்ணீர் சிந்தும் நினைவுகள்..." கண்கள் கலங்கப் பாடினாள்.

மகேஸ்வரி உருகி உட்கார்ந்தாள்.

பாலகிருஷ்ணன் "போலாமா?" என்றான்.

"என்ன அவசரம்? எங்க குடும்பப் பாட்டு ஒண்ணு இருக்குது... அதக் கேக்கணும்... பாட்டி பாடேன்."

"வேணாண்டி. அது இப்போ எதுக்கு?"

"பாடு பாட்டி" கன்னத்தைக் கிள்ளிக் கேட்டாள். "நானு மல்லிகா லதா எல்லோரும் ஒரு நாள் வந்துட்டோம்.. பாட்டி களியும், சேவல் கொழம்பும் வெச்சுச்சு... காரமும், ருசியும் இன்னும் நாக்குல இருக்குது, நல்லா தின்னுட்டு பாட்டும் டேன்சுந்தான்.. லதா அவ்ளோ பெரிய ஒடம்ப வெச்சினு டேன்ஸ் போட்டா.. தலையில தண்ணி சொம்ப வெச்சினு கீழ சிந்தாம ஆடுவா... ஆனா, அவளுக்கு அழற பாட்டுதான் புடிக்கும்... தலையில தண்ணி சொம்ப வெச்சாள்னா தண்ணி சிந்தாது, கண்ணுல கொட்டிடுவா... அழுதாதாண்டி நல்லா இருக்குதுன்னு சொல்வா..."

"லதாவ கூட்டினு வாடி.. சூது, வாது தெரியாத பொண்ணு.."

"கூட்டினு வர்றன் பாட்டி! பார்ட்டி வெச்சிடலாம். பாடு பாட்டி.."

"இவ வுட மாட்டா.." இன்னொரு சுருட்டை பற்ற வைத்து இழுத்தாள்.

"பாடறதுன்னா உனக்கு ரொம்ப பிடிக்குமே..."

"தஞ்சாவூரு, மதுரன்னு தென்னாட்ல தேவிடியாளுங்களுக்கு மதுப்பும், மரியாதயும் ராஜாங்க காலத்துல இருந்தே இருந்துச்சி.. தேவரடியார்னு அவங்களுக்குப் பேரு...கோயில்ல தங்கி, கடவுளுக்குச் சேவ செய்வாங்க... எல்லாக் கலைகளையும் கத்துட்டு கடவுள் சன்னதில ஆடல் பாடல்னு நடத்தனாங்க... கலையை அவங்கதான் வளத்தாங்க., ரொம்ப மரியாத இருந்துச்சினு சொல்வாங்க... தேவரடியாருங்க பேருல நெறய நெலங்க இருந்துச்சாம்.. அவங்கதான் தானம், தர்மம் பண்ணுவாங்களாம்..." பெருமூச்சு விட்டுவிட்டு, சுருட்டை இழுத்தாள். "நாங்க தேவிடியாளாயிட்டோம்..."

மகேஸ்வரி பாட்டியின் மடியில் தலைவைத்துப் படுத்துக் கொண்டாள்.

"கற்பா? மானமா? கண்ணகியாம்? சீதையாம்?
கடைத் தெருவில் விற்குதடா அய்யோ பாவம்!
காசிருந்தால் வாங்கலாம் அய்யோ பாவம்!
கம்பனுக்குச் சொல்லுங்கள் இதைக் கவிதை எழுதுவான்_
அந்த
வள்ளுவனைக் கூப்பிடுங்கள் வாழ்த்து பாடுவான்
அவள் பெயரோ அருந்ததி ஐம்பது ரூபா
இவள் பெயரோ அகலிகை இருபது ரூபா
பத்தினிகள் பேரை வைத்து பரத்தைகளை வளர்த்து விடும்
பாவிகள் பூமி கற்பைப் பாருங்கள் சாமி
மனமறிந்து தவறு செய்வோர் மாளிகையில் இல்லையோ
_ புது
மலர்களுக்கு ஆள் அனுப்பும் மன்னர்கள் இல்லையோ
வண்டு வந்து தேன் குடித்தால் மலருக்குதான் தண்டனை
வழுக்கி விழும் பெண்களுக்கு சட்டத்திலும் வஞ்சனை
குணமிருந்தும் தவறு செய்வாள் குழந்தைக்காக ஒருத்தி_
இந்த
கொடுமைச் செய்ய உடன் படுவாள் குடும்பம் காக்க ஒருத்தி
படித்திருந்தும் வேலையின்றி பள்ளிக் கொண்டாள் ஒருத்தி_
திரைப்பட
தொழில் ஆசை கொண்டு பலியானாள் ஒருத்தி
தாய்மொழியாம் தாய்நாடாம் தாய்மை எனும் பண்பாடாம்

_ இங்கு
சத்தியமாம் தத்துவமாம் தர்மம் எனும் ஒன்றாம்
கண்ணீரில் மிதக்குதடா கற்பு எனும் ஓடம் _இது
கம்பனுக்கும் வள்ளுவனுக்கும் ஏன் கடவுளுக்கும் பாடம்
கற்பாம்.. மானமாம்.. கண்ணகியாம்... சீதையாம்...
கடைத்தெருவில் விற்குதடா அய்யோ பாவம்
காசிருந்தால் வாங்கலாம் அய்யோ பாவம்
அய்யோ பாவம் அய்யோ பாவம்

நெஞ்சம் உருகப் பாடினாள். கொஞ்சம் நேரம் எதுவும் பேசவில்லை. அமைதியாக பாட்டியின் மடியில் படுத்திருந்தாள்.

"அடுத்த முற வரும்போது குழந்தையோட வரணும்" என்று மௌனத்தைக் கலைத்தாள் கமலாபாட்டி.

மகேஸ்வரிக்கு கமலாபாட்டியை விட்டு வருவதற்கு மனசு வரவில்லை. பாலகிருஷ்ணன் "போலாம் மகேஷ்" என்று நச்சரித்தான்.

"பாட்டி! எனக்குப் போகவே மனசில்ல, இந்த உலகத்துல எதுவுமே வேணாம், நீ பாடு, நான் கேட்டுனு இருக்கேன்..." மடியில் படுத்தவாறே கவிழ்ந்து படுத்தாள்.

"டைமாகுது... நாம போயிதான் லேபர்ஸ் எல்லாம் அனுப்பணும்" என்று எழுந்தான் பாலகிருஷ்ணன்.

"ஒரு நிமிசம் இருங்க.. இன்னும் ஒரே பாட்டு... பாட்டி! ஒரே பாட்டு!"

"அன்பு மலர்களே... நம்பி இருங்களே...
நாளை நமதே... இந்த நாளும் நமதே...
தர்மம் உலகிலே இருக்கும் வரையிலே
நாளை நமதே.. இந்த நாளும் நமதே...
தாய்வழி வந்த தங்கங்கள் எல்லாம்
ஓர் வழி நின்று நேர் வழி சென்றால்
நாளை நமதே..
காலங்கள் என்னும் சோலைகள் மலர்ந்து
காய்கனியாகும் நமக்கென வளர்ந்து
நாளை நமதே... இந்த நாளும் நமதே..

பாட்டி பாட்டை நிறுத்திவிட்டு மகேஸ்வரியை எழுப்பி உட்கார வைத்தாள்.

"போங்கடி போய் நல்லா பொழைங்க... பாட்டுப் பாடினே இருந்தா துக்கம் வரும்.. பழைய ஞாபகம் வரும்... நல்லா இருங்க.. டேய் நூறு பத்தினிக்கு சமண்டா என் பேத்தி.. அவளுக்குத் துரோகம் பண்ணாம வாழ்ந்துக்க அவ உனக்குத் துரோகம் பண்ண மாட்டா... நல்ல குடும்பத்துல இருந்து நீ கட்டினு வர்ற பொண்ண பத்தினின்னு எத வெச்சி நம்புவே./. உண்மையைச் சொல்லிடுவாளா? என் பேத்தி சொல்வா... எந்தப் பொண்ணுடா வாயைத் தொறந்து சொல்வா... நல்லா பொழைங்க..." என்றாள்.

மகேஸ்வரி புறப்படும் முன் பாட்டியின் கையில் பணம் கொடுத்தாள்.

17

ஜோதிடரின் வீடு பாரத கோயிலுக்குப் பக்கத்திலேயே இருந்தது. ஏலகிரி மலையின் அடிவாரத்தில் வாழைத் தோப்பும், நெற்பயிர்களும், ஏலகிரி மலையிலிருந்து சூரியன் பந்து மாதிரி உருண்டு வந்தால் பாரத கோயிலை முட்டிக்கொண்டு நிற்கும். கோயிலைச் சுற்றி பலவகையான மரங்கள் நின்றிருந்தன. ஏழு வருடங்களுக்கு ஒருமுறை மலையடிவாரத்திலிருக்கும் ஏழு கிராமங்கள் ஒன்று சேர்ந்து மகாபாரதத் திருவிழா நடத்துவார்கள். நாற்பது நாட்கள் மகாபாரதம் சொற்பொழிவு நடக்கும். அதனாலேயே அந்தக் கோயிலை பாரத கோயில் என்பார்கள். சிலர் துரோபதி அம்மன் கோயில் என்பார்கள். சிலர் தருமர் கோயில் என்பார்கள். பாரதக் கோயிலைச் சுற்றி இருந்த பகுதிக்கு பாரதக் கோயில் வட்டம் என்று பெயர். மலையடிவாரத்திலிருக்கும் ஒவ்வொரு கிராமங்களையும் வட்டம் என்றே அழைப்பார்கள். ஊசிநாட்டான் வட்டம், சொரங்கன் வட்டம், குண்டி மாரியம்மன் வட்டம், கூடைவெட்டியான் வட்டம், புறாக்காரன் வட்டம் என்று இருக்கும்.

பாரதக் கோயில் வட்டத்தில்தான் சோதிடர் வெங்கடேச கவுண்டர் இருந்தார். அவருக்கு நல்ல பேரும் இருந்தது. பஞ்சாங்கம் பார்த்து நல்ல நாள் நல்ல நேரம் குறித்துத் தருவார். மகேஸ்வரி ஐந்தாம் வகுப்புப் படிக்கும்போது பாட்டி அவரிடம் ஜாதகம் கேட்க

அழைத்துப் போனாள். கோயிலுக்குப் போகிற மாதிரி இருவரும் தலைக்குக் குளித்துவிட்டு, வயிற்றுப் பசிக்குச் சாப்பிடாமல் போனார்கள்.

சோதிடம் பார்ப்பதற்குக் கூட்டம் இருந்தது.

அவர்கள் முறை வந்தபோது வெற்றிலை பாக்கு, கற்பூரம், ஊதுபத்தி, ஒண்ணேகால் ரூபாய் தட்சணை வைத்து சோதிடர் வெங்கடேசகவுண்டருக்கு எதிரே பயத்தோடும் பக்தியோடும் உட்கார்ந்தார்கள்.

காலத்தை அணு அணுவாய் அனுபவிப்பவர்களுக்கு மட்டும்தான் தெரியும் கடவுளை விட விதி வலுவானது என்று

"இந்தப் பொண்ணு ராசிக்கு கலெக்டர் ஆவா" என்று சொன்னார் சோதிடர்.

"என்ன சாமி சொல்றீங்க... இவள அஞ்சோட நிக்க வெக்கிலாம்னு இருக்கன்..."

"அதுக்கு நான் ஒண்ணும் பண்ண முடியாது, படிக்க வெச்சா இந்தப் பொண்ணு கலெக்டர் ஆவா. படிக்க வெக்கிலன்னா யாரும் ஒண்ணும் பண்ண முடியாது ஜாதகம் தப்புன்னு போவ வேண்டியதுதான்... நாட்ட நிர்வாகம் பண்ற ராசிய வெச்சினு வூட்டயாச்சும் நிர்வாகம் பண்ணட்டும்..."

"சாமி! இவளுக்கு நல்ல புருசன் ஆப்டுவானான்னு சொல்லுங்களேன்..."

"படிக்கிற காலத்துல படிப்பு மேல மட்டுந்தான் ஞாபகம் வரணும், நல்லா படிக்க வெச்சுடு... போ."

"இல்ல சாமி! நா எதுக்குக் கேக்கறனா?"

"எனக்குப் புரியுது.. எவ்ளோ முடியுமோ அவ்ளோ படிக்க வெச்சிடு! அவ கால்ல அவ நிப்பா... கல்யாணம் பண்றப்போ வா! அப்போ சொல்றன்.. போ!" என்றார்.

பாட்டிக்கு மகேஸ்வரி கலெக்டர் ஆவாள் என்பதில் நம்பிக்கை இல்லை, ஆனால் ஆசையாகத்தான் இருந்தது. ஆசையை விட, நம்பிக்கையை விட வாழ்க்கைக் கொடுக்கும் படிப்பினை இருக்கிறதே அது முக்கியமானது. 'இவ ஒருத்தியானா நல்ல புருசன்

கிடச்சி, நல்ல வாழ்க்க வாழ்ந்துடணும்...' என்கிற படிப்பினை அது.

இருபது ஆண்டுகளுக்குப் பிறகு இப்போது அவரிடம் வந்தாள்.

பாரத கோயில் வட்டத்தில் நிறைய மாடி வீடுகள் உருவாகி விட்டிருந்தது. சோதிடர் வீடு மட்டும் அதே வீடு! அப்போது அது மட்டும்தான் வீடாக இருந்தது. இப்போது சோதிடர் வீடு மட்டும்தான் வீடாக தெரியவில்லை. சிதிலமடைந்து ஓடுகள் பெயர்ந்து, பராமரிப்பு செய்யாமல் பாழடைந்துபோவதற்கு முந்தைய நிலையில் இருந்தது.

வீடைப் போலவே சோதிடரும் வயதாகி திண்ணையில் முடங்கி இருந்தார். கழுத்தில் ருத்ராட்சம், திருநீறு அணிந்திருந்தார்.

"எங்கிட்ட எதுக்கு வந்த, கம்ப்யூட்டர் வெச்சினு நூறுபேர் பாக்கறானுங்க... அங்க போயி பாரு..."

"கம்ப்யூட்டர் நீங்க ஆயிடமுடியாது.."

"நம்பினா நடராசன்! நம்பாகாட்டி எமராசன்!

"நான் பொன்னம்மா பேத்தி!"

"விதி கூப்புட்டுகிச்சு"

"எங்கம்மாவயும் கூப்ட்டுகிச்சு.."

"காளிம்மாதானே.. போய் நல்லா இருக்கட்டும்... ஆனா உங்க ஜனங்க யாருமே இங்க இல்லியாமே..?"

"இங்க பொழப்பு இல்லன்னு எல்லாத்தயும் வித்து அழிச்சிட்டு பலாசனையா போயிட்டாங்க.."

"இங்க இக்கறவனுங்க பொழப்பு இல்லன்னு வெளில போவானுங்க.. வெளில இக்கறவனுங்க அங்க பொழப்பு இல்லன்னு இங்க வருவானுங்க... கவுரதிங்கறது அவங்கவுங்க சொந்த ஊருலதான் கோவணம் கட்டினு மானத்தோட தாங்கும்.. அசலூரு போனா அம்மணகட்டயா திரியும்... நீ எதுக்கு வந்த..."

"எனக்குக் கல்யாணம்! என்னிக்கு வச்சுக்கலாம்னு பாக்க வந்தன்."

"நீ மாத்தரமா?"

“எனக்கு நான் மட்டுந்தான் இருக்கேன்.”

“மூணு முடிச்சு போடறவன்...”

“அவர் வரல, நான் பாத்தாவே போதுன்னிட்டார்...”

“இஷ்டப்பட்டு பண்ணிக்கிறீங்?”

“ஆமா...”

“ஜாதகம், பேர் ராசி, பொருத்தம் எதுவும் பாக்கல..?”

“இல்ல சாமி.”

“இஷ்டப்பட்டுட்டா வேற எதுவும் பாக்கக்கூடாது...”

“தேதி மட்டும் நல்ல தேதியா இருந்துச்சினா...”

அவர் பஞ்சாங்கம் பார்க்கவில்லை. காலண்டர் பார்க்கவில்லை கை விரல்களாலேயே கணக்குப் போட்டுப் பார்த்தார். “இன்னிக்கி எட்டாம் நாளைக்கு அமாவாசை, அமாவாசை தாண்டனா, வளப்பொற! ஞாயித்துகெழம மூனாம்பொறொ! பஞ்சமி! திங்க சஷ்டி, செவ்வா அசுபம், பொதன் அஷ்டமி...” அதன் பிறகு முணுமுணுத்துக்கொண்டே கண்களை மூடி கணக்குப் போட்டார். “வர்ற ஞாயித்துக்கெழம பரவால்ல, வுட்டா அடுத்த ஞாயித்துக்கெழம, அத வுட்டா அடுத்த பொதங்கெழம நல்லா இருக்குது.. ஞாபகத்துல வெச்சிகினியா? இதுல தேதியச் சொன்னா மத்தத அச்சாபீஸ் காரன் போட்டுக்குவான்”

“பத்திரிக்க அடிக்கல சாமி!”

“பரவால்ல.. இப்பதான பத்திரிக.. அப்போ வெத்தல பாக்குதான வெப்போம்!”

அவர் கையில் நூறு ரூபாய் தந்தாள். அவர் வாங்கவில்லை. “குடிக்க கஞ்சி இல்லனாலும், வெறும் காச தொட மாட்டன்... வெத்தல பாக்குல வெச்சி தந்தா தட்சன..!”

அவர் அப்படிச் சொன்னது மகேஸ்வரிக்குக் கலக்கத்தைக் கொடுத்தது. அவளின் மீதே அவளுக்குக் கோபம் வந்தது. மறுபடியும் ஆட்டோவில் கோடியூர் வந்து, வெற்றிலை பாக்கு வாங்கினாள்.

“எதுக்கு வெத்தல பாக்கு?” என்றான். பெட்டிக்கடை குட்டியாப்பன்.

“எதுக்குன்னு சொல்லியே ஆகணுமா?” என்று எரிச்சலுடன் கேட்டாள்.

குட்டியாப்பனுக்கு கவுரவப் பிரச்சினை ஆனது “நீ ஏம்மா கோபிச்சுக்கிற.. போட்டுக்கறதுக்குன்னா வெள்ள வெத்தலயும் பொட்டலம் பாக்கும் தருவேன்.. பூஜைக்குன்னா கறுப்பு வெத்தலயும், கொட்டப் பாக்கும் தருவேன்... சாப்ட்ற வாழப்பழம்னா ரசத்தாளி தருவன், பூஜைக்குனா பூவாழத் தருவன்..” என்றான்.

இது ரொம்ப சின்ன விசயம்தான், இதுகூட தெரியாமல் இருப்பதற்காக அவளுக்கு அது ஒரு பெரிய குறையாக தெரிந்தது.

“ஜோஷ்யம் பாக்கறதுக்கு...” என்றாள்.

அவன் விடாமல் “யார் கிட்ட?” என்றான்.

அதற்கும் கோபம்தான் வந்தது. எல்லாவற்றிற்கும் கேள்வி கேட்கிறானே என்று ஆனாலும் “வெங்கடேச கவுண்டர் கிட்ட..”

“அதான பாத்தன் இந்தக் காலத்துல யாரு வெத்தல பாக்குக் கேக்குறாங்க...? அது திமிர் புடிச்சது ஆச்சே, வயசானது வேற.. இங்கயே கம்ப்யூட்டர்ல பாக்கறாங்களே...”

“மனுசன விட கம்ப்யூட்டர் ஒசத்தியா? கம்ப்யூட்டர மனுசன் கண்டுப் பிடிச்சானா? மனுசன கம்ப்யூட்டர் கண்டுப் பிடிச்சதா? வயசுல பெரியவங்க கடவுள் மாதிரி அவங்க கால்ல விழுந்து கும்பிட்டா ஆசிர்வாதம் கிடைக்கும், கம்ப்யூட்டர கும்பிட முடியுமா? அவர்கிட்ட உக்காந்துனு இருந்த நேரம் என் பாட்டியும் கூட உக்காந்துனு இருந்த ஃபீலிங் இருந்தது. கம்ப்யூட்டர் கிட்ட இருக்குமா?” என்றாள்.

அவன் அடுத்த கேள்வி கேட்கவில்லை. வெற்றிலை பாக்கு பழம் கொடுத்தான்.

மகேஸ்வரி வாங்கி வந்து ஆட்டோவில் உட்கார்ந்தாள்.

ஆட்டோக்காரனுக்கு கொஞ்சம் சந்தோசம்தான், இன்று முழுவதும் சம்பாதிக்கிற பணத்தை மகேஸ்வரி ஒருத்தியே தந்து விடுவாள்.

சோதிடர் வெங்கடேச கவுண்டருக்குத் தட்சணை கொடுத்து அவர் கால்களைத் தொட்டு வணங்கிவிட்டு வந்தாள்.

அலர்

திருமணம் செய்துகொள்வது முடிவான பிறகு எதற்கு நாட்களைத் தள்ள வேண்டும் என்று முதல் முகூர்த்தத்திலேயே ஏலகிரிமலை முருகன் கோயிலில் திருமணம். ஞாயிற்றுக்கிழமை விடுமுறை நாளாகவும் அமைந்தது. ரெடிமெட் கடையிலும், கார்மெண்ட்ஸிலும் பணிப்புரியும் பெண்களை மட்டும் இரண்டு டிராவல்ஸ் பஸ் வைத்து அழைத்துக் கொண்டாள். ஸ்டார் ஓட்டலில் ஸ்பெஷல் சாப்பாடு,

மலை கிராமத்து கோயில் பூசாரியின் "ஹரகர முருகய்யா.. ஆசிர்வாதம் தாருமய்யா.." எனும் பக்தி பாட்டோடு தாலி ஏறிற்று. தாலி கழுத்தில் ஏறும்போது கண்கள் கலங்கினாள். ஆனந்தக் கண்ணீர் அல்ல அதற்கும் மேலான கண்ணீர்! ஆசை, ஏக்கம், கனவு, இந்த ஜென்மத்தில் கிடைக்காது என்று நினைத்த வாழ்க்கை கிடைத்து விட்டது. எத்தனையோ முறை போலியான தாலியைக் கழுத்தில் மாட்டிக்கொண்டிருக்கிறாள்.

கல்யாணிதான் திட்டுவாள். "தமிழச்சியாடி நீ? தாலியோட அருமைத் தெரியுமா?"

"நாம எதுக்குத் தாலியோட அருமைத் தெரிஞ்சுக்கணும்... பித்தளைத் தாலிக்கு எந்த அருமையும் இல்லை..."

"உன் கழுத்துல தாலியைப் பாத்ததும் போலீஸ்காரங்க பத்தினின்னு கையெடுத்து கும்பிட்டுட்டு போவாங்களா?"

"போலீஸ்காரங்க ஒரிஜினலா தாலி கட்டினு இருக்கிறவங்களயே நம்ப மாட்டாங்க... சும்மா அலட்டல் காண்பிக்கிறதுதான்... என் புருசன் என் தாலின்னு ஆட்னோம்னா கொஞ்சம் ஜெர்க் ஆவான் இல்ல?"

"எவனாவது நம்பி இருக்கானாடி? உண்மையா தாலிக் கட்னாதாண்டி அதோட அருமத் தெரியும்."

"என்னா பெரிய அரும?"

"எவன் கூட படுத்தாலும் அவன் கட்ன தாலின்னு சொல்லிடுவியா? நீ கழுத்துல மாட்டிக்கிறப்போ சுமங்கலி ஆயிடற... கழட்டற ஒவ்வொரு தடவையும் நீ விதவை ஆகற தெரியுமா? உங்கூட புருசனா வாழ்ந்தவன் ஒவ்வொருத்தனயும் சாகடிக்கிறியா?"

"நீ எல்லாம் இந்தத் தொழிலுக்கு வந்திருக்க வேணாம் கல்யாணி."

“தாலி அறுத்தவளுக்குதாண்டி தாலியோட அரும தெரியும்” கலங்குவாள்.

“ஆரம்பிச்சிட்டியா?”

கல்யாணியோடு வாதம் பண்ணதெல்லாம் ஞாபகத்திற்கு வந்தது.

“அது ஒண்ணும் இல்லதான், ஆனா அதாண்டி குடும்பம், அதாண்டி வாழ்க்கை, அதாண்டி மரியாத, அதாண்டி கவுரவம். தாலி அறுக்கும் போதுதாண்டி தெரியும். உலகத்துலயே பெரிய வேதனை பொம்பளைங்களுக்கு அது ஒண்ணுதான்னு...”

“அததான் அடிமைச் சங்கிலின்னு சொல்றாங்க.. என்னைப் பொறுத்தவரைக்கும் வளையல், மோதிரம், கொலுசு மாதிரி அதுவும் ஒன்னு அவ்ளோதான்...”

“புருசன் இருக்கிறவளோ, கல்யாணம் ஆகாதவளோ இப்படி பேசலாம், என்னை மாதிரி நல்ல புருசனைக் கல்யாணம் பண்ணினு, நல்லா வாழ்ந்துட்டு பறி கொடுத்தவளுக்குதான் அருமத் தெரியும்.”

கல்யாணி கணவனைப் பற்றி நினைக்கும்போதெல்லாம் பெரிதாக அழுவாள். பிறகு எப்படி மற்ற ஆண்களோடு உறவு வைத்துக் கொள்கிறாள் என்பது புதிராக இருக்கும்.

தாலி என்பதும், நல்ல கணவன் என்பதும், நல்ல வாழ்க்கை என்பதும் பாட்டியின் கனவு, அம்மாவின் கனவு, மகேஸ்வரியின் கனவு அந்தக் கனவு நிஜமானபோது, கனவுகளை நினைக்க, நினைக்க கண்ணீர் அதிகமானது.

கணவன், மாங்கல்யம், பட்டுப்புடவை, நகைகள், ரோஜாப்பூ மாலைகள், கை நிறைய வளையல்கள். கால் விரல்களில் மெட்டி எதுவும் போலி இல்லை என்றபோது, எதுவும் பொய்யில்லை என்ற போது வானத்தை முட்டுகிற அளவுக்கு உயரமாகத் தெரிந்தாள்.

நேற்றுவரை ஊழியனா இருந்த பாலகிருஷ்ணன் முதலாளி ஆகிவிட்டான். மகேஸ்வரிக்கு அவன் தியாகியாகத் தெரிந்தான். தேவனாகத் தெரிந்தான். கடவுளாகவே தெரிந்தான். கால்களைத் தொட்டு வணங்கினாள்.

★

முதல் இரவு அறையும், அலங்காரமும் அவளின் கண்ணீரை அதிகமாக்கியது. “நான் பண்றது பெரிய துரோகம் இல்லையா?” என்று கேட்டாள்.

“என்ன துரோகம்?” பாலகிருஷ்ணன் முகத்தை எப்போதும் போல் அப்பாவியாக வைத்துக்கொண்டான்.

சந்தன நிறத்தில் பட்டு வேட்டியும், சட்டையும் மகேஸ்வரி விரும்பி தேர்வு செய்திருந்தாள். அது அவனுக்கு பிரத்யேகமான ஆணழகைக் காட்டியது. அவளுக்கு வேட்டியில் வரும் ஆண்களைப் பிடிக்கும். வேட்டியிலும் ஒருவன் இளமையாகத் தெரிவது கம்பீரமானது. பாலகிருஷ்ணனின் புத்தம் புது ஆணழகைக் கண்களால் ரசித்துக் கொண்டே நின்றாள்.

“என்ன துரோகம்?” மறுபடியும் கேட்டான்.

“வேசியா நான் பல பேருகிட்ட...” அதற்கு மேல் அவளால் சொல்ல முடியவில்லை. ஆனாலும் கஷ்டப்பட்டு சொன்னாள். “நீ பரிசுத்தமா இருக்கே! கனவுலயாவது எந்தப் பொண்ணையாவது நினைச்சியோ, இல்லையோ... உனக்கு நான் எந்தவிதத்திலும் தகுதி இல்லை.”

“பாரு! துரோகங்கறது என்ன தெரியுமா? கல்யாணத்துக்கு முன்னாடி தப்பு பண்றது இல்ல, கல்யாணத்துக்கு அப்புறமும் தப்பு பண்றதுதான்... நான் உன் உடம்பு சுகத்த லவ் பண்ணல, உன் சுத்தமான மனசதான் லவ் பண்ணேன்.. இந்த மனசுல” அவனுடைய வலது கரத்தை நீட்டி மகேஸ்வரியின் சேர்ந்திருந்த மார்புகளுக்கு மத்தியில் அழுத்தினான். “இந்த மனசுல நான்தான இருக்கிறன்.. எவ்ளோ பெரிய கோடீஸ்வரனா இருந்தாலும், எவ்ளோ பெரிய ஆணழகனா இருந்தாலும், உன் உடம்பதான் தொட்டிருப்பான், மனச தொடலியே...” சாமார்த்தியமான பேச்சைக் கரைத்தான். அவள் கரைந்து உருகி அவன் கரத்தைப் பிடித்துக்கொண்டாள்.

“எனக்குக் கஷ்டமா இருக்கு! ஒரு ஆர்வத்துல ஒத்துக்குனேன்... யோசிச்சா தப்புன்னு தோணுது... இதுவரைக்கும் மனசால கூட யாரையும் நினைச்சது இல்லையா?”

“உனக்கு எப்படி புரிய வைப்பேன்?” அவளிடமிருந்து கையை எடுத்து அவளின் தலையிலேயே வைத்தான். “என் உயிர்

நீ... உன் மேல சத்தியமா சொல்றேன். எந்தப் பொண்ணயும் நினைச்சதில்ல..." என்றான். "இனி மேலயும் நினைக்க மாட்டேன்."

அவனை இறுக்கி அணைத்துக்கொண்டாள். எத்தனையோ ஆண்களை எத்தனையோ விதமான படுக்கையில் சந்தித்திருக்கிறாள், எந்த ஒரு ஆணையும் இவளாகத் தழுவியதில்லை. இவள் மரமாக மட்டுமே இருந்தாள். சேலத்து பையனைத் தழுவும்போதுகூட அவன் ஒரு குழந்தையாகத் தெரிந்தான். முதன் முறையாக ஒரு கொடியாக மாறி அவனை இறுக அணைத்தாள். அவளுக்கே அவளின் சைகை புதிராக இருந்தது. 'சீக்கிரம் முடிச்சிட்டு போவீயா... கொஞ்சறது, குடத்தனம் பண்றது எல்லாம் பொண்டாட்டிகிட்ட வெச்சுக்க, புறப்படு புறப்படு' என்பாள் வாடிக்கையாளர்களிடம்.

இவனிடம் நீண்ட நேரம் இருக்க வேண்டும் என்று நினைத்தாள். அவன் மீது ஒரு மயக்கம் உண்டானது. திடீரென யாரோ ஊசி மூலம் அவன் மீதான காதலைச் செலுத்திவிட்டதைப் போல் போதையானாள். அவன் ஒரு மிருகமாகி அவளைக் கடித்துத் தின்றாலும்கூட அமைதியாக அனுபவிப்பதற்குத் தயாராக இருந்தாள்.

அவன் அவளுடைய அணைப்பிலிருந்து விடுவித்து நின்றான். அவனுடைய மாப்பிள்ளை உடையை மூர்க்கமாக அவிழ்த்து எறிந்தான். உள்ளாடைகளையும் கூட மிச்சம் வைக்காமல் உருவி வீசினான். தன் ஆண்மையை அப்பட்டமாக நீட்டிக் கொண்டு பெரிய ஆயுதம் ஏந்திய வீரனாகத் தன்னைக் காட்டிக்கொண்டு நின்றான்.

அதை அவள் எதிர்பார்க்கவில்லை. அவளுக்கு அதிர்ச்சியாக இருந்தது. இது காமுகனின் மூர்க்கத்தனமான புத்தி.

பன்றியைக் குத்துபவனைப் போல் அவளிடம் நெருங்கினான். அவனிடம் இப்படியொரு காமுகம் இருக்குமென்று மகேஸ்வரி கணிக்கவில்லை. அதிர்ச்சியான நடுக்கம் உண்டானது. அத்தனை அதி வேகமாக நெருங்கினான். அவளை அணைத்து கட்டிலில் சாய்த்து, மயில் பச்சை நிற சரிகைப் பட்டுப் புடவையை உள்பாவாடையோடு சேர்த்து அப்படியே மேலேற்றினான். முதலையைப் போல் மேலே ஊர்ந்தான். அவனுடைய

இரண்டு கறுத்த கால்களாலும் அவளுடைய தங்க நிறத்திலான தொடைகளை விரித்து, கூட்டத்தில் நுழைந்த வெறி நாயைப் போல் நுழைந்தான். வேகமாக செயல்படுவதற்கு முனைந்தான்.

மகேஸ்வரிக்குள் ஆத்திரம் நெருப்பைப் போல் பரவியது பலத்தைச் சேர்த்து தள்ளி விட்டாள். அவன் மேலும் தீவிரம் காட்டி பாய்வதற்கு முற்பட்டான். இரு கைகளாலும் மூடிக்கொண்டாள்.

“மரியாதையா தள்ளிப் போயிடு” கத்தினாள்.

“ஏ, ஏ, என்னா?” முட்டி போட்டபடி சிரித்துக் கொண்டே கேட்டான்.

“முதல்ல பக்கம் நகரு” பெருங் கோபத்துடன் குரலெடுத்தாள்.

“முடியாது” அவனுடைய மூர்க்கத்தை நிறுத்த முடியாது என்பதை இரண்டு கைகளாலும் பிடித்து ஏந்தி வெறியோடு காட்டினான்.

“எட்டி உதச்சிடுவன், நீயா எழுந்துடு! அந்த எடத்துல உத பட்டா பொணமாயிடுவே...” புடவையை முடிந்த வரை இழுத்து மூடி விட்டாள்.

“என்னாடா செல்லம்?” இப்போது புடவையைச் சுத்தமாக உருவ நினைத்தான். வயிற்றில் தொப்புளுக்குக் கீழே சொருகின கொசுவத்தைக் கெட்டியாகப் பிடித்தான்.

“விட்றா.. எழுந்துடு”

அவன் மீண்டும் நுழைவதற்கே முற்பட்டான். தொடைகளை விரித்தான். மகேஸ்வரி விரிந்த தொடைகளைச் சேர்க்க முடியாமல் சற்று திணறினாள். மடக்கிய கால்களை நேராக நீட்டினாள். உடல் முழுக்க பலத்தைக் கூட்டி எட்டி உதைத்து அவனை மல்லாக்கத் தள்ளினாள். அதே வேகத்துடன் கட்டிலிலிருந்து குதித்தாள். புடவையை அள்ளிக்கொண்டாள். அவனுக்கு எதுவும் புரியாமல் மல்லாந்த நிலையில் மூச்சு வாங்கினான். விறைத்து நின்ற அவன் மையத்தை ஒரு கணம் பார்த்தாள். துப்ப வேண்டும் போல் தோன்றியது. கதவைத் திறந்துகொண்டு வெளியே ஹாலிற்கு வந்தாள். அழவேண்டும் போலிருந்தது. சோஃபாவில் மூச்சிரைக்க உட்கார்ந்தாள்.

வேட்டியை மட்டும் இடுப்பில் சுற்றிக்கொண்டு அவன் வெளியே வந்தான். “என்னாச்சு செல்லம்”

“பேசாத... துரோகம் எனக்குப் புடிக்காது.”

“துரோகமா? என்ன பேசறடா செல்லம்மா?” இரண்டு கைகளையும் நீட்டினான்.

“நடிக்காத... நடிக்காத...”

“என்ன நடிச்சேன்? என்னா செல்லம்?” பக்கத்தில் உட்கார வந்தான்.

“கிட்ட வராத...” கண்களை விரித்துக் காட்டி கத்தினாள்.

அவனுக்குள் புதிரான ஒரு பயம் உண்டானது.

“நீ யோக்யமானவன் கிடையாது. சுத்தமானவன் இல்ல, பொறுக்கி, பொம்பள பொறுக்கி!” நாக்கைக் கடித்துக்கொண்டு சொன்னாள்.

அவன் என்னவோ புரிந்துக் கொண்டான். சமாளிப்பதற்கு முயன்றான். “செல்லம்! அப்படி பேசாத... சீரியஸா நடந்ததுக்கு அப்படி பேசறியா? அனுபவம் இல்ல, புதுசா பாத்துட்டு உன் மேல லவ்வுல...”

“மூடு! நீ புதுசில்ல, புதுசில்ல...”

“என்ன பேசற நீ?”

“அசிங்கமா பேச வெக்காத, எந்தப் பொண்ணயும் பாக்காதவனது, போகாதவனது ஆக்டிவிட்டிஸ் எப்படி இருக்கும்னு எனக்குத் தெரியும். ஏமாத்திட்ட.... ஒரு பொண்ணோட உடம்ப கண்ணால பாக்கறதுக்குதான் முதல்ல விரும்புவான்...”

கண்களை மூடி ஒரு கணம் யோசித்தாள். மகேஸ்வரியிடம் வந்த ஆண்கள் அவளின் பாதத்திலிருந்து முடி வரை உடலை எப்படியெல்லாம் ரசிப்பார்கள் என்று.

“யாரு கிட்டயும் போகாதது எப்படி இருக்கும்னு எனக்குத் தெரியாதா? கடையில டிரெஸ் எடுத்தா கூட இது போட்டதா, போடாததான்னு கண்டுப் புடிச்சிடறாங்க... நகை எடுக்க போனா கூட கண்ல பாத்ததுமே இது யூஸ் பண்ணதா, யூஸ் பண்ணாததான்னு தெரிஞ்சுடும்...”

அவன் தாக்குண்டான். மறுக்க முடியாத இந்தக் குற்றச்சாட்டிலிருந்து என்ன சொல்லி மீளலாம் என்று யோசித்தான். மகேஸ்வரி

சொல்வதைப் புரிந்துகொண்டான் "பாரு! நீ ரொம்ப டேலன்ட்டுன்னு நெனைக்காத, ஆம்பளன்னா, பொம்பளகிட்ட போய்தான் அப்படி ஆகணும்னு இல்ல... தெரியுமா? சின்ன வயசுல சுயமா கெட்ட பழக்கம் பண்ணுவாங்க அதனால அது அப்படி தெரியும்..."

"டேய்.. மறுபடியும் மறுபடியும் பித்தலாட்டம் பேசாத, நான் ஆம்பள இல்ல, ஆனா உன்ன விட அதிகமா ஆம்பிளைங்கள தெரியும். முதல் முறையா ஒரு பொண்ணுகிட்ட போறவனுக்குப் பொஸிஷன் வராதுடா... பொஸிஷன் வராது... இதுக்கு மேலேயும் பேசாத..." அவள் தலையில் அடித்துக்கொண்டாள்.

அவனுக்குக் கோபம் வந்தது. இனியும் சமாளிக்க முடியாது என்பதைப் புரிந்து கொண்டான். "ரொம்ப கற்பனை பண்ற... நீ அப்படி பட்டவங்கறதால, நானும் அப்படின்னு நினைக்கிற... நீ தேவிடியாளா இருக்கலாம் தப்பில்ல, நான் மட்டுமே யோக்கியமா இருக்கணுமா?"

"நான் யோக்கியமானவன எதிர்ப்பாக்கல... என்கிட்ட எதுக்கு பொய் பேசின? என்னைப் பத்தி எதுவுமே உங்கிட்ட மறைக்கல, உன்னப் பத்தி ஏன் மறைச்ச..? இதுவரைக்கும் எந்தப் பொண்ணையும் தொட்டதில்லைன்னு எதுக்காக பொய் சொன்ன? தலயில சத்தியம் பண்ண... அப்படி உன்ன உத்தமனாக எதிர்பார்க்கவே இல்லையே... எதுக்காக பொய் பேசன?... எனக்குத் தெரியும்! புதுசா வர்ற ஆம்பளயும், தேறன ஆம்பளயும் எனக்குத் தெரியும். தேங்கா வேபாரிக்கு எது எளனி, எது தேங்கான்னு தெரியும். நீ பரிசுத்தமானவன் இல்லை... நீ அப்பட்டமானவனா எவளயும் பாக்காதவனா இருக்கணும்னு விரும்பல, உண்மையைப் பேசணும்னு விரும்பறேன்.."

"இப்பவும் சொல்றேன் நான் எந்தப் பொண்ணையும் தொட்டதில்ல." என்றான். அவன் ஒப்புக்கொள்ள தயாராக இல்லை. சொல்லிவிட்ட பொய்யை உண்மையாக்கவே தொடர்ந்து பிடிவாதம் பிடித்தான்.

"நம்ப மாட்டண்டா, என்கிட்ட உண்மையா இரு.. எனக்கு அதுதான் வேணும், நீ இதுக்கு முன்னே எத்தனை பொண்ணுங்களோட போயிருந்தாலும் வருத்தமில்லை, மறைக்காதன்னுதான் சொல்றேன்.

இல்லையா டாக்டர்கிட்ட சர்டிபிகேட் வாங்கிட்டு வருவியா?, பொறுக்கி, பண்ணாட.. உன்ன மாரி பெரிய தென்னந்தொடப்பம் வெச்சினு இக்கிறவங்களக் கண்டாவே காண்டாகுது... அதப் பாத்தா பாத்ததுமே பூரிச்சி போயிடுவேன்னுதானே காட்ன..? நல்லப் பணக்காரன், யாருக்கும் பணத்தக் காட்ட மாட்டான்.. நல்ல ஏழ பசிய வெளியே காட்ட மாட்டான்... உன்ன மாரி சாமானக் கொழுப்பு புடிச்ச ஆம்பளயே எனக்கு வேணாண்டா.. கிட்ட வந்துடாத.. வெளி உலகத்துக்குதான் நீ புருசன்." என்றாள்.

எழுந்து அறைக்குள் சென்று கதவைத் தாழிட்டுக் கொண்டாள்.

மனம் பெரிதாக ஏமாந்து விட்டதாக கதறியது. வாழ்க்கை நன்றாக அமைவதற்கு உண்மைகள் மட்டுமே போதுமானது என்று நினைத்திருந்தாள். தன்னைப்பற்றி மகேஸ்வரி துளியும் மறைக்காமல் சொல்லிவிட்ட பிறகு அவன் மறைத்தது ஏமாற்றியது போலானது. கற்பு என்பதை உண்மையாக இருப்பது என்கிற ஒரே பார்வையில் நிறுத்தினாள்.

"நீ ஏமாத்தற மாதிரி, நான் ஏமாத்தணும்னு நினைச்சிருந்தா, இஞ்சினியர கிட்டயே பொய் சொல்லிட்டு இருப்பனே?"

அவன் உத்தமன் என்றே சாதித்தான். கழுத்தை அறுத்துக்கட்டுமா? நெருப்பில் இறங்கட்டுமா என்றான். மகேஸ்வரி உண்மையை மட்டுமே எதிர்நோக்கினாள்.

அவளின் பதினேழு வயதில் முதன் முறையாக சூறையாடியவன், இப்படிதான் வேகமாக வேட்டியை அவிழ்த்து எறிந்து விட்டு பெரும் ஆயுதம் முளைத்தவன் போல் நின்றான். எத்தனைப் பேரை மறந்தாலும் அவனை மறக்க முடியவில்லை. அவன் முகம் ஞாபகத்திற்கு வரவில்லை. அவன் காட்டி நின்ற அம்மண உடல் ஞாபகத்திற்கு வரவில்லை. அது மட்டுமே காட்சியாக ஞாபகத்திற்கு வந்தது. அந்த ஒற்றைப் பொருள் மட்டுமே மண்டையைச் சாகடித்தது. எப்பேர்ப்பட்ட அழுகை, எப்பேர்ப்பட்ட வலி, மயங்கி மூர்ச்சையாகி விழுந்தவள் அப்படியே செத்திருக்க கூடாதா என்றுதான் பலமுறை நினைத்திருக்கிறார்.

அம்மா கேன்சரால் குச்சி ஐஸைப் போல் கரைந்துகொண்டிருந்தாள். மரணம் அவளை மொத்தமாக சுவைக்காமல், நாயைப் போல் நக்கிக் குடித்தது. பாட்டியின் மரணம் போல் அம்மாவின்

மரணம் எளிதானதாக இல்லை, பாட்டி சாகக் கூடாது என்று நினைத்தவள், அம்மா படும் அவதியைப் பார்த்து சீக்கிரம் சாகவேண்டும் என்று வேண்டினாள்.

அம்மா அரைமனுசியாகவும், அரைப் பிணமாகவும் முள் படுக்கையில் படுத்திருந்தபோதுதான் கடன் தர வேண்டும் என்று வீட்டிற்குள் நுழைந்து பல நாள் சத்தம் போட்டு எகிறினான். பாண்டு, பத்திரம் தூக்கி வந்து கைநாட்டு, கையெழுத்து கேட்டான். அம்மா நல்லா இருக்கும் போது இப்படிக் கேட்டதில்லை. சிரித்துக்கொண்டே போவான். அதைப் பார்த்திருக்கிறாள். அம்மா பேச முடியாதபோது, அழவைத்தான். சாவைக் காட்டிலும் அவன்தான் வதைத்தான்.

“நிக்கிறதுக்கு நெழல் வேணுண்டி.. நம்ம பங்காளிங்க நிக்கிறதுக்குத் தாவு இல்லாம எல்லாத்தயும் வித்துட்டு ஊருஊரா நாடுநாடா அலயறாங்க.. அர வயிறு, கால்வயிறு தின்னுட்டு கூட தாவ தாரவாக்காம வெக்கினோம்.. நாட்ட இழந்த ராஜாங்களே.. வனவாசம் போனாங்க.. நமக்கு எவ்ளோ மண்ணு சொந்தமா இருக்குதோ அதுதான் நமக்கு நாடு! அந்த மண்ணுல நாம ராஜா! அதனால இந்த எடத்த மட்டும் காப்பாத்தி வெச்சுக்கோ..” என்று அடிக்கடி அறிவுரை சொன்ன அம்மாவின் எதிரிலேயே சொத்து போகும் போலிருந்தது. அம்மா வாங்கின கடனுக்கு தினமும் சத்தம் போட்டவன், ஒரு நாள் சத்தமில்லாமல் மகேஸ்வரியை மடக்கிக் கொண்டான். “சத்த நேரம் சத்தம் போடாம இந்தினா, கடன் கேக்க மாட்டன், இல்லனா, உங்கம்மா பொணத்த போடவும் எடம் வுட மாட்டன்.. ஆத்தா, மக ரெண்டு பேரயும் இழுத்து ரோட்ல வுட்டுட்டு, பூட்டினு போயினே இருப்பன், ரெயில்வே டேசன்லதான் பிச்ச எடுக்கணும்...” என்றான். மகேஸ்வரி அமைதியாக நின்றாள். அவன் கட்டியிருந்த வேட்டியை அவிழ்த்து விட்டு ஆணுறுப்பைக் காட்டி நின்றான். அன்று முதல் மரணம் அவளுக்கு நிகழ்ந்தது. அவன் தனக்குள் நினைத்துக் கொண்டிருப்பான். அதைப் பார்த்துப் பிரமித்து, மயங்கிதான் ஒப்புக்கொண்டதாக அதனால்தான் எடுத்த எடுப்பிலேயே காட்டி நின்றான். ஆனால் அம்மா இருப்பதற்கும், இறப்பதற்கும் ஒரு இடம் வேண்டும் என்றுதான் அதற்கு இடம் கொடுத்தாள்.

அடுத்த நாள் அவனுடைய அரிசி ஆலைக்குப் போனாள். அம்மா

கையெழுத்துப் போட்ட பாண்டு பத்திரம் விடாமல் கேட்டு நின்று வாங்கி வந்தாள்.

வாடிக்கையாளர்களில் கூட பெரிய ஆணுறுப்பை நீட்டித் திமிராக நிற்பவனை ‘முடியாது போடா’ என்று துரத்தி இருக்கிறாள்.

★

பாலகிருஷ்ணனிடம் சொன்ன சொல் மாறாமல் வெளிஉலகிற்கு கணவனுக்கான எல்லா உரிமைகளும் கொடுத்தாள். இரண்டு வாரங்கள்தான் நல்லவன் என்கிற நாடகத்தை அரங்கேற்ற முடிந்தது. அந்த இரண்டு வாரங்கள் அவனுக்கு மகேஸ்வரி செய்த பணிவிடைகள் ஈரமானது. என்ன செய்தாலும் அவன் சுயரூபத்தை மறைக்க முடியவில்லை. கழுத்துக்குச் செயின், விரல்களில் மோதிரங்கள், கைச் செயின் தங்கத்தில் வாங்கி ஆசையாக மாட்டி இருந்தாள். இடுப்புக்கு அரைநாண் கொடியும் கணமாக கட்டி இருந்தாள். பேருக்குக் கணவனாக இருக்கட்டும், என்னைக்காவது உண்மை பேசினால் அன்றையிலிருந்து வாழ்க்கையைத் தொடங்கலாம் என்று வைராக்கியம் பூண்டாள்.

மூன்று வேளையும் விதவிதமான சாப்பாடு கொடுத்தாள். அவனால் தக்கவைத்துக்கொள்ள முடியவில்லை.

இருபத்திநான்கு மணி நேரமும் குடிகாரனாக மாறினான். வேலை செய்வதை நிறுத்தினான். புரொடக்சன் படிப்படியாக குறைந்தது. துணி பேரல்களும், நூல் பெட்டிகளும் கம்பனிக்கு இறங்கின மாதிரி பிராந்தி பெட்டிகளை இறக்கினான்.

மகேஸ்வரி மனம் உடைந்துவிட்டாள்.

“என்ன இது... கொஞ்ச கொஞ்சமா விட்டுடுவன்னு பார்த்தா, கடையை வீட்டுக்கே கொண்டு வந்துட்ட...?” கேட்டாள்.

“போடி பெரிய பத்தினியா? என்னை கேள்வி கேட்காத... வேதனையில் குடிக்கிறேன். தேவிடியா ஒருத்திக்கு புருசனா வாழ்ந்துட்டு இருக்கிற வேதனை அதனால குடிக்கிறேன்.”

“அதுக்குத் தேவிடியா துட்டுல குடிக்கக்கூடாது, சுய சம்பாதனைல குடிக்கணும்..”

“என் வாழ்க்கையை நாசம் பண்ணிட்டடி, ஊரு மேல போன தேவிடியா...”

பதிலில் துடிதுடித்தாள். மனம் புண்ணாகிவிட்டது. மகேஸ்வரியால் பதில் பேச முடியவில்லை 'எவ்வளவு வசனம் பேசினான். நான் அனாத, சொந்தம்னு சொல்லிக்க யாரும் இல்ல, அனாதைக்கு வாழ்வு கிடைச்சது பெரிய விசயம்னு சொன்னானே... இந்த முகத்தை சோறு, தண்ணி இல்லாம பார்த்துட்டே இருக்கலாம்னு சொன்னானே...' உடைந்தாள். நினைத்து நினைத்து உடைந்தாள்.

"நான் கௌரவமா வாழ்ந்தவன்டி, எத்தனை ஊர் சுத்தினாலும் நான் மகாராஜா மாதிரி நிமிந்து நடந்தவன், உன்னால எனக்கு தல குனிவு, பாக்கிறவங்க காரி துப்பறாங்க... தேவிடியாபுருசன் போறான்னு சொல்றாங்க..." இதையே திரும்பத் திரும்ப சொன்னான். தினமும் சொன்னான்.

"இப்படி அனாவசியமா பேசின செருப்பு பிஞ்சிடும்... இந்த ஊரப் பொறுத்த வரைக்கும் யாருக்கும் எதுவும் தெரியாது. தெரிஞ்சாலும் வருத்தம் இல்ல, தெனவெடுத்துனு போகல... எந்த ஆம்பளடா யோக்கியமானவன்? பத்து வயசுலருந்தே ஆம்பிளைங்க புத்தியப் பாத்துனு வர்றன்... பொண்ணுங்கள எவன்டா சீண்டாம இருக்கான்? யோக்கியமான ஆம்பளைங்க என்னைப் பத்தி தப்பா பேசட்டும், உன்னைமாதிரி பொறுக்கிங்க பேசறதுக்கு அருகத இல்ல..."

"என் வாழ்க்கய நாசம் பண்ணிட்டு என்னாடி பேசற?"

குடித்து விட்டு தினமும் வீட்டுக்குள் நுழைந்து, வார்த்தைகளைக் கொட்டிக்கொண்டிருந்தான்.

எத்தனை நாட்களுக்குதான் பொறுமையாக அவனுடைய வசவுகளைக் கேட்டுக்கொண்டிருப்பாள்? "சும்மா பேசிட்டிருக்காதே... உன்னை ஏமாத்தி, பொய்ச் சொல்லி கல்யாணம் பண்ணிக்கலை, எதையும் மறைக்காம உன் கிட்டே உண்மையைச் சொன்னேன். எல்லாம் தெரிஞ்சுதான் கல்யாணம் பண்ணிக்கிட்டே... உன்னைத் தியாகமும் பண்ண சொல்லலை, எனக்கு வாழ்க்கையும் கொடுக்கச் சொல்லலை, என்னை விரும்பறதா, என்னை கல்யாணம் பண்ணிக்கிறதா நீதான் சொன்னே... நான் வற்புருத்தல... உன்னைக் கல்யாணம் பண்ணப் பின்னாடி தப்புப் பண்ணி இருந்தா வெட்டிப் போடு" என்று கத்தினாள்.

அவனிடம் நியாயங்களை எதிர்பார்த்து பலனில்லை என்றும், சண்டைப் போடுவதாலோ, வாக்குவாதங்கள் புரிவதாலோ ஒன்றும் ஆகப்போவதில்லை என்றும் முடிவெடுத்தாள். பேருக்கு கணவனாக இருக்கட்டும் என்றிருந்தாள்.

ஒரு சனிக்கிழமை நாளின் மாலையில் தையல் கம்பனியில் வேலை செய்யும் உமா கண்ணீரில் குளித்த விழிகளோடு மகேஸ்வரி எதிரே வந்து நின்றாள்.

"என்ன உமா?" அவளின் அழுகை கலவரமாக்கியது.

"அக்கா! நான் ஏமாந்து போயிட்டேன்." சத்தமாக அழ முடியாமல் அழுதுகொண்டே சொன்னாள்.

"விவரமா சொல்லு உமா."

சொல்வதற்கு வார்த்தைகள் கிடைக்காமல் அழுதாள். கீழே உட்கார்ந்து மகேஸ்வரியின் கால்களைப் பிடித்துக்கொண்டாள். "உங்க புருசன், என்னைக் கெடுத்துட்டார்க்கா" கண்ணீர் பெருக்கெடுத்தது.

"என்ன சொல்ற உமா?"

"ஆமாக்கா... என் வயித்துல இப்போ நாலு மாசம்."

18

*ச*ரோஜா காலையிலேயே கண்ணப்பனைத் தேடிக்கொண்டு வந்தாள். அவன் ஏரிக்குப் போய், பூலாக்குச்சி உடைத்து வந்து விறகு சுமை மீது உட்கார்ந்து பற்களைத் தேய்த்துக்கொண்டிருந்தான்.

"டேய் கண்ணப்பா... தாயோளிமவன... வூட்டுப் பக்கமே வரமாட்டன்ற.. மறந்திட்டியாடா.. ஒன் ஞாபகமாவே இருந்துச்சு... காத்தாலய பாக்க வந்துட்டன்."

பின்புறமாக அவனைக் கட்டிப் பிடித்துக்கொண்டாள். கண்ணப்பனின் பின்னந்தலை, பெருத்த மார்புகளுக்கிடையில் புதைந்து மூளை நசுங்குவதை உணர்ந்தான். அவன் மூக்கின் மீது ஒரு சொட்டுக் கண்ணீர்த் துளி விழுந்தது. சரோஜாவின் மனம் துளித்துளியாய் விழுந்தது.

"எனக்குன்ன யாருடா சாமி இருக்காங்க... கூடப் பொறந்தவனா இருந்தா எட்டிப் பாக்காம இருப்பியா? கல்லுமனசாடா நாயே...."

அவனால் எதுவும் பேச முடியவில்லை. பெண்களின் மனம் போல் கண்ணப்பனுக்கும் இளகிய மனம் என்று அப்போதுதான் உணர்ந்தான். அவனுக்கும் அழுகை வந்தது.

பெண்கள் அழுகிற இடத்திலெல்லாம் அவனும் அவர்களோடு சேர்ந்து அழுதிருக்கிறான். சாவு வீட்டில், திருமணமான பெண் தாய் தகப்பனைப் பிரிந்து கணவனோடு போகும்போதும், கணவன் அடித்துவிட்டான் என்றும் பல காரணங்களுக்காக

பெண்கள் அழுதுகொண்டுதான் இருக்கிறார்கள். அவர்கள் அழும்போதெல்லாம் அவனும் அவர்களோடு அழுதிருக்கிறான். ‘என்னடா பொட்டச்சி மாரி அழுதுனு இருக்க...’ என்று திட்டி இருக்கிறார்கள். கணக்கு டீச்சர் அடிக்கும்போது அழுவதில்லை, திட்டும்போது அழுதுவிடுகிறான்.

சரோஜா அக்கா அணைத்துக்கொண்டு அழுதபோது அவனால் அழாமல் இருக்க முடியவில்லை.

அம்மா அரிசி ஆலைக்குப் போவதற்குத் தயாராக இருந்தாள். வடித்த கஞ்சியை கிண்ணியில் ஊற்றிச் சிறு வெங்காயம் கடித்துக்கொண்டு குடித்துக் கொண்டிருந்தவள், கிண்ணியை வைத்துவிட்டு, எழுந்து வந்து, சரோஜா அக்காவின் கண்களைத் துடைத்தாள். “என்னடி கொழந்த மாரி அழுதுனு... அவன் ஒன்ன மறப்பானா? நீ ஊத்தன கஞ்சிலத்தான், உன் ஒசரத்துக்கு ஆளாயி நிக்கிறான். ஒன்ன மறந்தா நாசமாப் போயிடுவோம்... நீ அவனுக்கு இன்னொரு தாயிடி” என்றவள் “இது போடுகால் ஆயிருச்சு, சத்த நேரம் வூடு தங்கறதில்ல... எவனோடனாலும் சுத்தினு திரிது... ஊரு சுத்தற எல்லா மாப்ளய்ங்களுக்கும் இவர்தான் தோள் மாப்ள... சூடா கஞ்சிக் குடிடி சரோஜ்ஜா...” கண்ணப்பனைத் திட்டிக்கொண்டே சரோஜாவின் கையைப் பிடித்தாள்.

“வேணாக்கா... களிஉண்ட உருட்டி வச்சிட்டு வந்தன். கண்ணப்பன இப்பப் பாத்தாதான், அப்புறம் ஆப்புட மாட்டான், வாயக் கொப்ளிச்சினு வாடா போலாம்... ஒங்க மாமன் தண்ணிக் கோழி ரெண்டு புடிச்சினு வந்துருச்சு, அங்கய தின்னுவ...” இறுக்கிப் பிடித்த பிடியை விட்டாள். தலையை வருடினாள். இன்னொரு முறை கட்டிப் பிடித்துக்கொள்ள மாட்டாளா என்ற ஏங்கின மனதை ஒரு உதை உதைத்தான். கெட்ட புத்தி. கணக்கு டீச்சர் கரும்பலகையில் எழுதும்போதுகூட இந்தக் கெட்ட புத்தி பூதம் மாதிரி வந்து விடுகிறது. டீச்சருக்கு இடது கைப் பழக்கம். பெயிலாகி பெயிலாகி உட்கார்ந்திருக்கும் முருகேசன்தான் “பப்பாளிப் பழம்” என்று ஒரு நாள் சொன்னான்.கண்ணப்பனுக்குப் புரியவில்லை. புரிய வைத்து அவன் சொன்னபோது கோபித்துக்கொண்டான். அதிலிருந்து அவனோடு பேசுவதில்லை. ஆனால் அந்தக் கெட்ட பூதம் மட்டும் தொத்திக்கொண்டது. எட்டாவது படிக்கும் போது இதெல்லாம் வருமோ?

கைகால் முகம் கழுவிக்கொண்டு சரோஜாவுடன் போனான்.

சரோஜா போட்டு வைத்த களியும், தண்ணிக்கோழிக் குழம்பும் அப்படியொரு சுவை, நாக்கிலிருந்து ஜென்மத்திற்கும் போகாது.

தண்ணிக்கோழி பார்ப்பதற்கு நாட்டுக்கோழி போலவே இருக்கும். எப்போதும் தண்ணீரில்தான் இருக்கும். ஏரியில் தண்ணீருக்கு மேலே நீந்தாது. தண்ணீருக்குள் நீந்தும், கரை மேல் நின்று அதைக் கண்காணிப்பது புதிர் விளையாட்டுப் போல இருக்கும். உள்ளே மூழ்கி கிழக்குப் பக்கம்தான் போகிறது என்று பார்த்தால் அது தெற்குப் பக்கம் போய் தூரமாய் எட்டிப் பார்க்கும், மாமா கொர்க்கம் தட்டில் தண்ணிக்கோழிப் பிடிப்பதற்காகவே வலை செய்து வைத்திருந்தார். காடை, கௌதாரி, நண்டு எல்லாமே பிடிப்பார். காடையைத் தோலுரித்து அவரே உப்புத்தூள், மிளகாய்த் தூள் தடவி நெருப்பில் சுடுவார். ஒரு காடையை அப்படியே சூடாய் வாய்க்குள் போட்டுக்கொண்டு பாக்கு வெற்றிலை மெல்லுகிற மாதிரி மென்று முழுங்குவார்.

ஒரு உருண்டைக் களி வயிற்றுக்குள் போனதும் புதிதாக சக்தி கிடைத்த மாதிரி இருந்தது.

"போதுமாடா..."

"வவுறு ரொம்பிருச்சுக்கா..."

சொல்வதற்குக் காத்திருந்தவள் போல், "இன்னமே அந்தப் பொறுக்கிப் பய்யன் கூட சேராதடா... அதான் ஜெயக்குமாரா, கொள்ளுக்குமாரா? சாண்ட குடிச்சேன் அவனோட சேராத... கெட்ட சகவாசம்."

வயிற்றுக்குள் போன களி சிரித்தது.

"தளுக்குரவி இங்க வர்றத அவன்கிட்ட சொன்னியா?"

"இல்லக்கா."

"அதபத்தி உங்கிட்ட கேக்கறானா?"

"இல்லக்கா."

"பொய் சொல்லாம சொல்றா?"

"சத்திமா இல்லக்கா நான் அவங்களோட வெச்சிக்கிறதில்ல,

என்னான்னா என்னா அதோட சரி... எனக்கு அவங்கள புடிக்காது...”

“என்ன வந்து தொல்லத் தர்றாண்டா...”

அவனுக்கு முழுமையாகப் புரியவில்லை. சரோஜாவினாலும் முழுமையாகச் சொல்லத் தெரியவில்லை.

“தளுக்குரவி எங்கிட்ட வர்ற மாதிரி அவனும் வரணுமாம், மாமா இல்லாதப்ப வூட்டுக்குள்ள வந்துட்டான். வெளியே போடான்னேன். மெரட்றாண்டா... மாமாகிட்ட சொல்லி வுட்ருவேன்னு மெரட்டறான். என் தம்பிய வுட சின்னவன், இவனும் வேணாம், அவனும் வேணாம்னு சொல்லிட்டன். பத்து நாளா அவனயும் வூட்ல சேத்தல, பழகன மனசு கேக்கலடா கரமேல நின்னு என்னய ஏக்கமா பாத்துனு இக்குறான். பன்னாட நாயிக்கு என்ன பாக்காம ஜொரம் வந்துருச்சாம்...” கண்ணீர் சொட்டுச் சொட்டாக இறங்கியது.

காதல் மட்டுமில்லை, கள்ளக் காதலும் மனித நெஞ்சத்தைக் கசக்கிப் பிழியும் என்பது அழுகை சொல்லியது. சரோஜா அக்கா கள்ளக்காதல் பசலையில் அழுது வடிந்தாள். “அதுகிட்ட தந்துடடா...” நாலணா அவனுக்குத் தனியாக கையில் திணித்தாள். தளுக்கு ரவிக்கு தருவதற்கு பத்து ரூபாய் நோட்டு ஐந்து தந்தாள்.

சரோஜா அக்காவைப் பார்க்காமல் காய்ச்சல் வந்ததா? செலவுக்குப் பணம் இல்லாமல் வந்ததா தெரியவில்லை. ஒரு ஸ்டீல் டப்பி நிறைய கறி போட்டுக் கொடுத்து, “ஏரிக்கர மேல புளியாம்மரத்தடில நின்னுனு இக்குது பாருடா... சோத்துக்கு இல்லன்னாலும் கத்திரிக்கோல் சிகரெட்ட வுடாது. கப்பு புடிச்சிது. யார்னா எங்க போறன்னு கேட்டா.., வெளிக்கி போறன்னு சொல்லு...” டப்பியை டவுசருக்குள் சொருகிவிட்டாள்.

இரண்டு வாரங்களாக ரகசியமாக மூக்குப் பொடி போடுவதற்கு கற்றுக் கொண்டாளாம். “பத்து நாளா தூக்கம் வரலடா... கொழுப்பாட்டுக்காரி நசம் போட கத்துக் கொடுத்துட்டா... மூக்க ரொப்பலன்னா பயித்தம் புடிக்குது.”

“நெஞ்சமுண்டு நேர்ம உண்டு ஓடு ராஜா-

நேரம் வரும் காத்திருந்து பாரு ராஜா” பாடிக் கொண்டே நடந்தான்.

மூங்கில் புதருக்குள் நுழைந்து, கண்ணுகவுண்டர் கரும்புத் தோட்டத்தில் இறங்கின போது, கீரிப்பிள்ளை ஓடியது. வரப்பில் நின்று திரும்பிப் பார்த்துவிட்டுப் பறந்தோடுகிற வித்தை அழகானது. பலமுறை கீரிப்பிள்ளையைப் பார்த்திருக்கிறான். பார்க்கிற ஒவ்வொரு முறையும் திரும்பிப் பார்க்காமல் ஓடுவதில்லை. ஒரு தைரியம் கொடுத்துவிட்டு ஓடும். 'நானிருக்கன் பாம்பு கீம்பு வராது போ' என்கிற தைரியம். பாம்பு வேகமாய் பெட்ரோல் ரயில் மாதிரி ஓடுவதைப் பார்த்திருக்கிறான். அது திரும்பிப் பார்த்துவிட்டு ஓடாது. நடக்கிற சத்தத்திற்குப் பயந்து வரப்பிற்கு வராமல் ஓரமாய் நின்று விடும். நடந்து போன பிறகு ஓடும். கீரிப்பிள்ளை ஓடுவதும், பாம்பு ஓடுவதும் எலிக்காக, சண்டையும் எலிக்கானதா என்று தெரியவில்லை. யாரும் பார்க்கிற மாதிரி சண்டை போட்டுக் கொண்டதில்லை. சந்தையில் வித்தை காட்டுகிற மோடி மஸ்தான் கூட ஒரு நாளும் கீரியையும், பாம்பையும் மோதவிட்டதில்லை. ஒரு சந்தையில் மோடி மஸ்தான் கண்ணப்பனை வேலைக்குக் கேட்டான். அவன் சொல்லும்போது மயக்கம் போட்டு விழவேண்டும். அது நல்ல டிராமா, கூட்டத்தில் இரண்டு பேரை நிறுத்தி வைத்திருப்பான். ஒருவரின் சட்டைப் பையில் பதினேழு ரூபாய் அறுவத்தைந்து காசு இருக்கும். இரண்டு ரூபாய் நோட்டு இரண்டு, ஐந்து ரூபாய் நோட்டு ஒண்ணு, ஒரு ரூபாய் நோட்டு எட்டு. பித்தளை இருபது காசு இரண்டு, பத்துக் காசு மூன்று. ஐந்து பைசா ஒன்று, இரண்டு பைசா ஒன்று. இதை ஒரு நாள் முழுவதும் மனப்பாடம் செய்தான். அத்தோடு இரண்டு தங்கராட்டினம் பீடியும் சட்டைப்பையில் இருக்கும்.

"இந்த சின்னப் பய்யா 'யாரு, எந்த வூரு, யாரு பெத்தது தெரியாது' என் முகத்திற்கு நேரே கையை நீட்டி, ஏதோ மந்திரம் சொல்வான். கண்ணப்பன் மயக்கம் போட்டு விழுகிற மாதிரி விழ வேண்டும். அவன் மீது ஒரு துணியைப் போர்த்தி மூடிவிடுவான். அவன் சொல்லிக்கொடுத்த கேள்விகளைக் கேட்பான். சொல்லிக் கொடுத்த பதில்களைச் சொல்லவேண்டும். இரண்டு ரூபாய் கூலி.

இந்த சந்தோசமான விசயத்தை அம்மாவிடம் சொன்னான். இரண்டு ரூபாய் என்றதும் அம்மாவும் சந்தோசப்படுவாள் என்று. அவன் சொன்னபோது கெட்ட நேரம் வாசல் பெருக்கிக்கொண்டிருந்தவள். தென்னந் துடைப்பத்தில் முதுகில் ரெண்டு சுளீர் சுளீரென்று

அடித்தாள். முதுகில் விழுந்த சுளீர் செத்தாலும் போகாது.

கண்கட்டி வித்தை, ஏமாற்றுத் தொழில்! மேஜிக் காட்டி தாயத்து விற்கிற தந்திரம் இப்போதும் ஒவ்வொரு மனிதனுக்கு இருக்கிறது. ஏதாவது பொய் சொல்லி ஏமாற்றிக்கொண்டுதான் இருக்கிறார்கள்.

ஏரிக்கரையில் சிலையை நிற்க வைத்து மாதிரி நின்றிருந்தான் தளுக்குரவி. ஐம்பது ரூபாயும், தண்ணிக் கோழிக் குழம்பையும் வாங்கிக் கொண்டான். அவனைப் பார்க்கவே பிடிக்கவில்லை. பார்ப்பதற்கு வெள்ளையாக உடுத்திக் கொண்டு, சென்ட் அடித்து, பவுடர் பூசி, மாப்பிள்ளை மாதிரிதான் இருந்தான். ஆனாலும் அவனுக்குப் பிச்சைக்காரனை விட கேவலமாகத் தெரிந்தான். ரூபாய்களை வாங்கி கைமடிப்பிற்குள் சுருட்டிக்கொண்டு "கொஞ்சம் இருடா.. தின்னுட்டு டப்பா தந்துடறேன்" என்று நாய் மாதிரி 'அச்சக்... அச்சக்'கென்று தின்றான். நாய் மாதிரியே இந்தப் பக்கம், அந்தப் பக்கம் யாராவது வருகிறார்களா என்று இப்படியும் அப்படியும் பார்த்துக்கொண்டே கொஞ்ச நேரத்திலேயே காலி செய்தான், எலும்பைத் துப்பவில்லை,மென்று முழுங்கினான். டப்பாவை வழித்து வழித்து நக்கினான். ஒவ்வொரு விரலால் வாய்க்குள் விட்டு சப்பி எடுத்தான். டப்பாவை மூடிக் கொடுத்தான். அதைத் தொடுவது அவனுடைய எச்சிலைத் தொடுவது போன்று அருவருப்பாக இருந்தது. கருமம். இறங்கி கரும்புத் தோட்டத்தை நோக்கிப் போனான். தளுக்கு ரவியும் ஏரியில் வெளிக்கி கழுவுகிற தண்ணீரில் கைகளைக் கழுவினான். அவனைத் துப்ப வேண்டும் போல் தோன்றியது. தரையில் துப்பினான். தவளைகள் ஒவ்வொன்றாய் தண்ணீரில் எகிறி குதித்தது. குதிக்கும்போது தண்ணீரில் குட்டிப்பையன் எகிறி குதித்து விளையடுகிற மாதிரி எகிறி குதித்தது.. மதராஸில் டாக்டருக்குப் படிக்கும் கலைவாணி அக்கா பெரிய தவக்களையா வேண்டும் என்று கேட்ட போது கட்டையன் பிடித்து பாட்டிலில் போட்டுக்கொண்டு போய் கொடுத்தான். தகர மூடிப் போட்டால் காற்று வராமல் இறந்துவிடுமென்று மெல்லிய துணியை ஆர்லிக்ஸ் பாட்டிலின் வாயில் கட்டிக் கொண்டு வந்தான். பாட்டிலில் அது எகிறி எகிறிப் பார்த்தது. பாவமாய் இருந்தது. பாட்டிலுக்குள்ளேயே நான்கு நாட்கள் உயிரோடு இருந்ததாம். எந்த உணவும் போடாமல் கலைவாணியும் மெட்ராசுக்கு எடுத்துப் போயிருக்கிறாள்.

மனிதர்களை எப்படி அறுப்பதென்று தவக்களையை அறுத்து கற்றுக் கொள்கிறார்களாம். கட்டையனுக்கு பத்து ரூபாய் இனாம். பத்து நாட்களுக்கு தவக்களை மாதிரி ‘தண்ணி’யிலேயே மிதந்தான். தெளியத் தெளிய குடித்துக்கொண்டு.

கரும்புத் தோட்டத்தில் இறங்கின போது அவனைத் திரும்பிப் பார்த்தான். தளுக்குரவி சிகரெட் ஊதிக்கொண்டிருந்தான். ‘மாமா கஷ்டப்பட்டு சம்பாதிக்கிறார் இந்த எச்சிப் பொறுக்கி நாயி நோகாம நோம்பு கும்புடுது. சரோஜாக்கா செரியில்ல... அவனுக்கெதுக்கு துட்டு தருது. அம்புது ரூபா... அம்மா ராவும் பகலும் அரிசி மில்லுல வேல செய்றா... நெல்லு வேயிக்கணும், ஒணத்தனும், வாரிக் கொட்டணும்,.. மெஷின்ல கொட்டி அறைக்கணும், தவிடு தனியா, உமி தனியா கொட்டணும்.. அரிசி ஆத்தி மூட்டை பிடிக்கணும் அம்மாடி... அம்முட்டு வேலய்க்கும் ஒரு நாளிக்கு ஒத்த ரூபாதான் கூலி இந்தப் பொறுக்கி நாயிக்கு சும்மாவே அம்பது ரூபா’ கரும்புத் தோட்டம் தாண்டும் வரைக்கும் அவனைத் திட்டிக்கொண்டே வந்தான்.

மறுபடியும்

“நெஞ்சமுண்டு நேர்ம உண்டு ஓடு ராஜா–

நேரம் வரும் காத்திருந்து பாரு ராஜா...”

‘நம்ம வூருக்கு ‘என் அண்ணன்’ மறுபடியும் எப்ப வருமோ... அடுத்த பொங்கலுக்கு தான் வரும்’னு தமிழ் டீச்சர்கிட்ட கைவேல டீச்சர் சொல்லிட்டிருந்தாங்க...

டப்பாவைக் கொடுப்பதற்கு சரோஜா அக்கா வீட்டிற்கு போனபோது, வெளியே ஜெயக்குமாரின் செருப்பு இருந்தது. பார்த்ததுமே காலை நாய் கடித்த மாதிரி விஷம் ஏறியது. பூனை மாதிரி மெதுவாக வீட்டிற்குப் பின்புறம் போனான். துவரைச் செடி மறைவில் உட்கார்ந்தான்.

“எங்கூட்டுக்காரு வந்துடுவாப்ள போயிரு.”

“வரட்டுண்டி போறன்.”

“உன் வீரத்த பொம்பளகிட்டதான் காட்டுவியா?”

“வீரத்த காட்றதா இருந்தா எப்பவோ அமுக்கிப் புடிச்சி _பச்சை

வார்த்தை_ இருப்பன். பேச்சுவார்த்த நடத்தி இருக்கமாட்டன் _பச்சை வார்த்தை_ காட்றி காட்றின்னு...”

“நெனச்சுவங்கிட்ட போறதுக்கு தேவிடியா பொழப்பு பண்றனா?”

“அவுங்கள ஏன் தப்பா சொல்ற... தொழிலு அதான்... துட்டுக்கோ, வறுமய்க்கோ போறாங்க.. சோத்துக்கில்லனுக் கூட போவாங்க.. கொழந்திங்கள காப்பாத்த போவாங்க... தாய் தகப்பன காப்பாத்த போவாங்க... கொழுப்பெடுத்தவ எவுளம தாசியாய் போறதில்ல... நீ தேவிடியாளா இருந்தா கிட்ட வரமாட்டன். வந்தாலும் துட்ட தந்துட்டு போயிட்டே இருப்பன், புருசன வுட்டுட்டு வேற நாயிகிட்ட போற இல்ல, எங்கிட்டயும் வா...”

“நானு எவங்கிட்டயும் போறதில்ல.. வெளிய்யப் போ”

“உங்கிட்ட எவன் வந்துனு இருக்கானோ அவனயே ஒதப்பன். உன் (பச்சை வார்த்தை) நாறிடும்னு பாக்கறன்.. நாங் கேக்கறதுல என்னா தப்பு? மிண்டகாரங் கேக்குது இல்ல? தளுக்கு ரவிய்ய _பச்சை வார்த்தை_ இல்ல...”

“மாரியாத்தா... காளியாத்தா இவனுக்கு கூலி நீதான் தரனும்.”

“தரட்டும்... மாரியாத்தா, காளியாத்தா எனக்கும் கூலித் தரட்டும், உனக்கும் கூலி தரட்டும், பாரு.. கம்னு படுத்தினா உன்ன கண்டுக்க மாட்டன். அவனய்யும் வுட்ருவன், அவன் எப்பனா சுதந்திரமா வரட்டும்.. இல்லன்னா வுங்கூட்டு... மாரியப்பன் காளியப்பன் கிட்ட சொல்லிடுவன், அவன் கூலி தருவான்... என்னா சொல்ற... வூட்டுக்காரங்கிட்ட சொல்லுட்டா...”

“வேணாஞ் சாமி கெய்யெடுத்து கும்படறேன் போயிரு.”

“போ மாட்டன் ரெண்டுல ஒன்னு தெரிஞ்சதான் போவன்.”

“சொல்றன் போ...”

“என்னா சொல்ற...”

“சொல்றன் போ....”

“இப்பவே சொல்லு”

“மூணு நாளிக்கு முடியாது, தலைக்கு ஊத்தினு இக்கறன்... அப்புறம் சொல்றன்.”

“ஏமாத்த மாட்டிய்யே...”

“சொல்லறன்னா சொல்றன் போ...”

“போறன்...”

“இப்ப கெய் வெய்க்காத போ...”

ஜெயக்குமார் செருப்பு அணிந்து நடக்கிற சத்தம். சரோஜா அழுகிற சத்தம்.

கண்ணப்பன் கொஞ்ச நேரம் துவரைச் செடி மறைவிலேயே உட்கார்ந்து இருந்தான்.

சரோஜா வெளியே வரவே இல்லை.

வாசற்படிக்கு மெல்ல நடந்து வந்து டப்பியை வைத்துவிட்டு ஓடி வந்தான்.

வீட்டிற்கு வெளியே அழுக்காய் இருந்த ஸ்கூல் பையைத் தூக்கிக்கொண்டான். சட்டத்திற்குள் இரண்டாய் உடைந்த கல் பலகையும் கிழிந்த பாடப் புத்தகங்களும் இருந்தது. கைப்பிடியும் பிய்ந்து முடிபோட்டும், ஊக்கு குத்தி மாட்டியும் இருந்தது.

‘லேட்டா போனாக்கா எச்சமு முட்டில அடிப்பாங்க....’

ஓடினான்.

19

மகேஸ்வரியால் நம்ப முடியவில்லை. உமாவைப் பரிதாபமாகப் பார்த்தாள். "ஆம்பளைங்க மேல எப்பவும் நம்பிக்கை இல்லடி.. ஆனா, குடிகாரன் கிட்ட நீ ஏமாந்தத நம்பவே முடியல."

உமா ரொம்ப நல்ல பெண், அமைதியானவள் அதிகமாக பேசாதவள், அவசியமற்று யாரையும் பார்க்கவும் மாட்டாள். தானுண்டு, தன் வேலையுண்டு என்றிருப்பவள் அலங்காரம் செய்வதில் கூட எளிமையைக் கடைப்பிடித்தவள் உடுத்துவதில் நேர்த்தி இருக்கும், சிரிக்கிற மாதிரியான சந்தர்ப்பங்களிலும் கூட வாய் திறக்காமல், பற்கள் தெரியாமல் சிரிப்பாள். அப்படி பட்டவள் பாலகிருஷ்ணனிடம் கெட்டுப் போனதாகச் சொல்வதைத்தான் நம்ப முடியவில்லை.

"எழுந்திரு! நீ அறிவாளிப் பொண்ணுன்னு நினைச்சேன், எப்படி ஏமாந்தே?" அவளை சோஃபாவில் பக்கத்தில் உட்கார வைத்துத் தோளில் சாய்த்துக்கொண்டாள்.

"என்னை கல்யாணம் பண்ணிக்கிறதா சொன்னாருக்கா, என் மேல உயிரையே வெச்சிருக்கிறதா ஆசைக் காட்டினார்." விம்மினாள்.

தையல் மெஷினுக்குள் உடம்பை வைத்து டகடகவென்று தைத்த மாதிரி ஆகிவிட்டது. ஊசி உடம்பு முழுவதும் குத்துகிற மாதிரி ஆயிற்று.

“உமா! அவனுக்கும் எனக்கும் கல்யாணமானது உனக்குத் தெரியாதா? நீயும்தானே வந்திருந்தே?”

“உங்க கல்யாணத்துக்கு முன்னயே என்னைக் கெடுத்துட்டாருக்கா.. அவர் என்னைத்தான் கல்யாணம் பண்ணிக்கிறேன்னு சொன்னார், ரொம்ப நம்பினேன்... நான் இல்லன்னா செத்துடுவேன்னு சொன்னார்.”

“குடிகாரனோட பேச்சை நம்பிட்டியா?”

“என்னை மறக்க முடியாமத்தான் குடிக்கிறதா சொல்லி ஏமாத்திட்டாருக்கா...”

“சரி எனக்கு கல்யாணம் நடக்கிறதுக்கு முன்னே சொல்லி இருக்கலாமே உமா? உன் வாழ்க்கயும் போயிருக்காது, நானும் ஏமாந்திருக்க மாட்டன்”

“திடீர்னு சொல்ல முடியலக்கா... மனசுக்குள்ள கஷ்டமாத்தான் இருந்துச்சி. உங்க வாழ்க்கைய கெடுக்க கூடாதுன்னு வெளியே சொல்லல...”

“இப்போ ரெண்டு பேரோட வாழ்க்கையும் கெட்டுப்போச்சு, என்னைப் பத்தி கவல வேணாம் விடு, உன் தலயில மண்ணள்ளிப் போட்டுக்கிட்டயே...”

உமா மேற்கொண்டு பேச முடியாமல் கதறி அழுதாள்.

குடிப்பதற்குப் போன பாலகிருஷ்ணன் போதையில் வந்தான். அவனுடைய சட்டைக்காலரைப் பிடித்துக் கொண்டாள். “என்ன அயோக்கியத்தனம் பண்ணி இருக்கே... இந்த அப்பாவிப் பொண்ணை சீரழிச்சிட்டியே நியாயமாடா?” சீற்றத்துடன் கேட்டாள்.

“நீ ஒரு பத்தினி, அவ ஒரு பத்தினி... ஒரு பத்தினிக்கு இன்னொரு பத்தினி வக்காளத்தா? ஏண்டி உங்களுக்கு நான்தான் கிடைச்சனா? நீ பகிரங்கமா தேவிடியா அவ ரகசியமான தேவிடியா. எத்தனை பேரோட பழக்கமோ, அவ வயித்துல இருக்கிறது எவனோட குழந்தையோ... எனுதுன்றா...” என்றான்.

நெருப்பாகி கொதித்தாள் மகேஸ்வரி.

மகேஸ்வரியை அவன் எவ்வளவு திட்டினாலும் அவள்

வருத்தமடைய மாட்டாள். தான் அப்படித்தானே என்கிற சமாதானம் அவளிடம் இருந்தது. உமாவையும் கேவலமாக பேசினதைத்தான் தாங்க முடியவில்லை.

மின்னல் ஓடின மாதிரி உடம்பெல்லாம் கோபம் ஓடிற்று. பளாரென்று அவனுடையக் கன்னத்தில் அறைந்தாள்.

திருப்பித் தாக்குவதற்கு நாக்கை நீட்டிக் கொண்டு கை ஓங்கினான். அவனுடைய கையை மடக்கிப் பிடித்துக்கொண்டு முகத்தில் குத்தினாள்.

"தாலி கட்டின புருசனை அடிக்கிறியாடி நீ?" என்றான்.

"என்னடா பெரிய தாலி?" என்றவள் அவள் கழுத்திலிருந்த தாலியைக் கழட்டினாள். அவன் மீது வீசுவதற்காக ஓங்கினாள். "இந்த தாலிக்கு கூட உன்னால உரிமைக் கொண்டாட முடியாது, இதுல இருக்கிற ஒவ்வொரு பைசாவும் என்னோடது" என்றபடி அதை ஜன்னல் வழியாக அறைக்குள் போட்டாள். "இனிமே இந்த பக்கமே வராதே..." உரக்கக் கத்தினாள். "போடா..."

"நான் யாருன்னு உனக்குக் காட்றேன், இருடி... கிழிக்கறேண்டி உன்னை..." என்று சவால் விட்டான். ஆபாசமாகத் திட்டினான். அவனுடைய தலைமயிரைக் கொத்தாய்ப் பிடித்து இன்னொரு குத்து வைத்தாள். போதையிலிருந்து அவன் கால்கள் தடுமாறி வாசலில் விழுந்தான். வாசற்படிக்கு முன்னிருந்த செருப்பை எடுத்து முகத்தில் கை ஓயும் வரை அடித்தாள்.

உமா ஓடி வந்து மகேஸ்வரியைப் பிடித்துக்கொண்டாள். கண்ணீரோடு நின்றாள்.

"விடு உமா! இவனை கொலைப் பண்ணணும்."

"வேணாங்கா, விட்டுடுங்க... என் கழுத்துல தாலி கட்டிட சொல்லுங்க நான் எப்படியாவது பொழைச்சுக்கிறேன்."

"உனக்கு புத்தி இருக்கா உமா... இதுக்கு மேலேயும் இவனை மனுசனா நினைக்க தோணுதா? இவனக் கல்யாணம் பண்ணிட்டு வாழறதை விட, கருங்கல்லை கல்யாணம் பண்ணிட்டு வாழலாம்... எப்படி உமா இவனை கல்யாணம் பண்ணிக்க மனசு வருது? இவனைப் போலீஸ்ல சொல்லி ஜெயில்ல தள்ளணும்"

“அவரோட குழந்தை என் வயித்துல இருக்குக்கா...” என்றாள்.

நெற்றிச் சுருங்க அவளைப் பார்த்தாள். கண்களை மூடி ஒரு நொடி பெருமூச்சு விட்டாள்.

பாலகிருஷ்ணன் நகர்ந்து போய்க் கொண்டிருந்தான். அத்தனை போதையிலும் அங்கிருந்து தப்பிப்பதில் கவனமாக இருந்தான். போலீஸில சொல்லி ஜெயில்ல போடணும் என்று சொன்னதற்குப் பயந்தான். அவன் புரிந்தக் குற்றம் அவனுக்குப் புரிந்தது.

உமா அழுதபடி நின்றாள். அவளை அணைத்துக் கொண்டாள் மகேஸ்வரி. “அந்த காலத்து மனுஷி மாதிரி பேசாத உமா. இந்த மிருகத்தோட குழந்தை உன் வயித்துல தேவையா? கலைச்சிடு... அதிர்ச்சியா பார்க்காதே... இப்படி சொல்றது உன்னால தாங்க முடியாதுதான், மனசுக்கு கஷ்டமாத்தான் இருக்கும். இப்படியொருத்தனுக்கு பொறந்து அந்தக் குழந்தை வாழ்நாள் பூராவும் அனு அனுவாக சாகறதை விட கருவுலேயே சாகறது தப்பில்லை... அந்த குழந்தையைக் காரணமா வெச்சி உன் லைப்பை பாழாக்கிக்காதே... ஆம்பள எத்தனைப் பொண்ணுகளை ஏமாத்தினாலும் அவன் உத்தமனாவே இருக்க முடியும், பொண்ணு அப்படி இல்லை ஒருத்தன் கிட்ட தன்னை இழந்துட்டாலும் நடத்தைக் கெட்டவள்னு பட்டம்தான் கிடைக்குது, பாத்தியா? என்னையும் அவன் ஏமாத்திட்டான், உன்னையும் அவன் ஏமாத்திட்டான். ஆனா அவன் நம்ம ரெண்டு பேரையும் தேவிடியான்னு திட்டிட்டு போறான். அதுக்கு என்னா காரணம்? அதுக்கு இந்த கரு சுமக்கிற வயிறுதான் காரணம். கழுவிடு உமா, மனசைக் கல்லா ஆக்கிட்டு கலைச்சிடு! அவனோட குழந்தைன்னு அவன் ஒத்துப்பான்னு நினைக்கிறியா? மனசாட்சி இல்லாதவனை மனசுல வைச்சுக்காதே உமா மறந்துடு.”

திசைகள் புரியாமல் மௌனமாய் நின்றாள் உமா

“மனசுல தைரியம் வரவழைச்சுக்கோ உமா. இந்த விஷயம். உனக்கும் எனக்கும் மட்டும் தெரிஞ்சுதா இருக்கட்டும், வெளியில் தெரிஞ்சா உனக்குதான் அவமானம், உன் பேரு கெட்டுப் போயிடும்... அசிங்கப்பட்டு போயிடுவே... எவ்ளோ செலவுன்னாலும் நான் பாத்துக்கிறேன், உடம்பையும் மனசையும் சுத்தமாக்கிக்கோ, வீட்ல பாக்கிற மாப்பிள்ளைய கல்யாணம் பண்ணிக்கோ...” ஆறுதல் சொன்னாள்.

உமாவுக்கு ஆறுதல் சொன்னாளே தவிர, மகேஸ்வரியின் மனம் ஆறுதல் அடைகிற மாதிரி இல்லை.

இரண்டு தினங்கள் கழித்து, உமாவை திருப்பத்தூர் கல்லூரி எதிரிலுள்ள ஒரு லேடி டாக்டரிடம் அழைத்துப்போனாள். கருவைக் கலைப்பதற்கான பணத்தை மகேஸ்வரி கொடுத்தாள்.

தாயைப்போல் உடனிருந்து கவனித்துக்கொண்டாள்.

“வெளியே சொல்லாத உமா, வீட்லயும் சொல்லாத இதைப் பெரிய விசயமா நினைச்சி வருந்தாத, இந்த காலத்தல இது பெரிய விசயம் கிடையாது. ஆனா இது தொடரக் கூடாது. அபார்சன் பண்றது இதுவே முதலும் கடைசியுமா இருக்கட்டும், ஏமாந்ததும் இதுவே முதலும் கடைசியுமா இருக்கட்டும்... எல்லாத்தையும் மறந்துட்டு நிம்மதியா இரு... நல்ல வாழ்க்கை வேண்டிக்கோ...”

உமா கண்ணீருடன் தலையாட்டினாள்.

பட்டாசு சரம் தொடர்ச்சியாய் வெடிக்கிற மாதிரி, பாலகிருஷ்ணனைப் பற்றிய உண்மைகள் சரசரமாய் வெடித்தது.

உமாவை மட்டுமில்லை, தையல் கம்பெனியில் வேலை செய்த மற்ற சில பெண்களையும் அப்படியே ஆசைகாட்டி ஏமாற்றி இருந்தான்.

மகேஸ்வரிக்கு இந்த பெண்களின் குணத்தைப் புரிந்துக் கொள்ள முடியவில்லை. எப்படி ஏமாந்தார்கள்? அவன் எப்படி ஏமாற்றினான்? ஒரே கம்பெனியில் ஒன்றாகப் பணிபுரியும் பெண்கள், சிநேகிதிகளாய் இருக்கும் பெண்கள் தினமும் சொந்த பிரச்சினைகள் ஒருத்தருக்கொருத்தர் பேசிக்கொள்ள கூடிய நிலையில் உள்ள பெண்கள், ஒருத்தருக்கு ஒருத்தர் தெரியாமல் எப்படி ஏமாந்தார்கள்? ஆச்சர்யமாக இருந்தது.

பாலகிருஷ்ணன் அந்தப் பக்கம் வருவதே இல்லை “அவனுக்கென்ன கையில தொழில் இருக்குது, திருப்பூர், பெங்களூர், ஐதராபாத்துனு எங்க போனாலும் குடிக்கிறதுக்கு சம்பாதிச்சிடுவான். ஒரு கம்பனி விட்டா இன்னொரு கம்பனி, கம்பனிகள்ல எத்தனையோ பாவப்பட்ட பொண்ணுங்க, அவனுக்கென்ன ஆம்பளை... ஆயிரம் தப்பு பண்ணிட்டு கௌரவமா சுத்துவான்... பொண்ணா பொறந்தா எது பண்ணாலும் அசிங்கம்...” மகேஸ்வரி அவர்களிடம் சொன்னாள்.

கார்மெண்ட்ஸில் வேலை செய்த பெண்களுக்கு ஆளுக்கு ஒரு தொகை பணம் கொடுத்து வேலையை விட்டு நிறுத்தினாள்.

ரெடிமேட் கடையை மேலும் பெரிதாக்கினாள்.

சில நாட்கள் கழித்து பார்ப்பதற்கே பாவமாக ஒரு பெண் இரண்டு பெண் குழந்தைகளோடு வந்தாள். பசிக்கு காய்ந்திருப்பது தெரிந்தது. கிழிசல் ஆடைகள். பிச்சைக் கேட்கிறாள் என்று நினைத்து கல்லாவை இழுத்தாள்.

"மேடம்! இங்கே பாலகிருஷ்ணன்ற பேர்ல யார்னா வேல செய்றாங்களா?" என்று கேட்டாள். வார்த்தைகள் சுரத்தையின்றி வந்தது. முழு சாப்பாட்டைப் பார்த்து பலநாள் ஆகியிருக்கும் போலிருந்தது.

"பாலகிருஷ்ணனை எதுக்குக் கேக்கற...?"

கண்களில் துளியுண்டு சந்தோசத்தைக் காட்டினாள். "இங்கதான் இருக்காரா? அவர் என் புருசங்க, வீட்டுக்கு வர்றதே இல்ல. ரெண்டு பொட்டப்புள்ளைங்கள வெச்சிகிட்டு, என்னால வேலைக்கும் போக முடியல, பஞ்சத்துல சாகறோம்... அதனாலத்தான் அவரத் தேடி வந்தோம்..." என்ற அந்த பெண் அழுது, கண்ணீர் வடித்தாள். "எங்க இருக்காருன்னு சொல்லுங்க?"

மகேஸ்வரி தலையில் கைவைத்துக்கொண்டாள். "பொண்ணுங்க ஏமாந்து போறதுக்குனே படைக்கப்பட்ட ஜென்மங்களா?" வேதனையிலும், கோபத்திலும் சத்தமாகவே கேட்டாள். " அவன் வேலையை விட்டு நின்னுட்டான்."

கண்ணீர் வடித்த அந்தப் பெண்ணையும், அழ முடியாமல், அழத் தெரியாமல் பசித்த கண்களில் சோகமாக காட்சியளித்த இரண்டு பெண் குழந்தைகளையும் பரிதாபமாகப் பார்த்தாள் மகேஸ்வரி. "ஆம்பளைங்களுக்கு எப்படி தைரியமும் மனசும் வருது, பெண் குழந்தைங்கள விட்டுட்டு அவனால எப்படி குடிச்சிட்டு சுத்த முடியுது" நொந்துகொண்டாள். "இங்கே வர்றதில்ல."

அந்தப் பெண்ணின் முகம் வாடிற்று, குழந்தைகளை கையில் பிடித்துக்கொண்டு சோகத்துடன் போவதற்குத் திரும்பினாள்.

மகேஸ்வரிக்கு மனசு கேட்கவில்லை. "கொஞ்சம் நில்லுங்க..."

எதற்காக நிற்கச் சொல்கிறாள் என்பது தெரியாமல் குழந்தைகளோடு நின்றாள்.

"உள்ள வந்து உட்காருங்க..." என்றாள்

"இல்லக்கா நாங்க போறோம். தேடிப் பாத்துட்டு இருட்டுக்குள்ள சேந்துடறோம். வாழ்றதா, சாகறதான்ட்டு தெரியல..." கன்னங்கள் ஒட்டிக் கொண்டிருந்தது.

"அஞ்சு நிமிசம் உக்காருங்க... எனக்கு தெரிஞ்ச ரெண்டு மூனு கார்மெண்ட்ஸ் கம்பனிக்கு போன் போட்டு பாக்கறேன்." பணிப்பெண்ணைப் பார்த்து. "இவங்களுக்கு ஜூஸ் வாங்கிட்டு வா" என்றாள்.

பணிப்பெண் எதிரே இருந்த ஜூஸ் கடை நோக்கிப் போனாள்.

"ஜூஸ் வேணாக்கா, அந்த காசுக்கு ஏதாவது சாப்பிட வாங்கித் தாங்க. குழந்தைங்க பசியோட இருக்கு," என்றாள் அந்தப் பெண்.

மகேஸ்வரிக்கு கலங்கிற்று. "முதல்ல ஜூஸ் குடிங்க... சாப்பாடும் ஏற்பாடு பண்றேன்," என்றாள்.

"உங்களுக்கு ரொம்ப சிரமம்..."

"இல்ல" என்ன சொல்வது தெரியவில்லை. குழந்தைகளையும் அவளையும் பார்ப்பதற்குக் கலங்கிற்று. 'மனைவியும் புள்ளைங்களும் பட்டினியில் சாகறப்போ, அவனால எப்படி குடிச்சிட்டு, கறியும் மீனும் தின்னுட்டு பொண்ணுங்களோட சொகம் அனுபவிச்சினு இருக்க முடிஞ்சது? இவனவிட கொடுமையான மனுசன் இருப்பானா? பொண்டாட்டி பிள்ளைகளப் பட்டினி போட்டுக் கொல்றவனுக்குத் தண்டன இல்லயா?'

ஜூஸ் வந்தது.

குழந்தைகள் ஜூஸை கையில் வாங்குவதற்கு தயக்கம் காட்டினார்கள். கண்களால் அம்மாவைப் பார்த்தார்கள். வறுமை, பசி, பட்டினி என்றாலும் கவுரவத்தையும், மானத்தையும் புகட்டி வளர்த்திருக்கிறாள்.

அந்தப் பெண் வாங்கிக் கொள்ளுமாறு கண்களாலேயே சைகை காட்டினாள். குழந்தைகள் வாங்கிக்கொண்டு பருகினார்கள். பருகும் வேகத்திலேயே பசியின் ஆழம் தெரிந்தது. அந்த ஆழத்தை

ஆப்பிள் ஜூஸோ, ஆரஞ்சு ஜூஸோ நிரப்பவே முடியாது என்றும் தெரிந்தது. மாதக் கணக்கில் பட்டினிப்பேய் தோண்டிய பள்ளம் அது.

மகேஸ்வரி சில கார்மெண்ட்ஸ் கம்பனிகளுக்கு போன் போட்டுக் கேட்டாள். "ராவ்ஜி! பாலகிருஷ்ணன் டைலர் அங்கே வேலை செய்றாரா?"

"மகேஸ்! உங்கிட்டதான் இருக்கிறதா கேள்வி பட்டேன், அவன சேத்தறத்துக்கு எனக்குப் பைத்தியமா புடிச்சிருக்கு?" என்றார், வாணியம்பாடி ஹரிச்சந்திர ராவ்.

"நீங்க எனக்குச் சொல்லி இருக்கலாமே ராவ்ஜி!"

"அப்போ சொல்லி இருந்தா கேட்டிருக்க மாட்ட... கார்மெண்ட்ஸ நடக்காம தடுக்கறதுக்கு நான் பொய் சொல்றேன்னு நினைச்சிருப்பே...? அந்தக் கண்டவனுக்குப் பொறந்தவன் எவ்ளோ பாக்கி தரணும்?"

"அவரைத் தேடி அவரோட மனைவியும் பிள்ளைகளும் வந்திருக்காங்க..." என்று சொல்லிவிட்டு போனைத் துண்டித்தாள்.

நேதாஜி நகர் பாண்டியன் கார்மென்ட்ஸிற்குப் போன் போட்டு கேட்டாள். அடுத்து புதூர் செந்திலுக்கு போன் போட்டாள். அடுத்து ஆசிரியர் நகர் பிரித்விக்கு போன் போட்டாள்.

"இங்க இல்லை, அவன யாராவது சேத்தனா ஒழிச்சிடுவான்..." என்பதாகவே எல்லா இடத்திலும் பதில் வந்தது.

"அந்தக் குடிகாரனா துரத்திட்டோம்." என்றும்

"அவன் பிராடு, ஒரு இடத்துல நிலைக்க மாட்டான்." என்றும்

"ஒயின் ஷாப்புகள்ல தேடினா கிடைப்பான்" என்றும் பதில்கள் வந்தன.

சோர்ந்து போனை வைத்தாள்.

தகவலுக்காக தலையை உயர்த்தி பார்த்துக்கொண்டே இருந்தாள் அந்தப் பரிதாபத்துக்குரிய பெண்.

"எந்த இடத்தலயும் இல்லையாம்... ரெண்டு நாள் என் வீட்ல தங்குங்க எப்படியும் கண்டு பிடிச்சிடலாம்" என்றாள் மகேஸ்வரி.

“உங்களுக்கு சிரமம்..”

“சிரமும் இல்ல, தர்மமும் இல்ல, நீங்க ஓட்டல்ல வயிறு நிறைய சாப்பிட்டுட்டு வாங்க...” என்றவள் பணிப்பெண்ணை அழைத்து, பணம் கொடுத்து ஓட்டலுக்கு அனுப்பி வைத்தாள்.

தயங்கியபடியே ஓட்டலுக்குப் போனார்கள்.

அவர்கள் சாப்பிட்டு வந்ததும், ஆட்டோவில் வீட்டிற்கு அழைத்துப் போனாள்.

“ரொம்ப களைப்பா இருக்கீங்க... நல்லா தூங்குங்க...”

“இல்லைங்கக்கா... ஏதாவது வீட்டு வேலை இருந்தா செய்றேனே...”

“வேண்டாம், மனசுல சங்கடம் இல்லாம தூங்குங்க...”

“தூக்கம் தொலைஞ்சி ரொம்ப காலமாச்சுக்கா... பாழாய்ப் போனவனை எப்போ கல்யாணம் பண்ணேனோ அப்பவே தூக்கம் போச்சு, மூணு மாசம் அவன் தூங்க வுடல... அதுதான் சந்தோசம்னு இருந்துட்டன்.. அப்புறம் வெறும் தொயரந்தானெ... சொன்னா மாளாது... இந்தப் புள்ளைங்களுக்காகத்தான் உயிர் வாழ்ந்துட்டிருக்கேன்.” கண்களைத் துடைத்துக்கொண்டாள். கண்ணீரை அடக்குவதற்கு முயற்சிகள் செய்தாள்.

மகேஸ்வரி கண்களை மூடி ஒரு நிமிடம் யோசித்தாள். அவளுக்குத் தெரிந்து, திருமணமாகி, குழந்தைகளோடு இருக்கிற அத்தனை பெண்களுமே இதைத்தான் சொல்கிறார்கள். ‘இந்தப் புள்ளைங்களுக்காகத்தான் உயிர் வாழறன்..’ என்று.

“கல்யாணத்துக்கு முன்னே அவன் மோசமனவன்னு தெரியலையா?” என்று கேட்டாள்.

“தெரிலக்கா... தெரிஞ்சிருந்தா ஒத்துனு இருக்க மாட்டேன். பதனஞ்சி வயசுல கல்யாணம் பண்ணாங்க... எனக்கு வெவரம் இல்ல..”

டி.வியைப் போட்டு விட்டாள் மகேஸ்வரி, பிள்ளைகள் இரண்டும் டி.வி முன்பு கைகளைக் கட்டிக்கொண்டு உட்கார்ந்துகொண்டது ஆர்வமாக பார்த்தார்கள்.

“லவ் மேரேஜா, அரெஞ்சிடு மேரேஜா?”

“பெரியவங்க பாத்துதான் கல்யாணம் பண்ணாங்க, இருபது சவரன் நகப் போட்டாங்கக்கா… வண்டி வாங்கிக் கொடுத்தாங்க… சுயமா கார்மெண்ட்ஸ் கம்பனி வெக்கிறேன்னு சொன்னான் இந்த ஆளு. எங்கப்பா இருந்த ஒரே வீட்டை வித்துட்டு அஞ்சு லட்ச ரூபா கொடுத்தாருக்கா… நான் ஒரே பொண்ணு. கூட பொறந்தவங்க யாரும் இல்ல. நான் நல்லா வாழணும்னு இவ்வளவும் செஞ்சார். ஆறு மாசம் கூட நல்லா வாழலக்கா… குடிச்சி, சூதாடி எல்லாத்தயும் காலி பண்ணிட்டான்.. என் வாழ்க்கையப் பாத்து மனசு உடஞ்சி, வேதனையில கருகியே என் அப்பாவும் மேல போய் சேந்துட்டார், செல்வாக்கா வாழ்ந்த அம்மாவும் பிச்சைக்காரி மாதிரி ஆயிட்டாங்க…” சொல்லிக் கொண்டே அழுதாள்.

மகேஸ்வரிக்கும் வலித்தது. அவளுக்கும் கண்கள் கசிந்தன.

“இப்போ எதுக்கு உன் புருசனை தேடிட்டு வந்தே..?”

“இந்த புள்ளைங்கள வெச்சிட்டு என்னால முடியலக்கா… ரொம்ப கஷ்டப்படறன், குழந்தைகள கிணத்துல தள்ளிட்டு நானும் விழுந்துடலாம்னு யோசிச்சன். ஊர்ல ஒரு கிணறும் இல்லை, ஒண்டின்னா தூக்குல தொங்கிடுவேன்.. குழந்தைங்கள என் கையால எப்படி தூக்குப் போடுவேன்? என் கையால கழுத்த அமுக்கி கொல்லவும் தைரியம் வரல. எப்படியாவது வளத்து வுட்டுர்லாம்னு உயிர புடிச்சினு இக்கறன்” என்று சொன்ன போது இந்த உலகமே சுடுகாடாகிவிட்டமாதிரி தோன்றிற்று.

“புருசன தேடறியே... உன் புருஷன் கிடைச்சா உன் கஷ்டம் பூராவும் நீங்குமா?”

யோசித்தாள். “எந்த கஷ்டமும் நீங்காது, அடியும் உதையும்தான் கிடைக்கும். கொஞ்சமாவா அடிச்சிருக்கான்... துணி துவைக்கிற மாதிரி என்னை அடிச்சித் துவைச்சிப் போட்டுருவான்.”

“எதுக்காக அடிப்பான்?”

“குடிகாரனுங்களுக்குக் காரணம் வேணுமா? சாப்பாடு செய்ய செலவும் வாங்கிப் போட மாட்டான். சாப்பாடு செய்யலையான்னும் கேப்பான். கேள்வி கேட்டாலும் அடிப்பான். அடிப்பானேன்னு பயந்து அமைதியா இருந்தாலும், ஏண்டி அமைதியா இருக்கேன்னு

அடிப்பான்... பசங்க இருக்காங்கன்னு பாக்க மாட்டான் வாடி, வாடின்னு தொல்ல பண்ணினே கெடப்பான்...”

“அப்புறம் ஏன் அவனைத் தேடிட்டு வந்தே... அப்படி ஒரு புருசன் தேவையா?”

“முடியாமத்தான் தேடறங்க்கா... நாலு மாசமா வீட்டு வாடக கட்டல, ரெண்டு பசங்களை வெச்சிட்டு நான் என்ன பண்ணுவேன்? பத்து பாத்திரம் கழுவப் போனா ஆயிரம், ரெண்டாயிரம்தான் தர்றாங்க... அந்தக் காச வெச்சிட்டு என்ன பண்ண முடியும்? ரொம்ப போராடிட்டேங்கா... முடியல. அதனாலத்தான் அவனத் தேடிட்டு வந்தேன். அடி உதை வாங்கினாலும் பரவாயில்ல? பசங்களை வளர்த்துடலாம்னுதான் தேடிட்டு அலையறேன்.”

“கிடைப்பானா?” மகேஸ்வரி பெருமூச்சு விட்டாள். “சரி, உன் புருசனைத் தேடு, கண்டுபிடி. ஐநூறோ, ஆயிரமோ உங்களுக்குக் கொடுத்து கஞ்சி ஊத்தறதா இருந்தா சந்தோசம். அப்படி உன் புருசன் செய்யலன்னா, நீ இங்கே வந்துடு. என் துணி கடையில வேலை செய் உனக்கு மாசம் ரெண்டாயிரம் சம்பளம் தர்றேன். உன் பிள்ளைங்கள கான்வென்ட்ல சேத்துப் படிக்க வெக்கிறேன். எல்லாம் உன் முடிவுதான்.” என்றாள்.

பரிதாபத்தோடு தெரிந்த அவர்களைப் பார்த்ததுமே ஏதாவது உதவி செய்ய வேண்டும் என்று அவளுக்குத் தோன்றிற்று. ‘ஐநூறோ, ஆயிரமோ கொடுத்து உதவினால் அது எத்தனை காலத்துக்கு வரும்? அடிக்கடி உதவிகள் செய்து கொண்டும் இருக்க முடியாது. அப்படி உதவிகள் மட்டும் செய்து வருவது பிச்சை இடுதலுக்கு சமம். அதனால்தான் கடையில் வேலைக்கு சேர்த்துக் கொள்வதாக சொன்னாள். ‘பெண்கள் அவர்கள் காலில் அவர்கள் நிற்க வேண்டும். குடிகார கணவனோ, நல்லவனோ எப்படி இருந்தாலும் ஒருத்தரை நம்பி வாழ்வது பாதுகாப்பானது அல்ல’ என்றெல்லாம் யோசித்தாள்.

“உங்களுக்கு ரொம்ப பெரிய மனசுக்கா... ரெண்டாயிரம் சம்பளத்தல எனக்கு வேல கொடுக்கிறதா இருந்தா புருசனே வேணாக்கா... என் பசங்களை புருசன் இல்லாமலேயே வளத்துக்குவேன். எனக்கு உத்தியோகம் கிடைச்சா புருசனே கிடைச்ச மாதிரி, இன்னொரு விசயமும் சொல்றேன் எங்கிட்ட

காசு இருக்கிறதா தெரிஞ்சா, என்னைத் தேடிட்டு அந்த மனுஷன் வருவான். குடிக்க பணம் வேணும்னு அடிப்பான்.” என்றாள். அவளின் கண்களில் நம்பிக்கையும், பயமும் துளிர்த்தது.

“உன் புருசனுக்கு இனிமேல் பணமும் தராதே... அடியும் வாங்காதே... திருப்பி அடிக்காத வரைக்கும்தான் அவங்க வீரமெல்லாம். திருப்பி அடிச்சா தாங்க மாட்டாங்க...”

“நீங்க சொல்றதெல்லாம் வாஸ்தவம்தாங்கா... திருப்பி அடிக்க முடிஞ்சாதானே...?” என்றாள்

மகேஸ்வரி “ஏன் முடியாது. அதுக்காக கராத்தே குங்பூவா கத்து வெச்சுக்க முடியும். கரண்டி, மத்து எது கிடைக்குதோ அதால அடிக்கணும், யோசிக்கக் கூடாது. அவன் ஒரு அடி அடிச்சா நாம ரெண்டு அடி திருப்பிக் கொடுக்கணும்.”

“தாலி கட்டின புருசனை நீங்க சொல்ற மாதிரி எல்லாம் அடிக்க முடியாதுக்கா...”

“என்ன பெரிசா தாலி? அதை காட்டிதானே காலகாலமா பெண்கள அடிமைப் படுத்தறாங்க...” மகேஸ்வரிக்கு கோபம் வந்தது.

அந்தப்பெண் மகேஸ்வரியின் கழுத்தையும், கால் விரல்களையும் அர்த்தத்துடன் பார்த்தாள். தாலியும், மெட்டியும் இல்லையென்பது பார்வையில் காட்டினாள். “உங்களுக்கு இன்னும் கல்யாணம் ஆகலயா? இப்படிதாங்க்கா பேசுவீங்க... கல்யாணம் ஆகாத எல்லாரும் இப்படித்தான் பேசுவாங்க... புருசன்னா உங்களுக்கு என்னா தெரியும்? குடிகாரனா இரந்தாலும், பொண்டாட்டி பிள்ளைகளுக்கு சோறு போடாதவனா இருந்தாலும், வீட்டுக்கே வராம ஊர் சுத்தறவனா இருந்தாலும், புருசன்னு ஒருத்தன் இருக்கிறதுதான் எனக்கு மரியாதை கொடுக்குது. ரெண்டு பசங்களை வெச்சிட்டு நான் தனியாத்தான் இருக்கேன். யாராவது என்கிட்ட வந்து வம்பு பண்ணுவாங்களா? ஆனா புருசன் இல்லாதவளா இருந்தா மத்தவங்க என்னைப் பாக்கற பார்வையே தப்பா இருந்திருக்கும், ஒழுக்கமா வாழ விட்டிருக்க மாட்டாங்க.. ஆம்பிள்ளைகளோட கண்ணுக்கு தாலியும் மெட்டியும் தெரியணும். அது தெரியலன்னா அந்த பார்வை நம்ம உடம்பை மேய ஆரம்பிச்சுடும். நான் சொல்றது உங்களுக்கு புரியாதுக்கா.

நிழலோட அருமை வெயில்ல வாழ்றவங்களுக்குதான தெரியும், இப்படி எலும்பும், தோலுமா பிச்சைக்காரி மாதிரி இருக்கும் போதே எத்தனை பேர் தப்பா கூப்பிடறாங்க" என்றாள்.

லட்சுமி சொன்னது மகேஸ்வரியைப் பலவிதமாக யோசிக்க வைத்தது.

'இந்த ஆண்கள் இவ்வளவு மோசமா?'

'நல்லவன் இல்லையா?'

'பெண் பிச்சைக்காரியாக இருந்தாலும், கோடீஸ்வரியாக இருந்தாலும் சொகத்துக்குதானா? எல்லா ஆண்களும் பிராடுகள்தானா?'

'இல்லை'

'அப்படி இருக்காது'

'நல்லவங்க இருப்பாங்க... அப்படி இல்லைன்னா ஒரு பொண்ணும் உயிர் வாழ முடியாது.'

'ஏன் என் பார்வையில் ஒரு நல்ல ஆண்மகன் தென்படல'

மகேஸ்வரி தானும் லட்சுமியின் கணவனால் ஏமாற்றப் பட்டதை சொல்லி விடலாமா என்று யோசித்தாள். தான் மட்டுமில்லை, கார்மெண்ட்ஸில் வேலை செய்த பெண்களையும் ஏமாற்றி விட்டான் என்று சொல்வதற்கு சொற்களும், துக்கமும் நாக்கின் நுனியிலேயே இருந்தது. மனம் சொற்களை வலுக்கட்டாயமாக இழுத்துப் பிடித்துக் கொண்டது. சொல்லி என்னவாகப் போகிறது? ஏற்கனவே இவள் வேதனையில் இருக்கிறாள், இவளை மேலும் வேதனைப் படுத்த வேண்டாமென்று சொற்களை முழுங்கிக் கொண்டாள்.

உச்சியில் சக்கரம் சுழல்கிற மாதிரி அயோக்கிய ஆண்களைப் பற்றி யோசனைகள் சுழன்றது.

20

மகேஸ்வரியின் கடை முன்பு கார் நின்றது.

'மகேஸ்வரி ரெடிமேட் கார்மெண்ட்ஸ்' என்ற பெயர்ப்பலகை பெரிதாகத் தெரிந்தது. அழகான சிறுவர், சிறுமிகள், குழந்தைகளின் படங்கள் வரையப்பட்டிருந்தன. வெளியே கவுனும், சட்டைகளும், டி சட்டைகளும் தொங்கவிடப்பட்டிருந்தது.

"ஏங்க..." டிரைவர் அழைத்தான்.

மகேஸ்வரி சுயநினைவில் இல்லை. பின் ஸீட்டில் சாய்ந்து கண்களை மூடி இருந்தாள்.

"ஏங்க..." மறுபடியும் உரக்க அழைத்தான்.

திடுக்கென்று விழித்தாள். அப்போதுதான் அவளுக்கு காரில் வந்துகொண்டிருந்ததே ஞாபகத்திற்கு வந்தது.

இவ்வளவு நேரமும், எண்ணத்திலும், புத்தியிலும் ப்ளாஷ்பேக் ஓடிக்கொண்டிருந்ததை உணர்ந்தாள். நடந்து முடிந்த வாழ்க்கைகளை மறந்துவிட வேண்டுமென்று எவ்வளவோ முயற்சி செய்கிறாள். ஆனால் மறக்க முடியவில்லை. குப்பையைக் கோழி கிளறுவதுபோல் யாராவது பழைய நினைவுகளைக் கிளறிவிடுகிறார்கள். அதனால் பழையதை நினைத்து வருந்த வேண்டியதாக உள்ளது.

டிரைவரிடம் பணம் கொடுத்துவிட்டு இறங்கினாள்.

சடக்கென்று ஞாபகம் வந்தது. டாக்ஸி டிரைவரிடம் கேட்டாள். “இது உங்களோட சொந்த டாக்ஸியா?”

“இல்லைங்க சம்பளத்துக்கு வேலை செய்றேன்.”

“எவ்வளவு சம்பளம்?”

“மூவாயிரம்!”

“என்னது அவ்வளவுதானா?”

“வேற சில அட்ஜஸ்மென்ட் இருக்குதுங்க.... டாக்ஸி வாடகைக்குப் போகும்போது ஐம்பதோ, நூறோ சேர்ந்து கிடைக்கும். ஊட்டி, கொடைக்கானல், சபரிமலைன்னு லாங்கா வாடக கிடைச்சா அதிஷ்டம், எக்ஸ்ட்ரா ஆயிரம் கூட நின்னுடும்,” என்றவன் “ஆமாம் எதுக்காக கேக்கிறீங்க?” என்றான்.

“நானும் கார் வாங்கலாம்னு இருக்கேன்.”

“என்ன காரு?”

“காரப் பத்தி எனக்கு எதுவும் தெரியாதுங்க... ஆனால் கார் வேணும். இன்னமே பஸ்ல போறத நிறுத்திடலாம்னு முடிவு பண்ணிட்டேன். எந்த கார் வாங்கறது தெரியலை.”

“சொந்த உபயோகத்துக்கு மட்டுமா? வாடகைக்கும் விடப்போறீங்களா?”

“அதுவும் தெரியலை.”

“நீங்க டிரைவ் பண்ணப் போறதில்ல, ஒரு டிரைவரைத்தான் வேலைக்கு வைக்கப் போறீங்க, அதனால வாடகைக்கும் போற மாதிரி இருந்தா அட்ஜஸ் ஆகும். தேவைப்படும் போது சொந்தமா யூஸ் பண்ணிக்கலாம். தேவைப்படாத போது வாடகைக்கும் அனுப்பலாம். புதுசா வாங்கறீங்களா?

“வாங்கினா புதுசாத்தான் வாங்கணும்.”

“புதுசு எதுக்குங்க? செகண்ட் ஹேண்டா பாருங்களேன். ஒரு கையா இருந்துதுன்னா நல்லாவே இருக்கும் ரெண்டுக்குள்ள முடியும்.”

"பணம் அதிகமானாலும் புதுசாத்தான் எடுக்கணும்." என்று கூறிவிட்டு "சரி புறப்படுங்க..." என்றாள்.

"எனக்குத் தெரிஞ்ச கார் புரோக்கர் ஒருத்தர் இருக்கார் அவரை அனுப்பி வக்கிட்டுமா? காருங்களைப் பத்தி நிறைய தெரிஞ்சவர், நல்ல மனுசன், ரெண்டு பர்சன்ட்டுதான் கமிசன் கேப்பார். நல்ல காரா வாங்கிக் கொடுத்துடுவார். அவரை அனுப்பி வெக்கிட்டுமா?"

"புது காருக்குப் புரோக்கர் எதுக்கு...? டிரைவிங் கத்துக்க எத்தன மாசம் ஆகும்?" என்றாள்.

"மாசக் கணக்கு என்னாத்துக்கு? மணிக்கணக்குல கத்துக்கலாம்.. நானல்லாம் ஒரு மணி நேரத்துல கத்துக்குனேன்... ஆனா ரோட்ல தனியா ஓட்றதுக்கு மாசக் கணக்கு ஆகும்.. நீங்களே கத்துக்கப் போறீங்களா?"

"ஆமா, ரோட்ல போனா, நாயிங்க தொல்ல ஜாஸ்தி, கார்ல போனா, அடிச்சிட்டு போயினே இருக்கலாம்... நீ அடிச்சிருக்கியா?"

"நாய அடிக்காத டிரைவர் இருக்க முடியுமா?"

"ஆளுங்கள.."

"ஒரே தடவ, ஒரு பொம்பள! அவளா ரோட்ட சடக்குனு கிராஸ் பண்ணிட்டா..."

"செத்துட்டாளா?"

"மண்டைல பட்டுருச்சி.. ஸ்பாட்ல கோவிந்தா... அது பரவால்ல..! காலு ஒடஞ்சி, இடுப்பு ஒடஞ்சி காலம் பூரா படுக்க ஆயிட்டா கஷ்டம்!"

"ஜனங்க சேந்தா அடிக்க மாட்டாங்களா?"

"ஊருக்குள்ள போனாதான், உஷாரா போணும்... கொழந்தைங்க மாட்னா.. டிரைவர சாத்து சாத்துனு சாத்தி எடுத்துடுவாங்க... சிட்டில ஆக்ஸிடென்ட் சகஜமாயிருச்சி.. கார அப்படியே நிப்பாட்டிட்டு போலீஸ் ஸ்டேஷன் போயிரணும்... எதுக்கு காரு வாங்காறதுக்கு முன்ன ஆக்ஸிடென்ட் பத்தி யோசிக்கிறீங்க? ஆகாம இருக்கணும்னு வேண்டிக்குங்க.." என்றான்.

மகேஸ்வரி தலையாட்டினாள். மனதிற்குள் ஆறவே ஆறாத கோபம்

நெருப்பைப் போன்று எரிந்துகொண்டிருந்தது. 'இன்னிக்கு மட்டும் கார் ஓட்ட தெரிஞ்சு, கார் ஓட்டினு போயிருந்தா அந்த நாயை ஏத்திக் கொன்னிருப்பேன்...'

டாக்ஸி புறப்பட்டது.

மகேஸ்வரி கடைக்குள் நுழைந்தாள். கல்லாவில் உட்கார்ந்தாள்.

வாடிக்கையாளர்கள் சிலர் கடைக்குள் டிரெஸ் எடுத்துக் கொண்டிருந்தார்கள்.

துணி எடுக்க ஒரு குடும்பம் வந்திருந்தது. கணவன் மனைவி இரண்டு குழந்தைகள். பாசமான குடும்பம்.

அவர்கள் துணி எடுப்பதை ரசித்துப் பார்த்தாள்

கணவன், மனைவி இருவரும் சேர்ந்து முதலில் குழந்தைகளுக்கு எடுத்தார்கள். நிறைய உடைகளை பார்த்து, பொறுமையாக தேர்வு செய்தார்கள். செலக்சன் பிரமாதமாக இருந்தது. இருவரின் ஜோடி பொருத்தம் கூட அப்படித்தான் இருந்தது. இந்த பெண்ணைவிட சிறந்த பெண் வேறு இல்லை என்கிற மாதிரி அவள் இருந்தாள். இந்த ஆணைவிட சிறந்த ஆண் வேறு இல்லை என்கிற மாதிரி அவன் இருந்தான். இருவரும் அப்படி ஒரு அழகு. குழந்தைகள் இந்த இருவருக்கும் மேலாக அழகாக இருந்தார்கள்.

மனைவிக்கு கணவன் புடவையைத் தேடித் தேடி தேர்வு செய்தான். வெளிர் நீல நிறத்தில் பேன்ஸி பட்டு எடுத்துக்கொடுத்தான். அதை அவளின் தோள் மீது போட்டுப் பார்த்தான். "சூப்பர்!" என்றான். அவள் புடவையை மேலே போட்டுக்கொண்டு கண்ணாடியில் பார்த்தாள். தன்னைத்தானே ரசித்துக்கொண்டாள்.

"உனக்குப் பிடிக்கலன்னா வேற எடுத்துக்கோ ப்ரியா"

"இந்தப் புடவயே நல்லா இருக்கு. அதிலும் உன் செலக்சன் குறை சொல்ல முடியுமா? இது புடவை மட்டுமில்லை. உன்னோட அன்பு" என்றவள். "சீக்கிரம் புறப்படணும்பா அவர் ஆபிஸ்ல இருந்து வந்துடுவார்" என்றாள்.

மகேஸ்வரிக்கு தூக்கி வாரிப் போட்டது. 'இவங்க புருசன் பொண்டாட்டி இல்லயா? என்ன கொடுமைக் கடவுளே... இந்த பிள்ளைகள் தாயைப் பற்றி என்ன நினைக்கும்? அப்பாவை

ஏமாத்தி வேற ஒருத்தனோடு தொடர்பு வைத்திருப்பது புரியும்தானே? ஐஸ் க்ரீம் வாங்கிக் கொடுத்து குழந்தைகளை சமாதானம் செய்வாங்களா? 'அப்பா கிட்ட சொல்லாதீங்க' என்று சொல்லி வைப்பாளா? இந்த புதுத் துணிகள் எப்படி வந்ததுன்னு கேட்டா என்ன சொல்வாள்? சேர்த்து வெச்ச பணத்துல வாங்கினதுன்னு சொல்வாளா? இப்படி கவலையுடன் யோசித்தாள். அந்தப் பெண்ணின் மீது கோபமும், பரிதாபமும் சேர்ந்து வந்தது. என்னைக்காவது புருசனுக்குத் தெரிஞ்சா என்ன ஆகும்?' மனம் படபடத்தது. அவள் அவனோடு மிகவும் நெருக்கமாக ஒட்டிக்கொண்டு வந்தாள்.

அவன்தான் பணம் செலுத்தினான். அவர்கள் முகத்தைப் பார்ப்பதற்கு எரிச்சலாக இருந்தது. 'அவளுக்குப் புருசன் சரியில்லையோ, இவனுக்கும் வீட்ல வொய்ஃப் இருப்பாளோ...' மனம் படபடத்தது.

பணத்தை வாங்கி கல்லாவில் போட்டு மீத சில்லறை பணம் கொடுத்தாள். அவர்கள் சந்தோஷமாகத்தான் இருந்தார்கள். மகேஸ்வரிதான் கலக்கமடைந்தாள். அந்தக் கலக்கம் அவளுக்கே புரியாததாக இருந்தது. 'என்ன கொடுமை யாருக்காகவோ நான் மூளையைக் கசக்கிட்டு இருக்கேன்.'

அந்த ஜோடி போனது.

பாலகிருஷ்ணனின் மனைவி லட்சுமி, மகேஸ்வரிக்கு சாப்பாடு எடுத்துக்கொண்டு வந்தாள்.

இரண்டு பெண் குழந்தைகளையும் பள்ளிக் கூடத்தில் சேர்த்து விட்டாள். லட்சுமிக்கு டெக்ஸ்டைல் வியாபாரமோ, தொழிலோ செய்ய ஆர்வம் வரவில்லை. வீட்டு வேலைகள் செய்தே பழகி இருந்தாள்.

"லட்சுமி! எதுக்காக நீ வீட்டு வேலைக்காரியா இருக்கே? முதலாளியா வாழப் பழகிக்கோ, நூறு புடவைகள கொடுக்கிறன், வியாபாரம் பண்ணு, ஒரு புடவைக்கு ஐம்பது ரூபாய் லாபம் வை. ஒரு நாளைக்கு பத்துப் புடவை வித்தாலும் ஐநூறு ரூபா இருக்க" என்று ஒரு முறை கேட்டாள்.

"வேணாக்கா... எனக்கு வேபாரம் வராது. ஒரு பொருளை விக்கிறவங்க வித்தால்தான் லாபம் வரும். நானெல்லாம் வேபாரம்

பண்ணா, ஐம்பது ரூபா லாபம் கிடைக்காதுக்கா, ஒரு புடவைக்கு நூறு ரூபா நஷ்டம்தான் கிடைக்கும். என் முகத்தைப் பார்த்தா பாதி விலைக்குதான் கேட்பாங்க."

"அப்படி சொல்லாதே. உன் மேல நம்பிக்கை வை. தாழ்வு மனப்பான்மை அதிகமா இருக்கு. அதை விடணும் ஒரு மாசம் கடையில் வந்து வியாபாரத்தை கவனி, அப்புறம் பாரு உனக்கே தெரிஞ்சிடும். தனியா கடை வெச்சி தர்றன்"

"வேணாக்கா கொடுக்கிற சம்பளத்தைக் கொடுங்க நானும், பிள்ளைகளும் பசி இல்லாம சாப்பிட்டா போதும். எனக்கு தெரிஞ்சது, துணி துவைக்கிறது. பாத்திரம் கழுவறது, வீடு வாசல் சுத்தம் பண்றது. சாப்பாடு வடிக்கிறது. அது மாதிரி வேலையைக் கொடுங்க, இல்லைன்னா ஏதாவது ஒரு ஓட்டல்ல சேர்த்து விடுங்க, அங்க பாத்திரம் கழுவிப் பிழைச்சுக்கிறேன்..." என்றாள். பிடிவாதமாக இருந்தாள்.

"சில பேரோட குணம் அப்படித்தான். அவங்கள அவங்களாலயே மாத்திக்க முடியாது. ஐஸ் விக்கிறவர் ஐஸ்தான் விப்பார், மழைப் பேஞ்சாலும் ஐஸ்தான் விப்பார். கிழங்கு விக்கிறவர் கிழங்குதான் விப்பார். வாழப்பழம் விக்கிறவர் வாழைப்பழம்தான் விப்பார். வேபாரம் இல்லனாலும் மாத்திக்க யோசிக்கக்கூட மாட்டாங்க, அப்படியே வாழ்ந்து, அப்படியே வாழ்வை முடிச்சுக்குவாங்க... செய்றத விட பெரிய வேபாரம் அவங்களால செய்ய முடியும். ஆனா முயற்சி செய்ய மாட்டாங்க. ஐஸ் வேபாரத்த அழகா பேசி பண்ணுவாங்க. திறமை முழுக்க காட்டுவாங்க. ஆனா முன்னேற மாட்டாங்க. ஐஸ் ஃபேக்டரியோ, ஐஸ் க்ரீம் பார்லரோ துவங்க மாட்டாங்க.." லட்சுமியிடம் ஒரு நாள் இரவு சொன்னாள்.

வேறு வழியின்றி மகேஸ்வரி அவளையும் குழந்தைகளையும் தன் வீட்டிலேயே நிறுத்திக்கொண்டாள்.

"லட்சுமி! இது உன் வீடு மாதிரி, உனக்குப் பிடிச்ச மாதிரி சமையல் செய். உனக்கு பிடிச்ச மாதிரி வீட்டை சுத்தம் பண்ணிக்கோ, என்ன வேணும்னாலும் தயக்கமில்லாம கேளு, மாசாமாசம் சம்பளம் கொடுக்கிறன், பேங்க்ல போட்டு வை" என்றாள்.

புதிதாக ஐந்து புடவைகள் அவளுக்குக் கொடுத்தாள். குழந்தைகளுக்கு ஐந்து செட் டிரெஸ் கொடுத்தாள். பள்ளிக்

கூடத்திற்கு இருபதாயிரம் செலவாயிற்று. அவர்களை கொண்டு போய் விடவும், அழைத்து வரவும் வாடகை ஆட்டோ வைத்தாள்.

பிள்ளைகளும் நன்றாகப் படித்தார்கள், வறுமையில் தேய்ந்திருந்த அவர்களின் தேகம் செழுமை அடைந்தது. லட்சுமியும் சதை பிடித்து தளதளவென்று ஆனாள். அவளுக்கு தங்கத்தில் தோடும், மூக்குத்தியும் வாங்கிக்கொடுத்தாள்.

"அக்கா! இந்தக் கடனை எல்லாம் நான் எப்படி கழிப்பேன்? எந்த ஜென்மத்துல ஈடு செய்வேன்?"

லட்சுமி, மகேஸ்வரியின் காலில் விழுவதற்கு வந்தாள்.

நன்றி செலுத்துவதற்கு நாய்களுக்குத் தெரிந்த உத்தி வாலாட்டுவது என்றால், மனிதர்களுக்குத் தெரிந்தது காலில் விழுவது, கைகளைப் பிடித்துக்கொள்வது. மிருகங்களுக்கு பேசத் தெரியாது. மனிதர்களுக்கு பேசத் தெரியும். என்னதான் பேசத் தெரிந்தாலும் நன்றி என்று வெறும் பேச்சிலே சொன்னால் வலிமை இருப்பதில்லை. நாள் ஒன்றுக்கு நூறு முறை 'ஸாரி' என்ற வார்த்தையும் 'தாங்க்ஸ்' என்ற வார்த்தையும் புழக்கத்தில் இருப்பதால், பெரிய உதவிகளுக்கெல்லாம் வெறுஞ்சொல்லில் திருப்தி இருப்பதில்லை.

ஆனால் மகேஸ்வரி எந்த நன்றியையும் லட்சுமியிடம் எதிர்பார்க்க வில்லை. லட்சுமிக்கும் பிள்ளைகளுக்கும் உதவிகள் செய்வதாகக் கூட அவளின் எண்ணத்தில் இல்லை. தனக்கு அவர்கள் துணையாக இருப்பதாகவே எண்ணினாள். தன் சொந்தம், சொந்த சகோதரி, சகோதரியின் பிள்ளைகள் என்கிற மாதிரி பாசத்துடன்தான் இருந்தாள். வாழ்க்கையில் ஒரு பிடிமானம் கிடைத்த மாதிரி உணர்ந்தாள். ஆதரவு இல்லாதவர்களுக்கு ஆதரவாக இருப்பது, மகேஸ்வரிக்கு சந்தோசத்தைக் கொடுத்தது. மேலும் வாழ்வதற்குப் பொறுப்பு கிடைத்தது போல் இருந்தது.

ஆட்டோ பேசி இருந்தாலும் பிள்ளைகளை மகேஸ்வரியே பள்ளிச் கூடத்தில் கொண்டு போய் விடுவாள். மாலை அழைத்து வருவாள். டி.வி.எஸ்.50-ல் முன்புறம் ஒரு குழந்தையை நிற்க வைத்துக் கொள்வாள். பின்புறம் ஒரு குழந்தையை உட்கார வைத்துக் கொள்வாள்.

வீட்டில் உட்கார்ந்து பாடம் சொல்லித்தருவாள்.

"நீங்க எவ்ளோ படிச்சிருக்கீங்க்கா?" என்று கேட்டாள் லட்சுமி

"சொல்ற மாதிரி பெரிசா படிக்கல லட்சுமி, பசங்களுக்கு சொல்லித் தர அளவுக்கு படிச்சிருக்கேன். ஏ.பி.சி.டி, ஒன்.டூ.த்ரீ, அ.ஆ.இ.ஈ, க.ங.ச நல்லா சொல்லித் தருவேன். எனக்கு சொல்லித்தர முடியாத மாதிரி பெரிய படிப்புக்கு போகும் போது டியூசன் அனுப்பிடலாம்."

"உங்களுக்கு சிரமம், செலவு?"

"திரும்பத் திரும்ப அப்படிச் சொல்லாத லட்சுமி, எனக்கு சிரமம் இல்லை, சந்தோசம், இது செலவே இல்லை. நீ இங்கே வேறு ஆள் கிடையாது. என் சொந்தம். என் அக்காவோ, தங்கச்சியோ, இவங்க என் அக்கா பிள்ளைங்க, என் பிள்ளைங்க…! எனக்கும் யாரும் சொந்தம் இல்லை, உங்களுக்கு நிறையச் சொந்தம் இருந்தாலும் ஆதரவு இல்லை."

"எங்களுக்கும் யாரும் சொந்தம் இல்லைன்னு சொல்லுங்க… மாமனார், மாமியார்,மூத்தார், மச்சினன். சித்தப்பன், பெரியப்பன்னு நூறு சொந்தம் இருந்து எதுக்கு? என் பிள்ளைங்கள யாரும் படிக்க வக்கில, எங்க பசிக்கு ஒருத்தரும் சோறு போடல. மானத்தை மூடிக்க எவளும் ஒரு பழையப் புடவைத் தரல. நாங்க உயிர் வாழ்ந்தோம்னே சொல்ல முடியாது, கொஞ்ச கொஞ்சமா செத்துட்டிருந்தோம்" சொல்லும் போதே கண் கலங்கினாள்.

"அழாத லட்சுமி, இனிமே அழாத.. சிரி! குழந்தைகங்ளோட விளையாடு, கடையில் வேலை செய்ற பெண்களோட அரட்டை அடி. டிவியில காமெடி பாரு, நல்ல பாட்டை கண்ணை மூடிட்டுக் கேளு, கவலையை மறந்துடு" என்றாள்.

"என் கவல எதுவும் மறக்கற கவல இல்லக்கா…"

"ஆசைப்பட்டது எதனா வாங்கனும்னாலும் பீரோவுல பணம் இருக்குது, எடுத்து வாங்கிக்க.. என்னைக் கேக்க வேண்டிதில்ல."

"வேணாக்கா.. வீட்ல எல்லாம் இருக்குது எந்தச் செலவும் வாங்க வேண்டிதில்ல.. நீங்க பூட்டினு சாவி எடுத்துனு போயிடுங்க..."

லட்சுமி வந்த புதிதில் பயந்தாள் என்பது உண்மைதான், பூட்டி சாவியை வைத்துக் கொள்வாள். இப்போது கொஞ்சமும் பயம்

இல்லை. பணத்தை எடுத்துக்கொண்டு போகட்டும் என்றுதான் விரும்பினாள்.

“சினிமாவுக்குப் போலாமா?”

அவள் பதில் சொல்லத் தயங்கிப் பார்த்தாள்.

“சினிமா பார்ப்பதானே?”

“பாத்திருக்கேன், வீட்ல டீவிக் கூட இல்லை. கவர்மெண்ட் ஃப்ரியா தந்த டீவியைக் கூட அடமானம் வெச்சி குடிச்சிட்டான். பக்கத்து வீட்ல எப்பவாவது போய் பார்ப்பேன். ஒரு நாள் பக்கத்து வீட்ல படம் பாக்கப் போனன், வீட்ல பொம்பளைங்க யாரும் இல்ல, அந்த ஆள் தப்பா கூப்பிட்டான். பணம் தர்றன்னு சொன்னான். வந்துட்டேன். அதுக்கு பின்னாடி டீவி பாக்கவும் போறதில்ல, அந்தக்கா கேப்பாங்க ஏண்டி வீட்டுக்கு வர்றதில்லன்னு என் வாழ்க்கையே டீவியா இருக்குக்கான்னு சொல்லிடுவேன்... அந்தக்கா எந்த நேரமும் சீரியல் பாப்பாங்க... எனக்கு பிடிக்கறிதில்ல. எந்த சீரியல் பார்த்தாலும் பணக்காரங்கதான் இருக்காங்க, எந்த நேரமும் கிலோ கணக்குல நகை போட்டுட்டு இருக்காங்க.. கொஞ்ச நேரம் பாத்துட்டு வந்துடுவேன்.”

லட்சுமி டி.வி சீரியலைப் பத்தி சொல்லிக்கொண்டிருக்க மகேஸ்வரியின் ஆர்வம் பக்கத்து வீட்டு ஆணைப் பற்றிதான் நின்றது.

“சீரியலை விடு லச்சுமி! அது அப்படித்தான் இருக்கும். அந்த ஆள் தப்பா கூப்பிட்டதா சொன்னியே... அவர் அதுக்குப் பின்னாடி எதுவும் பேசலையா?”

“நான்தான் அவங்க வீட்டுக்கே போறதில்லையே...”

“வழியில எங்கேயும் பாக்கலையா?”

“நான் வீட்டுக்கு வெளியே இருந்தா போவாரு... அவரு என்னைப் பாக்கறாரோ இல்லையோ தெரியாது. நான் பாக்க மாட்டேன்.”

“உன் கிட்ட தப்பா நடந்துட்டுத விட்டுடு, அதைத் தவிர அவர் நல்ல மனுசனா, கெட்டவனா?”

“நல்ல மனுசன்தான், குழந்தைகளுக்கு பிஸ்கட் வாங்கி வந்து கொடுப்பாரு.. கவர்மெண்ட் ஆஸ்பிட்டல்ல வேலை செய்றாரு,

நோயாளிங்கள வண்டில படுக்க வெச்சி தள்ளிட்டு போற வேல மேல் வருமானம் நிறைய வருதுன்னு சொல்வாங்க... தினம் தினம் அவங்க வீட்டுக்கு பை நிறைய பழங்கள் வாங்கிட்டு வருவார். டெய்லி ரெண்டு முறை குளிப்பாரு, தெருவுலயே கூச்சமில்லாம குளிப்பாரு, வீட்ல மாத்திரைங்க வைச்சிருப்பாரு குழந்தைகளுக்கு உடம்பு சரியில்லன்னா மருந்து தருவாரு...”

“ம்... அவரு உன்கிட்ட மட்டும்தான் தப்பா கேட்டாரா வேற யார் கிட்டயாவது தப்பா பழக்கம் வைச்சிருக்காரா?”

“அது எப்படி எனக்கு தெரியும்?”

“நான் ஒண்ணு கேட்டா தப்பா நினைக்க மாட்டியே...”

“தப்பா என்ன நினைக்கப் போறேன் கேளுங்க...”

“உன் புருசன் மேல உனக்கு கோபம் வந்ததில்லையா?”

“நிறைய்ய கோபம் வருது. எவ்ளோ அடிச்சிக் கொடுமை பண்ணி இருக்கான். குழந்தைங்களுக்கு ஒண்ணுமே செய்யல, எனக்கு ஒண்ணுமே செய்யல, பட்டினில நானும் பிள்ளைங்களும் செத்துட்டிருக்கோம். அவன் குடிச்சிட்டு ஆட்டம் போடறான்... இதுவரைக்கும் ஒரு கிலோ அரிசி வாங்கித் தந்ததில்ல. ஒரு நாள் இருந்த ரேசன் அரிசியை பசங்களுக்கு சோறாக்கிப் போட்டுட்டு பசியோட படுத்திருந்தேன். குடிச்சிட்டு வந்து படுக்கக் கூப்பிட்டான். என்னால முடியல, ‘பசிடா என்னால தாங்க முடியல, செத்துடுவேன் போலிருக்கு’ன்னு சொன்னேன் கேக்கல, சாகறது சாகற என்கிட்ட படுத்துட்டு அப்புறம் சாகுன்னு சொன்னான். அவன் அப்போ பண்ணக் கொடுமையிலயே செத்திருக்கணும்... அவ்ளோ நாசம் பண்ணான். அப்பவே அவனக் கொன்னுடணும்னு தோணுச்சி, அம்மிக்கல்ல தூக்கித் தலை மேல போட்டு சாகடிக்கணும்னு... அவன கொன்னுட்டு நான் ஜெயிலுக்குப் போயிட்டா ரெண்டு குழந்தைங்க என்ன பண்ணும் பிச்சைதானே எடுக்கும், அனாதகளா தெருவுல நிக்குமேன்னு அவனக் கொல்லல...”

“ஆமா உன் புருசனை கொல பண்ற அளவுக்கு அவன் மேல கோபம் இருக்கு, தற்கொலை பண்ணிக்கிற அளவுக்கு அவன் உன்னைக் கொடுமை பண்ணி இருக்கான்... அவனுக்கு துரோகம்

பண்ணணும்னு உனக்குத் தோணலையா?"

"துரோகம்னா?" புரிந்தும் புரியாதவள் போல கேட்டாள் லட்சுமி.

"அன்பே இல்லாத, பாசமே இல்லாத புருசனோட வாழ்றதை விட அன்பு காட்ற வேற ஒருத்தரோட போலாம்னு தோணலையா?"

"ச்சீ... செத்தாலும் சாவனே தவிர, என் உடம்பையோ மனசையோ எச்ச பண்ண மாட்டேன்."

"இல்ல லட்சுமி நான் சொல்றதைக் கேளு... கொடுமையான புருசனோட எதுக்கு வாழணும்? உன்னைப் புரிஞ்சிக்கிற உன்னை நேசிக்கிற ஒருத்தனோட எப்பவோ இருக்கிறதுல என்ன தப்பு?"

"இப்படியெல்லாம் பேசாதக்கா எனக்குப் புடிக்காது, யார் யார் கூடனாலும் போலாம்னா, நாம என்ன நாயா? இல்ல பன்னியா? மனுஷ ஜென்மமா பொறந்தா, அதுக்குன்னு இருக்கிற முறையில வாழணும்... முறைதவறி வாழக் கூடாது" என்றாள்.

லட்சுமியை, மகேஸ்வரி அடர்த்தியாகப் பார்த்தாள். ஆனால் புரியவில்லை. இந்த ஒழுக்கம், இந்தக் கட்டுப்பாடு. இவர்களின் ரத்தத்தில் எப்படி ஊறிவிடுகிறது? அவளுக்குப் புரியவில்லை. 'நானும் ஒரு விபச்சாரியாகத் தள்ளப்படாமல் இருந்திருந்தால் ஒரு கெட்டவனுக்கோ, ஒரு குடிக்காரனுக்கோ, ஒரு பொறுக்கிக்கோ உத்தம மனைவியா வாழ்ந்திருப்பேன். ஒருவேளை புருசன் செத்துட்டு விதவையா வாழ்ந்திருந்தாலும் வேற ஒருத்தனை நினைக்காம வாழ்ந்துட்டு இருப்பேன். எனக்கு ஏன் கடவுள் இந்தத் தண்டனையைக் கொடுத்தார். ஒரே மழைத்தண்ணீர் ஓடற ஆறா படைக்காம பலரோட அழுக்குத் தண்ணீர் ஓடற சாக்கடையா எதுக்குப் படைச்சார்?"

யோசிக்க யோசிக்க அவளின் கண்கள் கசிந்தன.

"ஏக்கா அழற?" என்றாள் லட்சுமி

"அதுவா அப்பப்போ வரும். பெண்கள் அழப் பிறந்தவங்கதானே? ஆண்கள் அழ வைக்கப் பிறந்தவங்க..."

"உனக்கு என்னக்கா குறை?"

கண்களைத் துடைத்துக்கொண்டு அவளுக்குள் சிரித்துக் கொண்டாள். "சினிமாவுக்குப் போலாமா?"

“எனக்கு எந்த வேலயும் இல்லை. சும்மாதான் இருக்கேன். நீங்க போலாம்னு சொன்னா போலாம். ஆனா ஒண்ணு சோகமான படம்னா வேணாக்கா... பணத்தையும் தந்துட்டு சாவுக்குப் போன மாதிரி அழுதுட்டும் வரணும்... நல்ல படத்துக்குப் போலாம்.”

“விஜய் படம் போலாமா? அஜித் படம் போலாமா?”

“ரெண்டு பேர் படத்துலயும் பாட்டு, சண்ட இருக்கும், எதுக்குனாலும் சரி, இன்னும் சாப்பாடு செய்யலையே வந்து தோசை, சட்னி செய்துக்கலாமா?”

“வேணாம் ஓட்டல்ல சாப்பிட்டுட்டு வந்துடலாம்.”

“நிறைய செலவாகுமே....”

“காசு இல்லைன்னாதான், செலவைப் பத்தி யோசிக்கணும்.”

“என் கிட்ட இல்லையே...”

“என் கிட்ட இருக்கு, நீ சீக்கிரம் ரெடியாகு குழந்தைகளையும் ரெடி பண்ணு.”

லட்சுமி முகம் களைகட்டிற்று.

பத்து நிமிடங்களில் பளிச் சென்று தயாராகி வந்தாள். கொள்ளை அழகாய் இருந்தாள். பிச்சைக்காரி போல் குழந்தைகளை அழைத்து வந்த லட்சுமி இவளில்லை, கோடீஸ்வரிபோல் ஜொலித்தாள். மஹாலட்சுமி

“லட்சுமி! ஆட்டோவுல போலாமா? கார்ல போலாமா?”

“நடந்தே போலாங்க்கா.”

“நடந்தா?”

“நானெல்லாம் எவ்ளோ தூரம்னாலும் நடப்பேன். குழந்தைகளும் நடப்பாங்க...”

“நானும் நடப்பேன், ஆனா ஒரு மாதிரி சங்கடமா இருக்கு. டி.வி.எஸ்.50-ல போலாம்.”

“முடியுமா?”

“முடியும்.”

மகேஸ்வரி பெரிய பெண்ணை ஸ்கூட்டியின் முன்புறம் உட்கார வைத்துக் கொண்டாள். சின்னப் பெண்ணையும் லட்சுமியையும் பின்புறம் உட்கார வைத்துக் கொண்டாள்.

ஒரு குடும்பமாக சினிமாவுக்குப் போவது மகேஸ்வரிக்கு குதூகலமாக இருந்தது.

'எனக்கு ஒரு புருசன் இருந்து, இப்படி பைக்குல முன்னாடி ஒரு குழந்தையை உட்கார வைச்சிட்டு, பின்னாடி என்னையும், இன்னொரு குழந்தையையும் உட்கார வைச்சிட்டுப் போனா, அந்த வாழ்க்கை என்னவொரு இனிமையா இருக்கும்?' என்று யோசித்தாள் மகேஸ்வரி.

அதையேதான் லட்சுமியும் சொன்னாள். "என் வீட்டுக்காரர் மட்டும் நல்லவனா இருந்தா உங்கள மாதிரி என்னையும் பசங்களயும் வண்டில அழைச்சிட்டு போணும், கல்யாணமான புதுசுல ஒரே ஒரு சினிமாவுக்கு அழைச்சிட்டு போனான். சினிமா பாக்கவே விடல, கையை சும்மா வைச்சிருக்காம, என்னைத் தடவிட்டு நோண்டிட்டு இருந்தான். கூச்சமா இருந்துச்சி. கல்யாணமான புதுசு, நல்லாவும் இருந்துச்சி. சினிமாவே பாக்கல, அது விஜய் படம், ஆங்! கில்லி, ரொம்ப தமாசா இருந்துச்சி. ஆனா படம் பாக்க்கவே விடல. அதுக்குப் பின்னாடி அந்தப் படத்தப் பாக்கணும்னு ரொம்ப ஆசை. பாக்கவே முடியல."

லட்சுமி பேசிக்கொண்டே வந்தாள். அவள் பேசுவது புதிய வாழ்வனுபவமாக இருந்ததால் கேட்டுக்கொண்டே வந்தாள்.

அஜித்தின் பில்லா.

மகேஸ்வரி ரசித்து ரசித்துப் பார்த்தாள்.

"என்னக்கா டிரெஸ் போட்டுனு இருக்காங்க... பாதி மாரு அப்பட்டமா தெரிது... தொட தெரிது.. அவங்களுக்கு கூச்சமா இருக்காதா? பாக்கற எனக்கே கூச்சமா இருக்குது..." என்றாள் லட்சுமி.

"அவங்க அப்படி நடிக்கிறதுக்குதான். சம்பளம் அதிகமா தர்றாங்க. கொஞ்சநாள் போனா பொண்ணுங்களும் அப்படி டிரெஸ் பண்ணுவாங்க..."

"கண்றாவிக்கா..."

இதுதான் லட்சுமி சொன்னது.

பிள்ளைகள் சினிமா பார்த்து அனுபவம் இல்லாததால் கொஞ்ச நேரம் பேந்த பேந்த முழித்துவிட்டு, தூங்கிப் போனார்கள்.

படம் முடிந்து பிள்ளைகளை எழுப்பினால் இரண்டும் எழவே இல்லை. தூக்கம் அப்படி ஒரு தூக்கம். இந்த தூக்கம் ஒன்றிற்காகவே நாம் குழந்தைகளாகவே அப்படியே இருக்கவேண்டும் என்று தோன்றிற்று. ஆளுக்கொரு குழந்தையைத் தூக்கிக்கொண்டு தியேட்டரை விட்டு வெளியே வந்தார்கள்.

வண்டியில் தூங்குகிற குழந்தைகளை உட்கார வைத்துக்கொண்டு ஓட்ட முடியாது.

"லட்சுமி! ஆட்டோவுல ஏத்திவிடறேன். குழந்தைகளும் நீயும் வந்துடுங்க... நான் ஸ்கூட்டில வந்துடறேன்."

"சரிங்கக்கா."

இரண்டு ஆட்டோக்கள் நின்றிருந்தது.. ஒரு ஆட்டோவில் ஏற்றி விட்டாள்.

"மகேஸ் நீ வரலையா?" என்றான் ஆட்டோக்காரன்.

"வண்டி இருக்கு அதுல வர்றேன்." என்றாள். "லட்சுமி! இந்தா சாவி வீட்ல இரு, நான் டிபன் வாங்கிட்டு வந்துடறேன்."

ஆட்டோ பறந்தது.

மகேஸ்வரி தியேட்டர் பார்க்கிங்கில் ஸ்கூட்டி எடுத்துக்கொண்டு, ஓட்டலுக்குப் போனாள்.

ஆட்டோக்காரன் மெதுவாக இயக்கினான்.

பின்புறம் உட்கார்ந்திருந்த லட்சுமியைத் திரும்பித் திரும்பிப் பார்த்துக் கொண்டே வந்தான். லட்சுமி அந்தப் பார்வையைப் புறக்கணிக்க தலை கவிழ்ந்துகொண்டு வந்தாள்..

"நீ மகேஸ்வரிக்கு ஃப்ரண்டா?" என்றான்.

லட்சுமி பதில் கொடுக்கவில்லை.

"என்ன பேசாம வர்ற?"

பேசாமல் வந்தாள்.

“உனக்கும் அதே தொழிலா?”

கார்மெண்ட்ஸைதான் சொல்கிறான் என நினைத்துக்கொண்டாள்.

“அதே தொழிலான்னு கேட்டேன்.”

“ஆமா.”

“நினைச்சேன், சூப்பரா இருக்கே? எவ்ளோ வாங்கற? மகேஸ்வரிதான் விட்டுட்டா... என்னவோ நல்லா இக்கட்டும்...”

அவன் கேட்பது புரியவில்லை ஏதோ முறையற்ற பேச்சு என்பது மட்டும் புரிந்தது.

“மகேஸ் மாதிரி பெரிய பெரிய இடத்துக்கு மட்டுமா?”

லட்சுமிக்கு எதுவும் புரியவில்லை. ஆனால் பெரிய தவறான பேச்சு என்பது புரிந்தது. குழந்தைகள் விழித்திருந்தால், ஆட்டோவை நிறுத்தச் சொல்லி இறங்கிவிட்டிருப்பாள்.

இன்னும் ஊர் அடங்கவில்லை. சாலையில் போக்குவரத்து இருந்தது. கடைகள் இருந்தது. ஆட்கள் நடமாட்டம் இருந்தது. இரவு பத்து மணிக்குள்தான் இருக்கும்.

“போன் நெம்பர் தா, நானும் பிக் ஷாட்டா பாத்து அழைச்சிட்டு போறேன்.”

அவள் பதில் பேசவில்லை. தன்னிடம் போன் இல்லை என்பதைக் கூட சொல்ல விரும்பவில்லை.

“ஏன் யோசிக்கிற தெரியல, எல்லா ஆட்டோக்காரன் மாதிரி நான் இல்லை. அராத்துங்க கிட்ட மாட்டி விட மாட்டேன். டீசன்டான பார்ட்டி இருக்காங்க... அஞ்சாயிரம், பத்தாயிரம்னு லம்ப்பா வாங்கிக்குவே... ஃபேமிலின்னா ரேட் கெடைக்கும்”

லட்சுமிக்கு ஒன்றும் புரியவில்லை, ஏதாவது கூச்சல் போட்டு, அவன் பேசுவதை நிறுத்த வேண்டும் போலிருந்தது.

“மகேஷை கேளேன், நான் எப்படி பட்டவன்னு சொல்லும் சேப்பா அழைச்சிட்டு போய் சேப்பா கொண்டாந்து விட்ருவேன். நிறைய ஃபேம்லி லேடீஸ் வர்றாங்க... லீக் பண்ணவே மாட்டேன். இந்த நாற ஊர்ல காட்டிக்கவே மாட்டன். எனக்கும் ஃபேமிலி இக்குது... மேட்ரு கவுரமா மூவ் பண்ணிக்கலாம்...”

அதற்கு மேல் லட்சுமியால் பொறுமையாக இருக்க முடியவில்லை.

"நீங்க எத பேசறா இருந்தாலும் அவங்க கிட்டயே பேசிக்குங்க... என்கிட்ட எதுவும் பேச வேணாம்." என்றாள்.

"இத முதல்லயே சொல்லி இக்கலாம், மகேஸ்கிட்டயே பேசிட்டு இருப்பேன்... யார் பேசினா என்னா? காசுல கரெக்ட்டா இருப்பேன், மகேஸ் கூட அப்படித்தான் துட்டு விஷயத்துல ரொம்ப ஸ்டிரிட், ஆனா பிச்சைக்காரங்களுக்கு வாரி, வாரி தந்துடும், பசின்னு வந்தா பிரியாணியே வாங்கித் தந்துடும். ஆனா இப்போ திருந்திடுச்சு.. நல்லா இக்கட்டும்.."

லட்சுமிக்கு உடம்பெல்லாம் கூசிற்று.

"என்ன எது கேட்டாலும் பேச மாட்டேன்ற? சிலதுங்க அப்படித்தான் பேச்சில காட்டியா இருப்பாங்க... செயல்ல ஒன்னும் இருக்காது, சில பேர் வளவளன்னு பேசுவாங்க, செயல்ல பின்னி பெடல் எடுப்பாங்க. நீ பேச மாட்டேன்ற... அந்த விஷயத்துல கெட்டிக்காரியா இருப்பே... கரெக்ட்டா?"

லட்சுமிக்கு கொதித்தது, அவனை அறைய வேண்டும் போலிருந்தது.

21

புலனடக்கம் என்பதில் ஆசை, ருசி, இன்பம் போன்ற விசயங்களை அடக்கி விடலாம் கோபம், அழுகை, துக்கம் போன்றவற்றை எப்படி அடக்குவது? ஞானிகளால் கூட கோபத்தை அடக்க முடியாது. கோபத்தை அடக்குவதற்கு, லட்சுமி போராடிக் கொண்டு வந்தாள். துக்கத்தையும் அடக்கி வந்தாள்.

வீட்டின் முன் ஆட்டோ நின்றது.

இன்னும் மகேஸ்வரி வரவில்லை.

ஆட்டோக்காரன் குழந்தைகளைத் தூக்க வந்தான்.

"வேணாம் தொடாத" என்றாள்.

"பரவால்ல, ரெண்டு பேர எப்படி தூக்குவே... நான் ஒரு கொழந்தய தூக்கிக்கிறேன்" என்றான். குழந்தையைத் தூக்கும் சந்தர்ப்பத்தில் கொஞ்சம் தடவிக்கொள்ள அவனுக்குள் இருந்த புத்தி லட்சுமிக்குப் புரிந்தது.

ஆட்டோவிலிருந்து அவள் இறங்கவில்லை.

"தூரமா போங்க... அவங்க வர வரைக்கும் நா ஆட்டோவிலயே இருக்குறன்." என்று சத்தமாகவும், பிடிவாதமாகவும் சொன்னாள்.

தெருவிளக்கு கொஞ்சம் பகலைக் கொட்டுகிற மாதிரி வெளிச்சம் காட்டிற்று.

அவன் முரட்டுத்தனத்தை விட்டுவிட்டு தள்ளிப் போனான். தள்ளிப் போய் நின்றாலும், அவனுடைய கண்கள் லட்சுமியை விழுங்கின.

ஐந்து நிமிடத்தில் மகேஸ்வரி வந்தாள்.

“என்ன லட்சுமி ஆட்டோவிலயே இருக்க... ரெண்டு பேரையும் தூக்கிட்டு இறங்க முடியலையா?” என்றவள் ஆட்டோக்காரரைப் பார்த்து “செந்தில் அண்ணா, ஹெல்ப் பண்ணக் கூடாதா?” என்று கேட்டாள்.

“நான் ஒரு குழந்தய தூக்கிக்கிறேன்னுதான் சொன்னேன் மகேஸ்... அவங்கதான் வேணாம்னுட்டாங்க... உன்னை மாதிரி இல்ல, பேசவே மாட்டேன்றாங்க...” என்றான்.

லட்சுமி, “ரொம்ப தப்பு தப்பா பேசிட்டு வர்றாங்கக்கா.. என் காதால கேட்க முடியல... உங்கள தப்பான பொம்பளன்னு சொல்றாரு.. அசிங்கம் அசிங்கமா பேசிட்டு வர்றாரு.” என்று கோபத்துடன் கூறிவிட்டு ஒரு குழந்தையைத் தூக்கிக்கொண்டு கதவைத் திறந்து வீட்டிற்குள் போனாள்.

மகேஸ்வரி எதுவும் பேசவில்லை, இன்னொரு குழந்தையைத் தூக்கிக்கொண்டு உள்ளே போனாள்.

குழந்தையைக் கட்டிலில் படுக்க வைத்துவிட்டு வெளியே வந்தாள்.

ஆட்டோக்காரன் “நான் தப்பா பேசல மகேஸ்.. அத இதுவரைக்கும் பாக்கல, உன் கூட இதுக்கு முன்ன பார்த்த லேடீஸ் எல்லாமே உன்னை மாதிரி தொழில் பண்ணவங்கதான, அவங்ககிட்ட இப்படித்தான் பேசுவேன். கோபிச்சுக்க மாட்டாங்க... ஜாலியா பேசிட்டு வருவாங்க... அப்படி பேசனா இதுக்கு புடிக்காதுன்னு தெரியாது. பார்ட்டி புடிச்சி வுடறதுக்குதான கேட்டன்” என்றான்.

“செந்தில் அண்ணா! உன்கிட்ட சண்டைபோடல, திட்டல கெஞ்சி கேட்டுக்கிறேன். இனிமேல் என்னையோ, என் கூட இருக்கிறவங்களயோ அப்படியே பழயபடி பாக்காதீங்க... உங்களுக்கும் வயசாகுது, உங்கப் பிள்ளைங்களும் வளந்துட்டாங்க.. அனாச்சாரத்த விட்டு வெளியே வாங்க.. என்னை சுத்தி நல்லவங்க இருந்திருந்தா நான் நாசமாக போயிருக்க மாட்டேன். எல்லாருமே சாக்கடையில் தள்ளிவிடறவங்களாவே இருந்தாங்க... என்னிக்காவது

யாராவது ஒருத்தர், நீங்களோ, போலிஸோ, என்கிட்ட வந்த கஸ்டமரோ, சித்தப்பாவோ, சித்தியோ, பூக்காரியோ ஓட்டல் சர்வரோ, கோயில் பூசாரியோ, ஓட்டு கேட்டு வந்த கவுன்சிலரோ யாரோ ஒருத்தர் இந்தத் தொழில் வேணாம் மகேஸ்வரி விட்டுடு, ஒரு கடை வெச்சி பொழைச்சிக்கோ, கம்பனில வேலை போட்டுத் தர்றேன்னு சொல்லி இருந்தா அவங்கதான் தெய்வம், யாருமே சொல்லல செந்திலண்ணா... நானா, நானா திருந்தினேன். நீங்க என்னைத் திருத்த வேணாம், திருந்தின பிறகு வாழ விடுங்க, இன்னும் பொண்ணுங்க நாசமா போகாம பாத்துக்குங்க... என்கூட வந்தவங்க தப்பானவங்க இல்ல, ரொம்ப நல்லவங்க, இனிமே எல்லோரையும் தப்பா நினைக்கிறத விட்டுடுங்க...” என்று கூறி ஆட்டோ வாடகை நூறு ரூபாய் கொடுத்தாள்.

“என்னா மகேஸ் இவ்ளோ பேசற... நான் ஏதோ தப்பு பண்ற மாதிரி, இந்தப் பேச்சை என் கிட்ட பேசாத, கூட்டுமாரி வேல நான் செய்றதில்ல, போறவள நான் இழுத்துப் பிடிக்க முடியாது. யேசுவோ, காந்தியோ நான் இல்ல, எவளயும் நான் இழுக்கிறதில்ல, நல்லவங்க யாரு, கெட்டவங்க யாருன்னு மூஞ்சைப் பார்த்தாவே தெரியும்... நீ திருந்தறியா திருந்திக்கோ, நான் என்னமோ அயிட்டம் மாதிரி எனக்கு புத்தி சொல்ற...” என்று கூறிவிட்டு நூறு ரூபாயைப் பிடுங்கிக்கொண்டு ஆட்டோவில் ஏறிப் புறப்பட்டான்.

மகேஸ்வரிக்கு சங்கடமாக இருந்தது. ‘எல்லோரும் இப்படி இருக்கிறார்களே... நாம் ஒரு அர்த்தத்தில் சொன்னால் அவர்கள் ஒரு அர்த்தத்தில் புரிந்துக் கொள்கிறார்களே...’

முகம் தொங்கிப் போனது. ‘ஒருத்தர் கிட்டேயும் நல்லவளா காட்டிக்க முடியாதா? லட்சுமி என்னை உயர்வா நினைச்சிட்டு இருந்தாள், அவளும் தப்பானவளா பார்ப்பாளே...’

கலக்கத்துடன் வீட்டுக்குள் போனாள். ‘லட்சுமி என்ன கேட்பாள், என்ன பதில் சொல்வது?’

லட்சுமி தரையில் படுத்திருந்தாள். ரோஜாச்செடியை வேரோடு பிடுங்கி தரையில் வீசின மாதிரி படுத்திருந்தாள். அதில் ஒரு கவலை, ஒரு சோகம், ஒரு பிணத்தன்மை தெரிந்தது. எவனோ சம்பந்தமில்லாத ஒருவனின் பேச்சு, ஒருவரின் வாழ்வை பிடுங்கிப் போட்டுவிடுகிறது.

“லட்சுமி” என்றழைத்தாள்.

பதில் இல்லை

“லட்சுமி! எழு! குழந்தைகளை எழுப்பு! டிபன் கட்டினு வந்துட்டேன், வேஸ்ட்டாகும்”

அசையவில்லை.

அசைவில்லை.

“லட்சுமி! நீ தூங்கலைன்னு எனக்குத் தெரியும். உனக்கு கோபமா, வருத்தமா அதான் தெரியலை, எதையும் சாப்பாட்டு மேல காட்டாத, நம்ம வாழ்க்கை கெட்டுப் போற மாதிரி சாப்பாடு கெட்டுப் போகக் கூடாது.”

“எனக்கு பசிக்கல, தூக்கம் வருது.”

“தூக்கம் வராது லட்சுமி, மனசுல பாறாங்கல் இருந்தா யாருக்கும் தூக்கம் வராது, நீ தூங்கலன்னு எனக்குத் தெரியும். எவனோ பைத்தியக்காரன் என்னவோ பேசினான். அதையே மனசுல நினைச்சி கசங்கிட்டு இருக்காத, எழு மனசுல பாரம் வேணாம்.”

“நிஜமா பசிக்கல..”

மேலும் அவளை வர்புருத்த விரும்பவில்லை

“கோபம் யார் மேலன்னு எனக்குப் புரியல லட்சுமி, ஆட்டோக்காரன் மேலயா, என் மேலயா? சாப்பாட்டு மேலயா?”

குழந்தைகளை எழுப்பிப் பார்த்தாள், குழந்தைகள் ஆழ்ந்த தூக்கத்தில் இருந்ததால் எழவில்லை.

குழந்தைகள் சாப்பிடாமல், லட்சுமி சாப்பிடாமல் தான் மட்டும் சாப்பிட மகேஸ்வரி விரும்பவில்லை.

“நான் என்னை மறைக்க வேண்டிய அவசியம் இல்ல லட்சுமி, அவசியம் இல்லாம என்னப் பத்தி சொல்ல வேண்டியதும் இல்ல, இனிமே உனக்குத் தொந்தரவு வராமப் பாத்துக்கறன்.. என் வாழ்க்க தப்பா அமைஞ்சிருச்சி... அதவுட்டுட்டு வெளியே வந்துட்டன்.. நாம சுட்டாலும், நம்மள புடிச்ச பீடைங்க வுடாதுங்க.. உஷாரா இருந்தா, தைரியமா இருந்தா யாரும் ஒண்ணும் பண்ண முடியாது.” மகேஸ்வரி சொன்னதை லட்சுமி கேட்டாளா, இல்லையா என்பது தெரியவில்லை. மேற்கொண்டு எதுவும் சொல்லவில்லை.

மகேஸ்வரி படுக்கையில் சரிந்தாள். அவளுக்கும் தூக்கம் வரவில்லை.

லட்சுமியும் தூங்காமல் உள்ளே வெந்துகொண்டிருந்தாள். 'மகேஸ் இவ்ளோ மோசமானவளா? தப்பு பண்றவளா? அய்யோ பல ஆம்பளைங்களுக்கு உடம்பை தர்றவளா? கடவுளே இவ்ளோ நாளா இந்த வூட்ல நான் சாப்பிட்டது உடம்பை வித்த சோறா? என் உடம்புல கலந்த ரத்தம் உடம்பை வித்த சோத்துல ஊறினதா? அய்யோ.. பிச்சை எடுத்து கூட சாப்பிடலாம், கண்ட கண்ட ஆம்பளைங்க கிட்டே எப்படி உடம்பை வித்து சாப்பிட முடியும்? உடம்பு கூசாதா?' நினைக்க நினைக்க வயிறு கலங்கிற்று.

தூக்கம் வரவில்லை, தூங்காமல் விழித்திருப்பதாய் காட்டிக் கொள்ளவும் தயக்கமாக இருந்தது. 'எப்படி மனசு இடம் கொடுக்குது? எந்தெந்த ஆம்பளைங்க எந்த மாதிரியெல்லாம் இருப்பாங்களோ? அய்யய்யோ... தோல் வியாதி, புண்ணு வந்தவன், நாத்தம் புடிச்சவன், குளிக்காதவன், சுத்தம் இல்லாதவன் அனாச்சாரம், எந்தெந்த ஊர்க்காரனோ, எந்தெந்த வயசோ இவங்களுக்கு எப்படி முடிஞ்சது? பார்த்தா சின்ன வயசா அழகா இருக்காங்களே... எவனோ ஒருத்தன கல்யாணம் பண்ணிட்டு வாழலாமே... இவங்களுக்கு ஒருத்தர் பத்தாதோ? வேற வேற ஆம்பளைங்கள பார்த்து ருசி பழகிட்டாங்களோ... விட முடியாதோ... த்தூ அசிங்கம்... அசிங்கம்... கண்றாவி...'

நினைக்க நினைக்க லட்சுமிக்கு பைத்தியம் பிடிக்கும் போலிருந்தது.

இன்னொரு மாதிரியும் யோசித்தாள். 'ஆட்டோக்காரன் பிராடோ... நல்லவங்கள தப்பா பேசி இழுக்கறனோ...? நான் இங்க வந்து எத்தனை மாசம் ஆச்சு, அந்த மாதிரி தப்பா தெரியலயே... இப்ப துணி வியாபாரம்தானே பண்றாங்க... ஆட்டோக்காரனுக்கு பொய் சொல்ல வேண்டிய அவசியம் என்ன இருக்குது...? நெருப்பு இல்லாம புகையுமா? புரியலையே சாமி, கொஞ்சம் கூட புரியலயே... திருந்திட்டதா வேற இடையில சொன்னானே... மகேஸ் அப்படி திருந்தினவளா? திருத்த முடியுமா? குடிகாரனே திருந்தறதில்ல, இவங்க திருந்திடுவாங்களா? ஒண்ணுமே புரியல....?'

மன அவதி என்றால் அப்படியொரு மன அவதி, லட்சுமி படாத பாடுபட்டாள். சித்தாள் வேலைக்குப் போனபோது தலையில்

செங்கல் விழுந்து அடிபட்டு ரத்தமாய்க் கசிந்து, மருத்துவமனை ஓடி நான்கு தையல் போட்டு வலிக்குத் துடித்து இருக்கிறாள். அந்த வலியிலும் தூங்கிவிட்டாள். அது அடிபட்ட இடத்தில் வலி மட்டுமே... கணவனோடு பலமுறை சண்டையிட்டு அடிவாங்கி மன அவதி உண்டாகி கொஞ்ச நேரம் தூங்காமல் தவித்திருக்கிறாள். ஆனால் இன்று தூங்க முடியாது போலிருந்தது.

எந்த முடிவும் எடுக்க முடியாததே தவிப்பிற்கு காரணமாக இருந்தது. மகேஸ்வரி தயவால் பிள்ளைகள் பணக்கார வீட்டுப் பிள்ளைகள் போல் கான்வென்ட்டில் படிக்கிறார்கள். சொகுசாக ஆட்டோவிலோ, ஸ்கூட்டியிலோ வருகிறார்கள். நல்ல உடை நல்ல உணவு, குழந்தைகளுக்கோ, லட்சுமிக்கோ புதிய உடை என்று எதுவும் இல்லாமல் இருந்தது. வசதியானவர்கள் வீடுகளில் பத்து பாத்திரம் தேய்க்கப் போன இடத்தில் பழந்துணி, பழம்புடவை யாசகம் வாங்கி வந்துதான் உடுத்தினாள். இப்போது அந்த நிலை இல்லை, குழந்தைகளுக்கு புதுப் புது ஆடைகள், லட்சுமிக்கு புதுப் புது புடவைகள்.

தவித்து தவித்து, யோசித்து யோசித்து மண்டை குழம்பி மனசு சுழன்று உடம்பெல்லாம் சரங்கள் வெடித்து, ஏதோ பெரிய விபத்தில் சிக்கினவளைப் போல, நசுங்கினவளைப் போல ரணகளத்தில் சிக்கினவளைப் போல இருந்த இடத்திலேயே அலைகழிந்தாள்.

குழந்தைகளும் அவளும் பல நாள் பிச்சைக்காரர்களை விட மோசமாக பட்டினி இருந்திருக்கிறார்கள். அந்தப் பசித்த பொழுதுகளை நினைத்துப் பார்க்கவே பயமாக இருந்தது.

விடிவதற்கு முன்னால் அவளுக்குள் ஒரு தீக்குச்சி அளவிற்கு வெளிச்சம் தோன்றிற்று. 'அவசரப்பட்டு எந்த முடிவும் எடுக்கக் கூடாது. பிள்ளைங்களோட எதிர்காலம் முக்கியம் பசியா, பட்டினியா கஷ்டப்பட்டது போதும்' என்கிற வெளிச்சம்.

மெல்ல

ரொம்ப மெல்ல

விடிந்தது.

எழுந்து வழக்கமான வேலைகளைத் தொட்டாள். பால்காரர்

வந்தார். வாங்கி சுட வைத்தாள். பிள்ளைகளை எழுப்பினாள். தயார்படுத்தினாள். இன்னைக்கு பிள்ளைகளுக்கு ம்யூசிக் கிளாஸ் டான்ஸ் கிளாஸ் மகேஸ்வரி தூங்கிக்கொண்டே இருந்தாள்.

பள்ளிக்கு நேரமானது. மகேஸ்வரியை எழுப்பலாமா, வேண்டாமா என்று யோசித்தாள். தினமும் அவள்தான் ஸ்கூட்டியில் கொண்டு போய் விடுவாள். அவளால் முடியாத போது ஆட்டோக்காரரை போனில் அழைத்து, அனுப்பி வைப்பாள்.

பிள்ளைகளிடம் சொன்னாள். “பெரியம்மாவை எழுப்புங்க, அவங்கதான் அழைச்சிட்டு போவாங்க...”

மகேஸ்வரி அவளாகவே எழுந்தாள்.

பத்தே நிமிடங்களில் குளித்து ரெடியாகி வந்தாள்.

குழந்தைகள் ஸ்கூல் பேக் மாட்டிக்கொண்டு தயாராக நின்றார்கள். ஸ்கூட்டியில் அவர்களை ஏற்றிக்கொண்டு புறப்பட்டாள்.

லட்சுமியும், மகேஸ்வரியும் ஒரு வார்த்தை பேசிக்கொள்ளவில்லை.

பிள்ளைகளிடம்தான கேட்டாள். “சாப்பிட்டீங்களா?”

“தோசை சாப்ட்டோம்.”

“அம்மா சாப்ட்டாங்களா?”

“இல்லை.”

“அம்மா ஊருக்குப் போயிட்டா, நீங்க ரெண்டு பேரும் என் கூட இருப்பீங்களா?”

“அம்மாவும் வேணும்.”

“என் கூட இருந்தீங்கன்னா என்ன கேட்டாலும் வாங்கித் தருவேன், புதுசு புதுசா டிரெஸ், செருப்பு வளையல், பொட்டு, சின்ன சைக்கிள், பொம்மை கார் எல்லாம் வாங்கித் தருவேன்.”

“அம்மாவும் நம்ம கூடத்தான இருக்காங்க...”

“தெரியல...” பிள்ளைகளிடம் அதற்கு மேல் எதுவும் பேசவில்லை.

மனதிற்குள் ஆசை இருந்தது. லட்சுமி இரண்டு குழந்தைகளையும் விட்டுச் சென்றால் கூட பாசமாக வளர்த்து, படிக்க வைத்து,

சொத்து பூராவையும் எழுதி வைத்து மனதில் கனவுகள் ஓடிற்று. ஆனால் தாயை விட்டு குழந்தைகள் பிரிந்து இருக்க மாட்டார்கள் என்பது புரிந்தது. பட்டினியாய் இருந்தாலும், டிரெஸ் இல்லைன்னாலும் ஸ்கூட்டி, கார் இல்லைன்னாலும் அம்மா வேணும், அம்மாதான் உலகம், என்ன தின்பண்டம் வாங்கிக் கொடுத்தாலும் நான் தாயாக முடியாது.

யோசித்தபடி பள்ளிக்கூடத்தில் அவர்களைக் கொண்டு சேர்த்தாள்.

வீட்டிற்குப் போவதற்கு சங்கடமாக இருந்தது. 'லட்சுமி ரொம்ப நல்லவளா இருக்கா... அது ஒரு கொடுப்பினை. கணவன் குடிகாரனா அயோக்கியனா இருந்தும் நல்லவளா இருக்கான்னா பெரிய விஷயம், அவனோட யாராலும் வாழ முடியாது. வேடதாரி, தான் மட்டும் சுகமா இருந்தால் போதும்னு நினைக்கிறவன், மனைவியைப் பத்தியோ குழந்தைங்க பத்தியோ கொஞ்சமும் கவலைப்படாதவன், தூக்குத் தண்டனைல போட வேண்டியவன், எத்தனை பெண்களை ஏமாற்றி இருக்கிறான். கார்மெண்ட்ஸ்ல சேர்ந்த ஆறே மாசத்துல என்னையும் ஏமாத்தி இருக்கிறான், நாலு பொண்ணுங்களையும் ஏமாத்தி இருக்கிறான். பல ஊருங்கள் பல கார்மெண்ட்ஸில வேல செஞ்சிருக்கிறான். ஒவ்வொரு ஊரிலும் எத்தனை பெண்களை ஏமாத்தி இருப்பான். பல கார்மெண்ட்ஸ் கம்பனிகள் விவரம் தெரியாத குட்டிப் பொண்ணுங்க பதிமூனு வயசலருந்து வேல செய்றாங்க. எத்தனை பொண்ணுங்கள நாசம் செஞ்சிருப்பான்?' பாலகிருஷ்ணனை நினைக்க, நினைக்க கோபமும் துக்கமும் கலந்து வந்தது. இவன் மட்டுமா? உலகத்தில் எத்தனை ஆயிரம் ஆண்கள் இப்படி இருப்பான்கள்...' என்று யோசிக்க பயமாக இருந்தது.

யோசித்துக்கொண்டே வந்தாள்.

22

கண்ணப்பன் 1984ல் ப்ளஸ் டூ முடித்தபோது, ஜோலார்பேட்டை வேறு மாதிரி மாறி விட்டது. மக்களின் பேச்சுமொழி, நடை, உடை, வேலை, வருமானம், உழைப்பு எல்லாமே அடையாளம் தெரியாமல் மாறிவிட்டது. சோளக் கொல்லைகளில் வீடுகள் உருவாயின. பத்தாம் வகுப்பு முடித்ததும் ஒரு முறை தமிழ்நாட்டில் மொத்த மாணவர்களும் வேலைவாய்ப்பு அலுவலகத்தில் நாள் முழுவதும் வரிசையில் நின்று பதிவு செய்வது சம்பிரதாயம் ஆனது, அது ஒவ்வொரு ஆண்டும் திருவிழா போல் நடந்தது. புதியதாக திடீர் சாம்பார் நிறுவனங்கள் ஆசிரியர் பயிற்சிப் பள்ளிகள் தொடங்கின. ஐநூறு ரூபாய் யாரால் கட்ட முடிகிறதோ அவர்கள் ஆசிரியர் பயிற்சியில் சேர முடியும். ஐநூறு ரூபாய் யாரால் தர முடிகிறதோ, அவர்கள் ஆசிரியர் தேர்வு எழுதலாம், அவர்களுக்கு மட்டுமே அப்போது வேலைவாய்ப்பு அலுவலகம் வரிசையாக ஆசிரியர் வேலை கொடுத்தது. கண்ணப்பனுக்குப் பணம் இல்லாததால் ஆசிரியர் பயிற்சிக்கோ, கல்லூரிக்கோ, தொழிற்கல்விக்கோ மேற்கொண்டு சேர முடியவில்லை. ஆசிரியர் பயிற்சிப் பள்ளியில் சேர்ந்த மாணவர்களுக்குப் பாடம் எடுக்க ஆசிரியர்கள் இல்லாததால் கண்ணப்பன் தமிழ்ப் பாடம் எடுப்பான். வெளி உலகிற்குப் பாடம் நடப்பது போன்று காட்சிகள் தெரிந்தால் போதும். ஆசிரியர் பயிற்சிப் பள்ளி என்பது நல்ல வியாபாரமாக இருந்தது. பணம் இருக்கும் மாணவர்கள் நிறையச் சேர்ந்தார்கள்.

ஊர் ஊருக்குக் கிளைகள் தொடங்கினார்கள். ஆசிரியர் பயிற்சிப் பள்ளியில் கண்ணப்பனுக்குப் பணம் எதுவும் தரவில்லை. பணம்தான் கேட்டார்கள். ஐநூறு ரூபாய் இருந்தால் தேர்வு எழுத அனுமதி உண்டு. இல்லையென்றால் இல்லை. பயிற்சியே பெறாதவர்கள் கடைசி நேரத்தில் பணம் செலுத்திவிட்டுத் தேர்வு எழுதினார்கள். வினாக்களும் தரப்பட்டன. விடைகளும் தரப்பட்டன. தேர்ச்சி எனும் சான்றிதழும் வழங்கப்பட்டது. வேலைவாய்ப்பு அலுவலகத்தில் பதிவு செய்ததும் வேலையும் கிடைத்தது. வேலைவாய்ப்பு அலுவலகம் கடைசியாகப் பயன் பட்டது இந்த மோசடிக்குதான். இருபதாம் நூற்றாண்டில் நடந்த மிகப்பெரிய அறிவு மோசடி இதுதான் என்று முருகேசன் சொன்னான்.

முருகேசன் பிஎஸ்சி கெமிஸ்ட்ரி முடித்துவிட்டு வேலையில்லாமல் இருந்தான், அப்போது தற்காலிகமாக தொழுநோய் ஆய்வாளராக பணியாற்றினான். அந்த வேலை அவனுக்குப் பிடிக்கவில்லை. அவனுடைய அண்ணன் வலுக்கட்டாயமாக இந்த வேலையில் சேர்த்து விட்டிருக்கிறார். கழுத மேய்ச்சாலும் கவர்மென்ட் வேலை என்பது அவரின் தெய்வ வாக்காக இருந்தது. பெண்ணாகப் பிறந்தால் வலுக்கட்டாயமாக பிடிக்காதவனைக் கல்யாணம் பண்ணி அவனோடு அனுப்பி வைப்பார்கள். ஆணாகப் பிறந்தால் வலுக்கட்டாயமாக பிடிக்காத வேலையைச் செய்யச் சொல்லி அனுப்பி வைப்பார்கள். அந்த வேலை அவனுக்கு ஒவ்வாமை கொடுத்தது. தொழு நோயாளிகள் என்றால் உலகமே ஒதுக்கித்தானே வைத்தது. உடல் முழுவதும் ரணமும், சீழும், அழுகிய ரத்தமும் பார்க்க சகிக்காது. ரணம் முழுவதும் ஈக்கள் மொய்த்துக் கொண்டிருக்கும். தொழுநோயை பாலியல் நோயாகப் பார்த்தார்கள். பொம்பள பொறுக்கிகளுக்குத் தொழுநோய் வரும், அது கடவுள் கொடுக்கும் தண்டனை என்று நினைத்தார்கள். புராணக்கதைகளும், திரைப்படக் கதைகளும் அப்படித்தான் சொல்லின. ஆனால் அக்மார்க் பொம்பள பொறுக்கிகள் ஆரோக்கியமாக இருந்தார்கள்.

முருகேசன்தான் சொன்னான், “இது பாக்டீரியாவால பரவுகிற வியாதி! இந்த நோய் இருக்கிற ஆளோட செக்ஸ் வெச்சாதான் தொத்தும்னு இல்ல, தொழுநோயாளியோட மூச்சு காத்து நம்ம மேல பட்டா கூட அந்தப் பாக்டீரியா நுழைஞ்சிடும். உங்கிட்ட

இருந்து எங்கிட்ட தொத்திட்டாலும், எங்கிட்டருந்து உங்கிட்ட தொத்திட்டாலும் அது உடனே நோயாகாது உடனே வேலையைக் காட்டாது, அஞ்சாறு வருசம் கமுக்கமா உடம்புக்குள்ள ஊரும். அப்புறம் கொஞ்சம் கொஞ்சமாக தின்ன ஆரம்பிச்சிடும்... உடம்புல பல இடங்கள்ள சொரணையே இல்லாம ஆயிடும்... கை விரலும், கால் விரலும் மடங்க ஆரம்பிச்சிடும்... எந்த உணர்வும் இல்லாமப் போறதால புண்ணு கூட நோகாது... அந்தப் பாக்டீரியா காத்துல கூட பரவும்...” என்று. முருகேசனின் சொந்த ஊர் வாணியம்பாடி பக்கத்தில் ஒரு கிராமம். ஜோலார்பேட்டையில் வேலைக் கிடைத்ததும் இரயில்வே ஸ்டேசன் எதிரே வீடு வாடகைக்கு எடுத்து தங்கி இருந்தான். ஜோலார்பேட்டையில் வசதியானவர்கள் வீடுகளையும், கடைகளையும் கட்டி வாடகைக்கு விட ஆரம்பித்தார்கள். குறிப்பாக அரசாங்க வேலையில் இருக்கும் சம்பளக் காரர்களுக்கும், பணம் சம்பாதிக்கும் கைத்தொழில் காரர்களுக்கும் வாடகைக்கு விட்டார்கள். முருகேசன் செய்வது தற்காலிக வேலை என்றாலும் அரசாங்க வேலை என்பதால் வாடகைக்குக் கொடுத்தார்கள்.

முருகேசனிடம் இரண்டு பேண்ட்டும், நான்கு சட்டைகளும் இருந்தன. பெல்ட் கட்டாமல் டக் இன் பண்ணிக்கொள்வான். கண்ணப்பனிடம் ரெண்டு லுங்கிகள்தான் இருந்தன. கஷ்டப்பட்டு ஒரு பேண்ட் எடுத்து டைலரிடம் தைக்கக் கொடுத்தான் ஆறு மாதமாக இதோ தைத்துத் தருகிறேன் இதோ தைத்துத் தருகிறேன் என்று சொல்லி வந்த டைலர் ஒரு நாள் கடன் அதிகமாகி ஊரை விட்டு ஓடிவிட்டார். கண்ணப்பன் கட்டும் லுங்கியே சைக்கிளில் மாட்டி கிழிந்ததாகத்தான் இருக்கும். ரயில் நிலையத்தில் ஆனந்த விகடனுக்காக ஹிக்கின் பாதம்ஸ் கடை முன்பு காத்திருந்த போதுதான் முருகேசன் பழக்கமானான். “தின்றதுக்கு பூவா இல்லன்னாலும் படிக்கிறதுக்கு புக்கு வாங்கினு வந்துடுவான்... அதயே தின்னு ஜீரணம் பண்ணணும் கழுத!” என்பாள் அறிவு ஜீவியைப் பெற்ற அம்மா.

அப்போது விகடன் இரவு ஏற்காடு எக்ஸ்பிரஸில் வரும். அது தவறினால் பெங்களூர் பேசஞ்சரில் வரும். காலை எட்டு மணிக்குதான் கடை திறப்பார்கள். அதற்கு முன்பே போய்க் காத்திருப்பார்கள். ஸ்டேசன் மாஸ்டர் லியோ டால்ஸ்டாய்க்கு

அது தெரியும். அதனால் டிடிஆரோ, ஆர்பிஎஃப்போ கேட்டால் ‘லியோ சார் ஃபிரண்டு’! என்று சொல்லிவிடுவார்கள். லியோ ஜூனியர் விகடன் வாங்குவார். ‘எதுக்குக் காசுக்கு வாங்கறீங்க படிச்சிட்டு புக்கை வெச்சிடுங்க....’ என்று கடைக்காரர் சொன்னால் கேட்க மாட்டார். காசு தந்துதான் வாங்குவார். இந்தியா டுடே குறுக்கெழுத்துப் போட்டிக்கு அங்கேயே உட்கார்ந்து ஆளுக்கொரு விடை கண்டுபிடித்துப் போடுவார்கள். ஸ்டேசன் மாஸ்டருக்கு ஒரு முறையும், முருகேசனுக்கு ஒரு முறையும் பரிசு வந்தது. சரியான விடையை முதலில் அனுப்பி வைப்பவர்களுக்குப் பரிசு. முதலில் அனுப்பி வைக்கலாம். தேர்வு செய்பவர்களின் கையில் முதலில் கிடைக்க வேண்டும். கண்ணப்பனுக்குப் பரிசு கிடைக்காமல் போவதில் வருத்தமில்லை. அந்தக் காரணத்தால் அவர்களுக்கு டீ வாங்கித் தருவது முடியாமல் போகிறது என்று யோசிப்பான். ரயில் நிலையத்தில் விகடன் வாங்கும்போது பழக்கமானவன், அதிக நேரம் முருகேசன் வாடகைக்கு இருந்த சிறிய வீட்டில் அவனோடு கழித்தான்.

கண்ணப்பனுக்கு போலீஸ் வேலைக்கோ, மிலிட்டரிக்கோ போய்விட வேண்டும் என்று ஆசை. தினமும் காலையில் ஓடுவான். குளிர்காலத்தில் வெறும் ஜட்டியுடன் கண்ணப்பனும் சக முயற்சியாளர்களும் ஜோலார்பேட்டையிலிருந்து ஏலகிரி மலைப்பாதை வரை ஓடுவார்கள். சில நாட்களில் மலைப் பாதையிலேயே ஐந்தாவது வளைவு வரை ஓடுவார்கள். முருகேசன் ஒரு நாள் அவர்களோடு ஓடினான். போலீசில் தேர்வாகி விட்டால், தொழுநோய் ஆய்வாளர் வேலையை விட்டு விடுவதாகச் சொன்னான். அவனால் ஒரு கிலோமீட்டர்கூட ஓட முடியவில்லை. மூச்சு வாங்கினான்

“நான் சைவம் சாப்பிடறேன், அதனால்தான் என்னால ஓடிவர முடியல” என்றான்.

“ஓடறவங்க எல்லாம் சாப்பாட்டுக்கே இல்லாதவங்க” என்று கண்ணப்பன் சொன்னான். “கறி தின்றவங்க டெய்லியா தின்றாங்க... போகிக்கும், மாரியம்மா பண்டிகைக்கும் தின்றாங்க... ஆனா டெய்லி கூழும் களியும் கிடைச்சாவே பெரிய விசயம்” என்றான்.

“எதுக்கு சாப்பாட்டுக்குக் கஷ்டப்படணும்? எதனா வேலைக்குப் போலாமே....”

“உன் வேலையைக் கொடுத்துடேன்” என்று சொல்லி சிரிப்பான். “இந்த ஊர்ல என்னா வேல இருக்குது? ரயில்வே ஸ்டேசன்ல சாப்பாடு விக்கிற வேல, ட்ரெயின்ல டீ விக்கிற வேலதான இருக்குது....”

“அத செஞ்சா தப்பில்லயே....”

“தப்புன்னு சொல்லல, லைஃப் அதுலயே நின்னுபோயிடும்... இப்ப நீ செய்ற வேல உனக்குப் பிடிக்கலதான அத வேணாம்னு விட்டுட்டு ட்ரெயின்ல டீ விக்கப் போவியா?”

“ஏன் என்னயே மடக்கற?”

“நீ போக மாட்ட இல்ல... அதான் சொன்னேன்... போலீசுக்கோ மிலிட்டரிக்கோ ட்ரைப் பண்றன்... கிடைக்கலன்னா எதனா ஒரு வேல பாத்துக்கிறன்....”

கண்ணப்பனுக்கும் முருகேசனுக்கும் தினமும் ஏதாவது விவாதம் நடந்து கொண்டுதான் இருக்கும். நாளைக்கு ஒருத்தரை ஒருத்தர் சந்திக்கவே கூடாது என்றுதான் நினைப்பார்கள். ஆனால், காலையில் எழுந்ததும் இரண்டு பேரின் கால்களும் ரயில்வே ஸ்டேசன் முன்னாடி இருக்கும் பெரியசாமி டீக் கடைக்குப் போய்விடும். அவர் உதயசூரியன் தேநீர் விடுதி என்று பெயர் வைத்திருந்தாலும் பெரியசாமி டீக் கடை என்றுதான் சொல்வார்கள்.

டீக்கடை பெரியசாமிதான் மிலிட்டரி சேதுராமனுக்கு, கண்ணப்பனை அறிமுகம் செய்து வைத்தார். அவர் பெங்களூரில் அவுல்தார் மேஜராக இருந்தார். அவர் கண்ணப்பனை மிலிட்டரியில் சேர்ப்பதாகச் சொன்னார். மூன்று மாதச் சம்பளத்தை அவரிடம் கொடுத்து விட வேண்டும். அப்படிக் கொடுப்பதாக இருந்தால், அவரே மிலிட்டரியில் சேர்த்துவிடுவதாகச் சொன்னார். பெரியசாமி இடையில் பேரம் பேசி இரண்டு மாதச் சம்பளத்தைத் தந்துவிடுவதாகச் சொன்னார். அதையும் சம்பளத்தில் பாதிப் பாதியாக நான்கு மாதத்தில் கொடுக்க வேண்டும் என்றும் சொன்னார். மிலிட்டரிக்கு ஆள் எடுக்கும்போது சேர்த்துவிடுவதாக உத்திரவாதம் கொடுத்தார்.

“நான் சேத்து வுட்ருவம்பா... மெடிக்கல் பிட்டாவானா தெரியணுமே...” என்றார். சிகரெட் பற்ற வைத்துக்கொண்டே,

ரெண்டு கைகளையும் கோத்து கஞ்சா இழுக்கிற மாதிரி இழுத்தார்.

“ஏன் மிலிட்டரி! பையன் வாட்ட சாட்டமாதான இக்கறான்..?” பெரியசாமி கேட்டார்.

“மேலுக்கு மாப்ள மாதிரிதான் இருக்கான்.... அவுத்துப் பாப்பானே ஆர்மி டாக்டர்.”

“எல்லாம் சரியாத்தான் இருப்பான், கன்னி கழியாதவன் மிலிட்டரி... தப்புத்தண்டா போகாதவன்... ஆமாய்யா மிலிட்டரி! கொட்ட பெருசா இக்குதான்னு பாப்பானா, சாமானம் பெருசா இக்குதான்னு பாபாபானா?” என்று கேட்டு பெரிதாகச் சிரித்தார் பெரியசாமி. “அப்புறம் பையன் செலக்ட் ஆகாம போயிடப் போறான்...”

கண்ணப்பனுக்கு ஒரு மாதிரியாக இருந்தது. வேலைக்குப் போக வேண்டும் என்று அமைதியாக நின்றான்.

“தெரியாம பேசற டீயி! கொட்டையைப் பிசுக்கி பிசுக்கிப் பாப்பானுங்க... டே தம்பி! சாயந்திரமா வூட்டுக்கு வா! பாத்துடலாம். வூட்லயும் பசங்களும் சினிமாக்குப் போறன்னு சொல்லி இருக்காங்க... பொழுது சாஞ்சி தேட்டர்ல பாட்டுப் போட்டதும் வந்துடு... கூச்சப் படாம வா. கூச்சப் பட்டா ஆர்மி டாக்டர் பூட் கால்ல அங்கயே ஒதைப்பான்...” என்றார். “பல்லுங்க எதனா சொத்த இருக்குதா?” என்றும் கேட்டார்.

“இல்ல.”

“ரவிக்கா வந்துடு. நீ ஆர்மிதான் போ...”

கண்ணப்பன் தலையாட்டினான். வேலை கிடைத்துவிடும் என்று நப்பாசை வந்தது.

அன்று மாலை நன்றாக தேங்காய் நார் போட்டுத் தேய்த்துக் குளித்துவிட்டு மிலிட்டரிகாரர் வீட்டிற்குப் போனான்.

சிரித்துக்கொண்டே அவர் வெளியே வந்து அழைத்துக்கொண்டு போனார். வேட்டி மட்டும் கட்டியிருந்தார். அதை இடுப்பில் கட்டாமல் வயிற்றிற்கு மேல் கட்டியிருந்தார். கையில் சிகரெட் இருந்தது. மது வாடை வீடு முழுவதும் பரவி இருந்தது.

“வா வா தெகிரியமா வா! வூட்ல யாரும் இல்ல...” என்று

சிகரெட்டை வீடு என்றும் மதிக்காமல் தரையில் வீசி காலில் தேய்த்தார். ஏற்கனவே சில சிகரெட் துண்டுகள் தரையில் இருந்தன.

“வா... வா” கையைப் பிடித்து இழுத்துக்கொண்டு அறைக்குப் போனார். உள்ளே போனதும், அவர் வேட்டியை அவிழ்த்து கட்டிலில் போட்டு விட்டு அம்மணமாக நின்றார்.

“டாக்டர் என்னா டாக்டர். அவன் சூத்துலயே நாங்க ஊசி ஏத்துவோம்... வா வா... உன்ன ஆர்மில இசுத்துக்கறது என் பொறுப்பு...” என்றார். கையை கெட்டியாகப் பிடித்து இருந்தார்.

கண்ணப்பனுக்கு சூழ்நிலை புரிந்தது. ரயில்வே இன்ஸ்டிடியூட்டில் உடற்பயிற்சி செய்யப்போகும்போது பையன்கள் பேசிக்கொள்வார்கள். ‘மிலிட்ரில செவப்பா இக்கறவன வுடமாட்டாங்களாம் ரிவிட் அடிப்பாங்களாம்...’ என்று. சிவப்பு என்ன, கறுப்பு என்ன என்று தோன்றியது.

“இதப் பழகணும்... இந்த வித்தைய கத்துக்குனேன்னு வெச்சுக்க எல்லா ஆபிசர்ஸயும் கையில போட்டுக்கலாம்...” என்றார். கண்களில்

குடிபோதையும், காம போ㎜தயும் கலந்திருந்தது.

அதிர்ஷ்டவசமாக கண்ணப்பனுக்குக் குமட்டிக்கொண்டு வாந்தி வந்தது. கையை உதறிவிட்டு வெளியே வந்து வாந்தி எடுத்து விட்டு ஓடி வந்தான்.

கண்ணப்பன் யாரிடமும் சொல்லவில்லை. எப்படிச் சொல்வதென்றும் தெரியவில்லை. பலமுறை யோசிப்பான் ‘பையனா பொறந்த என்னாலயே வெளியே சொல்ல முடியலயே... பொண்ணுங்க எப்படி வெளியே சொல்லுவாங்க...’ என்று.

கண்ணப்பன் ரயில் நிலையத்தில் சாப்பாடு விற்கப்போனான்.

நேரம் கிடைக்கும் போதெல்லாம் முருகேசன் வீட்டில் அவனோடு பேசிக் கொண்டு இருப்பான். முருகேசன் நாவல்கள் படிக்க ஆரம்பித்தான். கண்ணப்பனும் ராஜேஷ் குமாரை விட்டு பாலகுமாரனுக்குத் தாவி இருந்தான்.

முருகேசன் காலை எட்டு மணிக்கு ஆரம்ப சுகாதார நிலையம் போவான். அங்கே பதிவேட்டில் கையெழுத்துப் போட்டுவிட்டு

மருத்துவரிடம் எந்த கிராமத்திற்குப் போகிறான் என்பதைச் சொல்லிவிட்டு சைக்கிளிலில் போவான். பனிரெண்டு மணிக்குள் ஏரியா சர்வே முடித்துவிட்டு வீட்டிற்கு வந்து விடுவான். ஒவ்வொரு வீடாகச் சென்று யாருக்காவது தொழுநோய்க்கான அறிகுறிகள் இருக்கிறதா என்று பார்த்து அப்படி இருந்தால் மருத்துவமனைக்கு வரவைத்து கவுன்சிலிங்கும் மாத்திரையும் கொடுக்க வேண்டும். பல வீடுகளில் ஒத்துழைப்பு தர மாட்டார்கள். "எங்களுக்கு குஷ்ட நோயெல்லாம் வராது, நாங்க அப்படி ஒண்ணும் பாவம் பண்ணல!..." என்றுதான் சொல்வார்கள்.

அதனால் சில பேரிடம் லெபரஸி டெஸ்ட் என்று சொல்லிக் கேட்பான். ஆங்கிலத்தில் சொன்னால் மயங்கிவிடுவார்கள். லெபரஸி இன்ஸ்பெக்டர் என்று அவனை அறிமுகம் செய்துகொள்வான். சில இடங்களில் டாக்டர் என்றும் சொல்லிக்கொள்வான். அதை நம்புகிற மாதிரிதான் முழுக்கைச் சட்டை, பெல்ஸ் பேன்ட் டக் இன் பண்ணி, பெரிய கண்ணாடி அணிந்து கொண்டு இருப்பான். பதினாறு வயதினிலே டாக்டரில் பாதி தெரிவான். ஜனங்களுக்குத் தெரியும். படித்த டாக்டர்கள் அல்லது டாக்டருக்குப் படித்தவர்கள் வீடு வீடாக வரமாட்டார்கள் என்று. பிறகு குஷ்டம், தொழுநோய், லெபரஸி என்றெல்லாம் சொல்லாமல் "உடம்புல தேமல் இருந்தா சொல்லுங்க..." என்று கேட்பான்.

அம்மை, இளம்பிள்ளைவாதம் போல் தொழுநோய்க்கு தடுப்பூசி இல்லை. உடலில் நோய் உறுதியானால் மாத்திரைகள் தொடர்ந்து எடுத்துக்கொள்ள வேண்டும். அந்த மாத்திரைகள் மேற்கொண்டு பாதிப்பு தராமல் இருக்குமே தவிர ஏற்கனவே பாக்டீரியாக்கள் ஆட்கொண்ட இடத்தைக் காப்பாற்ற முடியாது. இதையெல்லாம் நோயாளிகளுக்குப் புரியவைக்கவேண்டும்.

சிரமம்தான் உடலில் எங்கேயாவது ஒரு இடத்தில் உணர்ச்சியற்று இருந்தால், ஊசியால் குத்திப் பார்க்கவேண்டும். ஊசியால் குத்தினாலும் வலி சுத்தமாக இல்லையென்றால் தொழுநோய் தொத்துப் பிடித்துவிட்டது என்பது உறுதி. அவர்களை மருத்துவமனைக்கு வரவழைத்து கவுன்சிலிங் கொடுத்து தொடர்ந்து மாத்திரைகள் எடுக்க வைக்க வேண்டும். சிலர் மருத்துவ மனைக்கு வரவே மாட்டார்கள். அவர்களுக்குத் தொழுநோய் என்பதை அவர்களால் ஒப்புக்கொள்ளவே முடியாது. பயப்படுவார்கள்.

வெளியே தெரியக் கூடாது என்று நினைப்பார்கள். 'போன ஜென்மத்தில் செய்த பாவம், நான் இந்த ஜென்மத்தில் எந்தத் தப்பும் செய்யல....' என்பார்கள். தன்னைத்தானே குற்றவாளியாகப் பார்ப்பார்கள். உயிர் வாழக் கூடாது என்று நினைப்பார்கள்.

தொழுநோய் பாதிக்கப்பட்ட பலர் சொந்த ஊரைவிட்டு வெகுதூரம் போய் விடுவார்கள். கண் காணாத ஊரில் பிச்சை எடுத்துப் பிழைப்பார்கள்.

"இது வலியா இருந்தா ஆஸ்பத்திரிக்கு ஓடி வருவாங்க.... வலியே சுத்தமா இருக்காது, அந்த இடத்துல சொரணையே இருக்காது, அதனால பிரச்சினை இல்லன்னு கம்முன்னு இருக்காங்க... ஒவ்வொரு வீடா போய் கேக்கறேன்... நாங்க நல்லா இருக்கோம்னு சொல்லிடறாங்க ஒருத்தர் ரெண்டு பேர் உடம்புல எங்கனா உணர்வு இல்லாம இருந்தா சொல்றாங்க.... ஆரம்பத்துல வெளியே தெரியாது. அவங்களா சொன்னா மட்டுந்தான் தெரியும்." முருகேசன் தொழுநோய் பற்றிப் பேசிக்கொண்டே இருப்பான்.

பேன்ட் பாக்கெட்டில் எப்போதும் ஒரு பேப்பரில் மடித்து குண்டூசி வைத்திருப்பான். அதை ஒரு அலுமினிய பொடி டப்பாவில் வைத்திருப்பான். யாருக்காவது உடம்பில் ஏதேனும் ஒரு இடத்தில் உணர்ச்சியற்று இருந்தால் குண்டூசியால் குத்திப் பார்ப்பான். எந்த வலியும் இல்லையென்றால் தொழுநோய் உறுதி. அவர்கள் கண்டிப்பாகத் தொடர்ந்து நோய் எதிர்ப்புச் சக்தி மாத்திரைகள் போட்டுக்கொள்ளவேண்டும். அப்போதுதான் நோய் மேலும் தாக்காமல் கட்டுப்படுத்த முடியும். சிலர் புரிந்துகொண்டு மருத்துவமனை வந்து மாத்திரைகள் வாங்கிப் போவார்கள். பலர் என்ன சொன்னாலும் புரிந்து கொள்ள மாட்டார்கள். புராண காலத்திலிருந்து மனிதர்களைத் தின்று கொண்டிருந்த ஒரு நோயை முற்றிலும் ஒழிப்பதற்கான அறிவியல் கண்டுபிடிப்பு இருந்தும் செயல்படவிடாமல் புராண பாவப் புண்ணிய வழிக் காட்டல்களே தடையாக இருந்தது. இந்தப் போராட்டத்தில் முருகேசன் சம்பளத்திற்காக மட்டுமே வேலை செய்தான். அவனுக்கு உள்ளுக்குள் ரொம்பவும் பயம். தனக்கும் தொழுநோய் தொற்றிக்கொள்ளுமோ என்று. ராணுவ சிப்பாய் பயப்படுகிற மாதிரிதான் யுத்தம் நடந்தால் உயிர் போய்விடுமோ என்று பயப்படுகிற மாதிரிதான் பயந்தான். ஏனென்றால்

தொழுநோய்க்கான பாக்டீரியாக்கள் மூச்சுக் காற்றிலும் பரவும் என்பது அவனுக்குத் தெரியும்.

“மிலிட்ரிகாரனுங்க மட்டும் என்னவாம் சம்பளத்திற்குதானே வேலை செய்றாங்க...” என்பான் முருகேசன்.

பள்ளிக்கூடம் பள்ளிக்கூடமாகச் சென்று மாணவர்களையும் பரிசோதிக்க வேண்டும். ஒரு பள்ளிக்கூடத்திற்கே மாதக்கணக்கில் போவான். தினமும் ஐம்பது பிள்ளைகளைப் பரிசோதித்துவிட்டு வருவான். அப்போது தனியார் பள்ளிகள் இல்லை. ஆங்கிலக் கல்விக் கூடங்கள் இல்லை. அரசுப் பள்ளிகளில் எழுநூறிலிருந்து ஆயிரம் பிள்ளைகள் படிப்பார்கள்.

ஒரு நாள் மாலை வழக்கம் போல் முருகேசன் வீட்டிற்குக் கண்ணப்பன் போனபோது, “கோவிச்சுக்காதீங்க கண்ணப்பன் இன்னைக்கு மட்டும் இங்க இருக்காதீங்க... ஒரு லெவன்த் படிக்கிற ஸ்கூல் பொண்ணு வர்றன்னு சொல்லுச்சு... அதுக்குக் கையில சில இடங்கள்ல சொரணை இல்லாம இருக்காம், ஸ்கூல்ல வேணாம் சார்! வீட்ல வந்து பாத்துக்கறன்னு சொல்லுச்சு... ஸாரி!”

“அதுக்கு ஏன் ஸாரி கேக்கற... நானே வெளியே போறதுதான் நல்லது. கல்யாணம் ஆகவேண்டிய பொண்ணு, நாலு பேருக்குத் தெரிஞ்சா குஷ்டநோயாளின்னு முத்திரை குத்திடுவாங்க...” என்று கண்ணப்பன் சொல்லி விட்டுப் புறப்பட்டான்.

மறுநாள் காலையில் டீக்கடையில் பார்த்தான்.

“எனக்குப் பயமா இருக்கு கண்ணப்பன், உன் கிட்ட கொஞ்சம் பேசணும்” என்றான்.

“என்னா பயம்?” என்றான். அந்தப் பெண்ணுக்கு தொழுநோய் இருக்கிறது உறுதி ஆகி இருக்கும். அதனால் இவனுக்கும் தொத்திவிடும் என்று பயப்படுகிறான் என்று நினைத்தான்.

“கொஞ்சம் தனியா பேசணும்... ரயில்வே ஸ்டேசனுக்குள்ள போலாமா?” என்றான்.

விவசாயிக்கு அவன் நிலம் எப்படியோ அப்படித்தான்! ரயில்வே ஸ்டேசனில் சாப்பாடு விற்கிறவனுக்கு, இரயில்வே ஸ்டேசன் அவன் நிலம். “போலாம்” என்றான்.

பாலத்தில் ஏறாமல் இரும்பு வேலி சந்தில் நுழைந்து ஒண்ணாவது நடைமேடையில் ஆளில்லாத திண்ணையில் போய் உட்கார்ந்தார்கள்.

அவன் ரொம்ப நேரம் தயங்கினான். கொஞ்ச நேரம் அவனுடைய தலைமயிரைப் பிடித்து இழுத்துவிட்டான், பின் மண்டையில் ஒரு அடி அடித்துக் கொண்டான். "அந்தப் பொண்ண முடிச்சிட்டன்." கண்ணாடியைக் கழட்டி மடக்கி தொடையில் குத்திக்கொண்டான்.

கண்ணப்பன் நெஞ்சில் ரயில் ஓடுகிற மாதிரி ஒரு படபடப்பும், அதிர்வும் உண்டானது.

"அந்தப் பொண்ணு கையில ரெண்டு எடத்துல வட்ட வட்டமா தொடு உணர்ச்சி இல்லாம இருந்துச்சி, முதுகுல பாக்கணும் கொஞ்சம் டிரெஸ்ஸை மேல ஏத்துன்னு சொன்னேன். ஃபர்ஸ்ட்டு தயங்கினா, நான்தான் என்னென்னவோ பேசி அந்தப் பொண்ண ஓவரா பயம் காட்டி, டிரஸ்ஸ கழட்ட வெச்சேன்... அப்புறம் 'பத்து நிமிசந்தான வெளியே தெரியாது... நான்தான் எல்லாம் பாத்துட்டனே அப்புறம் என்னா'ன்னு சொன்னேன் கம்முனு ஆயிருச்சு... அப்போ இந்த பயம் இல்ல, அந்தப் பொண்ணும் எதுக்கல ஒரு வேகத்துல பண்ணிட்டன்... அவங்க வீட்ல சொல்லிடுமோன்னு இப்ப பயமா இருக்குது..."

23

வீட்டின் முன்பு போலீஸ் ஜீப் நின்றது.

தலைமைக்காவலர் ஜீப்பிலேயே உட்கார்ந்துகொண்டார். "இந்த வூடுதானா கேளுடா.... அவ இந்தாள்னா... கூட்டினு வாங்கடா... நான் சொல்லிக்கிறேன்" என்றவர் 'மகேஸ்வரி கார்மெண்ட்ஸ்' என்ற பெயரைப் படித்துவிட்டு "இவதாண்டா... பேரு போட்டுருக்குது இவதான்" என்றார்.

பின்புறம் உட்கார்ந்திருந்த போலீஸ் கான்ஸ்டபிள் இளம் வயதாக இருந்தான். ஜீப்பிலிருந்து குதித்துவிட்டு, பின்புறம் தட்டிக் கொண்டான்.

டிரைவர் இருக்கையில் உட்கார்ந்திருந்த போலீஸ் கான்ஸ்டபிளும் இறங்கினான். "ஏண்டா ஒருத்தன் போனா போதாதா? ரெண்டு பேரு எதுக்கு?"

"சும்மா ஏட்டய்யா... அயிட்டத்தோட வூடு, எப்படி இருக்குதுன்னு பாக்கறன்..."

"தயோலிப் பசங்க... சீக்கிரம் கூட்னு வாங்கடா..." என்று சொல்லி விட்டு சிகரெட் பற்ற வைத்துக் கொண்டார்.

இருவரும் வீட்டிற்குள் நுழைந்தார்கள்.

லட்சுமி சோபாவில் தாயின் வயிற்றில் படுத்திருப்பது போல், உடம்பைக் குறுக்கிக்கொண்டு படுத்திருந்தாள். இரவு முழுவதும் தூங்காதிருந்தவளை இப்போது தூக்கம் இறுக்கிப் பிடித்துக் கொண்டிருந்தது. வலது கையைத் தலையணையைப் போல் தலைக்கு அடியில் வைத்திருந்தாள். இடது கையைத் தலைக்கு மேலே அணிந்திருந்தாள். முந்தானையை நன்றாக இழுத்துப் போர்த்தி வைத்திருந்தாள்.

ஓட்டுநர் போலீஸ் கான்ஸ்டபிள் அவசரமாக முந்திக் கொண்டு லட்சுமியின் மார்பைப் பிடித்து அழுத்தினான்.

லட்சுமி அலறி எழுந்தாள். இரண்டு போலீஸ்காரர்களைப் பார்த்ததும் பதற்றம் உண்டானது. உடலெல்லாம் நடுங்கியது. பயம் வெறிநாயைப் போல் குதறியது.

இன்னொரு போலீஸ் கான்ஸ்டபிள் பெண்ணுறுப்பை அழுத்தினான். "வாடி போலாம்."

லட்சுமிக்குத் தொண்டை அடைத்தது. இதயம் படபடத்தது. உடம்பெல்லாம் மின்சாரத்தில் சிக்கிக்கொண்ட மாதிரி தவித்தாள் "நான் நான் மகேஸ்வரி இல்ல... நான் அப்படிப்பட்டவ இல்ல, கல்யாணம் ஆனவ, என் புருசன் இருக்கறார்" என்று படபடவென்று சொன்னாள்.

"புருசன் இருக்கறானா? எத்தினி புருசன் இருக்கறான்?" சிரித்துக்கொண்டே ஒருவன் இழுத்து இறுக்கிக்கட்டிப் பிடித்து கொண்டான்.

லட்சுமி "அய்யோ கடவுளே" கத்தினாள். "நான் அப்படி பட்டவ இல்ல, என்னை வுட்ருங்க..." கெஞ்சிக்கொண்டே கும்பிட்டாள்.

"எல்லா அயிட்டமும் போலீஸ்கிட்ட சொல்றதுதாண்டி..."

"மரியாதயா வெளியே போங்க... நீங்க கேக்கற ஆளு இங்க இல்ல பசங்கள ஸ்கூல்ல வுடப் போயிருக்காங்க வருவாங்க..." பருந்தின் நிழலில் சிக்குண்ட கோழிக்குஞ்சைப் போல் துடித்தாள்.

"அவ பசங்கள வுட போயிருக்கா... நீ இங்க யார வுட்னு இருக்கற... நீ ஒண்டிதானா? உள்ள எத்தன ஜோடி பதுங்கினு இருக்குதுங்க... சொரங்கம் இருக்குந்தான...?" பேசிக் கொண்டே பின்பக்கமாக இறுக்கிக்கொண்டான். இரண்டு மார்பகங்களையும் இரண்டு

கைகளால் கசக்கினான். வலியும், வேதனையும் தவிக்க வைத்தது. அவன் பிடியிலிருந்து விடுபட முடியவில்லை.

"வுடுங்க சாரு... நான் குடும்பப் பொம்பள..." கத்தினாள்.

"நல்லா ஆக்ட் குடுக்கறடி..." என்று மேலும் கசக்கி இறுக்கினான்.

"துட்டுத் தந்தா தேவிடியா, நாம துட்டு தர மாட்டம்னு உத்தமி ஆயிட்டா..." இன்னொருவன் லட்சுமியின் பெண்ணுறுப்பைக் கிள்ளினான்.

தன் உடல் முழுவதும் மலைப்பாம்பு சுற்றிக்கொண்டிருப்பதைப் போல் போராடினாள். எலும்புகள் உடைபடுவதற்கு முன்பு மனம் உடைந்தது. நம்பிக்கை உடைந்தது. பெட்ரோல் கைக்குக் கிடைத்தால் குழந்தைகளையும் மறந்து கொளுத்திக் கொண்டிருப்பாள். கொளுத்தாமலேயே உடலெல்லாம் எரிந்தது.

போலீஸ் வண்டி நிற்பதைத் தூரத்திலிருந்து பார்த்ததுமே மகேஸ்வரி நெஞ்சில் படார் என்றது. எவ்வளவோ போலிஸைப் பார்த்து விட்டாள், பயம் கிடையாது.

லட்சுமி வீட்டில் இருக்கும் சூழலில் போலிஸ் நிற்பது கலக்கத்தை உண்டாக்கியது. முன்னமே அவள் மனதால் துண்டாகி இருக்கிறாள். போலிஸ்காரர்கள், யாரையும் நல்லவர்களாகப் பார்க்க மாட்டார்கள். லட்சுமியையும் தப்பானவளாகப் பார்த்தால் என்னாவது?

'அவள் செத்துவிடுவாள்'

'தாங்க மாட்டாள்'

கலங்கினாள் மகேஸ்வரி

வண்டியை அடங்காத வேகத்துடன் இயக்கினாள். ஜீப்பை இடிக்கிற மூர்க்கத்துடன் போய் நிறுத்தினாள்.

ஸ்கூட்டியை விட்டு இறங்காமல், உட்கார்ந்துகொண்டே கோபத்துடன், டிரைவருக்கு பக்கத்து இருக்கையில் உட்கார்ந்து புகை இழுத்துக்கொண்டிருந்த தலைமைக் காவல்காரரைப் பார்த்துக் கத்தினாள். "எத்தனை முறை சொல்வேன், திருந்திட்டேன்,

திருந்திட்டேன், விட்டுடங்கன்னு விடவே மாட்டீங்களா?”

அவர் ஜீப்பிலிருந்து இறங்கி வந்தார், ரிட்டயர் வயதைத் தொட்டுக் கொண்டிருந்தார்... “ஏய் முண்டம் என்ன கத்தற... அரெஸ்ட் பண்ண வந்த மாதிரி எகிறி குதிக்கிற...?”

“அரெஸ்ட் பண்ணி தூக்குல போட்டுடுங்க, பிணத்தை மட்டும்தான் நிம்மதியா விடுவீங்க...” என்ன பேசுவது, என்ன திட்டுவது, கோபத்தை எப்படி வெளிப்படுத்துவது தெரியாமல் கத்தினாள்.

“அடச் சீ... அம்பளூர் டேசன்ல இருந்து வர்றோம்... உன் கூட்டாளி ஒருத்தி அங்க பொணமா கெடக்கா, கசாப்புக் கடையில கொத்தற மாதிரி கொத்திப் போட்டிருக்காங்க... பேரும் தெரியல, ஊரும் தெரியல, அடையாளமும் தெரியல, இன்ஸ்பெக்டர்தான் அனுப்பி வெச்சார். நீ வந்து பாத்தீனா ஏதாவது அடையாளம் தெரியும்னு நினைக்கிறார்... வர முடிஞ்சா வா, முடியாதுன்னா போ...” சொல்லிவிட்டு முறைத்தார். “நாளைக்கு ஒரு நாள் உன்னையும் எவனாவது வெட்டுவான், நாங்க எலும்பையும், சதையையும் தூக்கினு அலையணும்...”

மகேஸ்வரிக்கு பகீர் என்றானது. இதயம் துடிதுடித்து வேகமாக அடித்துக்கொண்டது.

‘யாரா இருக்கும், யாரா இருக்கும்’ மனம் சிதறியது. யார் யாரோ கண்ணுக்குள் வந்து போனார்கள்.

“கொடையாஞ்சி பாலாத்துல வெட்டிப் போட்டிருக்கானுங்க... ஆத்துல தண்ணி இல்லை, காஞ்ச கொருக்கத் தட்டுங்கதான் இருக்குது, பட்டப் பகல்ல தள்ளினு போயிருக்கானுங்க, காலி பிராந்தி பாட்டல் நாலஞ்சி இருக்கு, அதனால தனி ஆளு எவனும் செய்யல மூனு பேரோ, நாலு பேரோ சேந்துதான் நிகழ்ச்சி பண்ணி இருக்கானுங்க... குடிக்கார பசங்களோட பஜனைக்குப் போலாமா? பஜனப் பாடி முடிஞ்சதும் பணம் கேட்டிருப்பா, அவனுங்ககிட்ட ஏது, இவ சண்டை பண்ணி இருப்பா சர்ட்டை பிடிச்சி வெய்யிங்கடான்னு கேட்டிருப்பா வெச்சிட்டானுங்க. என்னா கருமாந்தரமோ வா... வா... வர்றியா இல்லையா?”

அவளைத் துக்கம் சிதைத்தது. இது புதிதல்ல இதற்கு முன்பு இரண்டு கொலைகளைப் பார்த்த மோசமான காட்சிகள் நெஞ்சை

விளாசியது. பத்து ஆண்டுகளுக்கு முன்பு ஏலகிரி மலையில் செல்வியை வெட்டிப் போட்டிருந்தார்கள். பயத்தில் போய்ப் பார்க்கவில்லை. செய்தித்தாளில் படத்தோடு போட்டிருந்தார்கள். கொலையாளிகளைக் கண்டுபிடிக்கவே இல்லை, அதன்பிறகு ஒரு முறை ரயில்வே பாலத்தின் அடியில் சித்ராவை கொலை செய்து அழுக வைத்திருந்தார்கள்.

ஒரு கொலை நடந்த பிறகு கொஞ்ச தினங்களுக்கு எச்சரிக்கையாக இருப்பார்கள். யார் கூப்பிடுகிறார்கள், எப்படிப்பட்ட ஆட்கள் என்பதைப் பார்ப்பார்கள். வெளியில் போவதை தவிர்ப்பார்கள். நல்ல விடுதிக்கு மட்டும் போவார்கள். விடுதிகளில் அடிக்கடி ரெய்டுகள் நடப்பதால் இப்படி கண்ட இடங்களுக்குப் போய் உயிரை பலி கொடுப்பார்கள்.

வேதனையாக இருந்தது. டி.வி.எஸ்.50ஐ ஓரம் நிறுத்திவிட்டு ஜீப்பில் ஏறி உட்கார்ந்தாள். தலைமைக் காவலர் ஹார்ன் அடித்தார்.

"யோவ் வாங்கயா... அவ இங்க வந்துட்டா... உள்ள எம்முட்டு நேரம்?" தலைமைக் காவலர் கத்தினார்.

மறுபடியும் ஹார்ன் அடித்தார்.

வீட்டிலிருந்து இரண்டு போலிஸ்காரர்கள் வந்தார்கள்.

"வீட்ல ஒரு அயிட்டம் இருக்கு சார், எத கேட்டாலும் அழுது, பதிலே சொல்ல மாட்டேனுது" என்றார் ஒரு போலிஸ்காரர்.

பிறகுதான் ஜீப்பில் உட்கார்ந்திருக்கும் மகேஸ்வரியைப் பார்த்தார்கள்.

மகேஸ்வரிக்கு நெஞ்சைக் குத்தின மாதிரி இருந்தது. "சார்! உள்ளே இருக்கிறது நல்ல பொண்ணு சார், அதை ஏன் கேட்டீங்க, சொந்தக்காரப் பொண்ணு நல்லவ"

மகேஸ்வரி கலக்கம், கலவரம் என்று தடுமாறினாள். 'செத்தவள நினைச்சி சாகறதா? சாகாதவள நினைச்சி சாகறதா?'

"சார்! அஞ்சி நிமிசம் வீட்டுக்குப் போயிட்டு வந்துடறன்... அந்தப் பொண்ணுகிட்ட பேசிட்டு வந்துடறன்" என்றாள் மகேஸ்வரி.

"அந்தப் பொண்ணுக்கு ஒரு கொறயும் இல்ல, நல்லாதான் இருக்கறா வா, இப்பவே லேட்டாச்சு" என்றார் தலைமைக் காவலர்.

"அஞ்சி நிமிசம் சார்" கெஞ்சினாள். "இல்ல சார் வூட்டுக்குள்ள கொலகாரன், திருடன் போனாக் கூட பரவால்ல அவங்களுக்குக் கொஞ்சம் மனசாட்சி இருக்கும், போலீஸ்காரங்கள நான் நம்ப மாட்டேன், பயம் இல்லாம அதிகாரமா தப்பு பண்ணுவாங்க..."

"மூடினு வாடி... எரிச்சல் பண்ணாத..."

"சார்!" மகேஸ்வரியின் கத்தலை யாரும் காதில் வாங்கவில்லை ஜீப் புறப்பட்டது.

24

போலீஸ்காரர்களோடு மகேஸ்வரிக்கு நிறைய அனுபவங்கள் இருக்கிறது. அவர்களுக்குத் தெரியாமல் இங்கே எந்தக் குற்றமும் நடைபெறாது என்பது அவளின் கருத்து.

திருப்பத்தூர் சுவாமி லாட்ஜ் என்றால் அப்போது பிரபலமான விபச்சார விடுதி. லாட்ஜ் என்ற சொல்லே விபச்சார விடுதி என்பதாகத்தான் மக்களின் கருத்துகளில் இருந்தது. பொது கிணறில் தண்ணீர் பிடிக்க சண்டைப் பிடிக்கும் பெண்கள் 'லாட்ஜிக்குப் போற தேவிடியா!' 'லாட்ஜ் லாட்ஜா சுத்தற தேவிடியா!' 'லாட்ஜ் பொறுக்கி' என்று திட்டிக் கொள்வார்கள். வெளியூர் போய் லாட்ஜில் அறை எடுத்து தங்கினாலே அடுத்த கேள்வி 'வேணுமா சார்?' என்பதாகத்தான் இருக்கும். திருப்பத்தூரில் சில லாட்ஜ்கள் இருந்தாலும் மகேஸ்வரிக்குப் பிடித்த லாட்ஜாக இருந்தது சுவாமி லாட்ஜ். முன்வாசல், புறவாசல் என்று முன்னும் பின்னும் வழி இருந்தது. அது வீடுதான், லாட்ஜாக மாற்றிவிட்டிருந்தார்கள். சாலையோரத்தில் இல்லாமல் குறுகிய தெருவில் இருந்தது. அந்தத் தெருவிற்குத் தியாகி சிதம்பரனார் தெரு என்று பெயர். தியாகிச் சிதம்பரனார் தெருவில்தான் வாழ்க்கையில் தவறியவர்களின் வாழ்க்கைக் கப்பல்கள் பயணித்தன. தெரு முழுவதும் குடித்தனக் காரர்களின் வீடுகள், குடும்பப் பெண்களின் இருப்பிடங்கள். குடும்பப் பெண்கள் யாரும் எதிர்ப்புக் காட்டவில்லை, குடும்பப்

பெண்களானவர்கள் தெருவில் போகும் போதும், வரும்போதும் தலையைக் கீழே போட்டுக்கொண்டே ஓரக்கண்ணால் லாட்ஜிக்குள் ஏதாவது காட்சிகள் காணக் கிடைக்கிறதா என்று பார்த்துக்கொண்டே போவார்கள், சில குடும்பப் பெண்கள் சில விலைமாதர்களைத் தொடர்ந்து பார்ப்பதன் மூலம் அடையாளம் தெரிந்து வைத்திருந்தனர். கண்களால் பார்த்துக் கொள்வார்கள். புன்னகைத்துக் கொள்வார்கள். ஓரிவர் 'இன்னைக்கு வருமானம் பரவால்லையா?' என்றும் கேட்பார்கள். மகேஸ்வரியிடம் ஒரு பெண்மணி "அம்பது ரூபா கடன் தாயேன், அடுத்த வாரம் தர்றன்..." என்று வாங்கினாள். திருப்பித் தர முடியவில்லையோ என்னவோ அப்புறம் பார்க்க முடியவில்லை. இன்னொரு பெண்மணி மகேஸ்வரி காதில் விழுகிற மாதிரி சொல்லி இருக்கிறாள். "உங்க பாடு பரவால்ல, எங்களுக்கெல்லாம் யார்னா செலையா வெய்க்கப் போறாங்க. குடிகார பொறம்போக்க கட்டினு அழுறதுக்கு, கண்ணுக்குத் தெரியாம அவுசாரி பொழப்பு பொழைக்கலாம். மயிரு கவுரவம் இந்தா என்னா, இல்லன்னா என்னா?" என்று . அதெல்லாம் மகேஸ்வரிக்கு ஆச்சரியமாக இருக்கும். பெண்கள் வலுக்கட்டாயமாக வாழ்கிறார்களோ என்றும் யோசிப்பாள். சில பெண்கள் அசிங்கமாகத் திட்டிக்கொண்டுப் போவதையும் கேட்டிருக்கிறாள்.

லாட்ஜ் ஓனர் பெரியவர் முனிசாமி லாட்ஜின் மிகச்சிறிய வரவேற்பறையில் வெறும் சாமிப் படங்களை மட்டுமே மாட்டி வைத்திருந்தார். குறைந்தது ஐம்பது சாமிப் படங்களாவது இருக்கும், காலை ஆறு மணிக்கு பணியாளர்களைக் கொண்டு மருத்துவமனையைச் சுத்தம் செய்வதைப் போல், தண்ணீரில் பெனாயில் ஊற்றி தென்னந்துடைப்பத்தில் கழுவித் தள்ளி விடச் சொல்வார். பணியாளர்கள் பெருக்குவார்கள். அவர் வாளியில் தண்ணீர் ஊற்றுவார். "செஞ்ச பாவம் என்னா கழுவனாலும் போதாது, வாழ்ற எடத்தயாவது கழுவி வுடலாம்" என்று சொல்வார். கழுவி சுத்தம் செய்த பிறகு எல்லா சாமிப் படங்களுக்கும் பூ வைப்பார். ஐம்பது சாமந்தியோ, ஐம்பது செண்டுமல்லியோ, வைப்பார். அடிக்கடி கோயில் குளமென்று சுற்றுபவர் அவர் போகிற இடத்திலிருந்து அந்த ஊர் சாமிப் படத்தை வாங்கி வந்து மாட்டி விடுவார். 'சுவத்துல இவ்ளோ ஆணி அடிக்கிறீங்களே சுவர் தாங்குமா?' என்று கேட்பவர்களுக்கு 'தண்ணி

வேணும்னு பூமில எத்தனை கிணறு தோண்டறோம்... யார்னா கவலப்படறோமா? தண்ணினாலும் பரவால்ல தாகத்த தீக்குது... தங்கம் வேணும்னு பூமியைத் தோண்டறாங்க, வைரம் வேணும்னு பூமியைத் தோண்டறாங்க, பெட்ரோல் வேணும்னு பூமியைத் தோண்டறாங்க.. பூமி தாங்குமா? கட்டடத்துக்கு எதனான்னா வேற கட்டடம் கட்டிக்கலாம்.. பூமிக்கு எதனா ஆனாக்கா வேற பூமி செய்ய முடியுமா?' என்பார். வித்தியாசமான, விசித்திரமான மனிதர்! ஆறு மணிக்கே சாம்பிராணி புகைப் போட்டு லாட்ஜ் முழுவதும் மணக்க வைத்து விடுவார். நாள் முழுவதும் தாழம்பூ ஊதுபத்தி புகைந்துக் கொண்டே இருக்கும். தெருவில் புதிதாக போவோருக்கு கோயிலோவென்று சந்தேகம் வரும், யாராவது வட நாட்டு சாமியார்கள் தங்கி அருள் பாலிக்கிறார்களோ என்றும் தோன்றும். பாலியல் தொழிலின் தரகர்கள் சபரிமலைக்கு மாலைப் போட்டுக் கொண்டு சாமிகளாகத்தான் இருப்பார்கள். அந்தக் காலத்து ரிக்கார்ட் பிளேயர் வைத்திருந்தார். சாமிப் பாடல்கள் அடங்கிய ரிக்கார்ட் வட்டை பெட்டியில் வைத்து, சைக்கிள் பெடல் போன்றிருக்கும் பிடியைக் கையில் சுற்றி விடுவார். ரிக்கார்ட் பிளேயரின் தட்டில் ஊசி வைத்தால் பாடுவது ஆச்சரியமாக இருக்கும். ஊர் உலகம் டேப் ரெக்கார்டருக்கு மாறினாலும், ஸ்வாமி லாட்ஜ் உரிமையாளர் மாறாமலிருந்தார். அதைப் பழுது பார்க்க முடியாதபோது டேப் ரிக்கார்டுக்கு மாறினார்.

“பாவத்தத் தொலைக்கதான் கோயில் கோயிலா சுத்தறீங்க, சாமி போட்டோவை மாட்டி பூஜை எல்லாம் பண்றீங்க...” என்று யாராவது கேட்டால்.

“பாவமா?” சிரிப்பார். “கடவுளை விட பாவி உலகத்துல யாரு இருக்காங்க...? கடவுள யார்னா தண்டிக்க முடியுமா? மன்னிக்க முடியுமா? எல்லாத்தையும் அவர்தான உண்டாக்குனாரு? தண்ணியும் அவர்தான் உண்டாக்கனாரு, நெருப்பும் அவர்தான் உண்டாக்கனாரு.. எல்லா உயிரையும் அவர்தான் படைச்சாரு... மனுசன்களோட மூளையையும் அவர்தான படைச்சாரு...? வாயும் வயிறையும் அவர்தான படைச்சாரு.? உடம்புல சொகமும் அவர்தான படைச்சாரு? வயிற தந்துட்டு பட்டினியா இருங்கிற மாதிரி, உடம்புல சொகத்த தந்துட்டு சொகம் இல்லாம இருன்னு சொல்றது நேயமா? எந்தச் சாமியும் சொல்லல,

மனுசன் கட்டுப்பாடு விதிக்கறான்... பழியைத் தூக்கி சாமி மேல போடறான்... பணக்காரங்க செல்வாக்கா இருக்காங்க... நினைச்சத அனுபவிக்கிறாங்க... இல்லாதவங்க கஷ்டப்படறாங்க... மூணு வேள சாப்பாட்ட எல்லாருக்கும் சமமா எந்தச் சாமியாலயும் தர முடியலயே... இந்த பூமி சாமி படைச்சதுதான.. அது ஏன் வசதியானவங்க மேல மட்டும் பட்டாவுல இருக்கு..? சொகம் அனுபவிக்காத உயிருன்னு உலகத்துல எதனா இருக்கா? பிரிச்சாதான் பாவம், சேத்தா பாவம் இல்ல..”

“கல்யாணம் பண்ணிட்டு புருசன் பொண்டாட்டிங்க சேரணும்.. யார்னாலும் யார் கூடனாலும் சேந்துக்கலாமா?”

“இந்தப் பொண்ணுங்களுக்கு புருசன் சம்பாதிச்சு போட்டா, இவளுங்க ஏண்டா ஒடம்ப விக்கிறதுக்கு வர்றாங்க.. புருசன் சரி இல்லாதவளுங்க, அப்பன் சரியில்லாதவளுங்கதான ஒடம்ப விக்க வர்றாங்க.. ஒடம்ப வித்த காசுலதான் அந்த அப்பனும், அந்தப் புருசனும், அண்ணந் தம்பிகளும் புவ்வாத் திங்கிறாங்க... ஒனத்தியா தின்னுட்டு மானத்த வாங்கறதா சொல்வானுங்க.. கஷ்டத்துக்கு ஒதவ மாட்டானுங்க... பொட்டச்சி வூட்ட வுட்டு வெளியே வந்தாவே எங்கடி போற? எங்கடி போறன்னு எத்தனக் கேள்வி கேக்குறாங்க.. அதெல்லாம் தாண்டி ஒருத்தி லாட்ஜிக்கு வர்றான்னா வூட்ல அவ்ளோ வறும இருக்குதுன்னு அர்த்தம். இந்தப் பொண்ணுங்களுக்கு நிக்க நிழல் இல்லன்னு அர்த்தம்...”

அவர் பெண்களை எப்போதும் தரக்குறைவாகப் பேச மாட்டார். அறை வாடகை என்னவோ அதை மட்டுமே வாங்குவார். கூடுதலாக ஒரு ரூபாய் வாங்க மாட்டார். போலீஸ்காரர்களுக்கு வழக்கம் பண்ணுவார், “சட்டம் அவுங்க கிட்ட இருக்குது, நாம என்னத்தக் கிழிக்கிறது? சட்டத்துல இத தப்புன்னு எழுதி வெச்சிருக்காங்க.. அதனால போலீஸ்காரங்க தடுக்கறாங்க... அவங்கள கொற சொல்ல முடியாது. ஏதோ கண்டுக்காம இருக்கறதுக்கு எலும்புத்துண்டு போடறதா இருக்குது... கடவுள் படைச்ச உயிரினத்தல மனுசன்கள தவிர மத்த எல்லா ஜீவராசிங்களும் பருவம் வந்துட்டாவே இணை சேந்துடுதுங்க.. சந்தோசமா இருக்குதுங்க மனுச ஜென்மங்களுக்குதான் சட்டதிட்டமெல்லாம்... இதச் சொல்றதுக்குக் கூட பயமா இருக்குது... சமூக விரோதின்னு சொல்லிடுவாங்க... நாட்ட நாசம் பண்றதா சொல்வாங்க...”

எந்தப் பெண்ணையும் போலீஸ்காரர்களிடம் சிக்க வைக்க மாட்டார். “அதுங்க கருமத்த அதுங்க தொலைக்குதுங்க... அதத் தடுக்கறது பாவம். தண்டிக்கிற அதிகாரம் கடவுளத் தவிர இங்க யாருக்கும் இல்ல, சரியாச் சொன்னா கடவுளுக்கும் அதிகாரம் இல்ல, எப்படி அதிகாரம் இருக்கும்? வேணாம்னு சொல்றவன் எதுக்காக அதையெல்லாம் உடம்புல வெச்சான்? ரெண்டு குருவிங்க சேந்தா கேஸ் போடுவீங்களா? ரெண்டு ஆடுங்க சேந்தா கேஸ் போடுவீங்களா? ரெண்டு பாம்புங்க சேந்தா கோயில் கட்டி கும்பிடறீங்க இல்ல? மனுசங்கள ஏன் நிம்மதியா வுட மாட்டன்றீங்க... சட்டம்னு சொல்வீங்க அது சரி! நீங்க பொண்டாட்டியத் தவிர வேற பார்த்ததில்லயா?” என்று கேட்பார். இப்படிப் பேசுவாரே தவிர பணம் தரும் வழக்கத்தை நிறுத்தவில்லை. பெண்களுக்குத் தொல்லை தந்துவிடக் கூடாது என்பதில் உறுதியாக இருந்தார். அவருடைய வயதும், விரிந்த விழிகளும், செதுக்கிவிட்டாலும் அடர்ந்திருக்கும் மீசையும், திருநீறு நெற்றியும் திருநீறுக்கு மத்தியில் குங்குமமும் அவருக்குக் கம்பீரத்தைக் கொடுத்தது. கதர் நீளக்கைச் சட்டையும், வேட்டியும் பெரிய மரியாதையைக் கொடுத்தது. தரகர்கள் எல்லோருமே நெற்றியில் நாலணா வட்டத்திலோ, எட்டணா வட்டத்திலோ குங்குமம் வைத்திருப்பார்கள்.

லாட்ஜ் ஓனர் பெரியவர் முனிசாமியையே புது இன்ஸ்பெக்டர் விடியற்காலை நான்கு மணிக்கு அழைத்துப் போய் போலீஸ் ஸ்டேசன் சிறையில் அடைத்து வைத்து விட்டார். அப்போது கைப்பேசிகள் கிடையாது. போலீஸ்காரர்களே யாரிடமாவது சொல்லி அனுப்பினால்தான் உண்டு. விடிகாலை நான்கு மணிக்கு மேல் விடுதியில் யாரும் தங்க மாட்டார்கள். இரண்டாம் காட்சி திரைப்படம் விடும்போது ஆண்கள் யாராவது அறைகளில் இருந்தால் அனுப்பிவிட்டுப் பூட்டிக்கொள்வார். பெண்கள் இருந்தால் தூங்கச் சொல்வார். மூன்றரை மணிக்கு எழுப்பி விடுவார். வேகமாக குளித்துவிட்டு நான்கு மணிக்குள் வெளியே போய் விட வேண்டும். மூன்று மணிக்கே பின் புறம் வாசலில் அடுப்பு பற்ற வைத்து பெரிய குண்டாவில் தண்ணீர் காய வைப்பார். பெண்கள் அதிலிருந்து வாளியில் மொண்டு எடுத்துக் கொண்டு போய்க் குளிப்பார்கள். குளித்துவிட்டு தலைக்கு ஒரு ரப்பர் பேண்ட் சுற்றிக்கொண்டு குதிரைவாலோடு புறப்பட்டு விடுவார்கள். லட்சுமி கேப்பிலோ, சங்கர் கேப்பிலோ காபி

குடிப்பார்கள். அவரவர்களின் ஊர்களுக்கு முதல் பேருந்துகளில் புறப்பட்டு போவார்கள்.

தெருவில் குடியிருக்கும் பெண்கள் ஐந்து மணியிலிருந்து அவரவர்கள் வீட்டு வாசலில் சாணம் தெளித்து பெருக்கிக் கோலம் போடுவார்கள். தியாகி சிதம்பரனார் தெருவில் வசிக்கும் ஆண்கள் அரசாங்க உத்தியோகத்தில் இருப்பவர்களாகவும் சிலர் இருந்தார்கள். விபச்சார விடுதி இருக்கும் தெருவில் மனைவிகளையும், பிள்ளைகளையும் பயமில்லாமல் வீட்டில் விட்டுச் சென்றார்கள் என்றால் அதற்குக் காரணம் பெரியவர்தான். அது விபச்சார விடுதி போலவே தெரியாது. பணக்காரரின் குடித்தன வீடு போல்தான் இருக்கும். விடுதியில் சிறிது நேரம் உட்கார்ந்து செய்தித்தாள்களைப் படித்து விட்டு போகிறவர்களும் உண்டு. இந்திராகாந்தி இறந்தபோதும், எம்.ஜி.ஆர் இறந்த போதும் கறுப்பு வெள்ளைத் தொலைக்காட்சியில் செய்தியும், இறுதி ஊர்வலமும் பார்க்க ஆண்கள் பெண்கள் குழந்தைகள் என்று தெருவே விடுதியின் முன்பு கூடிவிட்டது. பெரியவர் தொலைக்காட்சிப் பெட்டியைத் தெருவிலேயே வைத்து விட்டார். தெருவில் அப்போது யார் வீட்டிலும் தொலைக்காட்சி இல்லை. சிலர் அவரிடம் கைமாற்றாக கடனும் வாங்குவார்கள். திருப்பித் தரும்போது வாங்கிக்கொள்வார். அவராகக் கேட்கமாட்டார். அவசரத்துக்குத் தெருவில் வசிக்கும் பெண்களே கூட கடன் வாங்கிப் போவார்கள். ‘எங்க வூட்டுக்காரருக்குச் சொல்லாதீங்க நானே தந்துடறன்’ என்று சொல்லி வாங்கும் பெண்களும் உண்டு.

மகேஸ்வரி தெருவில் போகும்போது, ஒரு பெண் சொல்லி இருக்கிறாள். ‘ரொம்ப கஷ்டமா இருக்குதுங்க.. வாங்கற சம்பளத்த வட்டிக்கே எரச்சிட்டு வர்றாப்ள… வூட்டு வாடகக் கட்ட முடில, கரன்ட் பில் கட்ட முடில… பூ கட்றன்.. செண்டுக்கு நாலணா சம்பாதிச்சி என்னத்த ஓட்றது? இந்த ஊர்ல இல்லாம வேற ஊருக்கு கவுரதயா போயிட்டு வந்துடணும்.. ஒரு சொம்பு தண்ணில கழுவிக்கலாம், அஞ்சி பேரு வயித்த கழுவுறதுக்கு…’ என்று. மகேஸ்வரி பதில் ஏதும் சொல்லவில்லை. அப்போது அவளிடமிருந்த இருநூறு ரூபாயைத் தந்துவிட்டாள். ‘நான் இப்படிச் சொன்னத யாருகிட்டயும் சொல்லாதீங்க.. ஒன்னுன்னா ஒம்பதா திரிச்சிடுவாங்க… போகாமயே பேரு பண்ணிடுவாங்க’ என்றாள்.

அப்போதே மகேஸ்வரி ஒன்றைப் புரிந்திருந்தாள். 'விபச்சாரம் சட்டப்படி தவறு இல்லைன்னு ஆயிட்டா நிறையப் பொண்ணுங்க வந்துடுவாங்க...' என்று.

அன்று நான்கு மணிக்குத் திறந்திருந்த விடுதிக்குள் இன்ஸ்பெக்டர் நுழைந்தார். பெரியவர் கட்டடத்தின் பின்புறத்தில் பட்டாபட்டி டவுசருடன் வெண்ணீரில் குளித்துக் கொண்டிருந்தார்.

"கெழவா! நீதான் லாட்ஜ் மொதலாளியா?" என்ற இன்ஸ்பெக்டரின் குரலே அவரைத் தடுமாற வைத்தது. "நான் வந்து ரெண்டு நாளாகுது வந்து பாக்கவே இல்ல.. நானே உன்னைத் தேடி வந்து ஊம்பணுமா?"

அவமானத்தில் குறுகி விட்டார். "ஐயா! என் வயசுக்குக் கொஞ்சம் மரியாத தாங்க.."

"வயசா? அதுக்கு ஏத்த பொழப்ப பண்றியா? புண்ட மவனே.."

"ஐயா! பேச்சு சரியில்ல.."

"என்னாடா கெழவா? ரொம்பத் துள்ற...? உன் லாட்ஜில பிராத்தல்தான நடக்குது?

"எந்த லாட்ஜ்ல நடக்கல ஐயா? எல்லா லாட்ஜ்லயுந்தான் நடக்குது..."

"உன் கதய மட்டும் பேசு, ஊரான் கத உனக்கு எதுக்கு? நீ பண்றதான?"

"ஸ்டேசனுக்குக் கவனிச்சிடறன் ஐயா! எதுக்கு இல்லனாலும்," பணிவுடன் சொன்னார். வாழ் நாளில் எந்த சூழ்நிலையிலும், யாருக்கும் பணிந்ததில்லை.

"கவனிச்சிட்டா.. கவனிச்சிட்டா பெரிய புடுங்கியா? இப்போ எத்தன தேவிடியாளுங்க இருக்காங்க..?"

"யாரும் இல்லைங்க ஐயா."

"புருடா வுடாத கெழ்ட்டு.. எனக்கு இப்போ ஒருத்தி வேணும்.. போ உன் பொண்டாட்டியானா, பொண்ணான்னா கூட்டினு வா..." பின்னந்தலையைப் பிடித்துத் தள்ளிவிட்டார்.

பெரியவருக்கு ஆத்திரம் வந்தது. அவருக்கு வாழ்நாளில் ஆத்திரம்

வந்ததே இல்லை. முதன் முறையாக ரத்தம் சூடேறியது. ஆத்திரத்தை வெளிப்படுத்த முடியாமல் பற்களைக் கடித்தார். முறைத்துப் பார்த்தார்.

“என்னடா மொறைக்கிற? நொம்மாள... உன் பொண்ண கூட்டின்னு வாடா... ஊராமுட்டு பொண்ணுங்கள வுட்டு துட்டு பாக்கற இல்ல.. உன் பொண்ண வுட்டு சம்பாதி... இப்ப எனக்கு வேணும் உன் பொண்ண கூட்டினு வா..” அடிப்பதற்குக் கையை ஓங்கினார்.

பெரியவர் நிலைத் தடுமாறினார். ஆயிரம் தத்துவங்கள் பேசலாம், ஆயிரம் பேருக்குப் போதனைகள் வழங்கி விடலாம், ஒரு போலீஸ் அதிகாரி முன்பு தத்துவங்கள் முதலில் செத்துப் போனது.

“எனக்குப் பொண்ணு இல்ல?” பயத்துடன் நடுங்கியபடி சொன்னார்.

“அதான் கெழ்ட்டு, மத்த பொண்ணுங்கள வெச்சி ஜோரா சம்பாதிக்கிற..? இப்போ எனக்கு வேணும், அஞ்சி நிமிசத்துல ஒரு அயிட்டத்த கூட்டினு வர்ற.. அக்காவைக் கூட்டினு வர்றியா, தங்கச்சிய கூட்டினு வர்றியா, பொண்டாட்டியக் கூட்டினு வர்றியா தெரியாது. இப்போ வேணும்.” பேசுவதோடு நிறுத்தவில்லை. பெல்ட் உரையிலிருந்து துப்பாக்கி எடுத்து “டுபுக்குன்னு அமுக்கிடுவன்.. நிலவரம் தெரியுமில்ல.. அஞ்சாறு நக்சலுங்கள அடைக்கலம் தந்து வெச்சிருந்தன்னு சொல்லிடுவன்... போடா போயி எவளையானா கூட்டினு வா...”

வாழ்நாளில் முதன் முதலாக வாழ வேண்டாம் இந்த நிமிடம் உயிரை விட்டு விட வேண்டும் என்று நினைத்தார் பெரியவர். அது கொடுமை. அவர் இதுவரை யாருக்கும் எந்தப் பெண்ணையும் எந்தச் சூழ்நிலையிலும் பேசிவிட்டதில்லை. அதற்குத் தரகர்கள் இருக்கிறார்கள். சிலர் பெண்களிடமே பேசிக்கொள்வார்கள். தினந்தோறும் ஒரே பெண்ணிடம் வருகிற ஆண் உண்டு. பெரியவர் ஆச்சர்யப்பட்டிருக்கிறார். ‘பேசாம அவளயே கட்டிக்கியேண்டா’ என்று ஒரு தடவைச் சொல்லி இருக்கிறார். ‘இன்னொரு வாட்டியா? ஒரு மனுசனுக்கு ஒரு சாவு போதும்’ என்றான். இவ்வளவுதான் வாடிக்கையாளரோடு அவர் பேசும் சின்ன உரையாடல். ஒவ்வொரு பெண்ணிடமும் அடிக்கடி எச்சரிக்கை

மட்டும் செய்வார். “பாப்பா! உங்க ரூம்ல இருக்குற பெல் பட்டன் எதுக்குத் தெரியுமா? டீ காபிக்கு இல்ல, எவனாலயாவது பிரச்சினன்னா அந்த பட்டன அமுத்து, நான் ஓடி வருவன், ஆம்பளைங்க மோசமானவனுங்க... பொம்பளைங்கள சித்ரவதப் பண்ணி சொகம் பாப்பானுங்க... சிகரெட்ல சூடு வெச்சிட்டு தெரியாமப் பட்டுருச்சின்னு சொல்வானுங்க... வெறிநாய் மாதிரி கடிப்பானுங்க, நகத்துல பிராண்டுவானுங்க... ஆனா பாத்தா ஒண்ணும் தெரியாத கொழந்த மாதிரி இருப்பானுங்க... எவனா தொல்லத் தந்தா உடனே பட்டன் அலுத்து நான் ஓடி வர்றன்...” என்று. ஆனால் அப்படி ஒரு நிலைமை எந்தப் பெண்ணிற்கும் ஏற்பட்டதில்லை. இரயிலில் பொருத்தப்பட்டிருக்கும் அபாயச் சங்கிலியைப் போல்தான் யாராவது பயன் படுத்துகிறார்களோ இல்லையோ அபாயச் சங்கிலி இருக்கும். பெரியவர் ஒவ்வொரு அறையிலிருந்தும் அபாயமணி வைத்திருந்தார். பெண்களுக்கு இப்படியெல்லாம் பாதுகாப்பாக இருந்தவருக்கு காவல்துறை அதிகாரி வழியாகவே இன்னல் உண்டானது.

இன்ஸ்பெக்டர் மாடியிலேறி படிகளுக்கு நேராக இருந்த அறையிலேயே கால் விரித்து மல்லாந்து படுத்துக்கொண்டார். கையில் கைத்துப்பாக்கியைப் பிடித்துக்கொண்டே இருந்தார். சிலரிடம் சில அதிகாரங்கள் கிடைக்கக் கூடாது. அதிகாரத்தை எதற்காக பயன்படுத்த வேண்டும் என்று தெரிந்தவன் கையில் மட்டுமே அதிகாரம் இருக்க வேண்டும்.

முனிசாமி பெரியவர் அவசரமாக வேட்டியைச் சுற்றிக் கொண்டு, ஜிப்பாவை மாட்டிக்கொண்டே பின்புறம் ஓடினார், விடியாகாலை சந்தை மைதானம் விரிந்த அரை இருட்டில் தூங்கிக் கொண்டிருந்தது. வாராவாரம் திங்கட்கிழமை ஒரு நாள் மட்டும் சந்தை, மற்ற நாட்களில் ஆடுகள், மாடுகள், பன்றிகள், கழுதைகள் மேய்ந்துகொண்டிருக்கும்... சிலர் கோலி விளையாடுவார்கள். சிலர் சீட்டு விளையாடுவார்கள்.

ஆலமரத்து இருட்டில் நுழைந்து நெடுஞ்சாலைக்கு வந்தார். அவர் நினைத்த மாதிரியே லட்சுமி கேப் எதிரே நின்று காபி குடித்துக் கொண்டே லாட்டரி சீட்டு வாங்கிக் கொண்டிருந்தார்கள். லாட்டரி சீட்டு வாங்காதீர்கள் என்று பலமுறை திட்டி இருக்கிறார். ‘கஷ்டப்பட்டு சம்பாதிச்ச துட்ட வீண் பண்ணாதீங்க...’ என்பார்.

'சும்மா ஜாலிப்பா' என்பார்கள். ஆளுக்குப் பத்து ரூபாய் போட்டு கட்டாக வாங்கி விடுவார்கள். ஒன்று வாங்கினால் ஒரு சீட்டு ஒரு ரூபாய், கட்டாக வாங்கினால் ஒரு சீட்டு எழுபது பைசா, கட்டாக வாங்கினால் கண்டிப்பாக ஒரு பரிசாவது கிடைத்து விடும். பத்து ரூபாயோ, இருபது ரூபாயோ, ஐம்பது ரூபாயோ கிடைத்து விடும். ஏதாவது ஒரு நாள் ஐநூறு ரூபாயோ, ஆயிரம் ரூபாயோ பரிசு விழும், அந்த நாள் அவர்களின் அதிர்ஷ்ட நாளாக கருதப்படும். அதிர்ஷ்ட நாளாக அன்றும் சிரித்திருந்தவர்களைப் போய் முனிசாமி பெரியவர் பிடித்தார்.

"அய்யா! காபி?" என்றார் கடைக்காரர்

"வேணாண்டா..." என்றார். அதென்னவோ நின்றிருந்த ஏழு பேரில் அவருக்கு மகேஸ்வரி மட்டுமே தெரிந்தாள். "மகேசுவரி! எங் கூட கொஞ்சம் வாயேன்" என்றழைத்தார். அவர் அழைத்த விதம் அவர்களைச் சலனப்படுத்தியது.

"அப்பா! அப்பா!" என்று சேர்ந்தார்கள். "என்னா சொல்லுப்பா..."

"ஒண்ணுமில்ல... மகேசுவரி மட்டும் வரட்டும், ஒரு சின்ன வேல, நீங்க போங்க..." என்று சொல்லிவிட்டு திரும்பி நடந்தார்.

மகேஸ்வரி எல்லோரையும் ஒரு முறை பார்த்தாள். புரியல என்கிற மாதிரி கைகளை விரித்து விட்டு, உதட்டைப் பிதுக்கி விட்டு, பெரியவரின் பின்னால் ஓடினாள். அவர் வேகமாக நடந்தார்.

"அப்பா... அப்பா..."

சாலையைக் கடந்து ஆலமர இருளைத் தாண்டி, சந்தை மைதானத்தில் நடக்கும் போது "புதுசா இன்ஸ்பெக்டர் வந்திருக்காரும்மா... ச்சே ரொம்ப நோகடிச்சிட்டான்... இவ்ளோ வாழ்ந்த வாழ்க்கயை புரோஜனம் இல்லாம பண்ணிட்டான்... தப்பா நெனச்சுக்காத மகேசுவரி... உங் கையைப் புடிச்சி கேக்கறதா நெனச்சிக்கோ... காத்தால வந்து வேணும்னு அட்டூழியம் பண்றான்... பொறுக்கி, தருதலான்னா ஒதச்சி அனுப்புவன், போலீசா இருக்கறான்..."

"மாமூல் பத்தலயாமா?"

"பைத்தியக்காரன் மாரி நாண்டுக்குறான்..."

விடுதிக்கு வந்தார்கள்.

அவர் கண் கலங்க பார்த்து “மகேசுவரி! மத்த ஆம்பளைங்க கிட்ட வாங்கற மாரி டபுளா தர்றன்... அந்த ஆள கொஞ்சம் சாந்தி பண்ணிடு” இரண்டு கைகளையும் சேர்த்து கும்பிட்டார். “சில நாயிங்க அப்படிதான் வெறி புடிச்சிடும்... பொண்டாட்டி, புள்ளைங்கள வுட்டுட்டு இங்க வந்திருக்கான் இல்ல... சூடு தணிஞ்சா சரி ஆயிடும்... என்ன இழுத்துனு போயி ஜெயில்ல வெக்கிறன்றான்...”

“விடுப்பா... நீங்க வூட்டுக்குப் போங்க...” என்றவள் “எங்க இருக்காப்ள?”என்றாள்.

“மாடில, நேர் ரூம்லன்னு நெனைக்கிறேன்...”

மகேஸ்வரி எந்தவிதமான சங்கடமோ, பயமோ இல்லாமல் சிரித்துக்கொண்டே படியேறினாள். ‘ஆம்பளைங்க சும்மா துள்ளுவாங்க... எவ்ளோ நேரம் துள்ளப் போறாங்க. சூட்ல ஒல கொதிக்கதான் கொதிக்கும்... கஞ்சிய வடிச்சிட்டா கம்னு ஆயிடும்...’ லதாவோ, யாரோ சொன்னதை யோசித்துக் கொண்டாள்.

முதல் அறையிலேயே கதவுகளை விரித்த இறக்கைகள் மாதிரி திறந்து போட்டு விட்டு கட்டிலில் உடையில்லாமல், மல்லாந்து படுத்திருந்தார். தொப்பை மலையில் விளைந்த தைப் பூசணியைப் போல் பெருத்திருந்தது. தலைக்கு இரண்டு தலையணை வைத்திருந்தார். தொப்பைக்குக் கீழே இடுப்பில் வெள்ளி அரைஞாண் கொடி பட்டையாக தெரிந்தது. ஆடை இல்லாமல் இருந்தாலும் கையில் துப்பாக்கி வைத்திருந்தார்.

மகேஸ்வரியைப் பார்த்ததும் “வாடி தேவிடியா... எம்முட்டு நேரம்?” என்றார்.

மகேஸ்வரிக்கு அப்படி அழைத்தது எரிச்சலைக் கொடுத்தது. இப்போது இல்லை எப்போதுமே, யார் யாரைப் பார்த்து சொன்னாலும் நெருப்பு பற்றிக்கொண்ட மாதிரி எரியும். அது எல்லோரின் வாயிலிருந்தும் சாதாரணமாக வந்துகொண்டிருந்தது மனைவியைக் கணவன் அப்படிதான் அழைக்கிறான். மகளை அம்மா அப்படித்தான் அழைக்கிறாள். நண்பர்கள் வார்த்தைக்கு வார்த்தை அம்மாக்களை தேவிடியாளாக்கி விடுகிறார்கள்.

“அப்படி கூப்டாத சார்” என்றபடி புடவையை அவிழ்த்தாள்.

“தேவிடியாள தேவிடியான்னு கூப்பிடாம சம்சாரின்னு கூப்புடணுமாடி தேவிடியாமுண்ட?” என்றார். தொடர்ச்சியாக பெண்ணுறுப்பையும், அதன் தன்மையையும் கீழ்த்தரமான சொற்களால் சாடினார்.

தேவிடியான்னு தெரிஞ்சிதான வந்த சார்?” பதிலுக்குப் பேசிக் கொண்டிருப்பது பைத்தியக்காரனிடம் பலனற்றது என்பதைப் புரிந்துகொண்டாள். சீக்கிரம் முடித்துவிட்டு போகட்டும் என்று அவளுடைய சேலையை அவிழ்த்து சுவரின் மூலையில் வீசினாள்.

“எல்லாத்தையும் அவுருடி நோத்தா பச்சத் தேவிடியா!” துப்பாக்கியை ஆட்டிச் சொன்னார்.

“சார்! தேவிடியான்னு சொல்லாதீங்க...”

“தேவிடியா... தேவிடியா... தேவிடியா... அவுருடி” சொற்களும், அவரின் கை சைகையும் மகேஸ்வரிக்கு காட்டைப் பற்ற வைத்த மாதிரி ஆத்திரத்தை உண்டாக்கியது. ‘பொறுக்கி பொறுக்கி பொறுக்கி...’ என்று துப்ப வேண்டும் போன்ற ஆத்திரம்.

பெரும்பாலும் உள்ளாடைகளை அவ்வளவு எளிதாக அவிழ்க்க மாட்டாள். பணம் கூடுதலாக கொடுப்பவனைவிட, மென்மையானவனாக உணர்ந்தால் மட்டுமே அதுவும் கேட்டால் மட்டுமே பிறந்த மேனியாவாள். பெரும்பாலும் முடியாது என்றுதான் மறுப்பாள். போலீஸ்காரரர்கள் என்றால் சீக்கிரம் தொலைந்துபோகட்டும் என்றுதான் செயல்படுவாள். பணமும் பைசா கொடுக்கமாட்டார்கள். நினைத்துப் பார்க்க முடியாத காட்டுமிராண்டித்தனமான பயங்கரமெல்லாம் செய்வார்கள், வாணியம்பாடி பாபு லாட்ஜில் ஒரு இளம் வயது போலீஸ்காரர் செய்தது கொடூரமானது. மகேஸ்வரி வழக்கம் போல் ‘சீக்கிரம் சார்’ என்று சொல்லிவிட்டு உடையை மேலேற்றிக்கொண்டு மல்லாந்து படுத்துவிட்டாள். திடீரென பெண்ணுறுப்பில் பல்லி மூத்திரம் பேய்ந்த மாதிரி ஈரமும் எரிச்சலும் உண்டானது. எதுவும் தொடங்குவதற்கு முன்பு என்னவென்று யோசிப்பதற்குள் எரிந்த ஈரம், பெண்ணுறுப்பின் மென்மைக்குள் நுழைந்து எரிச்சலை அதிகரித்தது. சிலரின் விந்து நெருப்புபோல் எரிவது உண்டு.

“சார்! சார்! என்னா பண்றீங்க...” துடித்துக்கொண்டு எழுந்தாள்.

"ஒண்ணுமில்ல எலுமிச்சம்பழந்தான் புழிஞ்சு வுட்டன்..." சாதனை நிகழ்த்தியவன் போல் சிரித்தான். நோய் இல்லையா என்று சோதிக்கிறானாம்.

வாடிக்கையாளர் என்றால் 'கெடுபுடி ஜாஸ்தி! எப்போ போலீஸ் கதவத் தட்டும்னே தெரியாது, சீக்கிரம் முடிச்சிட்டு எடத்த காலி பண்ணு' என்பாள். இவரோ போலீஸ்! போலீசுக்கெல்லாம் அதிகாரி! எதுவும் சொல்ல முடியாது. அவளுக்குத் துப்பாக்கியைப் பார்த்து பயம் உண்டாகவில்லை. அவனுடைய நிர்வாணம் எரிச்சல் உண்டாக்கியது. பன்றியை மல்லாக்கப் பார்ப்பது போலிருந்தது. ஒருமுறை கைத்துப்பாக்கியால் அவனுடைய ஆண் குறியை தடவிக் கொடுத்துக் கொண்டான். அவளுக்குக் காறித் துப்பவேண்டும் போலிருந்தது.

மகேஸ்வரி உள்ளாடைகளைக் கழட்டி மூலையில் வீசினாள். நெருப்பில் இறங்குகிற மாதிரி உடல் எரிந்தது. இப்போதுதான் உடலெங்கும் மூன்று முறை சோப்பு போட்டு குளித்திருந்தாள். தயக்கம் மிகுதியாக இருந்தாலும், விரைவாக தணிய வைத்து பேயோட்ட வேண்டும் என்ற எண்ணம்தான் செயல்பட்டது. கட்டிலருகே போனாள். துப்பாக்கி என்பதே சாவின் ஒரு அடையாளம். அந்த அரசாங்கத் துப்பாக்கி பைத்தியக்காரனின் கையில் சிக்கிக்கொண்டு பாவங்களை அனுபவித்தது. இன்ஸ்பெக்டர் துப்பாக்கியால் மகேஸ்வரியின் பெண்குறியை கீறினான். அவள் பதறிக் கொண்டு பின்வாங்கினாள்.

"பயந்துட்டியா?" சிரித்தார். "எந்தத் துப்பாக்கியப் பாத்து பயந்த...?" மறுபடியும் சிரித்தார்.

பயம் இல்லை, ஒவ்வாமை என்பதைச் சொல்ல அவளால் முடியவில்லை. எரிச்சல், கோபம்!

"சார்! சீக்கிரம்..." என்று அவள் அவசரப்படுத்தியதை அவர் விரும்பவில்லை.

கோபத்துடன் துப்பாக்கியைக் குத்துவதைப் போல் ஓங்கினார். எல்லா போலீஸ் அதிகாரிகளிடம் இருக்கும் துப்பாக்கியும் இப்படிதான் பாடாய்ப் படுகிறதோ என்று யோசித்துக்கொண்டாள்.

"ஐசுடி தேவிடியா..." மறுபடியும் மறுபடியும் அவர் அவ்வாறு

அழைத்தது, மகேஸ்வரிக்கு மனதிற்குள் சாக்கடையைப் பூசின மாதிரி இருந்தது. போலீசாக இல்லாமல் வாடிக்கையாளராக இருந்தால் வாயைப் பார்த்து எட்டி உதைத்திருப்பாள். பெரியவர் வேறு பயத்துடன் அனுப்பி வைத்தார்.

மகேஸ்வரி சங்கடத்துடன் நின்றாள்.

“வாடி”

“சார்! என்னால அது முடியாது...”

“அடி எச்சப்பொறுக்கித் தேவிடியா... கெழவன கூப்புட்டு நொம்மாள... அவன ஊம்ப வெக்கிறன்... இங்க நடத்தறான் இல்ல, டேசன்ல செல்லுல வெச்சி நான் நடத்தறன்... டெய்லி பத்து பேர உள்ள வுடறன்... தேவிடியா மவன...” கத்தினார்.

இப்படி அருவருப்பாகப் பேசியவர்களை அவள் சந்தித்ததில்லை. அத்துமீறுபவர்கள், அதிகாரம் செய்பவர்கள் யாரும் இங்கே வந்ததில்லை. கூடுதலாக ஏதேனும் செய்ய வேண்டும் என்றால் கூடுதலாக பணம் தருவதாகச் சொல்வார்கள், பணம் வாங்கிக் கொண்டு சம்மதிக்கும் பெண்கள் இருக்கிறார்கள். மகேஸ்வரிக்கு அதில் எதுவும் சம்மதிக்க மாட்டாள். பிடிவாதமாக மறுப்பாள். வந்த வேகத்தில் அனுப்பி வைத்து விடுவாள். ஆண்களைப் பிணமாக்கும் எளிமையான அமைதியை ஆயுதமாக வைத்திருந்தாள். கழிவை வெளியேற்றிய பிறகு எந்த ஆணும் பெட்ரோல் தீர்ந்த வண்டி ஆகிவிடுவான். பெட்ரோல் காலி செய்வதில் மட்டுமே குறியாக இருப்பாள். பட்டிமேடு சாந்தா அதற்காகவே இருக்கிறாள். சொல்கிற மாதிரி கேட்பாள். அவளாக இருந்தால் இன்ஸ்பெக்டர் கேட்பதற்கு முன்பே களத்தில் இறங்கி இருப்பாள். எப்படியும் பற்குறி பதித்து விடுவாள். அடியும் வாங்கி இருக்கிறாள். அவள் அடித்த கூத்துகளைப் பேச வைத்து சிரிப்பார்கள். ‘இன்ரஸ்ட்ல கடிச்சிடறண்டி...’ என்பாள்.

மகேஸ்வரி இன்ஸ்பெக்டரிடம் தன் சாதுர்யத்தைக் காட்ட இயலாமல் போனது. பெரியவர் மீது பெரிய மரியாதை வைத்திருக்கிறாள். தன்னால் அவருக்குத் தொல்லை உண்டாகக் கூடாது என்று யோசித்தாள்.

“சார்! வாஸ் பண்ணினு வாங்க...” என்று பயந்தபடி சொன்னாள்.

“ங்கோத்தா! கண்டார ஓலி தேவிடியா... என்னக் கழுவச் சொல்றியா? பிச்சக்கார தேவிடியா... ஊரு மேயற...” கத்திக்கொண்டே தலைமுடியைக் கொத்தாக பிடித்து வளைத்துக்கொண்டார்.

மகேஸ்வரிக்குக் கட்டுக்கடங்காத கண்ணீர் வழிந்தது. மலத்தை உண்பது போலிருந்தது. தான் பிறந்ததற்கு வருந்தி இருக்கிறாள், விபச்சாரியானதற்கு வருந்தி இருக்கிறாள், அதெல்லாம் வருத்தமே இல்லை. இந்த வருத்தம் சாவுக்கு ஈடானது. தன்னை ஒரு பிணமாக மாற்றிக்கொண்டுதான் இன்ஸ்பெக்டர் மண்ணில் புதைத்தாள்.

இன்ஸ்பெக்டர் அதைவிட மோசமான காரியத்தைச் செய்வார் என்று அவள் கொஞ்சமும் யோசிக்கவில்லை. மகேஸ்வரியின் வாய்க்குள் சிறுநீர் கழித்தார். அவளின் தொண்டையைத் தாண்டி வயிற்றுக்குள் போய்விட்டது. பிடியிலிருந்து விடுபட முடியாமல் தத்தளித்தாள். இன்ஸ்பெக்டர் தலைமுடியை விடவே இல்லை. தூண்டில் முள்ளில் மாட்டிக்கொண்ட கெண்டையைப்போல் துடிதுடித்தாள். அந்த தோல்முள்ளை கடித்துத் துப்பிவிட முடியும். கடித்துவிடவேண்டும் என்று ஆத்திரமும் மூண்டது. சந்தர்ப்பம் தடுத்தது. கடிக்கக் கூடாது என்று நினைத்தாலும் தொண்டை வரை அடைந்திருந்தால், இன்ஸ்பெக்டரிடமிருந்து விடுபடுவதற்காக கடித்தாள். அப்போதுதான் விடுவித்தார். அடுத்த நொடியே பீறிட்ட வாந்தியைத் தடுக்க முடியவில்லை. அடிவயிற்றிலிருந்து குபுக் குபுக்கென்று ஊற்றுபோல் வாந்தி கொட்டியது. குடல்கள் வெளியே கொட்டிவிடும் போலிருந்தது.

அந்த இன்ஸ்பெக்டரை இப்போது நினைக்கவும் ஆத்திரம் உண்டானது. ‘அவனுக்கெல்லாம் ப்ரோமோஷன் கெடைச்சிருக்கும். பெரிய அதிகாரியாகி ரிட்டயர் ஆகி இருப்பான்...’ என்று யோசித்தாள்.

அந்த நிகழ்வுக்குப் பிறகு சரியாகச் சாப்பிடுவதற்கு ஆறு மாதங்கள் ஆனது. அதை நினைக்கும் போதெல்லாம் ‘அவன் உடம்பெல்லாம் அழுகி சாவணும்...’ என்று சாபம் தருவாள்.

‘என் லைஃப்புல நான் பண்ண பெரிய தப்பு, கடிச்சித் துப்பாம வுட்டதுதான்...’ என்று சொல்வாள்.

25

ரயில்வே பாதையை ஒட்டி இருந்த மண் பாதையில் போலீஸ் வாகனம் குலுங்கி குலுங்கி நகர்ந்தது.

ஹெட்கான்ஸ்டபிளும், கான்ஸ்டபிள்களும் ஏதேதோ பேசி வந்தார்கள். மகேஸ்வரி அமைதியாக வந்தாள். லட்சுமியை நினைத்து நினைத்து கவலையாக இருந்தது. ஏற்கனவே குழந்தைகளோடு தற்கொலைப் பண்ணிக் கொள்ள இருந்ததாக அடிக்கடி சொல்லி இருக்கிறாள். இப்போது என்ன முடிவெடுப்பாளோ.. போலிஸ்காரர்கள் வீட்டிற்குள் போனால் கையை வைத்துக் கொண்டு சும்மா இருந்திருக்க மாட்டார்கள். லட்சுமியிடம் சிலுமிஷம் செய்திருப்பார்கள். போலிஸ்காரர்கள் பார்வையில் யாருமே நல்லவர்கள் கிடையாது. நல்லப் பெண்களையும் கூட சீண்டாமல் வர மாட்டார்கள் மனம் கொதித்தபடி உட்கார்ந்திருந்தாள். அவளுக்குப் போலீஸ்காரர்களைப் பற்றி தெரியும். எவ்வளவு பட்டிருக்கிறாள்.

இருபது நிமிட நேரத்தில் கொடையாஞ்சி ஆற்றோரம் ஜீப் நின்றது.

கொடையாஞ்சி கரையில் புரட்டாசி பெரிய அமாவாசைக்குத் திதி கொடுத்தவர்கள் மணலை சிறு சிறு குவியல்களாக குவித்து மஞ்சள், குங்குமம், கதம்பப் பொடி தூவி அலங்கரித்து பூக்கள் பரப்பி கும்பிட்டு விட்டு போயிருந்தார்கள். ஆயிரக்கணக்கான

குவியல்கள். இடுகாடுகளில் காணப்படும் சாமாதிகளை விட அதிகம்! அந்தக் குவியல்களைத் தாண்டி தாண்டி போனார்கள்.

“குமரேசா மெதிக்காத நடங்கடா...” என்று வாலிப வயது போலீஸ்காரர்களை அதட்டினார் தலைமைக் காவலர். “மகாலி அமாவாசைக்கு நானும் எம் பொண்டாட்டியும் வந்து கும்பிட்டுட்டு போனோம்... எத விட்டாலும் இத விடறதில்ல... போன வருசம் இல்ல அதுக்கு முன்ன வருசம் மழப் பேஞ்சி ஆத்துல தண்ணி போச்சு... ஆத்துல தல முழுகிட்டு திதி கொடுத்தோம். இந்த வருசம் மழ இல்ல வீட்லயே குளிச்சிட்டு வந்தோம்.” பேசிக்கொண்டே நடந்தார்.

பாலாறு பாலைவனம் போலிருந்தது. இந்தக் கரைக்கும் அந்தக் கரைக்கும் அரை கிலோமீட்டர் தூரம் நடந்து போக வேண்டும். நடந்தார்கள். ஜனங்களின் கூட்டம் தெரிந்தது. கொலையுடல் காண்பதற்கு எல்லா திசைகளிலிருந்தும் ஆட்கள் போய்க் கொண்டிருந்தார்கள். அவ்வளவு தூரம் நடக்க வேண்டும் என்று பார்த்தபோதே சோர்ந்திருந்த மனம் மேலும் சோர்ந்து.

“இங்கேயே ஊருக்குள்ள காசி விஸ்வநாதர் கோயில் இருக்குது... இந்த தெய்வத்த விட்டுட்டு காசிக்கும், ராமேஸ்வரத்துக்கும் போவாங்க... நம்ம ஜனங்க ஆடு மாடுங்க மாதிரி இங்க இருக்கிற பச்சையை விட்டுட்டு, தூர தெரியற பச்சைக்கு ஓடுவாங்க...” தலைமைக் காவலர் மூச்சிரைக்க பேசிக்கொண்டே நடந்தார்.

“ஆடி பதினெட்டுக்கு இங்கதான் ஐயா டூட்டி, செம கூட்டம்!”

“கால காலமா கொண்டாடற பண்டிகடா. வரலாறு பாடத்துல ரெண்டு போரப் பத்திதான் படிச்சிருப்போம்... முதலாம் உலகப் போரு, ரெண்டாம் உலகப் போருன்னு... உலகம் தோன்றின காலத்துல இருந்து போரு நடந்துனுதான் இருக்கு... உலகம் பூராவும் நடந்துனுதான் இருக்குது... மகா பாரதப் போர் பதினெட்டு நாள் நடந்துச்சு... பதினெட்டாம் நாள் போர் முடிஞ்சதும் இந்த ஆத்துல வந்து தல முழுகனதா ஒரு கத இருக்கு...”

“மகாபாரதமே கததான ஐயா!”

“எல்லாமே கததாண்டா இந்தத் அயிட்டம் செத்ததும் நாளைக்கு நியூசா வரும், அத எவனாவது சினிமாக்காரன் பாத்தா கதையா

பண்ணிடுவான்...” என்று தலைமைக் காவலர் சொன்னது மகேஸ்வரியைக் குத்தியது. அமைதியாக நடந்தாள்.

மணல் கொள்ளையர்கள் அங்கங்கே பள்ளம் தோண்டி விட்டிருந்தார்கள்.

“பாத்து வாங்கயா...” என்றார்.

வியர்வையில் உடல் முழுவதும் நனைந்துவிட்டது.

ஜனங்களும், போலிஸ்காரர்களும் நிறைய கூடி இருந்தார்கள்.

விலகி வழி விட்டார்கள்.

மகேஸ்வரி எடுத்து வைத்த ஒவ்வொரு அடியும் திக். திக் என்றது. இதயம் பட்டாசு சரம் போல துடித்தது.

ஒரு துணியில் தடித்த உடலை மூடி இருந்தார்கள். காய்ந்த ஆற்றில் ரத்தத்தின் ஈரம் கறுத்து காய்ந்திருந்தது. உடலைச் சுற்றிலும் ரத்தம் தெரிந்தது. ஈக்கள் ஆடையைப் போல் உடுத்திக் கொண்டிருந்தது.

போதையிலிருந்த ஒரு ஆசாமிக்கு போலிஸ்காரர் சைகை செய்ததும், அவன் முகம் பக்கமாக துணியை விலக்கினான்.

“லதா...” ஒரே கூவல்தான், மகேஸ்வரிக்கு கண்கள் இருண்டது. நெஞ்சம் அடைத்தது. வெட்டுண்ட கதியைப் பார்த்து கலங்கி, மயக்கமாகி சரிந்தாள்.

“பேரு லதா! மயக்கம் தெளிஞ்சதும் மற்ற சங்கதிகளை வாங்கலாம்” அம்பலூர் காவல் நிலைய இன்ஸ்பெக்டர் புகைப் பற்றவைத்துக் கொண்டு வேறு பக்கம் போனார். வேறு ஏதாவது தடயம் தென்படுகிறதா தடவினார். எதுவும் கிடைக்கவில்லை.

திருநங்கைகள் இரண்டு பேர் மகேஸ்வரிக்கு முகத்தில் தண்ணீர் தெளித்து, மயக்கம் தெளிய வைத்தார்கள். மறுபடியும் ஜீப்பில் உட்கார வைத்தார்கள். லதா பற்றிய மற்ற விவரங்களைக் கேட்டார்கள். தெரிந்தது எல்லாம் சொன்னாள். லதாவின் அண்ணன்கள் இரண்டு பேர் இருக்கும் தகவல்களைக் கூறினாள். கான்ஸ்டபிள் ஒருவர் அவர்களிடம் தகவல் சொல்லப் புறப்பட்டார்.

“இது கொலை இல்லை விஏஓ சார்... ஆந்தரா காட்டுல இருந்து இந்தப் பக்கம் வந்த புலிதான் அடிச்சி கொன்னுட்டு போயிருக்கு...”

புகையோடு சொன்னார் இன்ஸ்பெக்டர். ஜனங்களுக்குக் கேட்கிற மாதிரி சத்தமாக சொன்னார்.

“ஆமாங்க ஐயா!” கிராம நிர்வாக அலுவலர் தலையாட்டினார்.

“இவ யாருன்னு கன்பார்ம் பண்ணியாச்சி இல்ல, துணிய மூடி மறைச்சி விட்றா... ஆளாளுக்கு ஒரு கத சொல்வாங்க...”

“இன்ஸ்பெக்டர் சார் திடீர்னு நீங்கதான் கத வுடறீங்க... புலி அஞ்சி கோட்டர் பிராந்தியும், ரெண்டு பாட்டல் பீரும் அடிச்சிட்டு, இவள குதறுச்சா?” வேடிக்கைப் பார்க்க வந்த இளைஞன் கூட்டமாக இருக்கிற துணிச்சலில் இன்ஸ்பெக்டரிடம் கேட்டான்.

“கமலாசன் மாதிரி அழகா இருக்கிற உன் பேரு?”

“முனியப்பன் சார்!” நெஞ்சை நிமிர்த்திக்கொண்டு சொன்னான்.

“கமலாசன் சார்! இந்த ஆத்துல, பீர் பாட்லும், பிராந்தி பாட்லும் இல்லாத எடத்த சொல்லு... வெறுங்கால்ல எங்கனா நடக்க முடியுமா? பாக்கற எடத்துல எல்லாம் பாட்லு உடைஞ்ச சில்லுங்கதான் இருக்கு? தம்பி! உனக்கு யார் மேலனா சந்தேகம்னா சொல்லு... ஆளுங்க தெரிஞ்சா காட்டி வுடு! ஏட்டய்யா இவர ஸ்டேசன் கூட்டினு போங்க...” என்று இளைஞனைப் பார்த்து சொன்னார்.

“நீங்க சொல்றதுதான் கரெக்ட் சார்! காட்ல தண்ணி இல்ல, அதனாலதான் புலி ஆத்துக்கு வந்திருக்கும்...” இளைஞன் நகர்ந்து போனான்.

“க்ரவுட துரத்துங்க...”

“நகர மாட்டேன்றாங்க ஐயா. பப்ளிக் கிட்ட லட்டி தூக்க முடியாது.” சப் இன்ஸ்பெக்டர் சொன்னார்.

“பாடியப் பாத்ததா அஞ்சி பேருகிட்ட சாட்சிக் கையெழுத்து வாங்குங்க... புல் அட்ரஸ் எழுதி வாங்கிக்குங்க... கேஸ் முடியற வரைக்கும் யாரும் வெளியூர் போயிடக் கூடாது.”

சப் இன்ஸ்பெக்டர் ஒரு கையகல சிறிய நோட்டையும், பேனாவையும் எடுத்துக் கொண்டு போனார். லட்டிக்கும், துப்பாக்கிக்கும் கூட ஜனங்கள் பயந்திருக்க மாட்டார்கள் நோட்டையும், பேனாவையும் பார்த்து பயந்தார்கள். சாட்சி

என்றதும் விலகி நகர்ந்தார்கள்.

மகேஸ்வரி ஒரு தென்னைமரத்தின் அடியில் சாய்ந்து உட்கார்ந்தாள். கண்ணீர் வடிந்துக் கொண்டே இருந்தது. எதுவும் கருத்து சொல்ல விரும்பவில்லை. 'விபச்சாரி கொலைன்னு நியூஸ் வர்றத விட, புலி அடிச்சதாவே இருக்கட்டும்... சாவுலயாவது கவுரவமா சாவட்டும்..' என்று மனதிற்குள் சொல்லிக்கொண்டாள்.

எல்லா தென்னைமரங்களும் துணி இல்லாத குடைகளின் துருவேறியக் கம்பிகளைப் போல் காய்ந்து நின்றன.

'லதா குழந்த மாதிரி அவள கொல்றதுக்கு எப்படி மனசு வந்திருக்கும்.. பாவிங்க... போலீஸ் தண்டிக்கலனாலும் சாமி சும்மா விடாது...' மகேஸ்வரி அவளுக்குள் ஆறுதல் சொல்லிக் கொண்டாள்.

“புலி இல்ல சார்! எலிதான் கடிச்சது! நான் பாத்தேன்! நான் சாட்சி சொல்றன்!” பச்சைத் துண்டை தலையில் சுற்றியபடி அவன் வந்தான்.

கிராம நிர்வாக அலுவலர்களும், காவல் துறையினரும் அவனைப் புலியைப் பார்ப்பது போலவே பார்த்தார்கள். மகேஸ்வரி அவனை நிமிர்ந்து பார்த்தாள். 'இந்த மண்ணுல ஏதோ ஒரு மூலையில யாரோ ஒருத்தன் இருக்கான்”

“இந்தப் பாலாறை நாசம் பண்ற மாதிரி, பொண்ணுங்களயும் நாசம் பண்றாங்க சார்... மணல் கொள்ளையடிக்கிற கும்பலை உங்களால கேக்க முடியல... ஆத்துல கெமிக்கல் கலக்கறவன் பணக்காரன் உங்களயும் உங்களுக்கு மேல இருக்குற அதிகாரிங்களயும் வெலைக்கு வாங்கிடறான். இவ விபச்சாரிதான சாகட்டும்னு விட்டீங்கன்னா இன்னொரு வாட்டி வீட்ல இருக்கிற பொண்ணுங்கள நாசம் பண்ண மாட்டானா?” பச்சைத் துண்டின் குரல் எப்போதும் போல பாலாறு முழுவதும் கேட்டது.

“என்னா ஆறுமுகம்! புலி அடிச்சி செத்தா அவங்க குடும்பத்துக்கு கவர்மென்ட் லச்சக் கணக்குல துட்டு தரும்!”

“அவங்க குடும்பமே அடிச்சி கொன்னுருந்தா...? அவங்க இவள மனுசியா மதிச்சி நல்ல வாழ்க்க தந்திருந்தா இவ ஏன் சார் வேற வழியில போறா? ஒரு பொண்ணு வாழ்க்கைய முதல்ல அவங்க

குடும்பம் நாசம் பண்ணும்... அப்புறம் இந்த சமுதாயம் நாசம் பண்ணும் அப்புறம் நீங்க நாசம் பண்ணுவீங்க...”

“பாரு ஓவரா பேசற...?” இன்ஸ்பெக்டர் மெதுவான குரலில் சொன்னார். அவனை சமாதானமும் பண்ண முடியாமல், அதட்டவும் முடியாமல் தடுமாறினார்.

“என் கிட்ட எந்த ஆயுதம் இருக்கோ அதுலதான் சார் போராட முடியும். உங்ககிட்ட எவ்ளோ நவீன ஆயுதங்கள் இருக்கு.. கொலக்காரனுங்கள கண்டு பிடிங்க... அப்புறம் மேடயில கத்த வெச்சிடாதீங்க...” அவன் குரலில் கடுமை தெரித்தது.

“தலைவா! எல்லாமே கரெக்ட்டா நடக்கும். மோப்பநாயை வரவைக்கிறோம். எதனா டவுட்டுனா உன்ன கேக்கறோம்...” கடைசியில் இன்ஸ்பெக்டர் சரண்டர் ஆனார்.

இன்ஸ்பெக்டர் தள்ளி வந்து தலைமைக் காவலரிடம் “இவனெல்லாம் கல்யாணம், கருமாதின்னு ஆயிருந்தா நம்ம எழவ வந்து எடுக்க மாட்டான். அயிட்டம் சாகறதுக்குக கூட நாம மெனக்கெட்டு சாகணும். இவ பொறுக்கிங்கள ஓக்கறதுக்கு கஞ்சா அடிச்சிட்டு லந்து பண்ணி இருப்பா...” என்றார். மகேஸ்வரி காதுகளில் அது விசம்போல நுழைந்துகொண்டே இருந்தது.

அவர் பேச்சைப் பச்சைத் துண்டு ஆறுமுகம் கேட்கவில்லை.

ஆறுமுகம் கிராம நிர்வாக அலுவலர்களிடம் பேசிக்கொண்டு இருந்தான். மகேஸ்வரி அவன் முகத்தை அடிக்கடி பார்த்தாள்.

26

எல்லாம் முடிந்து திரும்பும்போது மகேஸ்வரிக்கு ஏதேதோ அழுத்தும் ஞாபகங்கள் அவளை வதைத்தன. வீட்டிற்குப் போகும் தைரியம் சுத்தமாக வரவில்லை. மகேஸ்வரியின் சொந்த வீடு, மகேஸ்வரியின் சொத்து ஆனாலும் அந்த வீட்டிற்குப் போவதற்குத் தயக்கமாக இருந்தது. அச்சமாக இருந்தது. அழுகின தேங்காய் இரண்டாக உடைந்த மாதிரி மனமும் இரண்டாக உடைந்து விட்டது. வீட்டிற்குப் போய் லட்சுமிக்கு ஆறுதல் சொல்வதற்கும் கலக்கமாக இருந்தது, லதாவின் கொடூரமான சாவை நினைத்தால் நெஞ்சம் வெடிக்கிற துக்கமாக இருந்தது. 'வாழ்க்கையா இது... வாழ்க்கையா இது?'

மகேஸ்வரிக்கு இரண்டு விசயமும் துக்கம்தான், லட்சுமிக்கு எந்த சமாதானமும் சொல்ல முடியாத நிலைமை. நடந்தது நடந்து விட்டது, இனி என்ன ஆறுதல் சொல்வது? ஆறுதல் மட்டும் இல்லை 'நீ இப்படி பட்டவளா? உடம்ப விக்கிறவளா?' என்று கேள்வி கேட்டால் சொல்வதற்குப் பதில் இல்லை.

ஆறுதலுக்காக கமலாபாட்டியைப் பார்க்க வேண்டும் என்று தோன்றியது. கஷ்டம் வரும்போது எல்லாம் கமலா பாட்டி மட்டும்தான் ஆறுதல்! 'எண்பது வயதிலும் அவளே வெறகடுப்புல களியோ, கஞ்சியோ செஞ்சிக்கிறா... அந்தக் காலத்து கட்டைன்னு அவங்கள சொல்வாங்க... நிஜமாவே கமலாபாட்டி அந்தக் காலத்து

செம கட்டை! எண்பது வயசு தாண்டியும் சிலய செதுக்குன மாதிரி கட்டான உடம்பு. அந்தக் காலத்துல எவ்ளோ அழகா இருந்திருப்பாங்கன்னு யோசிச்சு பாத்தா இப்போ யாரயும் ஒப்பிடவே முடியாது. பொண்ணுங்களால நிமிந்து பேச முடியும்னா, தாழ்வு மனப்பான்மை இல்லாதவங்கன்னு அர்த்தம்.'

கமலாபாட்டி நிறையப் பேசுவதும். அவள் பேசுவது வித்தியாசமாக இருப்பதும். மகேஸ்வரிக்குப் பிடிக்கும். ரொம்ப நேரம் பேசி விட்டு ஆயிரமோ ஐநூறோ கொடுக்கும்போது "ஏண்டி பினாத்தனதுக்குக் கூலியா?" என்பாள்.

என்னவோ கமலா பாட்டியைப் பார்க்க வேண்டும் போலிருந்தது.

ஆட்டோ பிடித்து பழைய ஜோலார்பேட்டைக்குப் போனாள். மூத்தோர்கள் வசித்த ஊர்களின் பெயர்களும் பழைய ஊர்களாகி விட்டன.

வீட்டு சுவரெல்லாம் தோலுரித்து தொங்க விட்ட ஆட்டைப் போல் இருந்தது. கரைந்த செங்கற்கள் தெரிந்தது. வாசற்கால் மரத்தை கரையான் தின்று மரக்கழியைப் போல் தொங்கிக் கொண்டிருந்தது. சிதிலமடைந்த வீட்டின் முன்பு சாணம் மெழுகி ஐந்தரிசி கோலமொன்றை போட்டிருந்தாள். உள்ளிருந்து சுருட்டுப் புகை நாற்றத்துடன் வந்தது.

"பாட்டி" வெளியே இருந்து அழைத்தாள்...

"எவடி அவ எம் மகனுக்குப் பொறந்தவ... உள்ளார வாடி"

"சாவுக்குப் போயிந்தன் பாட்டி.... வெளியே வா! நான் இன்னும் தலைக்கு ஊத்தல..."

"தலைக்கு ஊத்தலயாம்... வாடி என் பீத்தல... பொழக்கடயில எல்லாத்தயும் கழுவினு உள்ள வந்துடு... பீட எதுவும் தலயில உக்காராது... கீழ அதுல ஒழுகுனா கூட மேல் தலைக்கு ஊத்துவீங்க..." சிரித்துக்கொண்டே சொன்னாள்.

பழைய கிழிந்த பட்டுப் புடவைகள் குளியலறைச் சுவராக கட்டப் பட்டிருந்தது. மகேஸ்வரி பானையிலிருந்த குளிர்ச்சியான தண்ணீரை அள்ளி அள்ளி கால்களைக் கழுவினாள். தலைக்கு மூன்று முறை தண்ணீரைத் தெளித்துக் கொண்டாள். பட்டுப் புடவைக் கிழிசலை மிதியடியாக வாசற்படிக்குள் போட்டு வைத்திருந்தாள். மரக்

கட்டிலின் மீது மெத்தைக்குப் பதிலாக நான்கைந்து புடவைகளை விரித்து போட்டிருந்தாள். மூன்று புடவைகளைச் சேர்த்து தைத்து போர்வையாக்கி இருந்தாள். வெறும் புடவைகளையே மூட்டையாகக் கட்டி தலையணையாக்கி இருந்தாள். முன்பு ஒருமுறை வந்தபோதே “சேலன்னா அம்முட்டு உசுருடி… ஓங்கம்மா திட்டுவா, காசு எல்லாத்தயும் சேலயா எடுக்கறியேன்னு… டெய்லி நாலு சேல அவுத்துப் போடுவண்டி… இவளுங்க நாளு பூரா ஒண்ணயக் கட்டினு ஒண்ணுலயே துடைச்சினு சாவாளுங்க… எல்லா இவளுங்களும் பொடவ நாசமாகுதுன்னு அவுத்து பக்கம் வெச்சிட்டு படுப்பாளுங்க… நானல்லாம் அம்முட்டு சுளுவுல அவுக்க மாட்டன், பேபர்சுங்க கெஞ்சுணும்… ஒடம்புதான மொதலு…” என்று சொல்லி இருக்கிறாள்.

கமலாபாட்டி கட்டிலில் முதுகு வளைந்து உட்கார்ந்து சுருட்டை இழுத்துக்கொண்டிருந்தாள். “நீங்கல்லாம் பாக்கு போடுவீங்க.. இந்தக் கசமாலத்த அண்ட மாட்டீங்க…” என்று சுருட்டை முகத்துக்கு நேரே நெருப்போடு நீட்டிக் காட்டினாள். “யாருடி எழவு?”

மகேஸ்வரிக்குத் துக்கம் வந்தது. “லதா பாட்டி! தொண்ணச்சி, தொண்ணச்சின்னு கூப்டுவியே.. சூது வாது தெரியாம இருப்பாளே… கொழந்த மாதிரி பேசுவா… தாயோலி பொறுக்கிங்க பாலாத்துக்குக் கூட்டினு போய் நாசம் பண்ணி சாகடிச்சிருக்கானுங்க…” அழுதுகொண்டே சொன்னாள்.

கமலாபாட்டி சில நொடி அண்ணாந்து பார்த்து யோசித்து லதா யாரென்று புரிந்ததும், சுருட்டை மூலையில் வீசிவிட்டு கண்களைக் கசக்கிக்கொண்டு நெஞ்சை அடித்துக்கொண்டாள். மகேஸ்வரியைக் கட்டிப் பிடித்துக் கொண்டாள்.

“சண்டாளப் பாவிங்களா…
சண்டாளப் பாவிங்களா…
சாண்ட குடிச்சவங்களா…
சாண்ட குடிச்சவங்களா…
சோத்த தின்ன கையாலயே
பேண்டத எடுப்பீங்களா
ஒடம்பு சொகம் தந்தவள..
உசுரு புடுங்கிப் பாப்பீங்களா..

சண்டாளப் பாவிங்களா
சண்டாளப் பாவிங்களா
சாண்ட குடிச்சவங்களா
சாண்ட குடிச்சவங்களா
தாயா மொலத் தந்தாக்கா
தாயோலிக கொல பண்ணுவீங்களா
பாயா ஒடம்ப தந்தவள
பாடயிலதான் வெப்பீங்களா.

கமலாபாட்டி பாடி பாடி ஒப்பாரி வைத்து அழுதாள். ஒரு நீண்ட ஒப்பாரியும், பெரிய அழுகையும் துக்கத்தைக் கரைத்தது.

"போனவாட்டி வந்தப்போ ரெண்டு கட்டு சுருட்டு வாங்கினு வந்தாடி... எங்கயும் நிம்மதியா தூங்க முடியறதில்லன்னு இங்கயே படுத்துனு ஒரு ராவும், ஒரு பகலும் தூங்கனா...நான் கழிக் கெழாரி, கருவாட்டுக் கொழம்பும் வெச்சேன் சூடா புட்டு புட்டு போட்டுக்குனா... போறப்ப வேணாடின்னா கூட கேக்கல ஐநூறு ரூபா தந்துட்டு போனா... அந்த எடத்துல நல்லா நாலு வாட்டி மஞ்சா தேய்ச்சுக்கடி நோவு அண்டாதுன்னு சொல்லி அனுப்பிச்சேன்" சுருட்டைப் பற்ற வைத்தாள்.

"ரெண்டு இழுவு இழுவேண்டி எழவு துக்கம் ஆறும்"

"வேணாம் பாட்டி"

"ஏண்டி? அவ இழுப்பாடி.. நான் செத்தா ஓடி வந்து ஒப்பாரி பாடுவான்னு நெனச்சேன்.. ஒரு தடவ நான் பாட பாட அவ அந்த தொன்ன மொலய ஆட்டி டேன்ஸ் போட்டாளே, அப்போ நீ இருந்தியா?"

"இருந்தன் பாட்டி, அவகிட்ட ஏண்டி அத அப்படி ஆட்றவன்னு கேட்டதுக்கு... என்னால கைய கால ஆட்ட முடியாது. இடுப்ப அசைக்கவே முடியாது, ஆட்ட முடிஞ்சத ஆடறன்னாளே..."

"ஒரு இழு இழுடி துக்கம் பொகயில போயிரும்."

"எனக்கு எந்தப் பழக்கமும் இல்ல..."

"பிராந்தியா?"

"இல்ல..?"

"எல்லாத்தயும் எங்கிட்ட மறைங்கடி."

"சத்தியமா பாட்டி"

"நானல்லாம் எல்லா சாமி மேலயும் சத்தியம் பண்ணுவேன்... நாம சாமி தாண்டி, நம்பள மிஞ்சின சாமி இருக்குதா? மனுச எழவுங்களுக்கு நாமதான சந்தோசம் தர்றோம்."

"நமக்கு சந்தோசம் யாரு தர்றாங்க?"

"சாமிங்களுக்கு எதுக்குடி சந்தோசம்? நம்பள நம்பி வந்தவங்கள சந்தோசமா அனுப்பினா அதுவே சந்தோசந்தாடி..."

"உன் கிட்ட வந்து, உன் பேச்சைக் கேட்டாவே எனக்கு எம்முட்டு மனவேதன இருந்தாலும் போயிருது... பாவம் பாட்டி லதா! நாயிங்க கிட்ட மாட்ன மாதிரி கடிச்சு கொதறி எடுத்து இருக்கானுங்க.. சாவுல கூட நிம்மதி இல்லாம செத்துட்டா.. பொணத்த வேடிக்கப் பாக்க வந்தவங்கள்லாம் தேவிடியாளாம், தேவிடியாளாம்னு பேசிக்கிறப்போ என் உடம்பெல்லாம் சாகுது... நான் செத்தாலும் அப்படிதானே சொல்வாங்கன்னு நெனச்சா ரொம்ப கஷ்டமா இருக்குது பாட்டி...ஆம்பளைங்க செத்தா பொறுக்கி செத்துட்டான்னு சொல்றதில்ல, தேவிடியான்ற பேர மாத்தணும்னு நானும் எவ்ளோ போராடறன்..." கசிந்துக் கொண்டிருந்த அழுகையோடு சொன்னாள். ஒரு விம்மல் வந்து போனது.

"போடி இவளே எதுக்குக் கவலப்படறா பாரு... நான் செத்தா என் பாடையில தேவிடியான்னு எழுதி வெய்யிங்கடி ஊரு உலகம் பாக்கட்டும்.. இந்த உலகத்துல யாரயுமே தேவரடியார்னு சொல்றதில்லடி... நம்மள மட்டுந்தான் சொல்ல முடியும். நானல்லாம் தைரியமா ஆமாடா நான் தேவிடியாடான்னு சொல்வேன்... தேவரடியார்! தேவரடியார்! தேவரடியார்! னு கத்துவேன். பசிச்சா கூழுக் கெடைக்கும், தொண்ட வரண்டா தண்ணி கெடைக்கும்... உலகத்தலயே பெரிய சந்தோசத்த நம்பள தவிர வேற யாராலயும் தந்துட முடியாது. சொகம், இன்பம்னு நாம கொடுக்கறதுக்குதாண்டி பேரு... உடம்ப இல்ல வாரித் தர்றோம்..."

"நாமதான் நம்பள மெச்சிக்கணும்... எங்கியாவது மரியாத இருக்கா?"

கமலாபாட்டி சிரித்தாள். "எவனுக்கு மருவாத இருக்குது? யாருக்குமே மருவாத இல்லடி.. தேவிடியான்னு திட்டு வாங்காத ஒரு பொம்பளயக் காட்ட முடியுமா? தேவிடியா பையான்னு திட்டு வாங்காத ஒரு ஆம்பளயைக் காட்ட முடியுமா? ஒருத்தருக்கும் மருவாத இல்லடி... எல்லாருமே கேவலமா தப்புப் பண்றாங்க.. துட்டுக்காக செய்யாத தப்பை எல்லாம் செய்றாங்க... துட்டு வாங்கினு எவனயாவது ஏமாத்தி இருக்கறமா சொல்லு? பிராடு பண்றவங்களுக்கு மூஞ்சிக்கு நேரா மருவாத கெடைக்குண்டி.. முதுகுக்குப் பின்னால கோழ மூய்வாங்க தெரிஞ்சுக்க..." சுருட்டை எடுத்துப் பற்ற வைத்தாள்.

"நம்ம தொழில் பாவம் இல்லியா பாட்டி?"

"ஏண்டி... யாரு குடத்தனத்தயாவது கெடுத்து இருக்கறமா? யாரு சொத்தயாவது களவாடி இருக்கறமா? காதல் மயிருன்னு எவனையாவது மயக்கிப் போட்டுனு இருக்கமா? எவனயாவது எனக்கு சொகத்த கொட்றான்னு கெஞ்சி இருக்கறமா, மெரட்டி இருக்கறமா? எவனயாவது வளச்சி போட்டுனு பொண்டாட்டி புள்ளைங்கள பாக்காதடான்னு சொல்லி இருக்கமா? எவனயாவது கல்யாணம் பண்ணிக்காதடா என் பொந்துலயே இருடான்னு பொதச்சி வெச்சிருக்கமா? நம்மாள யாராவது அழுது இருக்காங்களா?"

"பாட்டி நான் ஒருத்தன கல்யாணம் பண்ணனே அவன் பிராடு! அவனுக்கு ஏற்கனவே கல்யாணம் ஆயிருக்குது, அது இல்லாம கார்மென்ட்ஸ்ல வேல செய்ற ரெண்டு பொண்ணுங்களயும் நாசம் பண்ணி இருக்கான்..."

பாட்டி கோபமாகப் பார்த்தாள் "சுன்னிய அறுக்காம சும்மா வுட்டியா?"

"போலீஸ்ல சொல்லலாம்னு பாத்தன் பாட்டி அந்தப் பொண்ணுங்க லைப்பு என்னாகறது?"

"பொட்டச்சி வாழ்க்க என்னாகறது, பொட்டச்சி வாழ்க்க என்னாகறதுன்னு பாத்து பாத்துதான், பொட்டச்சி வாழ்க்க நாசமாகுது... அவன் பொறப்ப பாத்தாவே தெரிஞ்சுது... இவன் பொழப்ப எடுத்துக்க மாட்டான்னு... ஏமாத்தி தின்னு பழகினதுங்க... நாய கூட்டியாந்து நடுவூட்ல வெச்சாலும்

பேழ்றதுக்குதான் பாக்கும்... நானல்லாம் கல்யாணம் பண்ணியும் பாத்துட்டன், கல்யாணம் பண்ணவங்களயும் பாத்துட்டண்டி... எந்த ஆம்பளயும் அவனுங்களுக்குப் பணிவிட செய்யத்தான் பொட்டச்சிங்கள கட்டிக்கிறான். ஆம்பள சரிபடலன்னா விட்டுட்டு போயிறக் கூடாதுன்னுதான் கல்யாணம் பண்றதும், தாலிய மாட்டி வுடறதும், புருசன் செத்துட்டா முண்டச்சி ஆக்கறதும்... மூஞ்சிக்கு மஞ்சா பூசறதா இருந்தா கூட ஆம்புடையானுக்குக் கொசறம்தான் மஞ்சா பூசணும்... நம்பளுக்காக இங்க நம்ம ஒடம்பு கூட இல்ல...”

பாட்டி பேசுவதை ரசிப்புடன் கேட்டாள் “சின்ன வயசுலயும் இப்படித்தான் பேசினியா பாட்டி?”

“வயசுல பேசறதுக்கு என்னாடி இருக்குது? வயசுல வயசு மட்டுதாண்டி பேசணும். வியாக்கியானம் பேசறதுக்குதான் வயசாகணும்...”

“ஆமா உனக்குக் கல்யாணம் ஆச்சா?”

“என்னப் பொறுத்துடி தாலிக் கட்னாலும் ஒண்ணுதான், தாலிக் கட்லனாலும் ஒண்ணுதான்.. எவன்னாலும் நாம காண்பிச்சாதாண்டி.. புருசனயும் பாத்துட்டன்.. புழுத்தறவனயும் பாத்துட்டன்.. ஆனா சின்ன வயசுலயே எனக்கு நானே தாலிக் கட்டிக்குனேன்... நானே பொண்டாட்டி, நானே ஆம்புடையான்.” சுருட்டை கம்பீரமாக இழுத்தாள்.

பாட்டுக் கேட்க வேண்டும் போலிருந்தது மகேஸ்வரிக்கு “புது பாட்டு வராதா பாட்டி?”

“பழசு என்னா? புதுசு என்னாடி? பாட்டுங்க நம்பள மாதிரி வயசாகி செத்தா போயிருது? நாலு முற காதுல கேட்டா பாடிடுவேன். பாட்டுங்க காதுல ஓடற மாதிரி இருக்கணும்... அவ்ளோதான்...”

“எப்படி பாட்டி பாட கத்துக்கிட்ட?”

“கத்துக்கிறதுக்குப் பாட்டத் தவிர வேற என்னாடி இருந்துச்சு... நான் சின்ன வயசுலயே சூட்டிகயா இருப்பன்... பள்ளிக்கூடம் அனுப்பி இருந்தா படிச்சி டீச்சர் ஆகி இருப்பன்.

ஸ்கூல் புக்குல இருக்கற பாட்ட பாடறதுக்கு வக்கில்லாம போச்சு... சாவு வூட்ல அழற பாட்டுதான் பாட முடிஞ்சது..." கமலாபாட்டி கண்களை மூடி அந்தக் காலத்தை யோசித்துக் கொண்டாள். "என்னாவோ போடி..." சுருட்டை இழுத்தாள். "அந்த வறுமயை, அந்தப் பசியை, அந்தத் தொயரத்த இப்போ சொன்னா யாருமே நம்ப மாட்டாங்க... பொட்டச்சி பொழப்புக்காக எங்க போனாலும் எவனாவது ஒருத்தன் படுக்கறதுக்குக் கூப்புடுவான்... நாத்து நடறதுக்குப் போனன், வெறகு பொறுக்கப் போனன், கெணறு வெட்டப் போனன், கலக்கா புடுங்கப் போனன், கரும்பு வெட்டப் போனன் ஒண்ணு ரெண்டு இல்ல... ஊர்ல இருக்கற அத்தன வேலைக்கும் போனன்... போன எடத்துல எல்லாமே கூப்ட்டானுங்க. வயசுல ஒணத்தியா பேசியும், தடவியும் ஏத்தி வுட்ருவானுங்க... மாட்டிக்குவோம்! சுருட்டு மாதிரிதான் மொத வாட்டி இழுக்கதான் எல்லா பயமும், அடுத்தடுத்த வாட்டி பழகிடும், பயம் போயிடும்..."

பாட்டைப் பற்றிக் கேட்டால், தான் பட்ட பாட்டையே யோசித்தாள்.

"ஆனாக்கா பாருடி... ஆம்பிளைங்கதான் அலைவானுங்க... ஒரு பொம்பளைய வுடாம மேய்வானுங்க... மெரட்டுவானுங்க, கால்ல வுழுந்து கதறுவானுங்க, ஆசக் காட்டுவானுங்க... எப்படியாச்சும் அனுபவிச்சிட்டு கடைசில அவனுங்க உத்தமனுங்க ஆயிடுவாங்க நம்மள தேவிடியான்னு சொல்லிடுவானுங்க... எந்த ஆம்பளையாவது என்ன பாத்து தேவிடியான்னு சொல்லும் போது ஆத்தரம் வரும் பாரு... அப்படி ஒரு ஆத்தரம் வரும்... நான் தேவிடியான்னா... நீ யார்ரான்னு கேப்பன்.. தேவிடியா புண்டைய நக்கனவனேன்னு கேப்பன்... பொம்பளை கிட்ட சொகத்துக்கு அலைவானுங்க, அனுபவிக்கிறது ஆம்பிளைங்க, தேவிடியா பட்டம் வாங்கறது நாம்ப..."

திடீரென கோபமாகப் பேசினாள்.

கமலாபாட்டி கோபத்துடன் சொல்வது மகேஸ்வரிக்கும் பொருந்துவதாக இருந்தது. "பாட்டி! நீ பேசறத கேக்கறதுக்கு அவ்ளோ நல்லா இருக்குது... கொஞ்ச நேரம் கஷ்டத்த மறந்துட்டேன்.. லதா சாவக் கூட மறந்துட்டன் பாரேன்..."

“தெனம் தெனம் சாவறவளுக்கு, சாவு ஒரு வெசயம் இல்லடி, அனாமத்தா சாவாம, சாவு வந்து செத்துப் போகணும்… அதான் வேதனயா இருக்குது.. கொலக்கானுங்கள புடிக்க மாட்டாங்க பாரேன்… நாம நாயிங்கடி, செத்தா கேக்கறதுக்கு நாதி இல்லாத நாயிங்க..”

மறுபடியும் துக்கம் வந்தது. வீட்டிற்குப் போவது, துக்க வீட்டிற்குப் போவது போல் என்று கருதினாள்.

“பாட்டி..”

“தெரியுண்டி புல்லாக்கு பாட்டு பாடுன்னு கேப்ப..”

“நூறு பாட்டுக் கேட்டா கூட மனசு ஆறாது…”

கமலாபாட்டி தொண்டையைக் கனைத்தாள்.

“அடி என்னடி ராக்கம்மா…
என்னென்ன நினைப்பு…
என் நெஞ்சு குலுங்குதடி
சிறு கண்ணாடி மூக்குத்தி
மாணிக்க சிவப்பு
கண்ணீரில் நனையுதடி….
கல்யாண மேளங்கள் மணியோசை…
என் கவலைக்குத் தாளமடி
சொல்லாத எண்ணங்கள் பலகோடி
என் துன்பத்தில் தீபமடி
பொன்னாக நான் நினைத்த
மண்வீடு கரைந்து
தண்ணீரில் கலந்ததடி
என் பட்டம்
என் திட்டம்
என் சட்டம்
அடி ராக்கம்மா
காற்றாக பறந்ததடி
காற்றாக பறந்ததடி
எல்லோருக்கும் ஊர்கோலம்
இரண்டு தரம்
அதில் ஒரு கட்டம் முடிந்ததடி….

தாயார்க்குப் பின்னாலே சம்சாரம்
அது தடம் கொஞ்சம் புரண்டதடி
பண்பாடு காப்பதற்கு
பெண் பார்த்து முடித்தேன்
என் பாடு மயங்குதடி
என் வீடும்
என் வாழ்வும்
ஒரு கோயில்
அடி ராக்கம்மா
என் தெய்வம் சிரிக்குதடி.
அடி என்னடி ராக்கம்மா
என்னென்ன நினைப்பு
என் நெஞ்சம் குலுங்குதடி
சிறு கண்ணாடி மூக்குத்தி
மாணிக்க சிவப்பு
கண்ணீரில் நனையுதடி..."

உருக்கமான குரலில் கமலாப் பாட்டி பாடி முடிக்கும்போது, மகேஸ்வரி நெஞ்சில் அடைத்துக்கொண்டிருந்த துக்கம் வெடித்து, கண்களில் கொட்டியது. அழுகையும் கண்ணீரும் சாதாரணமானதல்ல... கண்ணீர் மட்டும் இல்லையென்றால், பாதிப் பெண்கள் உயிரை மாய்த்துக்கொண்டு செத்திருப்பார்கள்.

துடைக்கத் துடைக்க கண்ணீர் வழிந்துகொண்டே இருந்தது.

"நினைப்பதெல்லாம் நடந்து விட்டால்
தெய்வம் ஏதுமில்லை
நடந்ததையே நினைத்திருந்தால்
அமைதி என்றுமில்லை
முடிந்த கதை தொடர்வதில்லை
இறைவன் ஏட்டினிலே
தொடர்ந்த கதை முடிவதில்லை
மனிதன் வீட்டினிலே

ஆயிரம் வாசல் இதயம்
அதில்
ஆயிரம் எண்ணங்கள் உதயம்

அலர்

யாரோ வருவார்
யாரோ இருப்பார்
வருவதும்
போவதும் தெரியாது
ஒருவர் மட்டும் குடியிருந்தால்
துன்பம் ஏதுமில்லை
ஒன்றிருக்க
ஒன்று வந்தால்
என்றும் அமைதி இல்லை

எங்கே வாழ்க்கை தொடங்கும்
அது
எங்கே எவ்விதம் முடியும்
இதுதான் பாதை
இதுதான் பயணம்
என்பது யாருக்கும் தெரியாது
பாதையெல்லாம்
மாறிவரும்
பயணம்
முடிந்துவிடும்
மாறுவதைப்
புரிந்துகொண்டால்
மயக்கம் தெளிந்துவிடும்
நினைப்பதெல்லாம் நடந்துவிட்டால்
தெய்வம் ஏதுமில்லை
நடந்ததையே நினைத்திருந்தால்
அமைதி என்றுமில்லை."

கமலாபாட்டி எழுந்து போய் பித்தளைச் சொம்பில் மூடி வைத்திருந்த தண்ணீரை எடுத்து வாய்க்குள் வைத்துக் கடித்துக் குடித்தாள். மறுபடியும் வந்து உட்கார்ந்தாள். "அப்பல்லாம் பாட்டுன்னா உசுர வுடுவாங்கடி. பாட்டே இல்லன்னு வெச்சுக்கியேன், நான் செத்தே போயிட்டுப்பன். எங்கிட்ட வர்ரவன் உடனே தெங்கிட்டு போணும்னு வெறி புடிச்சி வருவான், தொர நானும் எங்கயும் போயிற மாட்டன், நீயும் மிலிட்ரி வாருக்குப் போகப் போறதில்ல.. சைக்கிள் மெரிச்சினு வந்தியா

கொஞ்சூண்டு மூச்ச ஆத்தினு ஒக்காருன்னுவன்... அவன மடியில படுக்க வெச்சினு தடவிக் கொடுத்துனே பாட்டுப் பாடுவன், அவனே இன்னொரு பாட்டுக் கேப்பான்... ஓடம்பு சொகம் சத்த நேரந்தான், முட்டினு கெடக்கற தண்ணி அவுட்டாயிட்டா தொள தொளன்னு தொங்கிடுவானுங்க... ஆனாக்கா பாட்டு ஒரு சொகந் தரும் பாரு... ஓடம்பெல்லாம் நெறஞ்சிடும்... சோத்தப் போதும்னு தள்ளலாம் பாட்டப் போதும்னு தள்ளமுடியாது. அடுத்த வாட்டி பாட்டுக் கேக்கறதுக்குனே வருவான்... எனக்கும் பாட்டுக் கேக்கறவங்களதான் புடிக்கும்... சும்மாங்காட்டியா சொன்னாங்க ஆடற காலும், பாடற வாயும் சும்மா கெடக்காதுன்னு... பெரிய பெரிய மொதலாளிங்கல்லாம் வருவாங்க... மனசுக்குக் கஷ்டமா கெடக்குது பாடுன்னுவாங்க, ரொம்ப தெம்ப்பாயிடுவன்... அப்பல்லாம் நெனச்சா நெனச்ச பாட்டக் கேக்க முடியாது, எல்லார்கிட்டயும் ரேடியோ இருக்காது, ரேடியோ இந்தாலும் கர்கர்ருனு தேயும், செல்லு காலியாச்சினா, செல்லு வாங்கிப் போட துட்டு இருக்காது, நல்லா பாடத் தெரிஞ்சவங்க பாட்னாத்தான் ஆச்சி.. நான் பாடறத பாத்து சேலத்துலருந்து டிராமா கம்பனிக் காரனுங்க கூட்டினு போனாங்க, ஊர் ஊரா போய் டிராமல பாடி, ஆடறது.. மூஞ்சி பூரா பவுடர் அப்பிடுவாங்க.., எந்த ஊருக்குப் போனாலும் அந்த ஊரு பெரிய மனுசனுங்க வுட மாட்டானுங்க.. ஆக்டருன்னா ரேட்டு அதிகந்தான்.. கூத்துமேடயில ஆட்டம் ஆடறவளுக்கும் அதே சூத்துதான் அதே மொலதான்னு பெரிய மனுசனா இந்தாலும் தெரியாது, இஸ்பெசல்னு நெனச்சிப்பானுங்க.. ரேட்டு நேரடியா பேச மாட்டாங்க, மேனஜேர்தான் பேசுவான், என்னா எழவுன்னா போறப்போ மூஞ்சிக்கு போடற மாரி கலர் பவுடர மாங்காயுக்கும் அடிச்சினு போவணும், மாவடுக்கும் அடிச்சினு போணும்...”

மகேஸ்வரிக்குக் கட்டுப்படுத்த முடியாமல் சிரிப்பு வந்தது. “இந்தக் காலத்துலதான் நடிகைங்களுக்கு மவுசுன்னா, அந்தக் காலத்துலயும் அப்பிடித்தான் இருந்திருக்குது...”

“ராஜாங்கக் காலத்துல தஞ்சாவூர் பக்கம் பெரிய பெரிய கோயிலுங்கள்ள ஆடறதுக்கும், பாடறதுக்குமே தேவரடியாருங்க இருப்பாங்களாம். அரசனே அவங்களுக்கு நெறைய நெலமும், பொற்காசுங்களுமகொடுப்பாங்களாம். நாட்டியம் ஆடியும், சங்கீதம்

பாடியும் ஜனங்களயும், அரசாங்கம் சம்பந்தப்பட்டவங்களயும் திருப்தி படுத்துவாங்களாம்.. நம்ம ஜில்லாவுல அப்படி ஏதும் கோயிலும் இல்ல, அப்படி எந்த ராஜாவும் இல்ல, நாம கேவலமா போயிட்டோம்... தேவிடியாங்கறாங்க. தாசின்றாங்க." சுருட்டு புகையாகி விட்டிருந்தது. தரையில் சாம்பலும் இழுத்து இழுத்துப் போட்ட மிச்சத் துண்டுகளும் முதுமையின் அடையாளத்தைப் போலவே தரையில் பரவி இருந்தது.

"இவ்ளோ சுருட்டு இழுக்கிறியே பாட்டி! என்னாத்துக்கு ஆகறது...?"

"போடி நூறு வயசு வரைக்கும் வாழ வேணாம், பத்து வருசம் கம்மியாதான் வாழ்ந்துட்டு போறன.." என்று சிரித்தாள். "பொண்டாட்டி, புள்ளைங்க, குடும்பம், சொந்தம், பந்தம், சொத்து, பத்து இருக்கிறவனே வாழணும்னு எண்ணம் இல்லாம குடிச்சிட்டு அழிஞ்சிப் போறான்.. எனக்கு என்னாடி இருக்குது..?"

"சொந்தம் யாருமே இல்லியா பாட்டி..?"

வீட்டின் கூரையைப் பார்த்தாள் அது மேல் நோக்கிய பார்வை. நினைவுகளை, நினைவுகளில் தேங்கி நிற்கும் ஆதாரங்களை, ஆதாரங்களில் புதைந்திருக்கும் ரகசியங்களை அண்ணாந்து பார்த்துதான் தேட முடிகிறது. கீழே குனிந்து பாதத்திற்குக் கீழே யாரும் தேடுவதில்லை, உடல்கள் புதைவது மண்ணிலென்றாலும், உயிர்கள் போவது மேலே என்கிற நம்பகம். மேலே பார்வையை மட்டும் பார்க்கவில்லை. அண்ணாந்த மாதிரியே சுருட்டை இழுத்தாள். கூரையை நோக்கி புகையை அனுப்பினாள். புகைகளில் கமலா பாட்டிக்கு மட்டும் உருவங்கள் தெரிந்தது. படங்கள் தெரிந்தது. புகைப்படங்கள்! ஊர் ஊராக அலைந்து திரிந்து மாண்ட வாழ்க்கையும் தெரிந்தது.

"சொந்தக்காரங்க பெங்களூருக்கு அந்தாண்ட சீமகாவுல இருக்காங்க... இருப்பாங்கன்னு நெனைக்கிறன்... அறுபது வருசம் ஆச்சு... சீமகாவுல இருந்து நான் இங்க வந்து, இங்க வந்துன்னு சொல்றதும் தப்பு, இங்கிருந்து அங்க பொழைக்கப் போனவங்கதான நாங்க... பஞ்சம்னா பஞ்சம் அப்படி ஒரு பஞ்சம்.. அந்தப் பசியை இப்போ நெனச்சிக் கூட பாக்க முடியல.. பசியில எப்படி உசுரு பொழைச்சோம்னு நினைச்சு பாத்தா அதிசயமாத்தான் இருக்குது.. சொத்து பத்து வெச்சிருந்தவங்க பாடு பரவால்ல...

ஒண்ணுமில்லாதவங்க ஜீவனம் பண்றது இருக்கே அது கொடும பசி யாரயும் சொந்த மண்ணுல பொழைக்க வுடல, இந்தப் பட்டனம் போனா கஞ்சிக் கெடைக்கும்.. அந்தப் பட்டணம் போனா கஞ்சி கெடைக்கும்னு அலைஞ்சோம். காட்ல பஞ்சம் வந்தா யானைங்களும், கொரங்குங்களும் ஊருங்களுக்குள்ள வந்துடுமே அப்படி ஊருக்குள்ள வந்ததுங்க காட்ட மறந்துட்டு ஊர்லயே நின்னுடுங்க.. அப்படிதான் உயிர் பொழைக்கிறதுக்கொசரம் ஊரு ஊராப் போனோம்...”

எப்போதுமே அழுது பார்க்காத கமலா பாட்டியின் கண்களிலும் கண்ணீர் வந்தது.

“பாட்டி நீ கூட அழுறியா?” ஆச்சரியமாகப் பார்த்தாள்.

“உனக்குப் பசின்னா என்னான்னு தெரியுமாடி?”

மகேஸ்வரி தலையாட்டினாள். அவள் தலையாட்டியதைக் கண்ட கமலாப் பாட்டி கையில் நடுவிரலைக் காட்டி ஒருவிதமாக ஆட்டி காட்டினாள்.

“இப்போ இருக்கிறவங்களுக்குத் தெரிஞ்ச பசி வேறடி, நாங்க அனுபவிச்ச பசி வேறடி.. உனக்குத் தெரிஞ்ச பசி என்னான்னா காத்தால எழுந்த வுடனே பசிக்கும், மத்தியானமானா பசிக்கும், ராவானா பசிக்கும், பசிக்கறப்போ சாப்பட முடியும், இல்லனா சத்த நேரம் கழிச்சி சாப்பட முடியும், இல்லனா பசிக்குமேன்னு கொஞ்சம் முன்னாடியேக் கூட சாப்பட முடியும்... அந்தக் காலத்துல பசிக்கும், அது பாட்டுக்குப் பசிக்கும்.. சாப்பட ஒண்ணுமே இருக்காது.. கொழந்தைங்க பெத்த தாய்கிட்டதான் பசிக்குதும்மா பசிக்குதும்மான்னு அழுங்க.. அதுலயும் கைக்கொழந்தகாரிங்க பட்டினியில் சாவாளுங்க... கொழந்தைங்க சப்பி சப்பி மார்ல காம்பத் தவர ஒன்னும் இக்காது, பாலில்லாம கொழந்தயோட கையும் காலும் தென்னங்குச்சி மாதிரி சிறுத்துட்டிருக்கும். கொஞ்சம் தெகிரியமா இருக்கறவ, எவங்கிட்டனா படுத்து எட்டணா, ஒரு ரூபா பாப்பா, அதுல கஞ்சி குடிப்பா... அத வுட தெகிரியமானவ அங்கங்க கடம் வாங்குவா, அதக் காட்டிலும் தெகிரியமானவ பிச்ச எடுப்பா... அத வுட தெகிரியமானவ திருடுவா, அதுக்கும் மேல தெகிரியம் இந்துச்சுன்னா கொழந்தைங்களோட செத்துப் போவா... கேக்கறதுக்கு ஒனத்தியா இக்குதுன்னு இட்டுக் கட்டி

சொல்றன்னு நெனச்சுக்காத... சத்தியமான வார்த்தைங்க... எவளும் சாமானம் தெனவெடுத்துனு கீறிக்கிறதுக்கு தொடப்பகட்ட தேடல... உண்டி ரொம்பனவ வேணும்னா தொண்டி சொகம் தேடுவா...”

கமலாபாட்டி கண்களைக் கசக்கினாள். கண்ணீர் விட வேண்டும் போலிருந்தது அவளுக்கு.

கமலாபாட்டி கண்களைக் கசக்கிக்கொள்வதை வியப்புடன் பார்த்தாள் மகேஸ்வரி. அவள் அவ்வளவு சீக்கிரம் அழமாட்டாள். எப்போதாவது அழும்போது அதில் செயற்கைத் தனம்தான் தெரியும். இந்த உலகத்தில் நான் அழுவதற்குண்டான பெரிய துயரம் ஏதும் இல்லை என்கிற அனாவசியம் தெரியும். அவ்வளவையும் பார்த்துவிட்டவள். அவள் உண்மையில் அழுவதற்குத் தவிக்கிறாள் என்றால் நெஞ்சுக்குள் தங்கி இருக்கும் துயரத்தின் வேர்கள் முளைவிடும்போது அழுகையும் விழுதுவிடும்.

“நான் நாசமாப் போனத நெனச்சி எப்பவுமே அழுததில்ல, அந்தக் காலத்து வறுமைய நெனச்சா இப்பவும் துக்கம் வந்துடுது... எல்லாரும் பணக்காரங்களா ஆக வேணாம், எல்லாருக்கும் பவுனு வேணாம், பணம், பணம்னு அலயறவங்க, பவுனு பவுனுன்னு அலயறவங்க பொச்சியானுங்க... கொன்த்திள மொளைக்கற பொச்சி, ஆனா எல்லாருக்கும் கஞ்சி வேணுமில்ல, கறிச்சோறு வேணாம், பணக்காரங்க மட்டும் ஒணத்தியா தின்னுகிட்டும்... வடிச்ச கஞ்சி எல்லாருக்கும் கெடைக்கணும் இல்ல...? சொகுசா வாழ்றதுக்கோ, கொன்த்தி தெனவுக்கோ போல வயித்த வளக்கறதுக்குப் போனன்... வாழ்றதுக்குப் போனன்... பசி இருக்குதே அது புத்துநோயக் காட்டிலும் மோசமானது... சாவு எப்படினாலும் வரலாம்... பட்டினில வரக் கூடாது, கொழந்தைங்க பட்டினியா செத்தா படைச்ச சாமி வேடிக்கப் பாக்கும், பெத்தத் தாயி உசுரய வுட்ருவா... இதுல ஓட்டய தாரவாக்கறது பெரிய விசயமில்ல...” தொடைகளுக்கு இடையில் கையை வைத்துக் காட்டி காகத்தை ஓட்டுகிற மாதிரி கையை அசைத்தாள். “ஒரு பொட்டச்சி வூட்ட வுட்டு வெளியே வந்தா அவ ஒடம்ப பத்தரமா வெச்சுக்க முடியாது, ஏன்னா ஒரு பொட்டச்சி வெளியே வர்றதுக்கு முன்ன பத்து ஆம்பள ரோட்ல சுத்தறானுங்க... எவ வருவான்னு காத்துனு இருக்கானுங்க... அந்தக் காலத்துல புள்ளைங்க பட்டினியா

சாகுதுன்னு ஆம்பளைங்க கஷ்டப்படவே மாட்டானுங்க... ஏதோ ஒருத்தன் ரெண்டு பேரு கஷ்டப்படுவான்... மத்தவனுங்கள்ளாம் அவம் பீடிக்கும், அவன் சாராயத்துக்கும் மாத்தரம் எதனா பண்ணுவானுங்க... பொண்டாட்டி புள்ளைங்க பத்தி கவலயே பட மாட்டானுங்க... பசியும் பட்டினியுமா சாகுதுங்களேன்னு வெசனப் பட மாட்டானுங்க. துட்டு இக்கறவங்க கிட்ட கடம் கேட்டா, பதிலுக்கு ஒடம்ப கேப்பானுங்க... கூலி வேலைக்குப் போனா, பண்ணையாரும் படுன்னுவான், பண்ணையாரோட புள்ளயும் படுன்னுவான்... காட்டுக்கு வெறகு வெட்டப் போனா ரேஞ்சர் போட்டுத் தள்ளுவான், அரிசி மில்லுக்குப் போனா மொதலாளி இழுப்பான், பொட்டச்சி கஷ்டத்த கொட்றதுக்குக் கோயிலுக்குக் கூட போக முடியாது, அங்க பூசாரி கிட்ட மாட்டிப்போம்... நல்ல வேளையா சாமிங்கள்லாம் கல்லா இக்குதுங்க, இல்லனா அதுங்களும் வுடாதுங்க... மீச மொளைக்காத வயசுல வருவானுங்கடி... எதனா வேலைக்கோ, கூலிக்கோ போய் சம்பாதிச்ச துட்ட எடுத்துனு மொதல்ல சாராயம் குடிக்கிறதுக்கு போவான், அப்புறம் பொம்பளைங்கள தேடினு போவான்...”

எப்போதும் கமலாபாட்டி பாட்டு மட்டும்தான் பாடுவாள். மற்றவர்களைப் போல் பழங்கதையைச் சொல்லிப் புலம்ப மாட்டாள். ஆனது ஆச்சு, போனது போச்சு என்றிருப்பவள், இன்று ஏனோ பழையதை நினைத்துக்கொண்டு அதிலேயே மூழ்கினாள்.

“பாட்டி! உன்னை ஒருத்தன் கல்யாணம் பண்ணிட்டிருந்தா, வாழ்க்க நல்லா இருந்திருக்கும் இல்ல?”

“கல்யாணம் பண்ண எல்லாருமே நல்லா இக்கறாங்களா? நல்லா இந்திருப்பனோ, கெட்டு நாறிப் போயி இந்திருப்பனோ... எனக்கு ஒரு குடும்பம் இந்திருக்கும்... நான் ஏழெட்டு பெத்துனு இந்திருப்பன்... அந்த ஏழெட்டயும் வளக்கறதுக்கு இன்னும் நெரய்யப் பேருகிட்ட போயிருப்பேன், அந்த ஏழெட்டுக்கும் கல்யாணம் பண்ணி, ஏழெட்டு குடும்பம் ஆயிருக்கும்... அதுங்க ஒவ்வொன்னும் ஏழேழு பெத்துனு ஊராவே ஆயிட்டிருக்கும்... இந்த மண்ல பொறந்தவங்க கஷ்டப் படறது போதாதா? ஆம்புடயானுங்க அவனுங்க சொகத்துக்கு ஏறி தெங்குவானுங்க... ஆனா காலம் பூரா கஷ்டத்த சொமக்கறது நாமதான... நான் பொறந்தது ஈனக்

குடும்பத்துல, நாறப் பொழப்பு பொழைக்கிற ஆம்பிளைங்கடி... ஒரு ஆம்பளைக்கும் குடும்பத்து மேல அக்கற இருக்காது... குடிப்பானுங்க, ஆக்கி வெச்ச சட்டியச் சொரண்டுவானுங்க... சோத்த காலி பண்ணிட்டு பொம்பள சூத்த நோண்டுவானுங்க... பொம்பள எதனா பேசனோம்னா ஆம்பளயா எகிறுவானுங்க... அடிப்பானுங்க... மயிரக் கொத்தா புடிச்சிக்குவானுங்க... காடு, கழனின்னு பாக்க மாட்டானுங்க... ஜனங்க இக்கறாங்கன்னும் பாக்க மாட்டானுங்க தாயோலிங்க பொண்டாட்டின்னா எளக்காரமா அடிப்பானுங்க... எங்கப்பனும் அப்படித்தான் இந்தான், எங்க அக்கா வூட்டுக்காரனுங்களும் அப்படித்தான் இந்தானுங்க... கடன் வாங்கி, கடன் வாங்கி குடிப்பானுங்க... கடன் கேக்க வர்றவனுங்க வீதில ஆம்பள கிட்ட கேக்க மாட்டானுங்க. வூட்ல பொம்பள கிட்ட கேப்பானுங்க... துட்டு மட்டுமா கேப்பானுங்க. வூட்டுக்குள்ள நொழஞ்சி அதிகாரமா இழுத்துப் போட்டுக்குவானுங்க. பொம்மனாட்டி கத்த முடியாது. கத்தனா பொம்மனாட்டி மேலயே பழிபோடுவானுங்க... எல்லாமே ஒரு வாட்டி கஷ்டமா இக்கும், பெறவாட்டி பழகிரும்... அப்புறம் வூட்டுக் கஷ்டத்துக்கு அவனுங்க கிட்டயே துட்டு அவுக்க வெப்பாளுங்க... வேற வழி எதனா இக்குதா சொல்லு? பத்தினியா சாகறத பாப்பாளா? பசங்க பட்டினியா சாகறத பாப்பாளா? கட்ன புருசங்கிட்டயும் அப்பிடித்தான் கால விரிக்கணும். கள்ள நாயிங்க கிட்டயும் அப்படிதான் கால விரிக்கணும். பொம்மனாட்டி தன் சொகத்துக்கா சோரம் போறா... எங்கிட்ட எத்தன ஆயிரம் பேரு வந்திருப்பானுங்க...? அம்பது வருசம் தொழில் பண்ணி இக்கறன்... நாளொன்னுல அஞ்சி பேரோ, பத்துப் பேரோ கணக்கில்ல... அத்தன ஆம்பளயும் அவனுங்க சொகத்துக்குதான் வந்தானுங்க... என்ன சொகப் படுத்த வரல, நீயே எத்தன ஆம்பளைங்க கிட்ட போயிருப்ப யார்னா உன்ன சந்தோசப்படுத்தணும்னு வந்திருக்கானுங்களா? நீதான அவனுங்கள சந்தோசப்படுத்துவே...?" சாமி வந்த மாதிரி பேசினதையே பேசினாள்.

மகேஸ்வரி தலையை மட்டுமே ஆட்டினாள். எதுவும் பதிலுக்குப் பேசவில்லை. கமலாபாட்டி சொல்வது, அவளுக்கும் பொருந்தியது.

"பொம்மனாட்டிங்கன்னா அப்படித்தாண்டி..." அவளுக்குள் இருந்த அர்த்தங்களைப் புரிய வைப்பதற்காகக் கூர்ந்து பார்த்தாள்

"ஏண்டி எதனா வவுத்துக்குத் தின்னியா? மொகரயைப் பாத்தா பசி வாட்டம் தெரிதே..."

"இல்ல பாட்டி! பசிதான், ஆனா பசி இல்ல, நீ ரொம்ப நாளிக்கு உசுரோட இரு பாட்டி எனக்குக் கஷ்டம்னா மனசத் தேத்த நீதான் இக்கற..."

"போடி இவளே, போயி ஒணத்தியா தின்னுட்டு தூங்குடி, மனுசன் என்னா தின்னாலும் சரி, கறி சோத்தத் தின்னாலும், கஞ்சி சோத்தத் தின்னாலும் கழிஞ்சி வயித்த வுட்டு வெளில வர்ற கழிஜில வித்தியாசம் பாக்க முடியாது, அப்படித்தான் யாரு என்னா மாரி வாழ்ந்தாலும், கட்டய கடசியா தின்றது மண்ணுதாண்டி..."

அது என்னவோ கமலா பாட்டியைக் கட்டி அணைத்துக்கொள்ளத் தோன்றியது. இறுக்கி அணைத்துக் கொண்டாள்.

27

லட்சுமிக்கு இந்த வீட்டிற்குள் இருப்பது சாக்கடைப் புழுதியில் வசிப்பதைப் போலிருந்தது.

இன்னும் ஒரு நிமிடம்கூட இங்கே இருக்கக் கூடாது என்று மனம் அங்கலாயித்தது.

ஒரு கட்டடத்திலிருந்து ஒரு கல்லை உருவினாலே போதும், அடுத்தடுத்து சுவரும், கட்டடமும் இடிந்து தரைமட்டமாகி விடும். லட்சுமியின் மனநிலை அப்படித்தான் இருந்தது. உடைந்து சரிந்துகொண்டே இருந்தது. எந்த முடிவும் தேட முடியாத அந்தரத்தில் தொங்கும் நிலைமையில் இருந்தாள். 'இனிமே இந்த வூட்ல இருக்க முடியாது, பசங்கள கூட்டினு போயிடணும்.... பிச்சை எடுத்தாவது புள்ளைங்களப் படிக்க வெச்சிருணும்... இங்க வுட்டா நாசம் பண்ணிடுவா... பொட்டப் பசங்க பெரிசானதும், தப்பான தொழிலுக்கு வுட்ருவா... பின்ன இந்தக் காலத்துல யார்னா ஆதாயம் இல்லாம செலவு பண்ணுவாங்களா?'

மண்டை வெடிக்கிற மாதிரி இருந்தது. பைத்தியம் பிடித்து விடுமோ என்று அஞ்சினாள். தரையில் படுத்தாள், சோஃபாவில் உட்கார்ந்தாள், பச்சைத் தண்ணீர் குடிக்கவும் மனம் ஒப்புக் கொள்ளவில்லை.

அழைப்பு மணி கிர் கிர் என்று ஒலித்தது!

துணிக்கடையைத் திறப்பதற்காக சாவி வாங்கிப் போவதற்கு கடையில் பணிபுரியும் சித்ரா வந்தாள்.

சித்ராதான் அழைப்பு மணி அழுத்தினாள். லட்சுமிக்கு அந்த ஒலி எப்போதும் இல்லாத பயத்தைக் கொடுத்தது. மறுபடியும் போலீஸ்காரர்களோ, வேறு ஆளோவென்று பயந்தாள். திறக்கலாமா, வேண்டாமா இரண்டு விதமான யோசனை அவளைக் கலவரமூட்டியது.

சித்ரா கதவைத் தட்டிக் கொண்டே காலிங் பெல்லை அழுத்தினாள். லட்சுமிக்குப் பயத்தை அதிகமாக்கியது.

"அக்கா... அக்கா..." என்றாள்.

பிறகுதான் கதவைத் திறந்தாள்.

"மத்தியானம் ஆச்சுக்கா கடையைத் திறக்கல... அக்கா இல்லியா? சாவியானா வாங்கினு போயி திறக்கலாம்னு வந்தேன்..."

சித்ரா பேசுவது எதுவும் லட்சுமியின் காதுக்குள் விழவில்லை. புத்தி பேதலித்தவள் போல் நின்றாள்.

"அக்கா..."

"சொல்லு! அவுங்க இல்ல..."

"கட சாவி"

"தெர்ல..."

"நாங்க வீட்டுக்குப் போட்டுமா? உமாவும், சாந்தியும் பக்கத்துக் கடயில உக்காந்துனு இருக்காங்க..."

"என்னைக் கேட்டா எனக்கு என்னா தெரியும்?"

"ஏன் ஒரு மாதிரியா பேசறீங்க? உடம்பு சரியில்லையா?"

"சாவணும், ரெண்டு புள்ளைங்கள வுட்டுட்டு சாவ முடியல..."

சித்ரா அதற்கு மேல் பேசுவதற்கு பிடிக்காமல் "வர்றங்க்கா... அக்கா வந்தா, நான் வந்து சாவி கேட்டுட்டு போனேன்னு சொல்லுங்க..."

எதுவும் பேசாமல் எங்கேயோ பார்த்தாள்.

சித்ரா லட்சுமியிடமிருந்து பதில் வராது என்று தெரிந்து "வர்றங்க்கா..." என்று சொல்லிவிட்டு நகர்ந்தாள்.

அவள் கொஞ்ச தூரம் போன பிறகு, லட்சுமி சுயநினைவுக்கு வந்தவள் போல் "சித்ரா!" என்று கூப்பிட்டாள்.

சித்ரா புரியாமல் நின்றாள்.

"இங்க வா" மெதுவான குரலில் சொன்னாள். கையில் சைகை செய்தாள்.

வந்த சித்ராவின் கையைப் பிடித்துக்கொண்டாள். வீட்டிற்குள் அழைத்துப் போய் உட்கார வைத்துக்கொண்டாள். "இந்தப் பொம்பள தப்பானவன்னு தெரியுமா?" என்று கேட்டாள்.

"என்ன சொல்றீங்க?"

"புரியலையா?"

"உங்க ஓனரம்மா தேவிடியா தொழில் பண்றது தெரியுமில்ல?" கேட்கும்போதே தீக்குச்சியைப் பற்ற வைத்த மாதிரி இருந்தது.

சித்ரா தடுமாறினாள். எந்தப் பதில் சொன்னாலும் தப்பாகி விடும் என்று "நான் வர்றங்க்கா" என்றாள்.

லட்சுமி கையை விடவில்லை. "சாமி மேல சத்தியம்! நான் எதுவும் சொல்ல மாட்டன். தைரியமா சொல்லு.'

"எனக்குத் தெர்லக்கா."

"மறைக்கிற..."

"மறைக்கலக்கா... யார்னா சொல்வாங்க... அக்கா சொன்னதில்ல, நாங்க என் வேலயைச் செய்றோம். ஆனா, எங்களுக்குத் தெரிஞ்சி அப்படி இல்ல..."

"உங்கள யாருக்கும் கூட்டி வெக்கிறதில்லயா?" நறுக்கென்று கேட்டாள்.

"ஏங்க்கா இப்படியெல்லாம் கேக்கறீங்க? துணிக் கடையில வேல செய்றோம், காலயில வர்றோம், சாயந்தரம் போறோம்..."

"நெஜமாலுமே உங்கள ஒண்ணும் பண்றதில்லயா? எங்கிட்ட மறைக்கிறியா?" நம்பவே முடியாமல் கேள்வி கேட்டாள்.

"அக்கா! நான் போறன்... நீங்க ஏன் இப்படிக் கேக்கறீங்க தெரில..." சித்ராவிடம் பதட்டம் அதிகமாகத் தெரிந்தது. ஏதாவது உளறிவிட்டு அது பிரச்சினையில் முடிந்துவிடுமோ என்கிற அச்சம் மட்டுமே அவளிடம் இருந்தது.

லட்சுமி கண்களிலிருந்து கண்ணீர் கொட்டியது. கண்ணீர் வடியும் முகத்தைப் பார்க்க முடியாமல் தவித்தாள் சித்ரா.

"என்னை இங்க ரொம்ப கஷ்டபடுத்தறாங்க... ராத்திரி ஆட்டோக்காரன் ஒரு மாதிரியா பேசனான்... இப்போ போலீஸ்காரங்கள்லாம் வூட்டுக்குள்ள பூந்து தப்பு தப்பா பேசுனாங்க... உடம்புல கையை வெக்கிறாங்க... அய்யோ என்னால வெளில சொல்ல முடியல... இந்த பொம்பள ரொம்ப தப்பானவ, நீங்களும் அது மாதிரிதானா? எல்லாத்துக்கும் உடந்தயா இருக்கிறீங்களா? உடம் படறீங்களா?" கைகளைப் பிடித்துக் கொண்டு கேட்டாள்.

சித்ராவினால் கைகளை உதற முடியவில்லை. பதில் சொல்லவும் தெரியவில்லை.

லட்சுமியின் அழுகை நிற்கவில்லை. "நான் வறுமையில கஷ்டப்பட்டிருக்கேன், நானும், பிள்ளைங்களும் பசிலயும், பட்டினிலயும் அவதிப்பட்டிருக்கோம்... வூட்ல தனிக்கட்டையா பொழப்ப ஓட்டினு இருக்குறன்... ஒரு ஆம்பள என்ன வந்து சீண்டனதில்ல, இந்த வூட்ல என்னான்னா தெறந்த வூட்ல நாய் நொழஞ்ச மாதிரி எல்லா ஆம்பளைங்களும் நுழயறாங்க..." சொல்லி விட்டு அழுதாள்.

ரொம்ப வேதனையில் இருந்தாள். சொல்லி முழுமையாக அழுதுவிட்டாளென்றால் கொஞ்சம் துயரம் குறையலாம். அழுகை அடங்கிவிட்டால், ஆத்மாவில் நிறைந்து அடைத்துக் கொண்டிருக்கும் அழுத்தம் குறையும்.

அழுதுகொண்டே என்னென்னவோ சொன்னாள். "இங்க இருக்கறதுக்குப் பயமா இருக்குது, யார் நுழைவாங்க என்னா பண்ணுவாங்கனே தெரியல... உசுர எடுத்தா கூட பரவால்ல, ஒடம்பப் புடுங்கறாங்க..."

“அக்கா! நான் போறேன்...” என்றாள்.

“கொஞ்சம் இரேன், எனக்கு இங்க பயமா இருக்குது, பசங்க இஸ்கூலு வுட்டு வர்ற வரிக்கும் கூட இரேன், அவங்க வந்ததும் கூட்டினு எங்க ஊருக்குப் போயிடறேன். பிச்சை எடுத்துக் கூட பசி ஆத்தலாம், ஒடம்ப வுட்டு தின்னக் கூடாது...” கண்களை முந்தானையால் துடைத்தாள்.

“நீ சும்மா பயப்படறக்கா...”

“இல்ல சித்ரா! உனக்குத் தெரியாது.” லட்சுமி கைகளை வலுவாகப் பிடித்தாள். “போலீஸ்காரங்க இன்னும் கொஞ்ச நேரம் வுட்டிருந்தா, என்னை நாசம் பண்ணிட்டு இருப்பாங்க... சாமிதான் காப்பாத்துச்சி... ஆனா வுட மாட்டாங்க... அவங்க எப்பனாலும் வருவாங்க... என்னப் பச்சையா தின்னுடுவாங்க... பயமா இருக்குது...”

மிரண்ட கண்களால் பார்த்துக் கொண்டே சொன்னாள். நெஞ்சம் படபடப்பது தெரிந்தது. உண்மையைத்தான் சொல்கிறாள் என்பதைப் புரிந்துகொண்டாள் சித்ரா. அவளுக்கும் ஒரு பயம் உண்டானது. ஏதாவது பேசி சமாதானம் செய்துவிட்டுப் போக வேண்டும் என்று “நானும் பொண்ணுதாங்கா... எனக்கும் உபத்தரம் இல்லாம இல்ல, கடையாண்ட ஒண்ணு ரெண்டு பேர் வருவானுங்க சுத்தி வளைச்சுப் பேசுவானுங்க... கண்டுக்காத மாதிரி இருந்துடுவன், சிலபேரு கேப்பானுங்க மூஞ்சில அடிச்ச மாதிரி ‘வேற ஆள பாரு’ன்னு பேசி அனுப்பிடுவேன். பாருக்கா... ஆம்பளைங்க எந்தப் பொண்ணயும் இவ நல்லவன்னு பாக்கறதில்ல, இவ மசிவாளான்னுதான் பாக்குறாங்க. இதுக்கு முன்ன ஒரு துணிக்கடையில வேல செஞ்சேன்... முதலாளியும் தடவுவான், முதலாளியோட மகனும் தடவுவான் ‘கல்யாணம் பண்ணிக்கிறியா?’ன்னு கேட்டேன் வேலயை வுட்டு நிறுத்திட்டாங்க... சில பொண்ணுங்க சிரிச்சினு அவங்க கிட்ட வேல செய்துங்க... இங்க எனக்கு அந்தத் தொந்தரவு இல்ல, நிம்மதியா இருக்குறன். மத்த எடத்துல சம்பளம் ஒழுங்கா வராது, இங்க ஒழுங்கா தராங்க,” என்றாள்.

லட்சுமிக்கு ஆட்டோக்காரனின் கூசுகிற பேச்சும், போலீஸ்காரர்கள் இருவரும் அவளைச் சீண்டிய முறைகளும், அருவருப்பான

சொற்களும் மறுபடியும் மறுபடியும் அவளை வதைசெய்தன. போலீஸ்காரர்கள் அவளைப் பண்ணதெல்லாம் நினைக்க கொதிப்பாகவே இருந்தது. ‘செமயா இருக்கறடி... வெளியே ஏட்டய்யா இல்லன்னா, மஜாதான்...! நாங்க ரெண்டு பேரா பண்ணா நல்லா இருக்கும் இல்ல?” போலீஸ்காரன் சொல்லும் போது லட்சுமியால் அழுவதைத் தவிர வேறெதுவும் பேச முடியவில்லை. போலீஸ்காரர்கள் ஏதாவது செய்துவிடுவார்களோ என்று நடுங்கினாள். உயிரை விட்டு விடலாம் போலிருந்தது.

“ராத்திரிக்கு ரெண்டு பேரும் வரட்டுங்களா? ஓசி கிராக்கி இல்ல, ரேட் போட்டுத் தந்துடறோம்... ரெண்டு பேர் போதுமா? அவ அஞ்சி பேருனாலும் ஜமாய்ப்பாளாமே... நல்லா சிக்குனு இருக்கடி.... உனக்காகவே இந்த ஊர் ஸ்டேசனுக்கு டிரான்ஸ்பர் கேட்டு வரணும்...” என்றான் ஒரு போலீஸ்காரன்.

“இந்த ரூமுக்குள்ள எதனா மர்ம ரூமுங்க இருக்கா? உள்ள எவனோடவாது ஜல்சா பண்ணினு இருக்காளா? மொத்தம் எத்தனை பேர் இருக்கீங்க? ஸ்டேசனுக்கு எவ்ளோ மாமூல் தர்றீங்க... கேசும் தர்றீங்களா?” என்றான் இன்னொரு போலீஸ்காரன் அவன் கேட்பது எதுவுமே லட்சுமிக்கு விளங்கவில்லை. கேட்டுக் கொண்டே நெருங்கி மார்பைக் கெட்டியாக அழுத்திப் பிடித்து “மல்கோவாடி! ஒரே கடி கடிச்சிக்கட்டுமா?”

சித்ரா மௌனமாக எழுந்தாள். லட்சுமி கையை விடவில்லை. “இரு சித்ரா! என் புள்ளைங்க வர்ற வரைக்கும் துணையா இரு, உன்ன கும்பிட்டு கேட்டுக்கறன்... வந்ததும் என் புள்ளைங்கள கூட்டிட்டு போயிடறன்,” என்று கெஞ்சினாள்.

“நான் வேணும்னா, போய் மத்த பொண்ணுங்ககிட்ட லீவு வீட்டுக்குப் போங்கன்னு சொல்லிட்டு வந்துடறன்...”

லட்சுமி விடுகிற மாதிரி இல்லை, அவளுக்குத் துணை தேவைப்பட்டது. “நீ போயிட்டா நான் எதனா பண்ணிக்குவேன்... உங்கக்காவா இருந்தா அம்போன்னு வுடுவியா? செத்தா சாவட்டும்னு போவியா?” கையை விடவே இல்லை.

வேறு வழி இல்லை என்று சித்ரா உட்கார்ந்துவிட்டாள்.

லட்சுமி பைத்தியம் பிடித்த மாதிரி பேசினாள். பார்ப்பதற்கே பரிதாபமாகத் தெரிந்தாள்.

“நான் எப்படி வளந்தன் தெரியுமா? வூட்ட வுட்டு வெளியே வர மாட்டேன். குனிஞ்ச தல நிமிரமாட்டன், எவ்ளோ ஜொரம்ன்னாலும் ஆம்பள டாக்டர்ங்ககிட்ட போனதில்ல, பொம்பள டாக்டரே ஊசி போட்டாலும் இடுப்புல போட்டுக்க மாட்டன், கையிலதான் போட்டுக்குவேன், தமாசுக்குக் கூட கெட்ட விசயம் பேச மாட்டேன் தெரியுமா? எங்கப்பா ஆம்பளைங்க யாரையும் வூட்டுக்குள்ள சேத்த மாட்டாரு,. மாமன் மச்சான்னு சொந்தக்காரங்கள கூட வூட்ல சேத்த மாட்டாரு... எங்க வூட்டுக்காரு பொல்லாதவரு, நான் இந்த மாதிரி எடத்துல இருக்கறது தெரிஞ்சா வெட்டிடுவாரு மொடா குடிகாரரு. பெரிய கோபக்காரரு...”

சித்ராவுக்குத் தெரியும், பாலகிருஷ்ணன் எப்பேர்ப்பட்ட அயோக்கியன் என்று, அவள் அதைப் பற்றி எதுவும் பேசிவிடக் கூடாது என்றிருந்தாள்.

“நாங்கள்ளாம், அவ்ளோ கட்டுப்பாடு இல்லக்கா, கடைக்குச் செலவு வாங்கப் போவேன், ரேசனுக்குப் போவேன், கரன்ட் பில் கட்டப் போவேன், எத்தனை இடத்துல வேலைக்குப் போயிருக்குறன், வூட்ட வுட்டு வெளியே வந்தாவே தப்பு செஞ்சிடுவாங்களா? இனிமே பொம்பளைங்க அப்படி வாழ முடியாது, நாலு எடத்துக்கு போகணும், வரணும் ஜாக்கிரதையாவும் இருக்கணும்... தைரியமா இருக்கணும்” லட்சுமி சொன்னதற்குப் பதில் சொல்ல வேண்டும் என்று சித்ரா சொன்னாள்.

“யாரும் இல்லாத வூட்டுக்குள்ள தன்னந்தனியா ஆம்பள கிட்ட மாட்டிக்கினா நீ என்னா பண்ணுவே? அதுவும் போலீஸ்காரங்க கிட்ட... ரெண்டு பேர்! நீ அப்படி மாட்டிக்கினா என்னா பண்ணுவே சொல்லு...?”

சித்ராவால் பதில் சொல்ல முடியவில்லை. திகிலையும், பயத்தையும், அதிர்ச்சியையும் கொட்டுவதாக இருந்தது. வெறித்துப் பார்த்தாள்.

“என்னா தேச்சிக் கழுவுனாலும் ரோத்த போவாது, போலீஸ்காரங்க ரொம்பத் தகாதவங்க, ரொம்ப ரொம்பக் கெட்டவங்க... வெறி புடிச்சவங்க... வேற யார்னா தப்பா நடந்தா போலீஸ்காரங்க கிட்ட சொல்லலாம், போலீஸ்காரங்க பண்ற தப்பை யார் கிட்ட சொல்றது...?”

“தெரிஞ்சவங்க போலீஸ் கிட்ட போக மாட்டாங்கக்கா... ஊருக்குள்ள போலீஸ் வந்தா அந்த ஊரே நாசமாயிடும்னு எங்க பாட்டி சொல்லும்...”

“இங்கதான் போலீஸ்காரங்க மாமமச்சான் மாதிரி நுழயறாங்களே... இப்ப கூட அவள போலீஸ்காரங்கதான் கூட்டினு போயிருக்காங்க., என்னயே அப்படி தொல்ல பண்ணானுங்க அவுங்க, அவள என்னென்ன பண்ணுவாங்க... அவ எல்லாரயும் சமாளிப்பா எத்தனப் பேருன்னாலும் தாக்குப் புடிப்பா கைக்காரி...”

“கடையிலிருக்கும் போது கூட போலீஸ்காரங்க வந்து கூட்டினு போவாங்க... இவங்களும் போவாங்க...”

மகேஸ்வரி இருவரின் பேசுபொருளானாள்.

சித்ரா போகமாட்டாள் கொஞ்ச நேரம் இருப்பாள் என்று தெரிந்ததும், “உக்காரு சித்ரா! தல நோகுது, காபி போட்னு வர்றன்” என்று சொல்லி விட்டு எழுந்துபோனாள்.

சித்ராவுக்கு ஏனோ அங்கே இருப்பதற்குப் பிடிக்கவில்லை. லட்சுமி சமையலறைக்குள் நுழைந்ததும், சித்ரா மெல்ல நகர்ந்தாள். அப்படி சொல்லாமல் போவது தவறோ என்று யோசித்தாள். தவறோ, சரியோ போய்விடுவதுதான் நல்லது என்று நினைத்தாள்.

சித்ரா வாசற்படி விட்டு வெளியே தாண்டும்போது ஆட்டோ வந்தது, ஆட்டோவில் ஓட்டுநர் மட்டுமே வந்தார். வேறு யாரும் இல்லை, பைக்கில் இரண்டு போலீஸ்காரர்கள் வந்தார்கள்.

சித்ராவுக்கு என்னவோ திகிலாக இருந்தது. அவர்களைப் பார்க்காத மாதிரி வேகமாக நடந்தாள்.

ஆட்டோக்காரர் இந்த வீடுதான் என்று சைகையால் காண்பித்தார்.

போலீஸ்காரர் ஒருவர் சித்ராவை “ஏய் வாடி இங்க...” என்று சத்தமாக அழைக்க, அந்த அழைப்பே அவளை பயமூட்டியது.

திரும்பிப் பார்த்தவளை லட்டியை ஆட்டி ஒரு போலீஸ்காரர் “நில்லுடி” என்றார்.

லட்டியை ஆட்டிய விதமும், அழைத்த முறையும் விபரீதத்தை உண்டாக்கியது, ஒரு கணம் கூட இல்லை, அரை கணம் நிற்கலாமா, வேண்டாமா என்று யோசித்தாள். நிற்க கூடாது என்றே புத்தி

சொன்னது, வீட்டிற்குப் பக்கத்தில் இருந்த சந்தில் நுழைந்து ஓடினாள்.

“ஓடிட்டா... ஓடிட்டா. ஏட்டய்யா...”

“சின்னப் பொண்ணா இருக்கா தொழில்ல எறங்கிட்டு இருக்கா...”

“துட்டு யார வுட்டுச்சி” ஆட்டோக்காரன் சொன்னான்.

“தொரத்தி புடுக்கிட்டா ஏட்டய்யா?”

“வேணாம் வுடு, உள்ள இருக்கிறவங்கள கூட்டினு போலாம், வந்து ஆறு மாசமாச்சி இங்க பிராத்தல் நடக்கிற விசயமே தெரியாம போச்சே...” ஆட்டோக்காரரைப் பார்த்துக் கேட்டார் ஒரு போலீஸ்காரர்.

“எனக்கே நேத்துதான் தெரியும் சார். இவ இம்முட்டு நாளா இந்த ஊர்ல காட்டிக்க மாட்டா. எவளுமே சொந்த ஊர்ல வேசம் கட்ட மாட்டாளுங்க... இவ திருப்பத்தூர்லயும், ஏலகிரி மலைலயும் பண்ணினு இருந்தா, இப்போ ஆள் வெச்சி பண்றா...

போலீஸ்காரர்கள் வீட்டிற்குள் நுழைந்தார்கள்.

28

லட்சுமி நீதிமன்றத்தின் குற்றம் சுமத்தப்பட்டவர்கள் கூண்டில் நிறுத்தப்பட்டாள்.

வானம் போல் அழுதுவிட்டாள்.

அந்த அழுகை யார் மனதையும் ஈரமாக்கவில்லை.

"விபச்சாரம் பண்ணியா?" கணம் நீதிபதி அவர்கள் லட்சுமியின் முகத்தைப் பார்க்காமல் வழக்குத் தாளைப் பார்த்துக்கொண்டே கேட்டார்.

"சாமி! நான் குடும்பப் பொண்ணு சாமி! எனக்கு ரெண்டு பொண்ணுங்க இருக்குதுங்க சாமி!" இரண்டு கைகளையும் குவித்து கும்பிட்டு கெஞ்சினாள்.

"முதல் தடவைன்றதால ஒரு மாசம் சிறைதண்டனை! பெண்கள் சிறைக்கு அனுப்பறேன். தண்டனை முடிஞ்சு வந்து மறுபடியும் அதே தொழில் பண்ணக் கூடாது."

"சாமி! நான் அப்படிப்பட்டவ இல்ல சாமி... சாமி!" விம்மினாள்.

பெண் காவலர் லட்சுமியின் கையைப் பிடித்து இழுத்துக்கொண்டு போனார்.

பின் கதைச் சுருக்கம்

லட்சுமி 1988ல் முதன் முறையாக இப்படித்தான் சிறைக்குப் போனாள்.

சிறையில் தண்டனை முடிந்து வெளியே வந்த லட்சுமி, உள்ளே உண்டான நட்பில் பாக்கெட் சாராயம், கள்ளச்சாராயம் விற்பதற்கான வழிமுறைகளோடும் அதற்கான தொடர்புகளோடும் வெளியே வந்தாள். எப்பேர்ப்பட்ட போலீசாக இருந்தாலும் 'போ சார்...' என்று மிரட்டுவதற்குப் பழகிவிட்டாள். போலீஸ்காரர்களுக்கு முக்கியம் வருமானம், அதை முறையாகக் கொடுத்து விட்டால், அவர்களின் பாதுகாப்போடு சாராயம் விற்கலாம், விபச்சாரம் செய்யலாம் என்கிற படிப்பையும், தைரியத்தையும் சிறையில் கற்றுக்கொண்டாள்.

மனைவி சாராயம் விற்பது பாலகிருஷ்ணனுக்குத் தெரிந்ததும் கொண்டாட்டமாக வந்து சேர்ந்துகொண்டான். பிறகுதான் தெரிந்தது. அவன் ஏமாற்றி வேறு மூன்று பெண்களுக்கும் தாலி கட்டிய விசயம்.

அதில் இரண்டு மனைவிகளும் சாராய விற்பனையில் சம்பாதிக்க ஆரம்பித்தார்கள். பாலகிருஷ்ணன் குடியை விடவில்லை. ஆனாலும் ஒரு கட்சியில் நகரத்தின் தலைவர் ஆகிவிட்டான். சாராயம் விற்கும் குடும்பத்திற்குச் சுலபமாகக் கிடைப்பது கட்சிப் பதவிகள்தானே? அவன் உள்ளாட்சித் தேர்தலில் நின்று கவுன்சிலராகவும், துணை

சேர்மனாகவும் பதவி வகித்தான்.

போலீஸ் மேலும் அவன் கட்டுப்பாட்டிற்குள் வந்தது.

லட்சுமி சாராயம் விற்றாள், கஞ்சா விற்றாள், நிலம் வாங்கி விற்றாள் கடைசிவரைக்கும் உடம்பை விற்கவில்லை.

ஒரு சப் இன்ஸ்பெக்டர் லட்சுமி மீது கொண்ட மோகம் எனக்குத் தெரியும். அவன் எவ்வளவோ கெஞ்சிப் பார்த்தான். பிடி தரவில்லை. அவனுக்குக் காடைக் குழம்பு வைத்துக் கொடுத்திருக்கிறாள். சப்இன்ஸ்பெக்டர் கொடுத்த பட்டுப்புடவையை வேண்டாம் என்று சொல்லாமல் ஒரு மாரியம்மன் திருவிழாவுக்குக் கட்டிக் கொண்டு போனாள். அவள் மனதிற்குள்ளும் இருந்த சபலத்தை வெளிப்படுத்தாமல் கட்டுப்படுத்திக்கொண்டு வாழ்ந்திருக்கிறார். 2010ல் என்னிடம் சொன்னாள். “அருள்மூர்த்தி எஸ்ஐ கேட்டாண்டா... ஒரே ஒரு முத்தமானா கொடுத்துட்டு போன்னான். நான் ஒரு பைத்தியக்காரி கம்னு வந்துட்டன். கட்டிப் புடிச்சு ஒரே ஒரு முத்தம் தந்துட்டு இருக்கணும்...” என்று. “என்னை நிறையக் காப்பாத்தி வுட்டாண்டா. ரெய்டு வரும்போதெல்லாம் சொல்லி அனுப்பிடுவான்... ரெண்டர வருசம் இருந்தான் ஒத்த பைசா மாமூல் வாங்கல, என்னிக்கானா நான் கெடைப்பேன்னு மனசுல ஆச வெச்சிருந்தான்... நான் முடியாது முடியாதுன்னு சொல்லச் சொல்ல ஆச அதிகமாயிருச்சு...” போலீசைக் கண்டு பயந்தவளின் வாழ்க்கை, ஒரு போலீஸ்காரன் மீதான மனக் காதலோடு நகர்ந்தது. அப்புறம் மாற்றலாகிப் போய்விட்டான். கணவன் பாலகிருஷ்ணனையும் அவள் தொட விடவில்லை. பணம் தருவாள், குடிக்க சாராயம் தருவாள். கவுன்சிலர் தேர்தலில் நின்றபோது அவனுக்காக ஓட்டுக் கேட்டுப் போனாள். ஓட்டுக்குப் பணம் கொடுத்தாள். படுக்கையில் இடம் தரவில்லை.

மகேஸ்வரிக்கு கல்யாணம் ஆகவில்லை, துணிக்கடையை விட்டுவிட்டு இரண்டு அம்பாசிடர் கார் வாங்கினாள். டிராவல்ஸ் நடத்தினாள். ஓட்டுநர்கள் சரியாக அமையவில்லை. ஒரு கார் சாராயம் கடத்தப் போனபோது போலீஸில் மாட்டி மீண்டு வரவில்லை. அவளும் நாற்பத்தாறு வயதில் இறந்து விட்டாள்.

கட்டேரி ஆஞ்சநேயர் கோயிலுக்குப் போகும் போது மகேஸ்வரியின் வீட்டைப் பார்க்கிறேன். முள் புதருக்குள் பாழடைந்து இருக்கிறது.

அதைப் பார்க்கும் போதெல்லாம் மனம் கலங்கும். அந்தப் புதருக்குள் ஒரு மாணிக்கம் இருக்குமா? அந்தப் புதருக்குள் ஒரு தாழம்பூ இருக்குமா? அதைக் காவல் காக்க பூதமோ, பாம்போ இருக்குமோ என்று யோசிப்பேன். மகேஸ்வரி என் கவிதைகளை வாசித்திருக்கிறாள். சிறுகதையோ, நாவலோ வாசித்ததில்லை. ப்ளஸ் டூ பரீட்சைக்கு நூறு ரூபாய் கடன் வாங்கினேன். எந்த ஜென்மத்தில் திருப்பித் தருவேன் என்று தெரியவில்லை. கோயில் உண்டியலில் பணம் போடும்போதெல்லாம் இந்தப் பணம் மகேஸ்வரிக்குப் போய்ச் சேருமா என்று யோசிப்பேன்

இந்த ஊர்தான் எவ்வளவு பெரிய நகரமாகி விட்டது. எவ்வளவு கட்டடங்கள்... எவ்வளவு மனிதர்கள்... இந்தக் கூட்டத்தில் நம்மால் கணிக்கவா முடிகிறது... யார் மகேஸ்வரி, யார் லட்சுமி என்று.

எல்லா ஊர்களிலும் மகேஸ்வரிகள், லட்சுமிகள் இருக்கிறார்கள்.

சொந்த ஊரும், வசிக்கும் ஊரும் திருப்பத்தூர் மாவட்டம் ஜோலார்பேட்டை. இரண்டு திரைப்படங்களில் உதவி இயக்குனராகப் பணிபுரிந்திருக்கிறார். முன்னணி இயக்குனர்களோடு திரைக்கதை விவாதங்களில் பங்கேற்கிறார். குமுதம், குங்குமம், கல்கி, ஆனந்த விகடன் உள்ளிட்ட அனைத்து பத்திரிகைகளிலும் சிறுகதைகள் எழுதியுள்ளார். பல சிறுகதைப் போட்டிகளில் பரிசுகளும் வென்றுள்ளார். சில ஆண்டுகளாக சினிமாக்காரர்களோடு கழித்ததால் எழுத்து பக்கம் வராதிருந்த இவர் மீண்டும் எழுத ஆரம்பித்திருக்கிறார்.

விருதுகள்:

யாவரும் பதிப்பகம் புதுமைப்பித்தன் நினைவு குறுநாவல் போட்டியில் பரிசு – 2021,

நன்னன் அண்ணல் புதினப் போட்டியில் இரண்டாம் பரிசு – 2007 (கலைஞர் அவர்களால் வெளியிடப்பட்டது).

குமுதம் வைர மோதிரம் சிறுகதைப் போட்டியில் வைர மோதிரம் பரிசு – 2005.

கலைமகள் – கி.வா.ஜ நினைவு சிறுகதைப் போட்டியில் இரண்டாம் பரிசு – 2002.

ஆனந்த விகடன் பவழ விழா ஓவிய சிறுகதைப் போட்டியில் இரண்டாம் பரிசு – 2002.

தினமணிகதிர் – பள்ளி சாரா கல்விக் கருவூலம் சிறுகதைப் போட்டியில் பரிசு – 2000 (அறிவொளி இயக்கத்தின் பாடப்புத்தகமாக வைக்கப்பட்டிருந்தது).

அமரர் கல்கி நூற்றாண்டு விழா சிறுகதைப் போட்டியில் முதல்பரிசு – 1998.

அமரர் கல்கி நூற்றாண்டு விழா மினித் தொடர் போட்டியில் முதல் பரிசு – 1998.

வாசுகி சிறுகதைப் போட்டியில் முதல் பரிசு – 1992.

திருப்பூர் அரிமா குறும்பட திரைக்கதை விருது – 1999.